ഗ്രീൻ ബുക്സ്

മലയാളത്തിന്റെ സുവർണ്ണകഥകൾ

മാനസി

ജനനവും ആദ്യകാലവിദ്യാഭ്യാസവും
തൃശ്ശൂർ ജില്ലയിലെ തിരുവില്വാമലയിൽ.
'മഞ്ഞിലെ പക്ഷി' എന്ന കൃതിക്ക്
1993ൽ ചെറുകഥയ്ക്കുള്ള കേരള സാഹിത്യ
അക്കാദമി അവാർഡ് ലഭിച്ചിട്ടുണ്ട്.
കൃതികൾ: മാനസിയുടെ കഥകൾ,
ഇടിവാളിന്റെ തേങ്ങൽ.
സ്ത്രീ പ്രശ്നങ്ങളിലധിഷ്ഠിതമായ
നിരവധി ലേഖനങ്ങൾ പ്രസിദ്ധീകരിച്ചിട്ടുണ്ട്.
'സ്ത്രീപുരുഷതുലനം' എന്ന കൃതിക്ക്
ദാമോദരൻ കാളിയത്ത് അവാർഡ് ലഭിച്ചിട്ടുണ്ട്.
അനേകവർഷത്തെ മുംബൈവാസത്തിനുശേഷം
ഇപ്പോൾ തിരുവില്വാമലയിൽ സ്ഥിരതാമസം.

ഗ്രീൻ ബുക്സ് പ്രസിദ്ധീകരിച്ച
ഗ്രന്ഥകാരിയുടെ ഇതര കൃതി

മഞ്ഞിലെ പക്ഷി

മലയാളത്തിന്റെ സുവർണ്ണകഥകൾ

മാനസി

ഗ്രീൻബുക്സ്

green books private limited
gb building, civil lane road, ayyanthole,
thrissur- 680 003, kerala, ph: +91 487-2381066, 2381039
website: www.greenbooksindia.com
e-mail: info@greenbooksindia.com

branches:
thrissur 0487-2422515
thiruvananthapuram 0471-2335301
calicut 0495 4854662

malayalam
malayalathinte suvarnakathakal
story
by
manasi

published april 2023

cover image : shiju george

printed in india
manipal technologies ltd

isbn : 978-93-95878-64-7

GBPL/1289/2023

മുഖക്കുറി

എഴുപതുകളുടെ തുടക്കം മുതൽ ആനുകാലികങ്ങളിൽ പ്രത്യക്ഷപ്പെട്ടുതുടങ്ങിയ മാനസിയുടെ കഥകൾ വളരെ കുറച്ചു കാലത്തിനുള്ളിൽതന്നെ മലയാള സാഹിത്യത്തിലെ ശക്തമായ സാന്നിധ്യമായി മാറി.

'ദേവീമാഹാത്മ്യം' എന്ന കഥ, അതുവരെ നമ്മൾ വായിച്ച കെ. സരസ്വതിഅമ്മയുടെയും ലളിതാംബികാ അന്തർജ്ജനത്തിന്റെയും സ്ത്രീമോഹപ്രതിഫലനങ്ങളുടെ കഥകളിൽ നിന്നും വേറിട്ട് കുടുംബത്തിലും സമൂഹത്തിലും സ്ത്രീകൾ അനുഭവിക്കുന്ന വിലക്കുകളുടെയും അനീതികളുടെയും നേർക്കുള്ള കൃത്യമായ, അത്യധികം ചടുലമായ ഒരടയാളപ്പെടുത്തലായിരുന്നു. അരികുവൽക്കരിക്കപ്പെട്ടവരുടെ ദൈന്യതകളും അനീതിയോടുള്ള പ്രതിഷേധങ്ങളും പാരമ്പര്യത്തിന്റെ പൊളിച്ചെഴുത്തലുകളുമാണ് കഥകളിൽ നിറഞ്ഞുനിൽക്കുന്നത്.

അടിച്ചേല്പിക്കപ്പെട്ട വ്യവസ്ഥിതികളോട് പ്രതിഷേധിക്കാൻ കഴിയാതെ ജീവിക്കുന്നതിലുള്ള വ്യഥകളാണ് മാനസിയുടെ കഥകൾ. കുടുംബത്തിലും സമൂഹത്തിലുമുള്ള ഏതൊരു വിലക്കുകളിൽനിന്നും ഉടലെടുക്കുന്ന നിസ്സഹായതയും വേദനയുമാണ് കഥകൾക്കുള്ള ബീജവും ഊർജ്ജവും. മാനസിയുടെ പല രചനകളിലും സ്വന്തം ജീവിതത്തിന്റെ പ്രതിഫലനങ്ങളും ഹൃദയമുറിവുകളുടെ രക്തവും പുരണ്ടിട്ടുണ്ട്.

പ്രവാസജീവിതം മൂലം മലയാള സാഹിത്യത്തിന്റെ മുഖ്യധാരയിൽനിന്നും വിട്ടുനിന്നിരുന്ന മാനസി, സ്വന്തം തട്ടകമായ തിരുവില്വാമലയിൽ തിരിച്ചെത്തി വീണ്ടും സർഗ്ഗവേദികളിൽ സജീവമാകുന്ന ഈ അവസരത്തിൽ 'മാനസിയുടെ സുവർണ്ണകഥകളി'ലൂടെ കാവ്യാത്മകഭാഷയിലൂടെയുള്ള ആ ശക്തവും ഹൃദയസ്പർശിയുമായ രചനകളെ മലയാളി വായനക്കാർക്കായി സമർപ്പിക്കുന്നു.

എഡിറ്റർ

കഥകൾ

ദേവീമാഹാത്മ്യം

ആർഷഭാരതത്തിലെ മാന്യനായ വലിയ ഒരു ഓഫീസറുടെ ഭാര്യയായിരുന്നു ഞാൻ. ഒരു വലിയ വീടും കാറും മറ്റെല്ലാ സുഖസൗകര്യങ്ങളും ഉണ്ടായിരുന്ന ഭാഗ്യവതിയായ ഞാൻ, ചിലപ്പോൾ എന്നെക്കുറിച്ചോർത്തിരുന്നുപോകാറുണ്ട്. വീട്ടികൊണ്ടുള്ള വലിയ ഊൺമേശപ്പുറത്ത് പ്രതിബിംബിക്കുന്ന എന്റെ പ്രതിച്ഛായ നോക്കി ഞാനേറെ നേരം ഇരുന്നുപോകും. ആ കസേരയിൽ അങ്ങനെ ഇരുന്നു പുറത്തേക്കു നോക്കുമ്പോൾ കുട്ടികളെ മുതുകത്തു ഭാണ്ഡം കെട്ടി, പൊരിവെയിലിൽ കുന്നിന്റെ മുകളിലൂടെ ഞളുങ്ങിയ അലുമിനിയപ്പാത്രങ്ങളിൽ വെള്ളം കൊണ്ടുവരുന്ന പാവപ്പെട്ട സ്ത്രീകളെ കാണാൻ പറ്റും. അവരുടെ മുഖത്തെ എത്ര കഴുകിയാലും മാറ്റമില്ലാത്ത ആ പ്രത്യേകഭാവം കറകെട്ടിയ വിലയില്ലാത്ത നാണയത്തുട്ടുകളെപ്പോലെയാണെന്നാണ് തോന്നാറ്. അവകൊണ്ട് എന്താണ് ചെയ്യേണ്ടതെന്ന് അറിയില്ല. പക്ഷേ, വലിച്ചെറിയുമ്പോൾ എന്തായാലും കാശല്ലേ എന്ന് ആലോചിക്കും. അങ്ങനെതന്നെ മടക്കി വീണ്ടും മനസ്സിലേക്കിടും.

ആർഷഭാരതത്തിൽ സ്ത്രീകൾ ബഹുമാന്യരാണ്. അമ്മ പറയും, സ്ത്രീ ലക്ഷ്മിയും സരസ്വതിയും ഒക്കെയാണ്. അതുകൊണ്ട് പുരുഷന്മാർ നമ്മെ ദേവീ എന്നുവിളിച്ച് ആരാധിക്കുന്നു. എന്നിട്ട് മനുഷ്യരെപ്പോലെ നമുക്ക് വിശപ്പും ദാഹവും ഉണ്ടെന്നത് മറക്കുന്നു. കഷ്ടം നമുക്കൊക്കെ ദേവികളാകാമായിരുന്നു. നമ്മളെ ദേവികളാക്കാൻ തയ്യാറുള്ളവരുടെ ഇടയിൽ മനുഷ്യന്മാരായിതന്നെ നാം തുടരുന്നതാണ് തെറ്റ്.

ഭർത്താവിന്റെ നേർത്ത ശ്വാസോച്ഛ്വാസം കേട്ടുകൊണ്ട് കിടക്കുമ്പോഴൊക്കെ അമ്മ പറയാറുള്ളത് ഞാനോർക്കും. എനിക്കത്ഭുതം തോന്നാറുണ്ട്. ധാരാളം പണവും ഒരു നല്ല ഭാവിയും കാൽക്കൽ കിടക്കുമ്പോൾ എന്തിനാണ് തന്നെ തന്റെ ഭർത്താവ് കല്യാണം കഴിച്ചത്? അദ്ദേഹം പറയാറുള്ളതുപോലെ, പെണ്ണ് ഭാരമാണ് എന്ന് തനിക്കും അറിയാം. കല്യാണം ആലോചിച്ചുവന്ന ആൾക്കാർ

ഓരോരുത്തനും തന്നെ വിളിച്ചുനിർത്തി മുഖത്തും മാറിലും അരയിലും നോക്കി വിലയിരുത്തുമ്പോൾ തൊട്ടടുത്ത് പാടുപെട്ട് വരുത്തുന്ന ചിരിയുമായി ഉൽക്കണ്ഠയോടെ നിന്നിരുന്ന അച്ഛന്റെ മുഖത്തുനിന്നും അത് മനസ്സിലായിട്ടുണ്ട്.

കുട്ടിയൊക്കെ നന്ന്, പക്ഷേ കറുത്തുപോയി എന്നു പറഞ്ഞു ഇറങ്ങിപ്പോയ ഒരു കൂട്ടരുടെ പിന്നിൽ മേശപ്പുറത്തുനിന്ന് തീറ്റസാധനങ്ങൾ മുറ്റത്തേക്ക് വലിച്ചെറിഞ്ഞ് മുകളിലേക്ക് കനത്ത അടികളോടെ നടന്നുപോയ അച്ഛന്റെ മുഖം ചിലപ്പോഴൊക്കെ എന്റെ എല്ലാ മോഹങ്ങളേയും കനലാക്കിക്കൊണ്ട് മനസ്സിൽ വളർന്നുവരും. അപ്പോൾ ഞാൻ ഭർത്താവിന്റെ മുഖത്തുനോക്കി കുറ്റബോധത്തോടെ ചിരിക്കാറുണ്ട്. ഒരൊറ്റ പൈസയും ഇന്നുവരെ സമ്പാദിക്കാത്ത എനിക്ക് പൈസയുടെ വില കുട്ടിക്കാലം മുതലേ അറിയാമായിരുന്നു. അവനവന്റെ ചിറകുകളും മനസ്സും ആണ് അത്. കത്രിച്ചെടുത്ത ചിറകുകളും നിറം മങ്ങി മുഷിഞ്ഞ മനസ്സുകളും പകരം വാങ്ങി ഞങ്ങളെ ഊട്ടുകയും ഉടുപ്പിക്കുകയും ചെയ്യുന്ന പുരുഷന്മാരോട് എനിക്കെപ്പോഴും നന്ദി തോന്നിയിട്ടുണ്ട്. ചന്തമുള്ള ആടയാഭരണങ്ങളിൽ പൊതിഞ്ഞ് രക്തംപോലെ ചുകന്ന കുങ്കുമം നെറ്റിയിലും തൊടുവിച്ച് ബഹുമാന്യകളാക്കി കൈയിൽ മുറുക്കിപ്പിടിച്ച് ഞങ്ങളെ കൊണ്ടു നടക്കുന്നവരാണവർ. അപ്പോഴൊക്കെ ചിരിക്കാൻ ബാദ്ധ്യത ഞങ്ങൾക്കുമുണ്ട്. കത്രിച്ചുകളഞ്ഞ ചിറകുകൾ ഞങ്ങളുടെ ആഡംബരമായിരുന്നു എന്ന് എനിക്കപ്പോൾ സമ്മതിക്കാം. നന്ദി സ്ത്രീകൾക്കായാലും വേണമല്ലോ.

വാസ്തവത്തിൽ, വിടർന്ന കണ്ണുകളും ഭംഗിയേറിയ മൂക്കും മാറ് നിറഞ്ഞ മുലകളും ഉള്ള ദേവിമാരായി വീട്ടിൽ വെച്ച് ഞങ്ങൾ ആരാധിക്കപ്പെടുമ്പോൾ എല്ലാ പരാതികളും അപേക്ഷകൾപോലും അധികപ്പറ്റാണ്. എന്തൊക്കെയാണ് പുരുഷന്മാരിൽ നിന്ന് പ്രതീക്ഷിക്കുക? ആൺകുട്ടിയെ പ്രസവിപ്പിക്കാൻ വേണ്ടി രണ്ടാമതും മൂന്നാമതും കല്യാണം കഴിച്ച സ്വർണ്ണക്കച്ചവടക്കാരനായ എന്റെ സുഹൃത്ത് ലാലാജിയുടെ ദുഃഖം എനിക്കും മനസ്സിലാവുന്നത് അതുകൊണ്ടാണ്. ലാലാജിയുടെ മൂന്നാമത്തെ കല്യാണത്തിന് ഞാനും പോയിരുന്നു. എന്റെ ഭർത്താവിന്റെ കൈ സന്തോഷത്തോടെ, അഭിമാനത്തോടെ പിടിച്ചുകുലുക്കി ലാലാജി. പിന്നെ വൈരക്കൽ മോതിരമിട്ട കൈ നരച്ച തലമുടിയിഴകളിലൂടെ തടവി അദ്ദേഹം ദുഃഖാകുലനായി: ''നോക്കൂ'' അദ്ദേഹം പറഞ്ഞു: ''ഞാനെന്റെ ഭാഗ്യം മൂന്നാമതും പരീക്ഷിക്കയാണ്. ഇത്തവണയെങ്കിലും ദൈവം എന്നോട് കനിയണേ എന്നേയുള്ളൂ പ്രാർത്ഥന. എനിക്കു വയസ്സാവുകയാണ് മിസ്റ്റർ നായർ. കുടുംബത്തിൽ പെൺവാഴ്ച അശുഭമാണ്.''

ലാലാജിയുടെ പിന്നിൽനിന്ന്, അന്ന്, മുതിർന്ന മൂന്നു പെൺകുട്ടികളുടെ അമ്മയായ ആദ്യഭാര്യ നവവധുവിനെ കൈപിടിച്ച് ആനയിച്ചു, മനോഹരമായി തുന്നൽപ്പണി ചെയ്ത ചുകന്ന വസ്ത്രങ്ങളുടെ നേർത്ത മറയിലൂടെ അവരുടെ കണ്ണുകൾ ഏറ്റുമുട്ടി. ഏട്ടത്തിയുടെ മുഖത്ത്, കരിപിടിച്ച റാന്തലിലെ താഴ്ത്തിയ തിരിയുടെ വെളിച്ചം പോലെ തെളിഞ്ഞ ചിരിയിൽ വധു തുറിച്ചുനോക്കിനിന്നു. തന്റെ മേൽ അർപ്പിക്കപ്പെട്ട ചുമതലയുടെയും ഭാരത്തിന്റെയും കനം അവൾക്ക് പെട്ടെന്ന് പിടികിട്ടി എന്നു തോന്നി. പിന്നെ അവൾ ചിരിച്ചതേയില്ല.

വലിയ പലഹാരപ്പാത്രങ്ങളുടെ നടുവിൽ വീട്ടിലെ എല്ലാറ്റിന്റേയും താക്കോൽക്കൂട്ടം അരയിൽ ബന്ധിച്ചുകൊണ്ട് രണ്ടാമത്തെ ഭാര്യ അനങ്ങാതെ നിന്നു. ലാലാജിയുടെ പിന്നിൽ, ആൺകുട്ടിയെ പ്രസവിക്കാനായിക്കൊണ്ടു വന്ന അനിയത്തിയും വിരുന്നുകാരും മണിയറയിലേക്ക് നടന്നപ്പോൾ, അടുക്കളയിലെ ഒരിക്കലും തെളിയാത്ത ഇരുട്ടിൽ ഏട്ടത്തിമാരുടെ കണ്ണുകൾ കരിങ്കൽച്ചീളുകൾ പോലെ തിളങ്ങി. അവ എവിടെയെങ്കിലും ഒന്നുരസിയാൽ, വെറുതെ ഒന്ന് കൂട്ടിമുട്ടിയാൽ, തീ ആളും പടരും എന്ന് ഞാനോർത്തു.

പേപ്പർക്കിണ്ണങ്ങളും നാപ്കിൻസും അവരുടെ അടുത്തിരുന്ന് ഞാൻ അടുക്കിക്കൊണ്ടിരുന്നു. ദേഷ്യത്തോടെ പാത്രങ്ങൾ വലിച്ചെറിയുകയും മേശവലിപ്പുകൾ ശബ്ദത്തിൽ വലിച്ചു തുറക്കുകയും ചെയ്തുകൊണ്ട് ചുവന്ന മുഖവുമായി നിന്ന ലുലു എന്ന രണ്ടാമത്തെ ഭാര്യ മുഖം മുഴുവൻ ഈറനാക്കിക്കൊണ്ട് പൊടുന്നനെ കരയാൻ തുടങ്ങി. ഇളകുന്ന അവരുടെ ചുമലുകളിൽ തടവിത്തടവി ഞാനന്ന് മിണ്ടാതിരുന്നു.

“അമ്മ വന്നുകാണും.” മൂത്ത ഭാര്യ ധൃതിയിൽ എഴുന്നേറ്റ് വാതിലുകൾ കൊട്ടിയടച്ചുകൊണ്ട് ദേഷ്യപ്പെട്ടു: “ഭർത്താവിന്റെ കല്യാണദിവസം കണ്ണുനിറക്ക്യേ? എന്താ നിനക്ക്?” അവർ പിന്നെയും എന്തോ പറയാനോങ്ങി. പക്ഷേ, അതവിടെത്തന്നെ നിർത്തി അവർ തിരിഞ്ഞുനിന്നു. പുകഞ്ഞുനീറുന്ന തീക്കൊള്ളികളിൽ നിന്ന് പെട്ടെന്നാളുന്ന ചെറിയ തീനാളം പോലെ അവരുടെ ചുണ്ടുകൾ വിറച്ചു. പിന്നെ, അതൊരു ചിരിയുടെ ഭാഗമാണെന്നപോലെ, തുടങ്ങിയ ചിരി മുഴുമിപ്പിച്ചേക്കാമെന്നു കരുതിയിട്ടെന്നപോലെ, അവർ എന്റെ നേരെ നോക്കി. പക്ഷേ, ആ ചിരിയും അവർ അന്ന് മുഴുമിപ്പിക്കയുണ്ടായില്ല.

അന്ന് ലാലാജിയുടെ വീട്ടിൽനിന്ന് ഭർത്താവിന്റെ കൈപിടിച്ച് പുറത്തിറങ്ങിയതുമുതൽ പിൻതിരിഞ്ഞു നിൽക്കെ ആരോ പൊള്ളിച്ചുവിട്ട, ഒരിക്കലും മായാത്ത വടുപോലെ, എന്നെ പിൻതുടർന്നിരുന്ന അവരുടെ എല്ലാം മുഖത്തിനു നേരെ തിരിഞ്ഞുനിന്ന് ഞാനോർത്തു. ലാലാജി പറഞ്ഞപോലെ തലമുറകൾതോറും എല്ലാ പ്രഭാവങ്ങളോടും കൂടെ ആണുങ്ങൾ വളർന്നുവന്നില്ലെങ്കിൽ ശരിക്കും ഞങ്ങൾക്കാരാണ്

തുണ്ണ? മുതുകത്ത് പതിനഞ്ചു ദിവസമുള്ള കുട്ടിയേയും കെട്ടിവെച്ച് എന്റെ വീട്ടിൽ ജോലിക്കു വന്നിരുന്ന വീണ എന്ന പെൺകുട്ടിക്കും അത് എളുപ്പത്തിൽ മനസ്സിലാവും. ചൂടുവെച്ചുവരുന്ന വെയിലിൽ മുറ്റത്തേക്ക് കയറ്റുകട്ടിൽ വലിച്ചിട്ട് പകൽ മുഴുവൻ ഹുക്ക വലിച്ചി രിക്കുന്ന ഭർത്താവിന്റെ ആരോഗ്യവും സന്തോഷവും തനിക്ക് രക്ഷാ ബോധത്തോടെ അടച്ചു കിടക്കാവുന്ന കൂരയുടെയും തന്റെ ശരീര ത്തിന്റേയും കാവലിന് താൻ കൊടുക്കേണ്ട വിലയാണ്. സദാ പേടിച്ചും കുറ്റബോധത്തോടും കഴിയേണ്ട ചുറ്റുപാടിൽ ഞങ്ങളുടെ കാവൽക്കാർ ഞങ്ങൾക്ക് പരമ പ്രധാനങ്ങളാവാതെ വയ്യല്ലോ.

ഒരു ദിവസം ജോലിക്ക് വരുമ്പോൾ വീണയുടെ പുറത്ത് കുട്ടി യുണ്ടായിരുന്നില്ല.

''എവിടെ മകൻ?'' ഞാൻ ചോദിച്ചു. വിടർന്നു വരണ്ട കണ്ണുകൾ തുറിച്ച് വീണ എന്നെ നോക്കിനിന്നു. അവളുടെ പാൽവന്നുകെട്ടിയ വലിയ മുലകൾ പെട്ടെന്നു ചുരന്നതും മുഷിഞ്ഞ ജാക്കറ്റിലൂടെ പാൽ കിനിഞ്ഞതും ഞാൻ കണ്ടു.

''ഭർത്താവെടുത്തുകൊണ്ടുപോയി.'' വീണ പറഞ്ഞു. ''അദ്ദേഹ ത്തിന്റെയാണല്ലോ അവൻ! നമുക്ക്, പെണ്ണുങ്ങൾക്ക് മക്കളുപോലു മില്ല, നമ്മുടേതായിട്ട്. പക്ഷേ, മേംസാബ്...'' അവൾ തുടർന്നു: ''പനിച്ചു പൊള്ളുകയാണവന്. കുട്ടിയുടെ കരച്ചിൽ കേട്ട് ഞാൻ രാത്രി മുഴു വൻ പുറത്തിരുന്നു. പിന്നെ, രാവിലെ അദ്ദേഹം എഴുന്നേറ്റു മുഖം കഴുകുമ്പോൾ തെറ്റു പറഞ്ഞ് അകത്തുകടക്കാം എന്നു കരുതി. അദ്ദേഹത്തിനുമില്ലേ മനസ്സ്? കുട്ടിക്കു ദാഹിക്കും എന്നറിയില്ലേ അദ്ദേഹത്തിന്. ഒന്നുമുണ്ടായില്ല. അവസാനം കുട്ടിയേയും കൊണ്ട് അദ്ദേഹം പുറത്തുകടന്നപ്പോൾ തലതല്ലിക്കരഞ്ഞുകൊണ്ട് ഞാൻ പിന്നാലെ ചെന്നു. കണ്ണടച്ച്, കരയാൻപോലുമാവാതെ, കിടക്കുക യാണ് അവൻ. അവനു തൊണ്ട വരളുന്നുണ്ടാവും. എനിക്കതറിയാം. എന്റെ നിർത്താത്ത കരച്ചിൽ കേട്ടായിരിക്കണം അദ്ദേഹത്തിന് വല്ലാതെ ദേഷ്യം വന്നു. ഞാനിനിയും പിന്നാലെ ചെന്നാൽ കുട്ടിയെ ചാലിലേക്കു വലിച്ചെറിയുമെന്ന് അവന്റച്ഛൻ പറഞ്ഞു. പിന്നെ ഞാനൊ രടി മുന്നോട്ട് വച്ചില്ല. അദ്ദേഹം അതു ചെയ്തേക്കും. മൂക്കത്താണ് ശുണ്ഠി. ''എന്തെങ്കിലും വേഗം അവനു മേടിച്ചുകൊടുക്കൂ...'' ഞാൻ വിളിച്ചു പറഞ്ഞു. ''അവനു ദാഹിക്കുകയാണ്.'' എന്നിട്ട് ഞാൻ നിന്നി ടത്തു നിന്നു. ചാളകളുടെയും വേലിയുടെയും ഒക്കെ അപ്പുറത്തേക്ക് അവർ മറയുന്നതുവരെ. പിന്നെയും ഇതാ ഇത്രനേരവും ഞാനവിടെ തന്നെ നിന്നു. മേംസാബ്, ദൈവം എന്തിനേ പെണ്ണുങ്ങളെ ഉണ്ടാ ക്കിയത്? എല്ലാവരേയും അദ്ദേഹത്തിന് ആണുങ്ങളാക്കാമായിരുന്നു.''

കഥ പറയുന്നതുപോലെയായിരുന്നു വീണ പറഞ്ഞിരുന്നത്. വളരെ പെട്ടെന്ന്, ദൈവത്തിന്റെ മുഖം തൊട്ടുമുന്നിൽ കണ്ടിട്ടെന്ന

പോലെ അവൾ നിർത്തി. അല്പനേരത്തിനുശേഷം, എന്റെ വലിയ മുറിയുടെ മൂലയ്ക്കൽ കുന്തിച്ചിരുന്ന് അവൾ കരയാൻ തുടങ്ങി. ചുരന്നുപോയ മുലപ്പാൽ വടുക്കെട്ടിയ അവളുടെ ജാക്കറ്റും കണ്ണീരിൽ നനഞ്ഞ മുഖവും ഞാൻ എന്റെ കസേരയിൽ ചരിഞ്ഞിരുന്ന് കണ്ടു. ചെറിയ ഓളങ്ങൾപോലെ, പിന്നെ ശ്വാസം മുട്ടിക്കുന്ന തിരകളെപ്പോലെ അവയൊക്കെ എന്നെ വന്നുമൂടി.

''വീണ, ഞാൻ കുറച്ചു ചായതരട്ടെ?'' അവസാനം മറ്റൊന്നും പറയാനില്ലാതിരുന്നതിനാൽ ഞാൻ ചോദിച്ചു.

കടയുന്ന, കല്ലിച്ച മുലകളിൽ നിന്നും ഒരു ഗ്ലാസ്സിലേക്കു മുലപ്പാൽ പീച്ചിയെടുത്ത് അവൾ വേണ്ടെന്നു തലയാട്ടി.

അതുനോക്കി, ദൈവമേ എന്ന് ഏതു ദൈവത്തിനെയാണെന്ന് ഒരു പിടിയുമില്ലാതെ നിരാലംബയായി ഞാൻ വിളിച്ചു. ''ഞങ്ങളുടെയെല്ലാം എത്ര ചിറകുകൾ വേണമെങ്കിലും ഞങ്ങൾ നിനക്കു തരാം. വീണയ്ക്ക് അവളുടെ കുഞ്ഞിനെ കൊടുക്കുക.'' ദൈവം, ഇന്നെന്നപോലെ എന്നും അപരിചിതനായിരുന്നു എനിക്ക്. പക്ഷേ, എന്റെ മുന്നിൽകണ്ട ആരേയും വിളിച്ചു കരയാൻ വിശ്വാസമില്ലാതിരുന്നതിനാൽ ഞാൻ കാണാത്ത ദൈവത്തിനെ വെറുതെ വിളിച്ചുകൊണ്ടിരുന്നു. പിന്നെ, പതുക്കെപ്പതുക്കെ വീണയുടെ മുലപ്പാലും കണ്ണീരും ഇരുമ്പ് കുടിച്ച വെള്ളത്തെപ്പോലെ ഉള്ളിലേക്കു വലിഞ്ഞു. കെട്ടിനിന്നു വറ്റിയ മുലപ്പാലിന്റെയും ഉറഞ്ഞ കണ്ണീരിന്റെയും ഭാരം പേറി അവൾ ഭൂമിദേവിയെപ്പോലെ സർവംസഹയായി.

''ക്ഷമയാ ധരിത്രി എന്നാണ് വേദവാക്യം.'' ഒരുദിവസം ഞാനവളോട് പറഞ്ഞു.

''എന്തേ പറഞ്ഞത്, മേംസാബ്?'' വീണ ചിരിച്ചുകൊണ്ട് ചോദിച്ചു.

''സ്ത്രീ ഭൂമിദേവിയെപ്പോലെ ക്ഷമയുള്ളവളാവണം.'' ഞാൻ പറഞ്ഞു: ''മനുഷ്യരായ പുരുഷന്മാർക്കാണ് ശുണ്ഠിയും കാമവും മോഹവും ഒക്കെ. നാം ദേവികളാവേണ്ടവരാണ്. വീണ, പുരുഷന്മാർ മനുഷ്യരായി ജനിച്ച് മനുഷ്യരായി മരിക്കുന്നു. നമ്മൾ മനുഷ്യരായി ജനിച്ച് ദേവികളാവേണ്ടവരാണ്.''

ചൂലിന്റെ ചെറിയ കമ്പുകൊണ്ട് കാലിന്റെ തള്ളവിരലിലെ നഖം വൃത്തിയാക്കുകയായിരുന്ന വീണ മൂളി.

''അവനെ ഒന്നു കണ്ടാൽ മതിയായിരുന്നു'' അവൾ പറഞ്ഞു: ''അവൻ നടക്കാൻ തുടങ്ങിയിട്ടുണ്ടാവും. ഇപ്പോൾ എന്നെ കണ്ടാൽ അവൻ തിരിച്ചറിയില്ല. ഞാനെടുക്കുമ്പോൾ അവൻ ഉറക്കെ കരയും.''

എന്റെ മിന്നുന്ന മേശയിൽ സ്വന്തം പ്രതിബിംബം നോക്കിയിരിക്കെ എനിക്കെല്ലാം സത്യമായിതോന്നി. മുത്തശ്ശി പറയാറുള്ളതുപോലെ നാമൊക്കെ ശീലാവതികളാവണം. ഭർത്താവിന്റെ ഇഷ്ടമാവണം

നമ്മുടെ ഇഷ്ടവും. അല്ലെങ്കിൽ ഒരു രാവിലെ നമ്മളെ അദ്ദേഹം വാതിലിനു പുറത്തു നിർത്തിയാൽ എന്താണുണ്ടാവുക? ഉടുത്ത വസ്ത്രവും മായാൻ തുടങ്ങുന്ന ഒരു കുങ്കുമപ്പൊട്ടുമായി പാതയിലിറങ്ങി നിന്നാൽ എല്ലാവരും ആർത്തുചിരിക്കും. ചിതപോലെ കത്തുന്ന സൂര്യനു കീഴിൽ, ഈ തിരക്കിൽ ആരോടാണ് ഞാൻ ചോറിനിരക്കുക? എന്റെ പാതിവ്രത്യം കണ്ട് മനസ്സലിഞ്ഞ് ഏതെങ്കിലും ഒരു ദൈവം ഒരക്ഷയപാത്രമോ, എല്ലാം സാധിപ്പിക്കുന്ന ഒരു വരമോ തന്നില്ലെങ്കിൽ എന്റെ സ്ഥിതി ദയനീയമാവും. അതൊന്നുമല്ലെങ്കിലും ഇരക്കുവാൻ സ്ഥിരമായി ഒരു സ്ഥലമുണ്ടാവുന്നതാണ് നല്ലത്. എനിക്ക് വിണ്ടും എന്റെ ഭർത്താവിനോട് എന്തെന്നില്ലാത്ത ആദരവും ഭക്തിയും തോന്നി. തലയ്ക്കു മീതെ തണലും ഈ കണ്ട ആഡംബരങ്ങളും ഒക്കെ ഞാൻ കൈനീട്ടി വാങ്ങുമ്പോൾ എന്റെ കൈയിലൊന്നുമില്ല തിരിച്ചുകൊടുക്കാൻ. കണ്ണീരുപോലെ തെളിഞ്ഞ കുറച്ചു സ്നേഹമല്ലാതെ. പക്ഷേ, അത് ഞാനൊന്നിനും പകരം കൊടുക്കുന്നതല്ല. ആകെയുള്ള അതും എന്തിനെങ്കിലും വേണ്ടി കൈമാറിത്തുടങ്ങിയാൽ ഞാൻ ശരിക്കും തകർന്നുപോകും. ജനലിലൂടെ കാണുന്ന ഈ ലോകത്തെ എല്ലാം മറന്ന് ഞാൻ നോക്കിയിരിക്കുമ്പോൾ എനിക്ക് എന്റേതായി ഒന്നുമുണ്ടാവില്ല. അതുമല്ല എന്റെ ഭർത്താവ് ഒരിക്കൽ പറഞ്ഞതുപോലെ സ്നേഹിക്കുന്നതും സ്വാർത്ഥതകൊണ്ടാണ്. ഞാൻ സ്നേഹിക്കുന്നത് എന്റെ സന്തോഷത്തിനാണ്. പിന്നെ ഞാനെന്താണ് വിൽക്കുക? ആകെ മൂടിവരുന്ന ഒരു തിരമാലപോലെ എന്റെ കടബാദ്ധ്യത എന്നെ ശ്വാസംമുട്ടിച്ചു. ഈ കടങ്ങൾ ഇനി മൂന്നു ജന്മം ജനിച്ചാലും തീരാത്തതാണ്. എന്റെ ഭർത്താവിന് ഇത്ര പണമില്ലായിരുന്നെങ്കിൽ, എന്റെ സാരികൾക്കും വീടിനുമൊന്നും ഇത്ര വിലയില്ലാതിരുന്നെങ്കിൽ എന്റെ കടമെങ്കിലും കുറെ കുറയുമായിരുന്നു. ആലോചിച്ചിരിക്കെ എന്റെ കടത്തിന്റെ വ്യാപ്തിക്ക് ഒരതിരുകളും ഇല്ലാതാവുന്നത് ഞാനറിഞ്ഞു. സ്ത്രീക്കു ക്ഷമയുണ്ടാവേണ്ടത് എന്തുകൊണ്ടാണെന്ന് എനിക്ക് ഒരു വെളിപാടുപോലെ പെട്ടെന്നു മനസ്സിലായി. ചുറ്റുപാടിനോടും മക്കളോടു പോലും അവൾക്കു നന്ദി തോന്നേണ്ടതുണ്ട്. ഇത്രയും ലളിതമായ സംഗതികൾ മനസ്സിലാക്കാൻ എന്റിക്കിത്രയും ജീവിക്കേണ്ടിവന്നു എന്നതിൽ എനിക്കുതന്നെ വല്ലാത്ത നാണം തോന്നി. വൈകിയ അവസരത്തിലാണെങ്കിലും അങ്ങനെയാണ് ഒരിക്കലും ഇമയാട്ടാനാവാത്ത കൺപീലികളും ഒരിക്കലും വിറയ്ക്കാത്ത ചുണ്ടുകളുമായി, ജനിക്കുമ്പോൾ മനുഷ്യചിഹ്നമായി എനിക്കുണ്ടായിരുന്ന മനസ്സും ചിറകുകളും കൊടുത്ത്, പകരം പ്രസാദം കൊടുക്കാനുള്ള മഞ്ഞളും കുങ്കുമവും വാങ്ങി ആർഷഭാരതത്തിലെ എല്ലാ മാന്യസ്ത്രീകളെയും പോലെ ഞാനും ദേവിയായത്. ■

ഉണ്ണിക്കൃഷ്ണനും അച്ഛനും

അച്ഛന്റെ കത്ത് ഓഫീസിലിരിക്കുമ്പോഴാണ് കിട്ടിയത്. പ്രതീക്ഷിച്ചിരുന്നതാണ്. അതുകൊണ്ടുതന്നെ ഒരു നേർത്ത ഹൃദയമിടിപ്പോടെ ഉണ്ണിക്കൃഷ്ണൻ അതു തുറന്നു.

"നിനക്ക് ബുദ്ധിമുട്ടാവും എന്നറിയാതെയല്ല." അച്ഛൻ എഴുതി. "പക്ഷേ, എനിക്ക് കാലിന്റെ ശേഷി തീരെയും കുറഞ്ഞു. വേലി വീണത് ഒന്നും ചെയ്തിട്ടില്ല. വീഴാറായി നില്ക്കുന്ന തെക്കെപ്പുറത്തു കൂടെവന്ന് ഇന്നലെ അമ്മിണിയുടെ കുട്ടികൾ ഇടനാഴിയിലെ ബൾബ് ഊരിക്കൊണ്ടുപോയി. ഒന്നും പറയാൻ പോയില്ല. എനിക്ക് തീരെ വയ്യാതാകുമ്പോൾ കിണറ്റിൽനിന്നും വെള്ളം കോരിത്തരുന്നത് അമ്മിണിയുടെ മൂത്ത പെണ്ണാണ്. ഇനി എഴുതാൻ തുടങ്ങിയത് പറയട്ടെ. നിന്നെ എനിക്കൊന്നു കാണണം. അവിടെ വന്ന് നിന്നെക്കാണാനോ താമസിക്കാനോ ഉള്ള സൗകര്യം കുറവാണെന്ന് നീ എഴുതിയിരുന്നല്ലോ. നാലു കൊല്ലം കഴിഞ്ഞു നിന്നെ കണ്ടിട്ട്."

ഉണ്ണിക്കൃഷ്ണൻ കത്തുമടക്കി പോക്കറ്റിലിട്ട് കഴുത്തിലേയും മുഖത്തേയുമൊക്കെ വിയർപ്പ് അമർത്തിത്തുടച്ചു. അടുത്ത ടേബിളിലിരുന്ന ശിവരാമൻ കത്ത് ആരുടെയാണെന്ന് കുസൃതിയോടെ ആരാഞ്ഞു.

"ഓ..." ഉണ്ണിക്കൃഷ്ണൻ പറഞ്ഞു: "അച്ഛന്റെയാണ്."

ശിവരാമൻ ധൃതിയിൽ സ്വന്തം ടൈപ്പ്റൈറ്ററിലേക്കുതന്നെ തിരിഞ്ഞു.

കഴിഞ്ഞ തവണ കടം മേടിച്ചത് രാമകൃഷ്ണന്റെ കൈയിൽ നിന്നാണ്. അച്ഛന് മുറ്റത്തേക്കിറങ്ങാൻ പരസഹായം വേണമെന്ന് മനസ്സിലാക്കിയപ്പോൾ അകത്ത് താൻ ഒരു കക്കൂസ് പണിയിപ്പിച്ചു. അന്ന് തിരിച്ചു പോരുമ്പോൾ, കണ്ണുകളിൽ നനവുമായി അച്ഛൻ ഉമ്മറപ്പടിയിൽ ചാരിനിന്നു. അന്ന്, ഇനിയും ഇങ്ങനെ രണ്ടായിരങ്ങൾ കടംവാങ്ങി വീടു നന്നാക്കുമെന്ന് അച്ഛനോടു പറഞ്ഞു. ജോലി ചെയ്തുചെയ്ത് അതെല്ലാം വീട്ടും. എന്നിട്ട് കല്യാണം കഴിച്ച് അച്ഛനെ

കൂടെ താമസിപ്പിക്കും. അച്ഛന് അഹിതമായി ഭാര്യ എന്തെങ്കിലും പ്രവർത്തിച്ചാൽ അവളെ ആ നിമിഷം വീട്ടിൽനിന്നും ആട്ടിപ്പായിക്കും.

കക്കൂസുപണി കഴിഞ്ഞതുമുതൽ ഉണ്ണിക്ക്യഷ്ണന് എന്തെന്നില്ലാത്ത ഒരാത്മവിശ്വാസം കൂടിയിരുന്നു. ചോരുന്ന മേല്പുര പൊളിച്ചു പണിയാൻ പ്ലാനിട്ടുകൊണ്ടിരുന്നപ്പോഴാണ് സാവിത്രിയെക്കുറിച്ച് അച്ഛൻ എഴുതിയത്. പതിഞ്ഞ കാലടികളും മെലിഞ്ഞ വിരലുകളുമുണ്ടായിരുന്ന സാവിത്രിയെ ഉണ്ണികൃഷ്ണനും നല്ലപോലെ ഇഷ്ടപ്പെട്ടു. സാവിത്രിയുടെ അടക്കവും ഒതുക്കവും കണ്ടപ്പോൾ അച്ഛനെ നോക്കാൻ വേണ്ടി ദൈവം ഒരാളെ അയച്ചുതന്നപോലെയാണ് തോന്നിയത്.

''സാവിത്രി ഇവിടത്തെ എല്ലാമായി ഒന്നു പരിചയപ്പെടട്ടെ.'' അച്ഛനും പറഞ്ഞു.

''ഇപ്പോത്തന്നെ അന്യനാട്ടില് കൊണ്ടുപോയി ആ പാവത്തിനെ ബുദ്ധിമുട്ടിക്കണ്ട.''

പക്ഷേ, അന്നുരാത്രി ഉണ്ണിക്ക്യഷ്ണന്റെ കൈത്തണ്ടയിൽക്കിടന്ന് സാവിത്രി വല്ലാതെ കരഞ്ഞു. ''നിങ്ങളുടെ അച്ഛനെ നോക്കാനോ അതോ നിങ്ങളെ നോക്കാനോ എന്നെ കെട്ടിയത്?''

സാവിത്രിയുടെ മുഖത്തെ നനവും തന്റെ ദേഹത്തിൽ മുട്ടുന്ന അവളുടെ വയറിന്റെ മിനുസവും എല്ലാംകൂടി ഉണ്ണിക്ക്യഷ്ണന് വല്ലാത്ത വിഷമം തോന്നി. അതുവരെ തന്നെ നോക്കേണ്ട കാര്യമൊന്നും ഉണ്ണികൃഷ്ണൻ ആലോചിച്ചിരുന്നതേയില്ല. പക്ഷേ, സ്വാധീനമില്ലാത്ത ഒരു കാലുമായി ബുദ്ധിമുട്ടുന്ന, അച്ഛൻ മാത്രമുള്ള ഒരു വീട്ടിൽ സാവിത്രിയെ എങ്ങനെ ഒറ്റയ്ക്കാക്കി പോകുമെന്ന് കുറച്ചു ദിവസമായി, രാപകലെന്യേ താൻ ആലോചിച്ചിരുന്നതാണ്. തനിക്ക്, അകലെയാവുമ്പോൾ മനസ്സമാധാനം ഒട്ടും ഉണ്ടാവില്ല. അതുകൊണ്ട്, അവളുടെ മുഖത്തെ നനവ് തുടച്ചുകൊടുത്ത് ഉണ്ണിക്ക്യഷ്ണൻ പറഞ്ഞു. ''കരയേണ്ട, സാവീ, ഞാനല്ലേ പറയണ്''

''അവളെ കൊണ്ടുപൂവ്വാണോ?'' അച്ഛൻ ചോദിച്ചു.

''അവിടെ ഹോട്ടലിലെ ഭക്ഷണം വളരെ മോശമാണത്രേ.'' സാവിത്രി വേഗം മറുപടി പറഞ്ഞു.

''ഞാനും അതാ പറയാൻ പോയത്. പക്ഷേ, നിനക്കവിടെ പിടിക്ക്വോ എന്നാ എന്റെ പേടി.''

''വേറെ എന്താ നിവൃത്തി?'' സാവിത്രി ലജ്ജയോടെ പറഞ്ഞു. ''വേഗം ജോലി ഇങ്ങോട്ടേക്ക് മാറ്റം മേടിക്കാൻ നോക്കണം. എന്റെ വീട്ടിൽ അമ്മയും ഒറ്റയ്ക്കല്ലേ?''

''പിന്നെ അല്ലാണ്ടെ എന്തുപറയാൻ.'' വണ്ടിയിൽ സാവിത്രി ചിരിച്ചു. ''അച്ഛന് ഇത്ര വയസ്സായി. നേരെ ചൊവ്വേ പറഞ്ഞില്ലെങ്കിലും മനസ്സിലാവും.''

''കോലായ ഇടിഞ്ഞു.'' കഴിഞ്ഞ കത്തിൽ അച്ഛനെഴുതി. ''കുഴമ്പിന് ഇരുപത്തഞ്ച് ഉറുപ്പികയാണ് വില. നീ ദേഹം നോക്കണം. ഞാനുള്ളിടത്തോളം കാലം ഇവിടത്തെ നിന്റെ മുതൽ ഞാൻ നോക്കി നടത്തും. പക്ഷേ, കണ്ണു കാണാനില്ല അതാണു കഷ്ടം. ഓപ്പറേഷൻ വേണമെന്നാണ് പറയുന്നത്. ശമ്പളം സൂക്ഷിച്ചു ചെലവാക്കണം. നിനക്ക് കുട്ടികൾ രണ്ടായി. ഒറ്റയ്ക്ക് വെച്ചും തിന്നും എനിക്ക് മടുത്തു. രാവിലെ മാങ്ങ മുഴുവൻ അമ്മിണിയുടെ കുട്ടികളാണ് കൊണ്ടുപോകുന്നത്.''

ടൈപ്പ്റൈറ്ററിലെ കടലാസു മാറ്റി, പുതിയത് ഇടുമ്പോഴാണ് താൻ പിടിച്ച സ്ഥലത്ത് കടലാസിൽ മഷി പരന്നത് ഉണ്ണിക്കൃഷ്ണൻ കണ്ടത്. ആ കടലാസുകൾ വലിച്ചെറിഞ്ഞ് വീണ്ടും പുതിയ കടലാസുകൾ ഇട്ടു. മഷിയുടെ പാട് പൊടുന്നനെ അതിലും പരന്നു. തന്റെ കൈവിരലുകളിൽ ഇത്രയധികം മഷി പരന്നതെവിടെ നിന്നാണെന്ന് അത്ഭുതപ്പെട്ടുകൊണ്ട് ഉണ്ണിക്കൃഷ്ണൻ കൈ അമർത്തിത്തുച്ചു.

മഷി തുടച്ചിടത്തും പരന്നു.

സോപ്പുകൊണ്ട് കൈ കഴുകിയിട്ടും മഷി മങ്ങുകപോലും ചെയ്യാതായപ്പോൾ ഉണ്ണിക്കൃഷ്ണൻ കുറച്ചൊന്ന് അമ്പരക്കുകതന്നെ ചെയ്തു. നീലമഷി അച്ഛന്റെ കത്തിൽനിന്ന് ആയതാവാനേ വഴിയുള്ളൂ.

''കൈയിലെ മഷി പോണില്ല അല്ലേ?'' വാതിൽ തുറന്ന് ഒരു ചെറുചിരിയോടെ സാവിത്രി ഉണ്ണിക്കൃഷ്ണനെ നോക്കി. ''അച്ഛന്റെ കത്തിൽനിന്ന് അല്ലേ?''

''അതെ.'' ഉണ്ണികൃഷ്ണൻ പരിഭ്രമത്തോടെ പറഞ്ഞു. ''തൊട്ടതിലൊക്കെ പറ്റുന്നു. കഴുകിയാൽ പോണൂല്ല്യ.''

''മനസ്സിലായി.'' സാവിത്രി ഉണ്ണിക്കൃഷ്ണനെ പിടിച്ചിരുത്തി. ''സാരല്ല്യ. ഞാൻ കഴുകിക്കളഞ്ഞുതരാം.''

വെള്ളവും ഒരു കഷണം കല്ലുമായി സാവിത്രി വരുന്നതുവരെ ഉണ്ണിക്കൃഷ്ണൻ അതേ ഇരുപ്പിരുന്നു. കല്ലുകൊണ്ടുരച്ചുകഴുകി, വൃത്തിയായി കഴുകിയിട്ടും മഷിയുടെ പാടുകൾ മായാതെ നിന്നപ്പോൾ സാവിത്രി ഉണ്ണിക്കൃഷ്ണന്റെ വിരൽ തന്റെ വായിലേക്കിട്ടു.

''ഇനി പൂവ്വാതിരിക്കില്ല.'' നാവുകൊണ്ട് കൈവിരലിൽ പതുക്കെ തടവി സാവിത്രി ചിരിച്ചു.

''നോക്കിക്കോളൂ.''

സാവിത്രി പറഞ്ഞത് സത്യമായിരുന്നു. കറമാഞ്ഞ ശുദ്ധമായ തന്റെ വിരലിൽ നോക്കി ഉണ്ണിക്കൃഷ്ണൻ സാവിത്രിയെ കെട്ടിപ്പിടിച്ചു.

''അച്ഛനെ ഇങ്ങോട്ട് കൊണ്ടുവന്നാലോ?'' സാവിത്രിയുടെ ചുമലിൽനിന്നും തലയെടുക്കാതെതന്നെ നിന്ന് ഉണ്ണിക്കൃഷ്ണൻ തന്നോടെന്നപോലെ പറഞ്ഞു: ''പാവം അവിടെ ഒറ്റയ്ക്കാണ്.''

''അങ്ങനെതന്നെയാണ് വേണ്ടത്.'' ഉണ്ണിക്കൃഷ്ണനെ മേലിൽ നിന്ന് അടർത്തി വേഷ്ടി ശരിക്കിട്ട് സാവിത്രി ഉണ്ണിക്കൃഷ്ണനെ കസേരയിൽ പിടിച്ചിരുത്തി.

''തള്ളയില്ലാതെ ഇത്രയും പോരിച്ചു. ഒന്നിനോളമാക്കിവിട്ടു. നമുക്ക് നമ്മുടെ കുട്ടനെപ്പോലെയല്ലേ അച്ഛന് നിങ്ങളും? പക്ഷേ, ഒന്നേ ഒള്ളൂ. അച്ഛന്റെ മുൻപില്, ദാ, ഇതുപോലെ, കൈയിലെ മഷി കഴുകിക്കളയാനൊന്നും എന്നോട് പറയരുത്. എനിക്ക് നാണമാവും. അതുപോലെതന്നെ നിങ്ങൾക്കെത്ര ഇഷ്ടമല്ലെങ്കിലും ശരി അച്ഛനോടീ പ്രായത്തിൽ കുഴമ്പു തേച്ച് നടക്കരുതെന്നും പറയരുത്. നിങ്ങൾ അടുക്കളയ്ക്കുള്ളിൽ കിടന്നോളൂ. മണം അധികം ഇങ്ങോട്ടു വരില്ലല്ലോ. ഞാനും കുട്ടികളും...''

''വരിക്കപ്ലാവ് വീണൂന്ന് അച്ഛനെഴുതിയിരിക്കുന്നു.''

''വീട് വില്ക്കാനൊന്നും വലിയ വിഷമം ഉണ്ടാവില്ല.'' സാവിത്രി പറഞ്ഞു.

''നാട്ടില് നിങ്ങൾക്ക് രണ്ടു ദിവസം നില്ക്കണെങ്കില് എന്റെ അമ്മ ഉണ്ടല്ലോ. കുട്ട്യോള് നാട് മറക്കാണ്ടെയും കഴിയും.''

''വരിക്കപ്ലാവ് ഞാനും അച്ഛനുംകൂടി വച്ചതായിരുന്നു.''

''മഴേം കാറ്റും വല്ലാണ്ട് വന്നിട്ടുണ്ടാവും?'' സാവിത്രി പറഞ്ഞു.

''കുറച്ചുറങ്ങിക്കോളൂ. ഈ ചൂടത്തിങ്ങനെ നടന്നാൽ ആരാക്ഷീണിക്കാണ്ടിരിക്ക്യാ? കത്ത് ഞാൻ പിന്നെ വായിച്ചോളാം.''

ഷർട്ടിന്റെ പോക്കറ്റിൽനിന്നും കത്തെടുത്ത് സാവിത്രി അകത്തേക്കു പോകുമ്പോൾ കൈയിൽ മഷി പുരണ്ടില്ല എന്നത് ഉണ്ണിക്കൃഷ്ണൻ ആശ്ചര്യത്തോടെ കണ്ടു. ''അല്ലെങ്കില്,'' സാവിത്രി പറഞ്ഞു.

''ആശമോളെ നിങ്ങളുടെ കൂടെ കിടത്താം. അച്ഛന്റെ ചുമ കുട്ട്യോൾക്ക് കിട്ടാതിരിക്കാൻ അതാ നന്നാവാ.''

എന്തെന്നില്ലാത്ത ആശ്വാസത്തോടെ സാവിത്രി കഴുകിക്കഴുകി കറ മാഞ്ഞുപോയ കൈയിൽ വീണ്ടും നോക്കിക്കിടന്ന് ഉണ്ണിക്കൃഷ്ണൻ അറിയാതെ ഉറങ്ങിപ്പോയി. ഉറങ്ങിയാൽ എപ്പോഴും സ്വപ്നം

കാണുന്ന പതിവുണ്ടായിരുന്നു ഉണ്ണിക്കൃഷ്ണന്. ഇത്തവണ അമ്മയുടെ ആളിക്കത്തുന്ന ചിതയുടെ അരികിൽ താനും അച്ഛനും നില്ക്കുന്നതാണ് ഉണ്ണിക്കൃഷ്ണൻ കണ്ടത്. അച്ഛൻ തന്നെ ചേർത്തു പിടിച്ചിരിക്കുന്നതു കാരണം കുട്ടിയായ തന്റെ കവിൾ അച്ഛന്റെ നഗ്നമായ വയറ്റത്താണ് മുട്ടിയിരുന്നത്. ''ഇനിയും നമ്മൾ രണ്ടാളില്ലേഡോ.'' ചിതയിലേക്കുനോക്കി തന്റെ തല അമർത്തിത്തടവി അച്ഛൻ പറഞ്ഞു.

അച്ഛന്റെ തടവലോടെ ഉണ്ണിക്കൃഷ്ണന്റെ തലമുടി മുഴുവൻ നരച്ചുപോയി. ചിതയ്ക്കപ്പുറത്ത്, തെങ്ങിൻചുവട്ടിലിരുന്ന് കരിപ്പാത്രങ്ങൾ തേക്കുന്ന സാവിത്രിയുടെ കൈവിരലുകളിൽ എത്ര തേച്ചിട്ടും കരിപുരണ്ടില്ല. അച്ഛൻ അമ്പലക്കുളത്തിൽനിന്നും നീന്തിപ്പോയി പറിച്ചു തന്ന താമര മൊട്ടുകളെപ്പോലെ സാവിത്രിയുടെ വിരലുകൾ കരിക്കു മുകളിൽ പാറി. ഉണ്ണിക്കൃഷ്ണൻ ഒരു ചിരിയോടെ, ചെമ്പു പാത്രത്തിന്റെ മൂട്ടിലെ കരി കൈയിലാക്കി അച്ഛന്റെ മേലിൽ തേയ്ക്കാൻ ഓടി. ആളുന്ന തീനാളങ്ങൾക്കു പിന്നിൽ അച്ഛൻ ഒരു പൊട്ടിച്ചിരിയോടെ കുതറി മാറി. അതോടെ ചിതയിൽനിന്നും ചീറ്റിത്തെറിച്ച് ഒരു കരിഞ്ഞ കൊള്ളി തന്റെ നേരെ വരുന്നതുകണ്ട് ഉണ്ണിക്കൃഷ്ണൻ ഒരു നിലവിളിയോടെ കണ്ണുപൊത്തി.

കണ്ണുതുറന്നപ്പോൾ, ഇരുട്ടിൽ ചുമകൊണ്ട് ബുദ്ധിമുട്ടുന്ന ആശയുടെ നെഞ്ചുഴിഞ്ഞുകൊടുക്കുകയായിരുന്നു സാവിത്രി. ആശയുടെ ഞരങ്ങൽ ഇരുട്ടിൽ കരിഞ്ഞ കൊള്ളികൾപോലെ ചിതറി.

''ഞാൻ കിടന്നില്ല.'' സാവിത്രി പറഞ്ഞു: ''ആശയ്ക്കൊട്ടും വയ്യ.''

''ആരാ ഇവിടെ കുഴമ്പു തേച്ചിരിക്കുന്നത്?'' പകുതിയുറക്കത്തിൽ വിയർപ്പിൽ ഉണ്ണിക്കൃഷ്ണൻ ദേഷ്യപ്പെട്ടു. ''ശ്വാസം മുട്ടീട്ടു വയ്യ.''

''ഒരാളൂല്യ.'' സാവിത്രി പറഞ്ഞു: 'കാലും കൈയും കടഞ്ഞു പൊളിച്ചിട്ടും ഉണ്ണ്യേട്ടന് ഇഷ്ടല്ലല്ലോ എന്നു വിചാരിച്ച് ഞാന് കുഴമ്പു തൊട്ടില്ല.''

തന്റെ മനസ്സിൽ ഒരു ചിതയുടെ ഓർമ്മയേ ഇല്ലല്ലോ എന്നത്ഭുതപ്പെട്ട് ഉണ്ണിക്കൃഷ്ണൻ വീണ്ടും ഉറക്കത്തിലേക്ക് വഴുതി. ഉണരുമ്പോൾ വീട് നിശ്ശബ്ദമാണ്. മകൻ സ്കൂളിൽ പോയിക്കഴിഞ്ഞിരുന്നു.

''ഉറങ്ങിക്കോട്ടെ എന്ന് വിചാരിച്ചു.'' സാവിത്രി പറഞ്ഞു: 'വിളിച്ചപ്പോൾ ഉണർന്നതൂല്ല്യ.''

പുറത്തെ റോഡ് രാവിലത്തെ തിരക്കൊഴിഞ്ഞ് വിജനമായിക്കഴിഞ്ഞു. ചൂടേറുന്ന ഉച്ചവെയിലിലേക്കു നോക്കി ഉണ്ണിക്കൃഷ്ണൻ ജനാലയ്ക്കൽ വെറുതെ നിന്നു. പിന്നെ, നിത്യവൃത്തികളിൽ മുഴുകെ വൈകുന്നേരം തന്റെ സുഹൃത്ത് രാധാകൃഷ്ണനെ കാണണമെന്ന്

ഉണ്ണിക്കൃഷ്ണൻ തീരുമാനിച്ചു. രാധാകൃഷ്ണന് എപ്പോഴും എല്ലാം വേഗം മനസ്സിലാവും.

''കത്ത്.'' രാധാകൃഷ്ണനെ കണ്ടതും ഉണ്ണിക്കൃഷ്ണൻ കത്തെടുത്തു നീട്ടി.

''അച്ഛന്റെ തന്നെ?''

''താൻ ധൃതിയിലല്ലല്ലോ?'' കത്തുതൊടാതെ കൈ രണ്ടും പോക്കറ്റിലിട്ട് ഉണ്ണിക്കൃഷ്ണൻ ചോദിച്ചു: ''നമുക്കൊന്ന് നടന്നിട്ടുവരാം.''

പാർക്കിലെ ബെഞ്ചിലിരുന്ന് രാധാകൃഷ്ണൻ കത്തു വീണ്ടും ഉണ്ണിക്കൃഷ്ണനു നീട്ടി.

''താൻ തന്നെ വായിക്യാ.'' ഉണ്ണിക്കൃഷ്ണൻ പറഞ്ഞു. ''എന്നിട്ട് ഞാനെന്താ വേണ്ടതെന്ന് കത്തു വായിച്ചിട്ട് ഒന്നു പറഞ്ഞുതര്വാ.''

''ഉണ്ണിക്ക്'' ഇന്നലെ കോലായ ഇടിഞ്ഞു.'' രാധാകൃഷ്ണൻ വായിച്ചു. ''നിനക്ക് സുഖം എന്നു വിചാരിക്കുന്നു. സാവിത്രിയുടെ ദേഹം നോക്കണം. ശമ്പളം സൂക്ഷിച്ച് ചെലവാക്കണം. ഡോക്ടർ പറഞ്ഞത് കാലിന് ഓപ്പറേഷൻ വേണമെന്നാണ്; പത്തു ദിവസം നാട്ടിൽ വന്നാൽ കുട്ടികൾക്ക് ധാരാളം മാങ്ങാ തിന്നാം. തെക്കെത്തൊടിയിലെ വേലി പൊളിഞ്ഞത് രാമൻ പറഞ്ഞാണ് ഞാൻ അറിഞ്ഞത്. വരും കാലത്തേക്ക് നാലുകാശ് സമ്പാദിച്ചുവെക്കേണ്ടത് ഇപ്പോഴാണ്. ഇനി എല്ലാം ദൈവഹിതം. എന്റെ കമ്പിളി എലി കടിച്ചു പോയി.''

''ഇനി പറയാം.'' ഉണ്ണിക്കൃഷ്ണൻ കൈ പോക്കറ്റിൽ നിന്നെടുക്കാതെ തന്നെ പറഞ്ഞു: ''ഞാനെന്താ വേണ്ടത്?''

''ഞാൻ പറയണ്ടത് പറഞ്ഞു.'' രാധാകൃഷ്ണൻ കായ്ച്ചുവട്ടിലേക്ക് നോക്കി പുല്ലിൽ കുത്തിവരച്ചു. ''തന്നെപ്പറ്റി തന്റെ മകനാണ് ഇങ്ങനെ ആലോചിക്കുന്നതെങ്കിലോ?''

ഇരിക്കുന്ന ബഞ്ചിൽ തിളച്ചവെള്ളം പരന്നപോലെ ഉണ്ണിക്കൃഷ്ണൻ ഞെട്ടി.

''എടോ പക്ഷേ...'' ഉണ്ണിക്കൃഷ്ണൻ വിക്കി. ''എന്നിട്ട് താനോ...''

''എത്ത്യേന്റെ പിറ്റേദിവസം എന്റെ മകന്റെ ഡിസ്കോ സംഗീതം അച്ഛൻ പുറത്തേക്കെറിയും.'' രാധാകൃഷ്ണൻ തലയുയർത്താതെ പറഞ്ഞു.

''മകൻ, ഞാൻ പറഞ്ഞാൽ കേൾക്കണ പ്രായം തെറ്റി. തല്ലി പുറത്തു കളയാൻ പറ്റണ പ്രായവും അല്ല. ഉണ്ണിക്കൃഷ്ണൻ അതാലോചിക്കണ് കൂടിയില്ല.''

“സാവിത്രിയുടെ കാലിലെ വിള്ളലുകൾ കിടപ്പുമുറിയുടെ ചുമരു മുഴുവൻ നിറയാൻ തുടങ്ങിയിരിക്കുന്നു.” ഉണ്ണിക്കൃഷ്ണൻ ഏറക്കുറെ തന്നോടെന്നപോലെതന്നെ പറഞ്ഞു. ‘രാവിലെ എഴുന്നേറ്റു പോകുമ്പോൾ ഓരോരോന്നോരോന്നായി സാവിത്രി ചുമരിൽ ഒട്ടിച്ചുവെക്കും. പിന്നെ രാത്രി, മേൽ കഴുകി കിടക്കാൻ വരുമ്പോൾ അതെല്ലാം തിരിച്ച് കാൽകുതിയിലും വണ്ണയിലും തുടയിലും ഒക്കെയായി ഏറ്റുവാങ്ങും. ചിതലുകൾപോലെ ഇത്രയും വിള്ളലുകൾ ചുറ്റും ചുമരിൽ പറ്റിപ്പിടിച്ചിരിക്കുമ്പോൾ കണ്ണടയ്ക്കാൻ സാവിത്രിക്ക് പേടിയാണ്. ഉറങ്ങുമ്പോൾ സ്വന്തം വിള്ളലുകൾ കൂടെ ഉണ്ടാവുന്നതാണ് ശരിയെന്നാണ് സാവിത്രി പറയാറ്.”

“ഇതൊക്കെ പറഞ്ഞു മാറ്റാവുന്നതേയുള്ളൂ എന്നാണ് എനിക്ക് തോന്നുന്നത്.”

രാധാകൃഷ്ണൻ പുൽത്തലപ്പിൽനിന്നും കണ്ണെടുത്തില്ല. “സാവിത്രിക്ക് പ്രായമായി, നിങ്ങൾ പറഞ്ഞാൽ അനുസരിക്കാതെ വയ്യ. പക്ഷേ, എന്റെ മകൻ.”

സാവിത്രിക്ക് ഈ സ്വഭാവം കിട്ടിയത് അവളുടെ അമ്മയിൽ നിന്നായിരിക്കണം. വൈകുന്നേരത്തെ ഇളംവെയിലിലൂടെ വീട്ടിലേക്ക് തിരിഞ്ഞു നടക്കുമ്പോൾ ഉണ്ണിക്കൃഷ്ണൻ ഓർത്തു. മരത്തിൽ നിന്ന് വീണ് എല്ലൊടിഞ്ഞ് ആറുകൊല്ലത്തിലധികം ശവംപോലെ കിടന്ന അച്ഛനെ ശുശ്രൂഷിക്കുന്നതിനിടയിലാണ് അതുണ്ടായത്. അച്ഛന്റെ മലമൂത്രങ്ങൾ നിറഞ്ഞ തുണികൾ കഴുകി വൃത്തിയാക്കി വരുമ്പോൾ സാവിത്രിയുടെ അമ്മ തൊടിയിൽ ഛർദ്ദിച്ചു. വായ എത്ര പൊത്തിപ്പിടിച്ചിട്ടും പൊട്ടി പുറത്തേക്കൊഴുകിയ അതിനെ പരിഭ്രമത്തോടെ, തന്റെ മനസ്സിനെ എന്നപോലെ അമ്മ ആരും കാണാതെ മണ്ണിട്ടു മൂടുന്നത് പക്ഷേ, തറവാട്ടിലെ ശാന്തിക്കാരൻ നമ്പൂതിരി കണ്ടു.

“സാരല്ല്യ.” തിരുമേനി പറഞ്ഞു: “തെക്കേത്തൊടിയിലെ പുളിമരത്തിന്റെ ചുവട്ടിലെ മണ്ണ് ജപിച്ചു സേവിച്ചാൽ മതി.”

രണ്ടാഴ്ചകൊണ്ട് സാവിത്രിയുടെ അച്ഛന്റെ ശരീരം വളക്കൂറുള്ള മണ്ണു തിന്നു തടിച്ചു.

“ഇപ്പൊ, ഒരു സുഖം തോന്നുന്നു.” അച്ഛൻ പറഞ്ഞത്രെ.

“തിരുമേനിയെ”, അച്ഛന്റെ നെറ്റി തടവിക്കൊടുത്ത് അമ്മ പതുക്കെ പറഞ്ഞു: “ദൈവം കാക്കട്ടെ.”

സാവിത്രിയുടെ അമ്മയുടെ നഖങ്ങൾ വളരാൻ തുടങ്ങിയതെപ്പോഴാണെന്ന് ആർക്കും അറിയില്ലായിരുന്നു. നഖങ്ങൾ അതിവേഗം വളരാൻ തുടങ്ങിയതോടെ അവയിൽ ഏറെ ചളിനിറഞ്ഞു. വീട്ടിലെ

കുളക്കടവിൽനിന്ന് അമ്മ അത് പരിഭ്രമത്തോടെ വീണ്ടും വീണ്ടും ഒലമ്പിക്കഴുകി.

''വളക്കൂറുള്ള മണ്ണു മാന്തിയിട്ടാവണം.'' തിരുമേനി അമ്മയുടെ നഖങ്ങളിൽ തലോടി പറഞ്ഞു: ''വളരുമ്പോൾ അത് വെട്ടിക്കളഞ്ഞേക്കൂ.''

''ഞാനും പോയാൽ...'' കുളക്കടവിലെ ഇരുട്ടിലേക്ക് ചാരിനിന്ന് അമ്മ കരഞ്ഞു.

''ഈ തുണി ആരാ ഒന്നു തൊടാ? എത്തുന്നോളം എത്തട്ടേ എന്നാണ് എന്റെ പ്രാർത്ഥന.''

എത്ര വെട്ടിയിട്ടും നിർത്താതെ വളരുന്ന നഖങ്ങൾകൊണ്ട് സ്വന്തം മാറും മുഖവും അമ്മ മാന്തിപ്പൊളിച്ചത് അച്ഛൻ മരിച്ചിട്ടും കുറെ ക്കഴിഞ്ഞാണ്. അന്ന് കുളക്കടവിൽ അമ്മയുടെ തൊട്ടടുത്ത് വെള്ള ത്തിലേക്കും നോക്കി മിണ്ടാതിരുന്ന തിരുമേനി ജനാലയ്ക്കൽ നിന്നെ ത്തിനോക്കിയ സാവിത്രിയെ കണ്ടില്ല. അമ്മയുടെ ചോര തട്ടിച്ചുവന്ന തന്റെ പൂണുനൂലിൽ തിരുപ്പിടിച്ചതല്ലാതെ അമ്മയോട് ഒന്നും പറഞ്ഞ തുമില്ല.

പക്ഷേ, നഖങ്ങളുടെ നീളം കാരണം അമ്മയുടെ കൈപ്പടം തൊടാൻ തിരുമേനിക്കടക്കം വല്ലാതെ ബുദ്ധിമുട്ടായി. അമ്മയുടെ മുഖത്തെ പാടുകൾ ഏറെ വികൃതമായതോടെ, അതിന്റെ അഭംഗി യിൽ തിരുമേനി നാടുവിട്ടു. ജപിച്ചൂതിയ മണ്ണ് കൃത്യസമയങ്ങളിൽ കൊടുക്കാൻ അമ്മ എപ്പോഴും അടുത്തുണ്ടായിരുന്നതിനാൽ മരിക്കു മ്പോൾ അച്ഛൻ വളരെ ശാന്തനായിരുന്നുവത്രെ.

അമ്മയുടെ മുഖത്തെ പാടുകൾ കാണുമ്പോൾ സാവിത്രി പറയും: ''എനിക്ക് നിങ്ങളുടെ അച്ഛനെ ആണ് ഓർമ്മവരാറ്.''

വിജനമായ റോഡിലൂടെ ഉണ്ണിക്കൃഷ്ണൻ പലവുരു നടന്നു. അവസാനം അത്രനേരവും തനിക്കൊപ്പം നടന്ന നിശ്ശബ്ദതയുടെ കൂടെ വീട്ടിലെത്തിയപ്പോൾ രാത്രി നല്ലപോലെ ഇരുട്ടിയിരുന്നു. സാവിത്രിയും കുട്ടികളും ഉറക്കമായിരിക്കണം. വാതിൽ തുറന്ന്, പുറത്തും അകത്തും ഉള്ള ഇരുട്ടിനു നടുവിൽ ഉണ്ണിക്കൃഷ്ണൻ ഒരു നിമിഷം കൂടി നിന്നു.

കുതിയിലും കാൽവണ്ണയിലും നിറയെ വിള്ളലുകളുമായി സാധാ രണപോലെ സാവിത്രി ചെരിഞ്ഞുകിടന്നാണ് ഉറങ്ങിയിരുന്നത്. തലയണയ്ക്കുമീതെ വെച്ച കൈത്തണ്ടയിൽ ബോണസ് കിട്ടിയ പ്പോൾ മേടിച്ചു കൊടുത്ത സ്വർണ്ണവള ഒരു പൊള്ളൽപോലെ കിടന്നു. ഉണ്ണിക്കൃഷ്ണൻ സാവിത്രിയെ കുറച്ചുനേരം നോക്കി. പിന്നെ

സാവിത്രിയെ ഉണർത്താതെ, സാവിത്രിയുടെ കൈകൾ എത്ര മെലിഞ്ഞതാണെന്നോർത്തുകൊണ്ട് ഉണ്ണിക്കൃഷ്ണൻ ആ വള ഊരിയെടുത്തു. കൂട്ടത്തിൽ സാവിത്രിയുടെ മേലിലേക്ക് കാലെടുത്തുവച്ച് ഉറങ്ങുന്ന ആശയുടെ കഴുത്തിലെ മാലയും ഊരി. ചെറിയ കുട്ടികൾ സ്വർണ്ണാഭരണങ്ങൾ ധരിക്കുന്നത് എത്ര അപകടമാണെന്ന് സാവിത്രിയോടെപ്പോഴും ഉണ്ണിക്കൃഷ്ണൻ പറയാറുള്ളതാണ്.

''അച്ഛന് ഉടനെ ഒരു കമ്പിളി വാങ്ങണം.'' മണിയോർഡർ ഫോറത്തിൽ ഉണ്ണിക്കൃഷ്ണനെഴുതി. ''ഇടനാഴിയിലെ ബൾബും കുഴമ്പും വേലിക്കുള്ള മുള്ളും തിണ്ണകെട്ടാനുള്ള സിമന്റും ഇതുകൊണ്ട് വാങ്ങിക്കോളൂ. ഉടനെ ഞാനിനിയും പണം അയച്ചുതരുന്നുണ്ട്.'' കുറച്ചു നേരത്തെ ആലോചനയ്ക്കുശേഷം ഉണ്ണികൃഷ്ണൻ സാവിത്രിക്കും മക്കൾക്കും സുഖം തന്നെയെന്നും ലീവ് കിട്ടിയാലുടൻ വരുന്നുണ്ടെന്നും കൂടി എഴുതിച്ചേർത്തു.

രാത്രി മുഴുവൻ ഉറക്കമൊഴിച്ചതും മണിയോർഡർ അയയ്ക്കാൻ വരി നിന്നതും കാരണം ഉണ്ണിക്കൃഷ്ണൻ വല്ലാതെ ക്ഷീണിച്ചിരുന്നു. അതിനാൽ വാതിൽക്കൽ തന്നെയും കാത്തുനിന്നിരുന്ന സാവിത്രിയുടെ ചുമലിൽ പിടിച്ചാണ് ഉണ്ണിക്കൃഷ്ണൻ അകത്തേക്കു കടന്നത്.

''ഒന്ന് നാട്ടിൽ പോയി പോന്നിരുന്നൂച്ചാൽ ഇടനാഴിയിലെ ബൾബ് നമുക്കുതന്നെ മേടിച്ച് ഇട്ടുകൊടുക്കാമായിരുന്നു.'' കസേരയിലേക്ക് ഉണ്ണിക്കൃഷ്ണനെ പിടിച്ചിരുത്തുമ്പോൾ സാവിത്രി പറഞ്ഞു. ''ആ വള ഊരിയതോടെ, നോക്കൂ, വിള്ളൽ പോയി തേച്ചുകഴുകിയ കിണ്ണം പോലെയായി എന്റെ കാലും.''

കസേരയിലിരുന്നതും ഉറങ്ങിത്തുടങ്ങിയിരുന്ന ഉണ്ണിക്കൃഷ്ണൻ സാവിത്രി പറഞ്ഞത് കേട്ടതേയില്ല. തളർച്ചകൊണ്ട് ഗാഢനിദ്രയിലാണ്ട ഭർത്താവിനെ നോക്കിനിൽക്കെ, ഇനി ഇപ്പോൾ അദ്ദേഹത്തെ ഉടനെ വിളിച്ചു പറയുകയാണോ വേണ്ടതെന്ന് സാവിത്രിക്ക് വീണ്ടും സംശയമായി.

''സത്യത്തിൽ, തന്റെ അച്ഛനെപ്പോലെതന്നെ, ഇത്ര പെട്ടെന്ന് മരിക്കുമെന്ന് ഉണ്ണ്യേട്ടന്റെ അച്ഛനും വിചാരിച്ചിരിക്കയില്ല. അച്ഛന്റെ ആയുസ്സ് എൺപത്തിമൂന്നാണെന്ന് ഉണ്ണ്യേട്ടൻ പേർത്തും പേർത്തും പറയാറുള്ളതാണ്.'' ഉണ്ണ്യേട്ടന്റെ തലയ്ക്കു കീഴെ തലയണ വെച്ചു കൊടുത്ത് നേരെ കിടത്തി സാവിത്രി ഓർത്തു. ഒരുപക്ഷേ, ഉണ്ണ്യേട്ടനു തെറ്റിയത് അച്ഛന്റെ വയസ്സ് കണക്ക് കൂട്ടിയതിലാവണം.

■

ഇരുട്ടിന്റെ ജാലകം

ഈ രാത്രിയിൽ എന്റെ ജനാല വിരിയുടെ അപ്പുറത്ത് തുറിച്ചു നോക്കിനിൽക്കുന്ന ആകാശം പോലെയാകാറുണ്ട് ചിലപ്പോൾ മനസ്സ്. പുറം പൊറ്റൻ മൂടിയ ഒരു വലിയ കുരുവാണ് ഈ ലോകമെന്ന് എനിക്കപ്പോഴൊക്കെ തോന്നും. ചുറ്റും പൂക്കൾ വിരിയുന്നുണ്ടെന്നറിയാതെ, തലയ്ക്കു മുകളിൽ തണുത്ത കാറ്റ് വീശുന്നുണ്ടെന്നോർമിക്കാതെ ഞാൻ കാലടികളിൽത്തന്നെ നോക്കിയിരിക്കും. ചവിട്ടിത്തള്ളിയ വഴിയിൽ എന്റെ കാലടിപ്പാടുകളേയില്ല. പരിഭ്രാന്തിയോടെ, തേഞ്ഞുകൊണ്ടിരിക്കുന്ന കാലടികളിലും ഒന്നും അറിഞ്ഞിട്ടില്ലാത്തതുപോലെ ഉറങ്ങിക്കിടക്കുന്ന എന്റെ വഴിയിലും കണ്ണുകൾകൊണ്ടു പരതും. പലരും നടന്നുപോയ ആ വഴിയുടെ മനസ്സിൽ ഒരോളമുണ്ടാക്കാൻ എനിക്കായില്ലല്ലോ. പലരും പറഞ്ഞതുകേട്ട് കൈയും കാലും മനസ്സും കെട്ടി ഒതുങ്ങി നടന്നിട്ടും കാലടികൾ തേഞ്ഞു. വഴി ചിരിച്ചില്ല, ഒരിക്കലെങ്കിലും. ഞാനുമതേ. ഇതിനൊക്കെ പകരം ആദ്യം മുതലേ ധൈര്യത്തോടെ, കൈ വീശിവീശി കാലടികൾ അമർത്തിവെച്ച് നടക്കാമായിരുന്നു. എന്റെ കോലാഹലങ്ങൾ കേട്ട് വഴി കൺപോളകൾ ഒന്നടർത്തി നോക്കിയെങ്കിൽ എനിക്കിപ്പോൾ തേഞ്ഞ കാലടികളിൽ നോക്കി, തുറിച്ചു നോക്കിനിൽക്കുന്ന മനസ്സിനു മുന്നിൽ വെറുതെ ഇരിക്കേണ്ടിവരില്ല. എനിക്ക് ചിരിക്കാമായിരുന്നു. ഇപ്പോൾ എവിടെയാണതിനുള്ള ധൈര്യം? അല്ലെങ്കിൽ തന്നെ മനസ്സിൽനിന്നും എന്തെടുത്താണ് ഞാൻ ചിരിയുണ്ടാക്കുക?

വെളുത്ത വിരിയിൽ കിടന്നുറങ്ങുന്ന ഭർത്താവിന്റെയും കുട്ടികളുടെയും മുഖത്തായിരുന്നു. ഇതൊക്കെ ഓർക്കുമ്പോഴും എന്റെ കണ്ണുകൾ. എന്റെ തേഞ്ഞ കാലടികൾ അവർ തന്നെയാണ് എന്ന് എനിക്കു തോന്നിയിരിക്കണം. തലതിരിച്ചിലോളം എത്തുന്ന ഒരു തരം പേടി തോന്നി. പുറത്ത് കനത്ത് കറുപ്പിച്ചു നിൽക്കുന്ന ഇരുട്ട്. അകത്ത് വെളുത്ത വിരിയിൽ ശാന്തരായുറങ്ങുന്ന കുട്ടികൾ, ഭർത്താവ്. ഇവർക്കിടയിൽ ഇരിക്കുമ്പോൾ എനിക്കെപ്പോഴും പേടി തന്നെയാണ് തോന്നാറ്. ഇവരിലാരെയാണ് എനിക്ക് തിരഞ്ഞെടുക്കേണ്ടി

വരിക? ഞാനോർക്കും. ഉള്ളിന്റെ ഉള്ള് ശുദ്ധമാക്കിക്കൊണ്ടു വരുന്ന ഒരു തുള്ളി കണ്ണീരിനു വേണ്ടി ഞാൻ കാത്തിരിക്കാൻ തുടങ്ങും. ഈ കാത്തിരിപ്പ് തുടങ്ങിയിട്ടും ഒരുപാടു നാളായി. എന്നോടടുത്ത വരോടൊക്കെ ഞാനിതു ചോദിച്ചിട്ടുണ്ട്. എവിടെ എന്റെ ആ കണ്ണു നീർത്തുള്ളി എന്ന്. പക്ഷേ എല്ലാവരും അവരവരുടെ കണ്ണുനീർ ത്തുള്ളിയുടെ തിരച്ചിലിലാണ്. ഒരെത്തും പിടിയുമില്ലാതെ നിൽക്കു ന്നിടത്തുനിന്ന്, എന്റെ ജീവനെപ്പോലെ എന്നെ പിന്തുടർന്ന ആ പേടിയിൽനിന്ന് രക്ഷപ്പെടാൻ വേണ്ടി എന്റെ ഏറ്റവും ഇഷ്ടപ്പെട്ട കവിയുടെ കവിത വായിക്കാനിരിക്കും. ഒരിക്കലും അതൊന്നും നേരെയാവാറില്ല. ഞാൻ നോക്കി നോക്കിയിരിക്കെ. പിന്നിൽനിന്ന് ഇരുട്ട് കവിതയെ അപ്പാടെ മൂടും. തൊട്ടടുത്ത് ഇരുട്ട് വിടാതെ കുടിപാർക്കുമ്പോൾ നമുക്കാർക്കും കവിതയും കുട്ടികളും ഒന്നും ഒരു രക്ഷയല്ല.

പതിവുപോലെ കവിതാപുസ്തകം മടക്കിവച്ചു. ഒന്നിനുമില്ല ഒരു തുടക്കവും അന്ത്യവും. എവിടെയാണ് ഞാൻ? ഒരു ഇടുങ്ങിയ മുറിക്കകത്ത് നാലുപാടും ഇരുട്ട് കാവൽനിൽക്കുന്ന ഒരു തുണ്ട് മങ്ങിയ വെളിച്ചത്തിൽ ഈ വാചകം ഒരു മന്ത്രമെന്നപോലെ പല തവണ പറഞ്ഞുനോക്കി. വാക്കുകളോരോന്നിനും അക്ഷരമില്ലാതായി. ശബ്ദത്തിനുമാത്രം അർത്ഥമുണ്ടാവുന്ന നിമിഷംവരെ ഞാനതു പറഞ്ഞുകൊണ്ടേയിരുന്നു. കുട്ടികളുടെ താളക്രമത്തിലുള്ള ശ്വാസോ ച്ഛ്വാസം അതുതന്നെയാണ് പറയുന്നത്. ഞാൻ ചെവിടോർത്തു. നമു ക്കൊക്കെ കരയാൻ തോന്നുന്ന അത്തരം നിമിഷങ്ങളിൽ, ജനൽ ക്കമ്പികളിൽ മുറുക്കിപ്പിടിച്ചുകൊണ്ട് വെറുതെ നിൽക്കുകയാണ് പതിവ്. ആളുന്ന തീയുടെ ചൂടോടെ എനിക്കപ്പോൾ ഓർമവരും, ആർക്കുവേണ്ടിയാണ് ഞാൻ കരയുക?

മടക്കിവച്ചിരുന്ന കവിത വീണ്ടും കൈയിലെടുത്തു.

കാവടിയെടുത്ത നേർച്ചക്കാർ വീട്ടുമുറ്റങ്ങളിൽ തുള്ളുന്നതു പോലെ ഞാനുറക്കെ കവിത വായിച്ചു. ഇരുട്ടത്ത് വഴിനടക്കുമ്പോൾ കൈകൊട്ടി പാമ്പുകളെ അകറ്റാമെന്നു വ്യാമോഹിക്കുന്നതുപോലെ യായി അത്. എന്റെ പിന്നിൽനിന്നും ജനാലയ്ക്ക് പുറത്തുനിന്നും ഒക്കെ മനസ്സിലുണ്ടായിരുന്ന ഒരുപാട് തുളകളിലൂടെ ഇരുട്ട് എന്റെ അകത്തേക്കുതന്നെ വന്നു. കവിത വായിക്കുന്നതിന്റെ ശബ്ദം ഉറക്കെ യാക്കി നോക്കി ഞാൻ. പക്ഷേ, അകത്ത് ശാന്തമായ ഒരിരമ്പത്തോടെ നിറയുന്ന ഇരുട്ടിനെതിരെ എനിക്കൊന്നും ചെയ്യാനുമായില്ല. ഒരു നിയതമായ താളത്തോടെ, നിയതമായ ഈണത്തോടെ അത് നിറഞ്ഞു കൊണ്ടേയിരുന്നു. എന്റെ തറയും ചുമരുമൊക്കെ അതിൽ ഒരു മയക്ക ത്തോടെ അലിയുന്നത് ഞാനറിഞ്ഞു. കവിതാപാരായണത്തിന്റെ

ശബ്ദം വീണ്ടും ഉച്ചത്തിലുച്ചത്തിലാക്കി. അപ്പോഴാണ് ഭർത്താവ് ഉണർന്നത്.

‘‘എന്നെ എന്നെ കൂട്ടിപ്പിടിക്കൂ,’’ ഞാൻ പറഞ്ഞു. ‘‘ഞാനിപ്പോൾ കുതിർന്ന് കുതിർന്ന് തീരും.’’

പാതിയുറക്കത്തിൽ ഭർത്താവ് എന്നെ ചേർത്തുകിടത്തി. അദ്ദേഹത്തിന്റെ മാറിൽ മുഖം ചേർത്ത്, ചെറിയ ഒരു കുട്ടിയെപ്പോലെ കിടന്നു നോക്കി. പക്ഷേ, മനസ്സിലെ നിരന്ന തുളകളിലൂടെ നിറയുന്ന ഇരുട്ട്, എന്നിൽ നിറഞ്ഞുകൊണ്ടിരുന്നത് അദ്ദേഹത്തിന്റെ ഹൃദയമിടിപ്പിന്റെ അതേ താളത്തിലായിരുന്നു. വല്ലാത്ത അമ്പരപ്പോടെ പിടഞ്ഞെഴുന്നേറ്റു. മുൻപത്തെപ്പോലെതന്നെ, ആകാശം കണ്ണുകളെടുക്കാതെ എന്നെ തുറിച്ചുനോക്കി നിൽക്കുകയാണ്. എന്റെ മേൽച്ചുണ്ടിലും നെറ്റിയിലുമൊക്കെ വിയർപ്പു പൊടിഞ്ഞു. മേശപ്പുറത്തിട്ട കവിതാ പുസ്തകത്തിലും കുട്ടികളുടെ മുഖത്തും ഭർത്താവിന്റെ മുഖത്തും മാറി മാറി നോക്കി. അവർക്കിടയിലൂടെ ഒരു വഴി പുറത്തേക്കുണ്ടോ എന്നാണ് നോക്കിയിരുന്നത്. എല്ലാ വഴികളും എന്റെ കിടപ്പുമുറിയിൽനിന്നുള്ള ബാൽക്കണിയിലേക്കായിരുന്നു. അവിടെ അപ്പോഴും ഇരുട്ടാണ്. അതൊട്ടും എനിക്ക് വഴിമാറിത്തന്നില്ല. എനിക്ക് വാശിയും ദേഷ്യവും പേടിയും ഒക്കെ തോന്നി. ഇതെല്ലാം പേറി എങ്ങോട്ടാണ് നടക്കുക? എന്റെ തേഞ്ഞ കാലടികൾ കാണുമ്പോൾ, പിന്നിൽ അലകളും രോമാഞ്ചങ്ങളും ഇല്ലാതെ വിളർത്തുകിടക്കുന്ന എന്റെ വഴി കാണുമ്പോൾ അല്ലെങ്കിലേ ക്ഷീണം തോന്നുന്നുണ്ട്. മനസ്സിൽനിന്ന് ഒരു ചെടി പറിച്ചുനട്ട് ഒരു പൂവെങ്കിലും വിടർത്താൻ പറ്റിയില്ല. ഇനി ഉണങ്ങിയ വേരുകളും കൊമ്പുകളും പേറി എവിടേക്കാണ് നടക്കുക? ബാൽക്കണി മുഴുവനും അതിനു പുറത്തും അങ്ങേയറ്റംവരെയും ഇരുട്ടാണ്. ഇവർക്കിടയിൽ, പക്ഷേ, ഞാനിതും പേറി ഇരിക്കാൻ തുടങ്ങിയാൽ അവർക്കും അതിന്റെ ഭാരം തോന്നിത്തുടങ്ങും.

ഈ ചിന്ത എന്നെ എന്തെന്നില്ലാതെ അരിശം പിടിപ്പിച്ചു. പകയും വീറും ദേഷ്യവും ഒക്കെ എന്റെ ഉള്ളിൽ പതഞ്ഞുവന്നത് അങ്ങനെയാണ്. ‘‘നോക്കൂ. എന്നെ മുഴുവനായും ഞാൻ നിനക്ക് ഹോമിക്കാം.’’ ഞാൻ പറഞ്ഞു. ‘‘പക്ഷേ, ഇവരുടെ അടുത്തുകൂടി പോകാൻ ഞാൻ നിന്നെ അനുവദിക്കുകയില്ല.’’

പൊടുന്നനെ, ഈ മുറി ലോകത്തിലേക്ക് വച്ചേറ്റവും ചെറുതാണെന്ന് തോന്നി. ഞാൻ കൈയൊന്നനക്കിയാൽ മനസ്സിലെ ഇരുട്ടും കറുപ്പും മുഴുവൻ എന്റെ കുട്ടികളുടെമേൽ തട്ടിത്തൂവും. ശബ്ദമുണ്ടാക്കാതെ, ശ്രദ്ധയോടെ, വളരെ സാവധാനത്തിൽ പുറത്തേക്ക് കടന്നുനിൽക്കാൻ ആഗ്രഹിച്ചത് അതുകൊണ്ടാണ്. പുറത്ത് പക്ഷേ, എന്റെ ചെറിയ മകളുടെ പാവക്കുട്ടി ഇരുട്ടിലും തണുപ്പിലും ഒറ്റയ്ക്ക്,

ആരും തുണയ്ക്കില്ലാതെ കിടന്നിരുന്നു. മുറിയിൽനിന്ന് പുറത്തേക്ക് എന്റെയൊപ്പം വരാൻ ശ്രമിച്ച ഒരു കീറ് വെളിച്ചത്തിൽ ഞാനതിന്റെ അടഞ്ഞ കണ്ണുകൾ കണ്ടു. നേർത്ത കൺപീലികൾക്കു താഴെ, ചായം പൊളിഞ്ഞുപോയതുകാരണം ഒരു പ്രത്യേക മട്ടിലായിരുന്നു അതിന്റെ ചുണ്ടുകൾ. പൊട്ടിവന്ന കരച്ചിൽ എന്തിനെയോ കണ്ട് പേടിച്ച് അമർത്തി വെച്ചപോലെയായിരുന്നു അത്.

ഞാൻ വേഗം, ഏറ്റെടുക്കുന്ന മട്ടിൽ, പാവക്കുട്ടിയെ കൈയിലെടുത്തു. ചെറിയ കണ്ണുകൾ അത് പൊടുന്നനെ തുറന്നു. പതുക്കെ ചിരിച്ചുനോക്കി. പാവക്കുട്ടിയുടെ ചുണ്ടുകൾ പക്ഷേ, പഴയമട്ടിൽ ത്തന്നെ ഇരുന്നു. മുന്നിലെ ആകാശം പോലെത്തന്നെ, കണ്ണുകൾ അടയ്ക്കാതെ തുറന്നുവെച്ച് എന്റെ മുഖത്തേക്കുതന്നെ നോക്കുകയാണ് പാവക്കുട്ടിയും എന്ന് അപ്പോഴാണ് മനസ്സിലായത്. അതിന്റെ കണ്ണുകൾക്ക് ചൂടുണ്ടെന്നും എന്നെ അന്വേഷിച്ചെത്തിയ രണ്ട് തീക്കട്ടകളാണവയെന്നും ഒക്കെ തോന്നി. അവയ്ക്കു മുന്നിൽ അധികം നേരമിരിക്കാൻ എനിക്കാവില്ല.

പാവക്കുട്ടിയെ വേഗം മേശപ്പുറത്തുവെച്ച് വീണ്ടും കവിതാപുസ്തകം കൈയിലെടുത്തു. നേർത്ത ഇരുണ്ട നിറമുള്ള ആ കണ്ണുകളിൽനിന്നും രക്ഷപ്പെടാനെന്നപോലെ ജനാലയുടെ അറ്റംവരെ ചെന്നു. ജനാലയുടെ പുറത്ത് ആകാശം മുൻപിലത്തെ അതേപോലെ വിലങ്ങടിച്ച് നിൽപ്പാണ്. വേഗം ജനൽപ്പാളികൾ അമർത്തിയടച്ച് എന്റെ കാൽക്കൽ കിടന്നിരുന്ന ചെറിയ സ്റ്റൂളിലിരുന്നു. പിന്നിൽ ഇറക്കി വെയ്ക്കാനൊരിക്കലും എനിക്കാവാത്ത കണ്ണുകൾ. മുന്നിൽ വളരെ അടുത്ത് എനിക്കെപ്പോൾ വേണമെങ്കിലും തുറക്കാവുന്ന വാതിൽ. അല്പം മുൻപ് പുറത്തേക്കൊഴുകാൻ തുടങ്ങിയിരുന്ന ഇരുട്ട് ഒരു വല്ലാത്ത ശബ്ദത്തോടെ എന്റെയുള്ളിൽ ഉറഞ്ഞു. കട്ടപിടിച്ച ഇരുട്ടിനറ്റത്ത് വാതിലിന്റെ വൃത്തിയുള്ള വെളുപ്പിൽ നോക്കിയിരിക്കെ എനിക്കെഴുന്നേൽക്കാനാവാത്ത ക്ഷീണം തോന്നി. എന്തെന്നില്ലാത്ത പേടിയും. സർവശക്തിയുമെടുത്ത് കൈയിലെ പുസ്തകം പാവക്കുട്ടിയെ ലക്ഷ്യമാക്കി എറിഞ്ഞതങ്ങനെയാണ്. പാവക്കുട്ടി ഒരു ശബ്ദത്തോടെ നിലത്തുവീണു. പെട്ടെന്ന് അടഞ്ഞുപോയ ചെറിയ കണ്ണുകളിലും ഒടിഞ്ഞതുപോലെ മടങ്ങിക്കിടന്ന കാലിലും ഞാൻ ഒരുപാട് നേരം നോക്കിനിന്നിരിക്കണം. അണപൊട്ടിയപോലുള്ള എന്റെ ശ്വാസത്തിന്റെ ശബ്ദം, മഴച്ചാറലേറ്റ് അണയുന്ന ഒരു ചാരക്കൂമ്പാരം പോലെ പതുക്കെപ്പതുക്കെ താഴ്ന്നുവന്നു. നനഞ്ഞ ഒരുപിടി വെണ്ണീറുപോലെ ഞാൻ എന്റെ മുറിയിൽ പിന്നെയും ബാക്കിയായി.

■

വേര്

പാതയിൽ നിരന്നുനിന്നിരുന്ന മെലിഞ്ഞ വിളക്കുകാലുകൾക്കു മുകളിൽ തിളങ്ങുന്ന കിരീടങ്ങളെ അടുക്കളയിലെ വീതിയിൽ ചാരി നോക്കി നിന്നപ്പോൾ അവൾ വീണ്ടും അമ്മമ്മയെക്കുറിച്ചാണ് ഓർത്തത്. നൂറ് ഉറുപ്പിക ദിവസ വാടകയുള്ള ആശുപത്രി മുറിയിൽ നാലു ഡോക്ടർമാരുടെ നടുക്ക് കിടന്ന് അമ്മമ്മ മരിച്ചു. ചൈതന്യമുള്ള ജഡത്തിന് ചുറ്റുമിരുന്ന് ചുമതല തീർക്കുകയാണെന്നതു പോലെ കരഞ്ഞുതീർക്കുന്ന ജീവശ്ശവങ്ങളെ നോക്കിനിന്നപ്പോൾ തമാശ തോന്നി. അല്ലെങ്കിലും ഇന്നലെ കരച്ചിൽ ഒരു അപരിചിത വസ്തുവെപ്പോലെ ആയിരുന്നു. അങ്ങനെയാണ് ആശുപത്രിവരാന്തയിൽ അവസാനം ഒറ്റയ്ക്ക് അടിഞ്ഞത്.

വരാന്തയിൽ കുറച്ചകലെ മുത്തശ്ശൻ തലകുനിച്ചിരുന്നു. മുഖം പൊക്കി മുത്തശ്ശൻ നോക്കിയപ്പോൾ അലസതയുടെ ഏറ്റവും തെളിഞ്ഞ നിസ്സംഗതയോടെ ഒന്നു ചിരിക്കാനാണ് തോന്നിയത്. അങ്ങനെതന്നെ ചെയ്യുകയും ചെയ്തു. അമ്മയെ ആശ്വസിപ്പിക്കുന്ന ബന്ധുജനങ്ങളുടെ മുഴങ്ങുന്ന ശബ്ദത്തിന്റെ പശ്ചാത്തലത്തിൽ മുത്തശ്ശന്റെ അന്തംവിട്ട മുഖം ഒരു കാഴ്ചയായിരുന്നു.

വളരെ ദിവസത്തിനുശേഷം സംതൃപ്തി ഒരു നിമിഷത്തേക്കെങ്കിലും അറിഞ്ഞത് മറന്നിട്ടില്ല. വരാന്തയുടെ ആളൊഴിഞ്ഞ മൂലയിൽ വന്ന് മിഴിച്ചിരുന്നതിന് അച്ഛൻ എന്തൊക്കെയോ പറഞ്ഞു. എഴുന്നേൽക്കാൻ ഉത്സാഹം തോന്നിയില്ല. കൈപിടിച്ചു വലിച്ചു അച്ഛൻ. തണുത്തുറഞ്ഞിരുന്നു കൈ എന്നു തോന്നുന്നു. പരിഭ്രാന്തിയോടെയാണ് അച്ഛൻ കൈവിട്ടത്. അകത്തേക്ക് കടക്കുമ്പോൾ അമ്മമ്മയുടെ മുഖം മൂടിത്തന്നെ ഇട്ടിരുന്നു. വടിവൊത്ത മൂക്കിന്റെ അറ്റം ഉയർന്നു കാണാം. ശവം പുറത്തേക്കെടുക്കുമ്പോൾ മുത്തശ്ശൻ വാവിട്ടു കരഞ്ഞു. ''എന്റെ കാർത്തു പോയി. എന്റെ വലതുകൈ പോയി.''

തേങ്ങലുകൾക്കിടയിൽ കുലുങ്ങുന്ന ആ ശരീരത്തെ നോക്കി നിൽക്കുകയായിരുന്നു താൻ. മുത്തശ്ശന്റെ കണ്ണുകൾ തന്റെ മുഖത്തു

തട്ടിയപ്പോൾ ഇമയടയ്ക്കാതെ താൻ അവയിലേക്ക് തന്നെ നോക്കി നിന്നു. മറന്നുപോയ പണിയുടെ തുടർച്ച ചുമതലാബോധത്തോടെ ഏറ്റെടുക്കുന്നതുപോലെ, ധൈര്യമില്ലാതെ വേയ്ക്കുന്ന കണ്ണുകൾ താഴ്ത്തി, പിന്നെ വീണ്ടും മുത്തശ്ശൻ വിലപിക്കാൻ തുടങ്ങിയപ്പോൾ അമ്മമ്മ ചിരിച്ചിരിക്കണം. അല്ലെങ്കിൽ താൻ ചിരിച്ചു. ചുണ്ടിൽ അപ്പോൾ വന്ന ആ കോടിയ ചിരി ഇനി മായ്ക്കേണ്ടതില്ലെന്നു തോന്നുന്നു. അതു തിരിച്ചുനിർത്താൻ പറ്റിയ കാര്യങ്ങൾക്ക് ജീവിതത്തിൽ ക്ഷാമം ഉണ്ടാവാനിടയില്ല.

തിരണ്ട ദിവസം ഇരുട്ടകത്തെ അണിഞ്ഞ മാവിനുമുകളിൽ വെള്ളയും കരിമ്പടവും ഇട്ടിരിക്കുമ്പോൾ, നീണ്ട സ്വർണമാല അമ്മായി കഴുത്തിൽ ഇട്ടു തരുമ്പോഴായിരുന്നു അമ്മമ്മ പറഞ്ഞത്. "നീ ദുഃഖിക്കാൻ തുടങ്ങുകയാണ്."

വെറ്റിലയിൽ ചുണ്ണാമ്പ് തേയ്ക്കുകയായിരുന്ന അവരുടെ ചിരിക്കുന്ന മുഖം മുത്തശ്ശന്റെ ശബ്ദം അകത്തളത്തിൽ കേട്ടതും മുറുകി. മുണ്ടിന്റെ കോന്തലയിൽ വിരൽ തുടച്ച് ധൃതിയിൽ നടന്നുപോയി. മിന്നൽപോലെ പാളുന്ന മുത്തശ്ശന്റെ കല്പനയുടെ സ്വരം. ഇടയ്ക്കുള്ള നിശ്ശബ്ദതകളിലൂടെ സമയംപോലും ഒഴുകാതെ നിന്നു.

വെളുത്ത കാലടികളിൽ പടർന്ന നീലഞരമ്പുകളും തേഞ്ഞ കുതിയിൽ വിള്ളലുകൾ വരച്ച കറുത്ത വരകളും എന്നും വിരോധാഭാസംപോലെ തോന്നിയിരുന്നു. തീയുടെ പുകകൊണ്ട് തുടുത്ത മുഖവും വെള്ളം നിറഞ്ഞ കണ്ണുകളുമായി മുത്തശ്ശന്റെ മുറിയിലേക്കും അവിടന്നിങ്ങോട്ടും ഇടവിടാതെ ഓടുന്നത് കാണുമ്പോൾ, തലയിൽ തേയ്ക്കാനുള്ള താളിയും നെറ്റിയിൽ തൊടാനുള്ള മുക്കുറ്റിയും അരച്ചത് കൈയിലേന്തിയ വേലക്കാരത്തിയുടെ കൂടെ കസവുപുടവയുടുത്ത് കുളത്തിലക്ക് നടക്കാറുള്ള തറവാട്ടിലെ ഓമനയായിരുന്ന അവരെക്കുറിച്ച് നാണിയമ്മ പറഞ്ഞതാണ് ഓർമ്മ വരാറ്.

മുത്തശ്ശന്റെ ആജ്ഞകൾ പേറിവരുമ്പോൾ ഇടവഴിയിൽ ഒന്നു നിൽക്കും. പരുത്ത മേൽമുണ്ടിന്റെ അറ്റം ചുരുട്ടിച്ചുരുട്ടി കണ്ണുകൾ തുടയ്ക്കും. ബാക്കിയാവുന്ന കലങ്ങിയ കണ്ണുകളിൽ പുഞ്ചിരിയായിരിക്കും. നീണ്ട വീട്ടിക്കട്ടിലിൽ മലർന്നുകിടന്നിരുന്ന മുത്തശ്ശന്റെ കാൽക്കൽ ഇരുന്ന് കാൽ തടവുന്ന അവരുടെ രൂപമാണ് മായാതെ നിൽക്കുന്ന മറ്റൊരോർമ്മ. ഒരിക്കൽ കാലിൽ തലോടുമ്പോൾ കാലിലുണ്ടായിരുന്ന ചെറിയ മുറിവിൽ സ്വർണവളയുടെ വക്കുകൊണ്ട് വേദനിച്ചതിന് മുത്തശ്ശൻ കിടന്നിടത്തുകിടന്ന് ചവിട്ടിയപ്പോൾ താനുമുണ്ടായിരുന്നു ആ മുറിയിൽ. കട്ടിലിന്റെ ചാരിൽ തല ചെന്നിടിച്ചു. നിവർന്നിരുന്ന് ഭാവഭേദമൊന്നും കൂടാതെ വീണ്ടും കാൽ തടവാൻ തുടങ്ങിയപ്പോൾ മുത്തശ്ശന് സഹിച്ചിരിക്കില്ല. കൈ വലിച്ച് വളയൂരാൻ

ശ്രമിച്ചു. കൈ പിന്നോട്ടൊന്ന് വലിക്കുകപോലും ചെയ്യാതെയാണ് അമ്മമ്മ പറഞ്ഞത്, ''അമ്മ തന്ന വളയാണ്.''

ഊരിയ വള ജനലിലൂടെ തൊടിയിലെത്തിയിട്ടും കാൽതടവൽ തുടർന്നുകൊണ്ടിരുന്നു. പത്തുപതിനൊന്നുവയസ്സേ അന്ന് തനിക്ക് ഉണ്ടായിരുന്നുള്ളൂ. വൈകുന്നേരം തൊടിയിൽ നിന്നും ആ വള തപ്പിയെടുത്ത് അമ്മമ്മ കിഴക്കെ അലമാരിയിൽ വെച്ചു. അതു മാത്രമല്ല എല്ലാ വളകളും. അമ്മമ്മയുടെ ഒഴിഞ്ഞ കൈത്തണ്ടയിൽ പിടിച്ച് കുളത്തിലേക്ക് നടക്കുമ്പോഴായിരുന്നു ചോദിച്ചത്, ''അമ്മമ്മയ്ക്കിഷ്ടമാണോ മുത്തശ്ശനെ?''

അവർ ചിരിച്ചു. നെറുകയിൽ തലോടി. ''നീയും പെണ്ണല്ലേ?'' എന്നു ചോദിച്ചു.

അന്നൊന്നും മനസ്സിലായില്ല. അളന്നാൽ തീരാത്ത നെല്ലുള്ള പത്തായത്തിനു പുറത്ത് ഉച്ചയ്ക്ക് ചോറുവെയ്ക്കാൻ കാര്യസ്ഥൻ അളന്നുതരുന്ന നെല്ലിനുവേണ്ടി മുഷിഞ്ഞിരിക്കാറുള്ള അമ്മമ്മ കരയുന്നത് ഒരിക്കലേ കണ്ടിട്ടുള്ളൂ. അമ്മാവന് വസൂരിയായിരുന്നു. മാരിയമ്മൻ കോവിലിലേക്ക് വഴിപാടിന്, അമ്മമ്മ പ്രാർത്ഥിച്ച പട്ടുമായി പോയിരുന്ന നീലിപ്പെണ്ണിനെ മുത്തശ്ശൻ വഴിയിൽ വെച്ചാണ് കണ്ടതത്രെ. പട്ട് തുണ്ടംതുണ്ടമായി കീറി. തൊടിയിലേക്ക് വലിച്ചെറിഞ്ഞ ആ പട്ടുകഷണങ്ങൾ വീണത് അമ്മമ്മയുടെ കണ്ണിലാണെന്നാണ് അവരുടെ കണ്ണുകൾ കണ്ടപ്പോൾ തോന്നിയത്. മയങ്ങിക്കിടന്നിരുന്ന അമ്മാവന്റെ കട്ടിലിന്റെ കാൽക്കലിരുന്ന് തേങ്ങിക്കരഞ്ഞ രൂപം അവരാണെന്ന് ഇന്നുപോലും വിശ്വസിക്കാൻ തോന്നുന്നില്ല. നിരീശ്വരവാദിയായിരുന്നത്രേ മുത്തശ്ശൻ.

ഏഴാമത്തെ ദിവസം അമ്മാവൻ മരിച്ചപ്പോൾ അമ്മമ്മ കരഞ്ഞില്ലെന്നത് ഇപ്പോഴും നല്ല ഓർമ്മയുണ്ട്. മുത്തശ്ശന്റെ ദിനചര്യകൾക്കുപോലും അന്ന് അവർ മാറ്റം വരുത്തിയില്ല. പണിത് തളരുന്ന ശരീരം അവർ സ്വന്തം രഹസ്യമായി സൂക്ഷിച്ചു. സന്ധ്യയ്ക്ക് മരത്തൂണിൽ ചാരി ഇരുന്ന് തന്നെ മടിയിൽ കിടത്തി തലമുടിയിൽ തലോടിത്തരുമ്പോൾ അവർ എത്രയോ അകലെയാണെന്ന് എപ്പോഴും തോന്നിയിട്ടുണ്ട്.

വെളുത്ത, വിലകുറഞ്ഞ മുണ്ടും മല്ലിന്റെ ബ്ലൗസും ഈർക്കിൽക്കര വേഷ്ടിയും മാത്രം ധരിക്കുന്ന അവരോട് നിറമുള്ള വസ്ത്രങ്ങളുടെ കാര്യം പറഞ്ഞത് ഇതുപോലൊരു സന്ധ്യയ്ക്കായിരുന്നു. മൂന്നുദിവസം കഴിഞ്ഞാൽ 'കീറിപ്പോകുന്ന തുണിയിലെന്തിനാ പണം ഇടണ്' എന്നാണ് മുത്തശ്ശൻ ചോദിച്ചത്. അത് പറഞ്ഞു കഴിഞ്ഞ് ചിരിച്ച ചിരിയുടെ അർത്ഥം മനസ്സിലാക്കാൻ തക്കവിധം

വളർന്നിരുന്നു അന്ന്. ആ ചോദ്യം മറ്റു പലതിനേയുംപോലെ പിന്നീടിതുവരെ ചോദിച്ചിട്ടില്ല, അവരുടെ ചിരി അസഹനീയമായിരുന്നു. കയറിലൂടെ നടക്കുന്ന സർക്കസ്സുകാരുടെ സമനില തെറ്റാതിരിക്കുന്നതിനുള്ള കുടപോലെയായിരുന്നു അത്.

തന്റെ കല്യാണത്തിന്റെ തലേദിവസം രാത്രി അമ്മമ്മയുടെ മടിയിൽ കിടന്നാണ് ഉറങ്ങിയത്.

"ആശിക്കാൻ തോന്നാതിരുന്നാൽ പകുതി ജയിച്ചു." അവർ പറഞ്ഞു. "ആശിച്ചത് വേണ്ടെന്നുവെക്കാൻ കഴിഞ്ഞാൽ മുഴുവനും ജയിച്ചു, കാരണം അറിയോ മണിക്കുട്ടിക്ക്?"

"ഇല്ല."

"നമുക്ക്, പെണ്ണുങ്ങൾക്ക് ആശിക്കാം എന്ന് ആരാ പറഞ്ഞിരിക്കണത്?"

ഒന്നും മിണ്ടിയില്ല. തടവൽ നിർത്തിയിരുന്ന വിരലുകൾ വീണ്ടും ചലിക്കാൻ തുടങ്ങി.

"പരിഭ്രമിക്കാനൊന്നും പറഞ്ഞതല്ല. അങ്ങനെ ആരും പറഞ്ഞിട്ടില്ല ഇതുവരെ." അവർ തന്നോടെന്നപോലെയാണ് ചിരിച്ചത്. "കുട്ടൻ പോയപ്പോ കൂടെ പൂവ്വായിരുന്നൂന്ന് എന്നിട്ടും ആശിച്ചു."

ക്ഷയരോഗിയായ അമ്മമ്മയെ അധികം സംസാരിക്കാൻ അനുവദിക്കരുതെന്ന് അമ്മ പ്രത്യേകം പറയുന്നതാണ്. മുഖത്തുനോക്കി പക്ഷേ പറഞ്ഞില്ല.

"കുട്ടി നാളെ പൂവും, അതോണ്ട് പറയേ. അമ്മമ്മ മരിച്ചാൽ കുട്ടി വരണം."

തഴമ്പുറച്ച കൈകളിൽ താനന്ന് മുറിക്കിപ്പിടിച്ചു. നേർത്ത സ്വർണ ച്ചെയിനിൽ കോർത്തിട്ട അമ്മമ്മയുടെ താലി നിലാവിന്റെ മങ്ങിയ വെളിച്ചത്തിൽ തലയ്ക്കുമീതെ തൂങ്ങിക്കിടന്നു. ഒരു മുത്തുമാലയ്ക്കു വേണ്ടിയുള്ള ആഗ്രഹം പറഞ്ഞപ്പോൾ മുത്തശ്ശൻ കാർക്കിച്ചുതുപ്പിയത്രെ. ആ അധികപ്രസംഗം മറക്കാൻ മുത്തശ്ശന് ഒരുപാട് കാലത്തേക്ക് സാധിച്ചില്ല.

ഇങ്ങോട്ട് കിട്ടുന്ന അധിക്ഷേപങ്ങൾക്കല്ലാതെ പരാതികൾക്ക് അവകാശമില്ലാതിരുന്ന അവരുടെ ലോകത്ത് അവരൊരു വിജയമായിരുന്നു എന്ന് ഇപ്പോഴും തോന്നുന്നു. രക്തം ഛർദിച്ച ആദ്യത്തെ ദിവസം അമ്മമ്മ, തന്നെയാണ് വിളിച്ചത്. നീളൻ കോലായിലെ തണുത്ത നിലത്ത് അന്ന് എത്രനേരം ഇരുന്നെന്ന് ഓർമ്മയില്ല. ഛർദ്ദിച്ചതിന്റെ ക്ഷീണവുമായി തന്റെ തോളത്ത് തല ചായ്ച് ഉറങ്ങുകയായിരുന്നു അവർ. ആ ഉറക്കത്തിൽ നിന്നും അവരൊരിക്കലും ഉണരാതിരിക്കണേ എന്നവിടെയിരുന്ന് പ്രാർത്ഥിച്ചിട്ടുണ്ട്. പാൽക്കഞ്ഞിയുടെ

നേരം തെറ്റിയതിന് ഭൂമി കുലുക്കിക്കൊണ്ടാണ് മുത്തശ്ശൻ കടന്നുവന്നത്. അമ്മമ്മ ഉണർന്നിരുന്നില്ല. അന്ന് എന്തെന്നില്ലാത്ത ധൈര്യത്തോടെ താൻ ശബ്ദമുണ്ടാക്കരുതെന്ന് ആംഗ്യം കാട്ടി. പുളിഞ്ഞ പുരികങ്ങൾ അതേപടി നിന്നു മുത്തശ്ശന്റെ.

''ഉം... എന്താ നാടകം?''

മുഴങ്ങുന്ന ശബ്ദം. വേറെങ്ങും അഭയമില്ലാത്ത നിസ്സഹായരായ അടിമകളാണ് തങ്ങളെന്ന ബോധം പുകപോലെ കണ്ണുകൾ മൂടി. അമ്മമ്മയുടെ തല സ്വന്തം ചുമലിൽ ഒന്നുകൂടി അമർത്തിവെച്ചതപ്പോഴാണ്. അമ്മമ്മ ഞെട്ടി. മുത്തശ്ശന്റെ മുഖം കണ്ടതും ചാടി എഴുന്നേറ്റു. മുണ്ട് തട്ടിക്കുടഞ്ഞ് തന്റെ കൈപിടിച്ചുവലിച്ചു.

''വരൂ.''

ഏതുനേരവും മുത്തശ്ശന്റെ ചവിട്ട് പ്രതീക്ഷിച്ചിരുന്നു എന്നു തോന്നിയിരുന്നു ആ മുഖം കണ്ടാൽ. ആ നിമിഷം, തന്റെ ഉള്ളിൽ വെറുപ്പ് കഴുകിക്കളയാനാകാത്തവിധം കറപിടിച്ച ആ നിമിഷം, ഇപ്പോഴും അതേ തെളിമയോടെയുണ്ട്.

അന്ന് പാൽക്കഞ്ഞിയുടെ പാത്രം മടക്കിക്കൊണ്ടു പോരുമ്പോഴും അവർ കിതച്ചിരുന്നു. നേരം വൈകിയതിന്റെ പേരിലായിരിക്കണം, പാത്രം നിറഞ്ഞുതന്നെയിരുന്നു. അത് കൊട്ടത്തളത്തിലേയ്ക്ക് ഒഴിച്ചുകളഞ്ഞ് അടുത്തു നിൽക്കുകയായിരുന്ന തന്റെ ചുമലിൽ പിടിച്ചു. എന്നിട്ട് പതുക്കെ ചിരിച്ചു. ''വയ്യാതായിത്തുടങ്ങീന്നാ തോന്നണ്.'' അവരുടെ സ്വരത്തിന് കുറ്റബോധമായിരുന്നു കൂടുതൽ. തന്റെ മുഖത്തെ വെറുപ്പും ദേഷ്യവും സങ്കടവുമൊക്കെ അപ്പോഴാണ് അവർ കണ്ടത്.

''ഇതിന്റെ ഒന്നും ഒരാവശ്യവും നമ്മുടെ ജീവിതത്തിൽ എവിടേയും വരില്ല. നല്ലതു ചെയ്തതിന്റെ പ്രതിഫലവുമല്ല സന്തോഷം. മണിക്കുട്ടിക്ക് തിരിയ്ണുണ്ടോ?''

അമ്മമ്മ അടുക്കളയിൽ തലതിരിഞ്ഞുവീഴുന്നതുവരെ ആ വീട്ടിലെ യജമാനത്തിയായിരുന്നു അവർ എന്നാരും ഓർമ്മിച്ചില്ല. മുത്തശ്ശന്റെ മൊരച്ച കൈ അമ്മമ്മയുടെ നെറ്റിയിൽ ഔദ്ധത്യത്തോടെ വീണപ്പോൾ അതവിടെ നിന്ന് തട്ടിക്കളയണമെന്നു മാത്രമായിരുന്നു ആശ. അവസാനം ആ കൈ തന്റെ കൈകൊണ്ട് തൊടാനുള്ള വെറുപ്പുകൊണ്ട് തിരിച്ചുപോന്നു.

ഏട്ടന്റെ വിളി ഒരത്യാഹിതംപോലെ കാതിൽ വന്നു വീണപ്പോൾ ഞെട്ടി. വീതനയുടെ പുറത്ത് കരിക്കട്ടകൊണ്ട് വരച്ച രൂപങ്ങൾ കുഴഞ്ഞുമറിഞ്ഞുകിടന്നു. അടുപ്പിലെ തീ കെട്ടിരിക്കുന്നു. കുറേ നേരമായി വിളിച്ചിരിക്കണം. മുത്തശ്ശന്റെ പാൽക്കഞ്ഞിയുടെ സമയം

കഴിഞ്ഞിട്ട് ഏറെ നേരമായി. ഇനി, ഇപ്പോൾ പാൽക്കഞ്ഞിയും കൊണ്ടു ചെന്നാൽ മുത്തശ്ശൻ ജ്വലിക്കുന്ന കണ്ണുകൊണ്ടൊന്നു നോക്കും. അപ്പോളൊന്ന് ചിരിക്കണം. അവളോർത്തു.

''കേട്ടില്ലെ നിയ്യ്?'' ഏട്ടൻ.

എത്രത്തോളം സാവധാനത്തിൽ തനിക്ക് പുറംതിരിയുവാൻ കഴിയുമോ അത്രത്തോളം പതുക്കെയാണ് തിരിഞ്ഞത്. ഏട്ടന്റെ കണ്ണുകൾക്ക് തീയിന്റെതന്നെ നിറം.

''മുത്തശ്ശൻ വിളിക്കാൻ തുടങ്ങിയിട്ട് നേരെത്രയായി?''

''ഉം...'' അവൾ പറഞ്ഞു. ''അടുപ്പിലെ തീകെട്ടു. കൊളുത്തട്ടെ.''

തന്റെ അലസത വല്ലാതെ ദേഷ്യം പിടിപ്പിച്ചു ഏട്ടനെ. മുടിയിൽ പിടിച്ചാണ് വലിച്ചത്. ''എന്താ... എന്താ... നിയ്യ് കരുതീത്.''

''ഏട്ടനറിയണോ അത്? പറയാം. ആദ്യം മുടി വിടൂ.''

കൈയിൽ നിന്നും ഏട്ടൻ വലിച്ചെറിഞ്ഞു മുടി. പുകയുന്ന നോട്ടം. എന്തോ തനിക്ക് ചിരിയാണ് വന്നത്. പുരുഷന്റെ അധികാരത്തിനും ഒരു പരിധിയുണ്ടല്ലോ എന്ന് കരുതിയിട്ടാവണം.

''തീ പിടിക്കട്ടെ. അതിനിങ്ങനെ ഭൂമി കുലുക്കുന്നതെന്തിനാ മുത്തശ്ശൻ? പേടിക്കാൻ അമ്മമ്മയില്ല.''

മുത്തശ്ശന്റെ വിളി പൊടുന്നനെ നിന്നിരുന്നു. പല്ലു കൂട്ടിക്കടിച്ചു. കഞ്ഞിയുടെ ചുവട്ടിൽ ആളിക്കത്തുന്ന തീയിനോടും തോന്നി ദേഷ്യം. അപ്പോൾ മുത്തശ്ശൻ വീണ്ടും വിളിതുടങ്ങി. ശബ്ദം തീരെ നേർത്തിരുന്നു. വീതനയുടെ തിണ്ടിൽ കൈ അമർത്തി നിന്ന് ആ വിളികളൊക്കെ കേട്ടു. ഇരുണ്ട ഇടനാഴിയിലൂടെ ചൂടാറ്റിയ കഞ്ഞിയുമായി വൈകിയ നേരത്ത് കടന്നുപോകുമ്പോൾ സംതൃപ്തി മനസ്സിൽ ഒരു നിശാഗന്ധിയെപ്പോലെ നിന്നു. താൻ തട്ടിമറിച്ചിട്ട ദിനചര്യ ശ്വാസംമുട്ടിക്കുന്ന മുത്തശ്ശൻ ഒരുപക്ഷേ തന്റെ ജീവിതത്തിന്റെ തന്നെ സാധൂകരണമാണ്.

കട്ടിലിന്റെ അടുത്തിരുന്ന സ്റ്റൂളിൽ പാൽക്കഞ്ഞി വെച്ച് അതേപടി തിരിഞ്ഞു പോകാൻ തുടങ്ങിയപ്പോഴാണ് കേട്ടത്.

''ഒന്നുപിടിക്ക്വോ കുട്ടീ എന്നെ?'' മുത്തശ്ശന്റെ വിളി വല്ലാതെ ചിലമ്പിച്ചിരുന്നു.

ഒരു നിമിഷം തിരിഞ്ഞുനിന്നു. മുത്തശ്ശന്റെ ചെന്നിയിലൂടെ ഒലിച്ചിറങ്ങിയ കണ്ണീരിന്റെ പാട്, തന്റെ മുഖം കണ്ടതും വേഗം തുടച്ചു മുത്തശ്ശൻ.

''ഒരുപാട് വിളിച്ചു എല്ലാവരേം.'' മുത്തശ്ശൻ പറഞ്ഞു. ''എണീക്കാനാവ്ണില്ല ഒറ്റയ്ക്ക്.''

മുത്തശ്ശന്റെ വാക്കുകളിൽ പറ്റിപ്പിടിച്ചുനിന്ന കണ്ണീരിന്റെ കണങ്ങളിൽ നോക്കിനിൽക്കുമ്പോഴാണ് അമ്മമ്മയുടെ മുഖം പെട്ടെന്ന് കണ്ണിൽപെട്ടത്. തനിക്കപരിചിതമായ വിധത്തിലാണ് അമ്മമ്മ ചിരിച്ചത്. ചിരിക്ക് ഒരു പൊന്നുസൂചിയുടെ മൂർച്ചയായിരുന്നു. അത് വല്ലാതെ വേദനിപ്പിക്കുകയും ചെയ്തു.

എഴുന്നേല്ക്കുന്നതിനിടയിൽ മുത്തശ്ശൻ തേങ്ങിക്കരയാൻ തുടങ്ങിയത് അപ്രതീക്ഷിതമായിട്ടാണ്.

''അവര് പോയി.'' മുത്തശ്ശൻ. ''അവള് പോയിലോ കുട്ടി.''

അമ്മമ്മയുടെ കൈയിലെ വള ഒറ്റവലിക്ക് ഊരി പുറത്തേക്ക് വലിച്ചെറിഞ്ഞ പ്രതാപിയായ മുത്തശ്ശൻ.

മുത്തശ്ശൻ കിടന്ന കിടപ്പിൽ മൂത്രമൊഴിച്ചുണ്ടായിരുന്ന നനവാണ് കിടക്കയിലാകെ. ഒരു കുറ്റവാളിയെപ്പോലെ നനഞ്ഞ മുണ്ട് മുത്തശ്ശൻ മുറുക്കിപ്പിടിച്ചിരുന്നു. ചിരിക്കണോ എന്ന് ഒരു നിമിഷം ഓർത്തു. അതിനുമുകളിൽ പക്ഷേ ഒരു തീത്തുള്ളിപോലെ അമ്മമ്മയുടെ മുഖം ഇറ്റിയതപ്പോഴാണ്. വിറയ്ക്കുന്ന മൗനം. വീണമരത്തിൽ ഓടിക്കേറാൻ ആർക്കാ വയ്യാത്തത്? ചുറ്റുമുള്ളവരോടുള്ള മുത്തശ്ശന്റെ ആജ്ഞകളുടെ ഔദ്ധത്യത്തിൽ സഹികെട്ട് ''ഷീ'' എന്നുപറയും പോലെയാണ് അമ്മമ്മ പറഞ്ഞത്.

''പറഞ്ഞാൽ മനസ്സിലാവ്ണില്ല.'' അമ്മമ്മ കുളക്കടവിലിരിക്കെ ആകെ പതഞ്ഞു: ''മനസ്സിലാവണേയില്ല. അതാ സങ്കടം. തിരിയ്ണ്ണ്ടോ മണിക്കുട്ടിക്ക്?''

ചൂടുവെയ്ക്കുംപോലെയുള്ള ചോദ്യം. പിടഞ്ഞത് പലതും കീഴ്മേൽ മറിച്ചാണ്.

''ശ്ശി വിളിച്ചു.'' തലയുയർത്താതെ, മുത്തശ്ശൻ നനഞ്ഞ വിരിപ്പിലേക്കു ജാള്യതയോടെ നോക്കി. ''ആരും വന്നില്ല.''

കല്പിക്കാൻ മാത്രമറിയാമായിരുന്ന മുത്തശ്ശന്റെ വാക്കുകൾ എവിടെയൊക്കെയോ ചെന്നു തട്ടി. കൊത്തുവേല ചെയ്ത വീട്ടിമേലാപ്പിൽ, വെള്ളിപ്പിടിവെച്ച വാതിലിൽ, തുപ്പാൻ കാൽക്കൽ വച്ചിരുന്ന ഓട്ടുകോളാമ്പിയിൽ, പിന്നെ ഒടുക്കമൊടുക്കം എന്റെ മനസ്സിൽ. അവിടെനിന്ന് അതെങ്ങോട്ടും പോയില്ല.

''ഒന്നു നീക്കിയിരുത്തട്ടെ.'' നനഞ്ഞ വിരിപ്പ് ചുരുട്ടി താഴേക്കിട്ട് തിരിഞ്ഞതും മുത്തശ്ശൻ ഒരു നിമിഷം കൈയിൽ പിടിച്ചു. കണ്ണുകൾ താഴത്താണ്. ''വിരിപ്പു മാറ്റട്ടെ.'' ഞാൻ പറഞ്ഞു: ''എന്നിട്ട് കിടന്നോളൂ.''

ഈറൻ തോർത്തെടുത്ത് മുത്തശ്ശന്റെ മുഖം തുടപ്പിച്ച് കഞ്ഞി ഒഴിഞ്ഞ കിണ്ണവുമായി മുറിക്ക് പുറത്തു കടക്കുമ്പോൾ, ആ വെള്ളിക്കിണ്ണത്തിൽ കണ്ട സ്വന്തം മുഖം ഞാനൊന്നുകൂടി നോക്കി. ■

വെള്ളിപ്പാത്രങ്ങൾ

എന്റെ ഭർത്താവ് ഒരു വലിയ ഓഫീസറാണ്. ഞാൻ, പിന്നെ പറയേണ്ടല്ലോ, അദ്ദേഹത്തിന്റെ ഭാര്യയും. അതു പറയുന്നതിന് പ്രത്യേക കാരണമുണ്ട്. എന്റെ ചുമതലകൾ നിരവധിയായിരുന്നു. ഒരു വലിയ വീടും അതിലെ വേലക്കാരെയും ഭരിക്കുന്നതിനു പുറമേ, വൈകുന്നേരങ്ങളിൽ ഞങ്ങളുടെ വീട്ടിലെത്തുന്ന സന്ദർശകരെ സ്വീകരിക്കുകയും വേലക്കാരി കൂട്ടി ട്രേയിലാക്കിത്തരുന്ന ചായ പലതവണ വിളമ്പുകയും അപ്പോഴൊക്കെ ചിരിക്കുകയും എനിക്ക് ചെയ്യണം. പിന്നെ, ഭർത്താവിന്റെ ബോസുമാർക്കും അവരുടെ ഭാര്യമാർക്കും കൊടുക്കുവാൻ നിരവധി സമ്മാനങ്ങൾ വാങ്ങണം. രാത്രിയുടെ അവസാനത്തിലേക്ക് നീളുന്ന പാർട്ടികളും കളികളും അതിനു പുറമെയാണ്.

മിനിഞ്ഞാന്ന് എന്റെ ഭർത്താവിന്റെ ഏറ്റവും വലിയ ബോസ് പങ്കെടുത്ത വിരുന്നിൽ, മേശപ്പുറത്ത് വയ്ക്കാനുള്ള പൂക്കൾ തെരഞ്ഞെടുക്കാൻ തന്നെ എനിക്ക് മൂന്നു മണിക്കൂറിലധികം വേണ്ടിവന്നു. തുടച്ചു മിനുക്കിയ വെള്ളിപ്പാത്രങ്ങൾ തൊട്ടും തലോടിയും ചീത്തയാക്കാൻ എന്റെ മകന് അധികനേരമൊന്നും വേണ്ട. അവന്റെ ആയ എവിടെയെങ്കിലും കിടന്നുറങ്ങുകയാവും. എയർകണ്ടീഷൻ ചെയ്ത റൂമിലിരുന്ന് ഞങ്ങൾ പലപ്പോഴും രാത്രി, വളരെ വൈകുന്നതുവരെ സംസാരിക്കുക വേലക്കാരെക്കുറിച്ചായിരുന്നു. സത്യത്തിൽ, വിശ്വസ്തരായ വേലക്കാർ ഞങ്ങൾക്കൊക്കെ ഒരു പ്രശ്നമായിരുന്നു. മിസ്സിസ് പാട്ടീൽ, തന്റെ വേലക്കാരിയെ സ്വന്തം ഭർത്താവിന്റെ കിടക്കയിൽ നിന്നു പിടിച്ചുവലി ച്ചാണ് പുറത്താക്കിയത്. ശമ്പളം കൂട്ടിക്കൊടുക്കാമെന്നു പറഞ്ഞപ്പോഴാണത്രെ അവൾ പുറത്തുപോകാൻ സമ്മതിച്ചത്.

''ഇവറ്റയെ നോക്കാനാണ് അധികം സമയം.'' മിസ്സിസ് ബാനർജി പറയുമായിരുന്നു. ''ഞാൻ രാത്രി പന്ത്രണ്ടുമണിക്ക് ക്ഷീണിച്ചു കേറിവരുമ്പോൾ സന്ധ്യ ഞങ്ങളുടെ കുശിനിക്കാരന്റെ കൂടെ ചെസ്

കളിക്കുകയായിരുന്നു. അപ്പോൾ തന്നെ ഞാനവനെ ആട്ടിപ്പുറത്താക്കി. പോളിയോ വന്ന് സ്വാധീനമില്ലാതായ സ്വന്തം കാലുകളിൽ അമർത്തി ത്തല്ലി സന്ധ്യ പൊട്ടിക്കരഞ്ഞത്രെ. പക്ഷേ, മിസ്സിസ് ബാനർജി ചോദിക്കുന്നതുപോലെ എന്നും സന്ധ്യയ്ക്ക് കൂട്ടിരിക്കാൻ അവർ ക്കാവുമോ? ''നമ്മൾക്കൊക്കെ ഓരോരോ ജീവിതമേയുള്ളൂ.''

അവർ പറയും: ''സന്ധ്യയുടെ ജീവിതം, സന്ധ്യ ജീവിക്കാതെ വയ്യ.''

അവർ പറയുന്നത് വളരെയേറെ ശരിയാണെന്ന് എനിക്ക് തോന്നാറുണ്ട്. പാർട്ടിയിൽനിന്നോ ക്ലബ്ബിൽനിന്നോ രാത്രി വളരെ യേറെ വൈകി ഞാൻ എത്തുമ്പോൾ എന്റെ പന്ത്രണ്ടു വയസ്സുള്ള മകൻ ഉണർന്നിരിക്കുന്നതു കണ്ടാൽ എനിക്ക് ശുണ്ഠി വരും. വേല ക്കാർ മുഴുവൻ ഉറക്കമായിരിക്കും. ഈ പാതിരാത്രിക്ക് കണ്ണും തുറിച്ച് ഉണർന്നിരിക്കാൻ അപ്പുവിനുമാത്രം എന്തുണ്ടായി? കുട്ടികൾ ധാരാളം ഉറങ്ങേണ്ടതാണെന്ന് ഞാനവന് പലതവണ പറഞ്ഞുകൊടുത്തി ട്ടുണ്ട്. പഠിപ്പ് കഴിഞ്ഞാൽ നേരത്തെ ഭക്ഷണം കഴിച്ച് കിടന്നുറങ്ങണ മെന്നും.

കുട്ടികളുടെ അച്ചടക്കം എനിക്ക് വളരെ നിർബ്ബന്ധമുള്ള ഒന്നാണ്. കുട്ടികൾ ചീത്തയാവാൻ ഒരു നിമിഷം മതി. വൃത്തികെട്ട ഈ വേല ക്കാർതന്നെയാവണം അതിനു കാരണം. അവരുടെ കൂടെ കളിക്കരു തെന്നും ആവശ്യത്തിനു മാത്രമേ അവരോടു സംസാരിക്കാവൂ എന്നും ഞാനെത്ര തവണയാണ് അപ്പുവിനോട് പറയാറ്! അപ്പു, സത്യത്തിൽ ശാന്തനായ ഒരു കുട്ടിയായിരുന്നു. ഞങ്ങളുടെ സുഹൃത്തുക്കളുടെ ഇടയിൽ അവന്റെ മാനേഴ്സ് എന്നും പ്രശംസിക്കപ്പെട്ടിട്ടേയുള്ളൂ. പക്ഷേ, ഇന്ന് അവന്റെ ആയയ്ക്കുപോലും അവനെക്കുറിച്ച് പരാതി കളാണ്. അതാണ് ഈയിടെ ഞങ്ങൾ അപ്പുവിന് ഒരു ആംഗ്ലോ ഇന്ത്യൻ ഗവർണ്ണസിനെ വയ്ക്കാൻ കാരണം.

മിസ് ഫെർണാണ്ടസ് നന്നായി ഇംഗ്ലീഷ് സംസാരിക്കും. അവ രുടെ അച്ചടക്കബോധത്തെക്കുറിച്ച് മിസ്സിസ് ബാനർജിക്കും റീത്താ തോമസിനുമൊക്കെ വളരെ നല്ല അഭിപ്രായമാണുതാനും. ആയ വന്നതിനുശേഷം അപ്പു വേലക്കാരുടെ കൂടെ കളിക്കാതെയായി, രാത്രി പാതിരവരെ അവൻ ഉണർന്നിരിക്കാറുമില്ല. പക്ഷേ, അപ്പു വല്ലാതെ വാശിക്കാരനാകുന്നുണ്ട് ഈയിടെ. കുളിച്ച് വൃത്തിയായി. രാവിലെ ഞങ്ങളുടെ കൂടെ ഭക്ഷണത്തിനിരിക്കുമ്പോൾ ആവുന്നതും അവൻ ആരുടെ മുഖത്തും നോക്കാറില്ല, മിസ് ഫെർണാണ്ടസിന്റെ തലയിണയിൽ മൊട്ടുസൂചി തറച്ചുവെച്ചതിന് അരദിവസത്തെ പട്ടിണിശിക്ഷ അവന് അവർ വിധിച്ചത് ഈയിടെയാണ്.

നമ്മുടെ കൺമുന്നിലിരിക്കെത്തന്നെ എത്ര പെട്ടെന്നാണ് കുട്ടികൾ മാറുന്നത്. കുറച്ചു ദിവസങ്ങൾക്കു മുൻപാണെങ്കിൽ, അപ്പുവിനെക്കുറിച്ചുള്ള ഇത്തരം പരാതികൾ ഞാൻ വിശ്വസിക്കുകപോലും ചെയ്യില്ല. വിരുന്നുകാരും മറ്റു തിരക്കുകളും ഇല്ലാത്ത സന്ദർഭങ്ങളിൽ ഞാനെന്റെ അപ്പുവിനെ അടുത്തു വിളിച്ചിരുത്തി ഉപദേശിക്കാറുണ്ട്. എല്ലാം നിശ്ശബ്ദം കേട്ട് അവൻ അവസാനം പറയുക ''കളിക്കാൻ നേരമായി അമ്മേ!'' സമയം തെറ്റിക്കുന്നത് മിസ് ഫെർണാണ്ടസിനിഷ്ടമല്ല'' എന്നാണ്. അവൻ പോയിക്കഴിഞ്ഞാൽ എന്റെ ചുറ്റും ചിതറിക്കിടക്കുക കുറെ കടലാസ് കഷണങ്ങളായിരിക്കും. ഈയിടെ കിട്ടിയതാണ് അപ്പുവിന് മിണ്ടാതിരിക്കുമ്പോഴെല്ലാം കടലാസ് കീറിക്കൊണ്ടിരിക്കുന്ന സ്വഭാവം. ചീത്ത സ്വഭാവമാണതെന്ന് ഞാനെത്ര തവണ പറഞ്ഞുകഴിഞ്ഞിട്ടും ഒരു തരിപോലും അപ്പു കൂട്ടാക്കാത്തത് എനിക്കത്ഭുതമായിരിക്കുന്നു. എന്താണീ കുട്ടികൾ ഇങ്ങനെ?

ഒരു രാത്രിയിൽ ഞങ്ങൾ കാറിറങ്ങി വരുമ്പോൾ അപ്പുവിന്റെ മുറിയിൽ ആകെ ബഹളമായിരുന്നു. അപ്പുവിനോട്, അത്ര വൈകി ഉണർന്നിരിക്കരുതെന്നും ലൈറ്റ് കെടുത്തണമെന്നും പറയുമായിരുന്നു മിസ് ഫെർണാണ്ടസ്. അത് അനുസരിച്ചില്ല. പേടി തോന്നുന്നു എന്നും വിളക്ക് കെടുത്തരുതെന്നും അപ്പു വാശിപിടിച്ചു. ഞങ്ങളെക്കണ്ടതും അവൻ പെട്ടെന്ന് നിശ്ശബ്ദനായി. ഫെർണാണ്ടസ് ലൈറ്റ് കെടുത്തി. സാരി മാറിയിട്ട് ഞാൻ അപ്പുവിന്റെ മുറിയിൽ ചെന്നപ്പോൾ അപ്പു ഒരു ചെറിയ മെഴുകുതിരിക്കഷണം കട്ടിലിന്നടിയിൽ കത്തിച്ചുവെച്ച് അതിനടുത്ത് നിലത്ത് ചാരിയിരിക്കുന്നു. തൊലിയുരിച്ച ഒരു മുറിപ്പാടുപോലെ കിടന്ന ആ വെളിച്ചത്തിൽ ചെറിയ വട്ടത്തിൽ അപ്പുവിന്റെ മുഖം ഒരു തിളങ്ങുന്ന കല്ലുപോലെ തോന്നി എനിക്ക്. അപ്പുവിന്റെ അനുസരണക്കേട് എനിക്ക് വല്ലാതെ മനസ്സിൽത്തട്ടി. എന്തിനാണ് ഇക്കുട്ടി എല്ലാവരെയും ഇങ്ങനെ ഒരുപോലെ ധിക്കരിക്കുന്നതെന്ന് എനിക്കറിഞ്ഞുകൂടാ. അപ്പോൾത്തന്നെ ഞാനാ മെഴുകുതിരി ഊതിക്കെടുത്തിയാൽ, ഒന്നും മിണ്ടാതെ കട്ടിലിൽ കേറിക്കിടന്ന് ''ഗുഡ് നൈറ്റ് മമ്മി'' എന്ന് അവൻ പറയും. ഒരുപക്ഷേ, അല്ല, തീർച്ചയായും അവൻ വീണ്ടും മെഴുകുതിരി കൊളുത്തുമായിരിക്കണം.

ഏതായാലും ഞങ്ങൾ അവനെ ഒരു സുഖവാസസ്ഥലത്തെ ബോർഡിങ്ങിൽ ചേർക്കാൻ തീരുമാനിച്ചത് ഇതുകൊണ്ടൊക്കെയായിരുന്നു. സിറ്റിയിലെ വൃത്തികെട്ട കാലാവസ്ഥയും അന്തരീക്ഷമാലിന്യവും കഴിയുന്നതും ഒഴിവാക്കാം. ആരോഗ്യം വളരെ പ്രധാനമാണെന്ന് ഞാനെന്നും ശഠിക്കാറുള്ളതാണ്. കൂടാതെ ബാനർജിയുടെ തെമ്മാടിയായിരുന്ന മകൻ ബോർഡിങ്ങിൽച്ചെന്നതു മുതൽ എത്ര

ശാന്തനും മിടുക്കനുമായിരിക്കുന്നു എന്ന് ഞാൻ നേരിൽ കണ്ടതുമാണ്. മേശപ്പുറം മുഴുവൻ ഭക്ഷണസാധനങ്ങൾ ചിതറിയിടുകയും പത്തു വയസ്സായിട്ടുപോലും വിരൽ കുടിക്കുകയും ആനന്ദിന് പതിവായിരുന്നു. ഇപ്പോൾ, പക്ഷേ, ആനന്ദിന്റെ ടേബിൾ മാനേഴ്സ് ആരേയും കൊതിപ്പിക്കും. ബോർഡിങ്ങിലേക്കയയ്ക്കുന്നത് അപ്പുവിന്, പക്ഷേ, ഒട്ടും പിടിച്ചിട്ടില്ല. ഒരു ദിവസം പൊടുന്നനെ, ഉച്ചയ്ക്ക് ഒന്നു മയങ്ങുകയായിരുന്ന എന്നെ കെട്ടിപ്പിടിച്ച് അവൻ കരയാൻ തുടങ്ങി. ഒടുവിൽ, അവന്റെ അച്ഛനിൽനിന്ന് തല്ലു കിട്ടുമെന്നു വന്നപ്പോഴാണ് അവൻ ശാന്തനായത്.

അപ്പു അവന്റെ അച്ഛനോടൊപ്പം യാത്രയായിട്ട് ഇതാ, നിമിഷങ്ങൾ കഴിഞ്ഞതേയുള്ളൂ. അവൻ എന്റെ കവിളത്ത് ഉമ്മവെച്ച് യാത്ര പറഞ്ഞു എന്നത് ശരി തന്നെ. പക്ഷേ, അവന്റെ കണ്ണുകളിലെ ഭാവം എന്നെ കോപാകുലയാക്കുംവിധം അസ്വാസ്ഥ്യപ്പെടുത്തി എന്നു പറയാതെ വയ്യ. യാത്ര പറയുമ്പോൾ ചിരിക്കണമെന്ന്, മുഖം കല്ലു പോലെ കടുപ്പിക്കരുതെന്ന് ഇനിയും അപ്പുവിന് ഒരാൾ പറഞ്ഞു കൊടുക്കണോ? ഒരുപക്ഷേ, ആനന്ദിനെപ്പോലെ, അപ്പുവും ക്രമേണ മിടുക്കനായേക്കും.

അപ്പു വളരെ കുട്ടിയായിരുന്നപ്പോൾ, അവന്റെ ആയ അവനെ കുളിപ്പിച്ച് പൗഡറിട്ട് എന്റെ മടിയിൽ അവനെ വെച്ചുതരുമ്പോൾ അവന്റെ ചെവിയിൽ ഞാൻ പറയാറുണ്ട്: ‘‘അപ്പൂ, നീയൊരു വലിയ ആളാവണം.’’

എനിക്കൊരുപാട് പ്രതീക്ഷകളുണ്ട് അപ്പുവിനെക്കുറിച്ച്. എന്റെ സുഹൃത്ത് ദേശ്മുഖിനെപ്പോലെ പ്രതാപവാനായ ഡോക്ടറാക്കണം അവനെ എന്നാണ് മോഹം. പക്ഷേ, അപ്പുവിന് ഒന്നിലും തീരെ കമ്പമില്ല. ഭംഗിയാർന്ന വൈകുന്നേരങ്ങളിൽ ഒറ്റയ്ക്ക് മുറിയിലടച്ചിരുന്ന് ഗോട്ടി കളിക്കാറുള്ള അപ്പുവിനെക്കുറിച്ച് ഞാൻ എന്ത് പ്രതീക്ഷിക്കാനാണ്? ഒരു പക്ഷേ, ബോർഡിങ്ങിലെ അച്ചടക്കത്തിൻകീഴിൽ അവൻ ഭേദപ്പെട്ടു എന്നു വരാം. ചെറുപ്പത്തിന്റെ വികൃതിയാവാം, കുട്ടികൾക്കൊരിക്കലും അവരുടെ അമ്മമാരുടെ സ്നേഹത്തെക്കുറിച്ചൊന്നുമറിയില്ല. സന്ധ്യമാരും അപ്പുമാരും അതിന്റെ ഉദാഹരണങ്ങളാണ്. അല്ലെങ്കിൽ അവന്റെ മേശപ്പുറത്ത് വെക്കാനായി ഞാൻ കൊടുത്ത എന്റെ ഫോട്ടോ, കൂടെ കൊണ്ടുപോകാതെ അവൻ ഇവിടെത്തന്നെ മറന്നു വയ്ക്കുമായിരുന്നില്ല.

■

ഡാൻസ്ബാർ

ഭർത്താവ് മരിച്ച് 14-ാം ദിവസമായിരുന്നു അത്. വിവാഹം കഴിഞ്ഞ് മൂന്നു വർഷമായിട്ടും പ്രസവിക്കാത്തതിനാൽ മന്ദയെ, ഭർത്താവിന്റെ അമ്മ മുന്നേത്തന്നെ വീട്ടിൽനിന്ന് അടിച്ചു പുറത്താക്കിയിരുന്നു. ചേരിയിലെ അഴുക്കുചാലിനടുത്തുള്ള ഈ ചെറിയ വാടകമുറിയിൽ എത്തിപ്പെട്ടത് അങ്ങനെയാണ്. തുരുമ്പുപിടിച്ച് വീഴാറായ തകരം കൊണ്ട് ഇടഭിത്തിയിട്ടതിന്റെ അറ്റത്തുള്ള കൊട്ടത്തളത്തിൽ അഴുക്കു വെള്ളം കെട്ടിനിന്നിരുന്നു. മോറി എന്നാണ് ചേരിക്കാർ ഇതിനെ പറയാറ്. പാത്രം കഴുകലും കുളിയും മൂത്രമൊഴിക്കലും ഒക്കെ അവിടെയാണ് നടക്കുക.

ബക്കറ്റിൽനിന്ന് ഒലുമ്പിയെടുത്ത മുഷിഞ്ഞ അടിപ്പാവാട ഇറുക്കി പ്പിഴിഞ്ഞ് അതുകൊണ്ടുതന്നെ മേൽ തുവർത്തി മന്ദ കണ്ണാടിയിലേക്ക് നോക്കി. കുളിച്ച ചൂടുവെള്ളത്തിന്റെ ആവിയിൽ മങ്ങിയ കണ്ണാടി കൈകൊണ്ടു തുടച്ചു.

എത്രയോ കാലമായി തിരക്കൊന്നുമില്ലാതെ ഇങ്ങനെ കണ്ണാടി യിലേക്ക് നോക്കിനിന്നിട്ട്. സ്വന്തം മുഖം അപരിചിതയുടെ മുഖം പോലെയുണ്ട്. കണ്ണിനടിയിലെ കറുപ്പ് വല്ലാതെ കൂടിയിരിക്കുന്നു. മുടിയിൽ ഒരു റിബ്ബൺ കെട്ടി പാറിപ്പറപ്പിച്ച് ഓടി നടന്ന കാലം. ഇപ്പോൾ മുടി മുന്നിലേക്കിട്ട് ധൃതിയിൽ പിന്നിടുമ്പോൾ ഉണങ്ങി മെലിഞ്ഞ വിരലുകൾ മാത്രമാണ് ചെറിയ മുഖക്കണ്ണാടിയിൽ. കമ്മലി ടുമ്പോൾ കാതുകൾ മാത്രം. മുഖം മുഴുവനുമായോ അതിനുചുവട്ടിലുള്ള ദേഹമോ ഒന്നിച്ച് കണ്ണാടിയിൽ കണ്ട കാലം മറന്നിരിക്കുന്നു. തകര ത്തിലടിച്ച ആണിയിൽ തൂക്കിയിട്ട ചെറിയ കണ്ണാടി. അതിൽ എല്ലാം കൂടി കാണില്ല. മന്ദ കണ്ണാടി ആണിയിൽനിന്ന് ഊരിയെടുത്ത് അര ക്കെട്ടിന്റെ പിൻഭാഗം കാണുംവിധം പിന്നിലേക്ക് പിടിച്ചു.

മന്ദ ഒരു കൈകൊണ്ട് കണ്ണാടി പിന്നിൽ പിടിച്ച് മറ്റേ കൈകൊണ്ട് അരക്കെട്ടിനു പിൻഭാഗം തലോടി നോക്കി. വേദന വിട്ടിട്ടില്ല. കറുത്തു

വരണ്ട് ഉണക്കം പിടിക്കാൻ തുടങ്ങുന്ന പാടുകളിലൂടെ കൈയോടിച്ചപ്പോൾ ചിലയിടത്തെല്ലാം പൊറ്റയടർന്നു. കീഴെ ചുവന്നു വെളുത്ത പച്ചമാംസം. അമർത്തിയപ്പോൾ പലേടത്തും വല്ലാതെ വേദനിക്കുന്നുണ്ട്. ഏറ്റവും പുതിയ പാടിന് പതിനഞ്ചുദിവസത്തെ പഴക്കമേ ഉണ്ടാവൂ.

പതിവുപോലെ ശക്തമായി കെട്ടിമറിഞ്ഞും ഉമ്മവെച്ചും കൂട്ടിപ്പിടിച്ചും കൂടെ കിടന്നതിനുശേഷം പാണ്ഡു എല്ലാം കഴിഞ്ഞെഴുന്നേല്ക്കുമ്പോൾ തന്റെ വയറൊന്നാകെയാളും. ഇനി താൻ കമിഴ്ന്നു കിടക്കണം. സുഖദമായ തൃപ്തിയോടെ കട്ടിലിന്റെ തലപ്പത്തിരുന്ന് പാണ്ഡുരാം ബീഡി കൊളുത്തുന്നതപ്പോഴാണ്. ഒരക്ഷരം മിണ്ടില്ല. അവസാനം ബീഡി വലി കഴിഞ്ഞെഴുന്നേല്ക്കുമ്പോൾ എത്ര വേണ്ടെന്നുവെച്ചാലും കമിഴ്ന്നു കിടക്കുന്നിടത്തുനിന്ന് പിടഞ്ഞു മലർന്ന് പാണ്ഡുവിന്റെ കൈയിൽ പിടിക്കും. പാണ്ഡുവിന് ദേഷ്യം വരുമെന്നറിയാഞ്ഞിട്ടല്ല. വെറുതെയാണെന്നറിയാഞ്ഞിട്ടല്ല. പൊട്ടിത്തെറിക്കുംപോലെ എഴുന്നേറ്റിരുന്നുപോകുന്ന തന്നെ സാവധാനം, എന്നാൽ അക്ഷോഭ്യനായി പാണ്ഡു കമിഴ്ത്തിക്കിടത്തും. പിന്നെ, തന്റെ നീട്ടിവച്ച കാലുകൾക്കു മുകളിൽ കാൽ കവച്ച് കയറിയിരുന്ന് നഗ്നമായ അരക്കെട്ടിനു മുകളിൽ ബീഡിയുടെ കത്തുന്ന അറ്റം താഴ്ത്തും. അലറുന്നപോലെയാണ് നിലവിളിയും വേദനയും പുറത്തേക്കൊഴുകുക.

പാണ്ഡുവിന്റെ ഭാരത്തിനു കീഴിൽ അനങ്ങാൻ പോലും പറ്റാതെ കമിഴ്ന്നുകിടക്കുമ്പോൾ പലതവണ ആലോചിച്ചിട്ടുണ്ട്, എവിടെയെങ്കിലും പോയി ഒളിക്കാമെന്ന്. ശ്രമിക്കാതിരുന്നിട്ടില്ല. പാണ്ഡുവിന് എവിടെനിന്ന് വിവരം കിട്ടുന്നു എന്ന് ഇന്നും തനിക്കറിയില്ല. മൂന്നു തവണയും ദിവസങ്ങൾക്കുള്ളിൽ പിടിച്ചുകൊണ്ടുവന്നു. തുടർന്നുള്ള ദിവസങ്ങൾ ആലോചിക്കാൻപോലും പേടിയാണിപ്പോഴും. ഒന്നിനു പകരം രണ്ട്. അതു കഴിഞ്ഞപ്പോൾ പകരം മൂന്ന്. മൂന്നാമത്തെ തവണ അരയിലെ പഴുപ്പ് കൈവിടുമെന്നായപ്പോൾ ആശുപത്രി വരാന്തയിലിരുത്തി പാണ്ഡു അപ്രത്യക്ഷനായി.

പറഞ്ഞത് ആരും വിശ്വസിച്ചില്ല. പഴുത്തളിയാൻ തുടങ്ങിയ മുറിവ് തുന്നിക്കെട്ടാൻ വന്ന നഴ്സ് മാത്രം ഡോക്ടറോട് ബീഡിക്കുറ്റിയുടെ കഥ പറഞ്ഞുകൊടുത്തു.

''പാണ്ഡുവിനെ പൊലീസിലേല്പിക്കണോ?''

ഡോക്ടർ ആരും കേൾക്കാതെ ചോദിച്ചപ്പോൾ ഞെട്ടിപ്പോയി.

''വേണ്ട'' എന്ന് വെടിവെക്കുംപോലെയാണ് പറഞ്ഞത്. കാരണം ഈ ചോദ്യം പാണ്ഡു ഡോക്ടറെക്കൊണ്ട് ചോദിപ്പിച്ചതാവാൻ മതി.

ഇന്ദുവിനുണ്ടായതാണ്. ഗർഭം കലക്കിക്കളഞ്ഞതിനുശേഷം ആശുപത്രിയിൽ നിന്നോടിപ്പോയ ഇന്ദു പിന്നീട് പൊന്തിയത് ചേരിയിലെ ഓടയ്ക്കുള്ളിലാണ്. പൊലീസുകാരും പാണ്ഡുവും സാവന്തുംകൂടിയാണ് ഇന്ദുവിന്റെ ജഡം പൊക്കിയെടുത്ത് ആംബുലൻസിലിട്ടത്. കണ്ടോ എന്നൊരു നോട്ടമുണ്ടായിരുന്നു അന്ന് പാണ്ഡുവിന്റെ കണ്ണിൽ. സാവന്തിന്റെ ഡാൻസ്ബാറിലെ മങ്ങിയ നീലവെളിച്ചത്തിലിരുന്ന് സൽക്കാരം സ്വീകരിച്ചുപോകുമ്പോൾ പൊലീസ് ഹവിൽദാർ കാംബ്ലെ ഓരോ നൂറുരൂപ നോട്ട് തന്റെയും സാവന്തിന്റെ ഭാര്യയുടെയും ബ്ലൗസിലേക്ക് ഒപ്പം തിരുകി.

വഴിയിലൂടെ ഇന്ദുവിനെ വലിച്ചുകൊണ്ടുപോകുമ്പോൾ ഇന്ദു കണ്ണു തുറന്നിരുന്നു എന്നാണ് ബീഡി വില്ക്കുന്ന ജഗ്ഗു ശാന്താബായിയോട് പറഞ്ഞത്.

കേസന്വേഷിക്കാൻ വരുന്ന പൊലീസുകാരോടൊപ്പം കള്ളുകുടിക്കാനെത്തുന്ന സാവന്തിന്റെ നോട്ടം അത്ര പന്തിയല്ലെന്ന് പാണ്ഡുവിനോട് പറയാമെന്നുവെച്ചത് തൊട്ടയൽപക്കത്തെ ശാന്താബായി പറഞ്ഞിട്ടായിരുന്നു.

‘‘പറഞ്ഞേക്ക്.’’ ശാന്താബായി ശബ്ദം താഴ്ത്തി. ‘‘അല്ലെങ്കിൽ ഇനി അതിനാവും നിനക്ക് തല്ല്.’’

പറഞ്ഞതും തീക്കൊള്ളി വീഴുന്നതുപോലെയാണ് കവിളത്തടി വീണത്.

‘‘ഫ, അവന്റെ മുന്നില് കൊണിയാൻ നിന്നിട്ട് വന്നിരിക്കുന്നു ഒരു സാവിത്രി!’’ പാണ്ഡു ചീറി. ‘നാക്കറക്കും ഞാൻ. നിന്നെക്കൊണ്ടാ അവനെക്കൊണ്ടാ എനിക്കുപകാരം? കുക്ഷി നിറയ്ക്കണത് ആരെക്കൊണ്ടാണ്?’’

പാണ്ഡുവിന്റെ അമ്മ താരാബായി, പ്രസവിക്കാത്തതിന് മച്ചി എന്നു വിളിച്ച് തന്നെ പൊതിരെ തല്ലുമ്പോഴും നാലുതവണ തന്റെ ഗർഭമലസിപ്പിച്ച പാണ്ഡു കൈയിൽ ബീഡിയുമായി പുറത്തെ കോലായിൽ വെറുതെ ഇരുന്നതേയുള്ളൂ.

‘‘തള്ളടെ ഒരു പൊന്നാരം.’’ പിന്നെ രാത്രി കൂട്ടിപ്പിടിച്ചു കിടക്കെ പാണ്ഡു പിറുപിറുത്തു: ‘‘കുട്ട്യോളെ ഉണ്ടാക്കി ഇരുന്നാ എന്താ വയറ്റിലേക്കിടാ? ഒന്നു പിടിച്ചുനിക്കാറാവണേ ഉള്ളൂ.’’

നവരാത്രിക്ക് കൂട്ടുകാരികളോടൊപ്പം ചേരിയിലെ സ്റ്റേജിൽ സിനിമാറ്റിക് ഡാൻസ് ചെയ്യുമ്പോഴാണത്രെ പാണ്ഡു ആദ്യമായി തന്നെ കണ്ടത്.

‘‘വേണ്ടതൊക്കെ വേണ്ടപോലെയുണ്ട്. കൈയും കാലും തെറിപ്പിക്കലും കൊള്ളാം. ചെലവാവും.’’ ഡാൻസ് ബാർ നടത്തുന്ന

കൂട്ടുകാരൻ സാവന്ത് പറഞ്ഞത്. ''ഇളംമുള. നിയ്യ് കെട്ടിക്കൊ. ഡാൻസ് ബാറില് പാതി പാതി.''

പൊന്നും പണവും ഇല്ലാതെ, ചുള്ളൻ പാണ്ഡു തന്നെ കെട്ടാൻ പോണ വാർത്ത കാട്ടുതീ പോലെയാണ് ചേരിയിൽ പരന്നത്.

''തൊലി വെളുപ്പ് കാത്തു.'' അമ്മ ചുറ്റും പറഞ്ഞു: ''താഴെ മൂന്നെണ്ണാ, കറുത്ത് കരുവാളിച്ചിരിക്കണ്.''

കല്യാണത്തിന്റെ മൂന്നാംദിവസംതന്നെ സാവന്ത് ഡാൻസ് ബാറിലേക്ക് തന്നെ കൊണ്ടുപോയി. കണ്ണഞ്ചിപ്പോയി എന്നു പറയാതെ വയ്യ. അവിടെവച്ചിരുന്ന വസ്ത്രങ്ങളോ ആഭരണങ്ങളോ ഒന്നും ജീവിതത്തിൽ അന്നുവരെ കണ്ടിട്ടുപോലുമില്ലായിരുന്നു എന്നതാണ് സത്യം.

''ഇതൊക്കെ നിനക്കാ.'' സാവന്തിന്റെ ഭാര്യ ജസ്വന്തി കണ്ണാടിയിൽനിന്ന് മുഖം തിരിക്കാതെ ലിപ്സ്റ്റിക്കിട്ടു. ''ഇരട്ടി സമ്പാദിക്കണം. അതിന് നന്നായി കളിച്ചാ മതി.'' കൊതിപ്പിക്കുന്ന ഈ നീലവെളിച്ചത്തിൽ, തണുപ്പുള്ള സ്റ്റേജിൽ, തിളങ്ങുന്ന വസ്ത്രങ്ങളിൽ നൃത്തം ചെയ്യുക. മനസ്സൊന്നാകെ തുള്ളി. ചേരിയിലെത്തുന്ന ഏജന്റിന്റെ കൂടെ 'എക്സ്ടാസ്' പണിക്ക് ജ്യോതിയും മായയും പുത്തൻ വേഷങ്ങളിൽ ഇറങ്ങിപ്പോകുമ്പോൾ മോഹത്തോടെ നോക്കിനിന്നിട്ടുണ്ട്. ഒരിക്കൽ, ഒരിക്കൽ മാത്രം എന്ന് ഉള്ളുരുകി പ്രാർത്ഥിച്ചിട്ടുണ്ട്. ''നാലാളുടെ മുമ്പില് മാറും ചന്തീം കുലുക്കാൻ പോയാൽ ഞാൻ കാല് തല്ലിയൊടിക്കും'' എന്നാണ് അമ്മ പറയാറ്. കേട്ടില്ല. തല്ലു കൊണ്ടിട്ടും കേട്ടില്ല.

ഡാൻസ് എന്ന് കേൾക്കുമ്പോഴൊക്കെ മനസ്സിനെ ആരോ അവിടേക്ക് പിടിച്ചുവലിക്കുംപോലെയാണ് തോന്നാറ്. ആരും കാണണമെന്നുവെച്ചിട്ടില്ല. പക്ഷേ, മനസ്സ പിടിച്ചാൽ കിട്ടില്ല. ഡാൻസ് ചെയ്യുന്നത് അവനവനു വേണ്ടിയാണെന്ന് പറഞ്ഞാൽ ആർക്കും മനസ്സിലാവാറുമില്ല.

ഡാൻസ് ബാറിൽനിന്ന് പാണ്ഡുവിനോടൊപ്പം പുറത്തുകടക്കുമ്പോൾ സന്തോഷം ലഹരിപോലെ മനസ്സിൽ പതഞ്ഞത് ഇപ്പോഴും ഓർമ്മയുണ്ട്. ''മാർക്കറ്റ് കൂടും. മാൽ* മോശല്യ'' എന്നാണ് സാവന്ത് പാണ്ഡുവിനോട് പറഞ്ഞത്. ''കിട്ടുന്നത് മുഴുവൻ പാണ്ഡുന് വേണ്ട'' എന്ന് പിന്നെ ബാറിലെ ഇരുട്ടിൽ തന്നോടും പറഞ്ഞു.

റേഷൻ കട നടത്തുന്ന മഹേഷ് സേറ് ബാറിൽ വരുമ്പോഴൊക്കെ തനിക്ക് നല്ല സന്തോഷമായിരുന്നു. തന്റെ ഡാൻസ് കാണാനാണ്

* സാധനം, ചരക്ക്

വരുന്നത് എന്നാണ് പറയാറ്. ജാക്കറ്റിനുള്ളിലേക്ക് തിരുകിവെക്കുന്ന നൂറു രൂപാ നോട്ട് പൊന്നുപോലെ താൻ സൂക്ഷിച്ചുവെക്കും.... മഹേഷ് സേഠ് ഷണ്ഡനായിരുന്നത്രെ. കൂർത്ത മൂക്കും നിരയൊത്ത വെളുത്ത പല്ലുകളുമുള്ള മഹേഷിനെ പക്ഷേ, തനിക്കിഷ്ടമായിരുന്നു. ചേർത്തു നിർത്തി പിന്നിലൂടെ കൈയോടിക്കുമ്പോൾ ബീഡിക്കുറ്റിയുടെ പാടുകൾ കൈയിൽ തടയരുതേ എന്ന് മനമുരുകി പ്രാർത്ഥിച്ചിട്ടുണ്ട്. അറപ്പു തോന്നിയാലോ എന്നൊരാന്തലാവും മനസ്സിലാകെ. പിന്നെ വരാതിരുന്നാലോ എന്നും.

തനിക്ക് സ്പെഷ്യൽ തരുന്ന പണം കണ്ടുപിടിച്ച ദിവസം നോട്ട് ബ്ലൗസിൽനിന്ന് കൈയിട്ട് വലിച്ചെടുത്തു സാവന്ത്. പിന്നെ അതൊരു പതിവായി.

''എടുക്കെടി നോട്ട്.'' അന്ന് വീട്ടിലെത്തിയതും പിടിച്ചുനിർത്തി ജാക്കറ്റിനുള്ളിൽ കൈയിട്ട് പാണ്ഡു ചീറി. മഹേഷിന്റെ സ്പെഷ്യൽ ഇഷ്ടം പാണ്ഡുവിന് അറിയാമായിരുന്നു. പകരംവെക്കാൻ നോട്ടില്ല.

സാവന്തിന്റെ പേരു പറയാൻ ധൈര്യമില്ല.

മടിക്കുത്തിലെ പിടിയുടെ പ്രാണവേദനയിൽ പറഞ്ഞത് സേഠ് ഒന്നും തന്നില്ലെന്നാണ്.

''ഛ, തേവിടിശ്ശി.'' പേടികൊണ്ട് വിറങ്ങലിച്ച് കാൽക്കൽ കമിഴ്ന്നു വീണ തന്നെ, മുടിയിൽ പിടിച്ച് പാണ്ഡു ഒറ്റവലിക്ക് നേരെ നിർത്തി ദുപ്പട്ട വലിച്ചൂരി കട്ടിലിലേക്കെറിഞ്ഞു.

പാണ്ഡു പതിവിലേറെ കുടിച്ചിരിക്കുന്നു. സാവന്ത് നോട്ടെടുത്തത് ചിലപ്പോൾ കണ്ടുകാണും. ഒന്നും പറയില്ല. പറയാറില്ല പാണ്ഡു.

അമ്മയെ തല്ലിച്ചതയ്ക്കുന്ന രണ്ടാനച്ഛനെ പിന്തിരിപ്പിക്കാൻ നിവൃത്തിയില്ലാതെ പിന്നിൽനിന്ന് വടികൊണ്ട് തലയ്ക്കടിച്ചപ്പോൾ പാണ്ഡുവിന് പതിന്നാല് വയസ്സായിരുന്നത്രെ പ്രായം. ചോരയൊലിച്ചു കിടന്ന രണ്ടാനച്ഛന്റെ അരികിൽനിന്ന് വെളുത്തു തുടുത്ത പാണ്ഡുവിനെ ഒരു നേർത്ത ചിരിയോടെ പൊലീസ് സ്റ്റേഷനിലേക്ക് കൊണ്ടുപോയത് സാവന്തിന്റെ കൂട്ടുകാരനായ ഹവിൽദാർ ശംഭുവായിരുന്നു. മൂന്നു ദിവസത്തെ പട്ടിണിയും പെരുമാറലും മറ്റുപലതും കഴിഞ്ഞ് ചോര കിനിയുന്ന പാണ്ഡുവിനെ കൂട്ടിക്കൊണ്ടുവന്നതും അന്നു മുതൽ കൂടെ നിർത്തിയതും മക്കളില്ലാത്ത സാവന്താണ്. പാണ്ഡുവിന് വേദനിച്ചിരിക്കണം. വല്ലാതെ വേദനിച്ചിരിക്കണം.

''ചെയ്യടി'' കട്ടിലിലിരുന്ന് ടേപ്പ് റെക്കോഡറിന്റെ ബട്ടണർത്തി പാണ്ഡു കിതച്ചു.

''ചെയ്യടി ഡാൻസ്, കാശില്ലാതെ കാട്ടാൻ തന്ത തര്യോടി കാശ്?''

ഇന്നിനി വിശ്രമമില്ല. ഊഹിക്കാം. കുപ്പി തീരുംവരെ എന്നാണ് എന്നും പാണ്ഡുവിന്റെ കണക്ക്. ഈയിടെ കുനിയുമ്പോഴൊക്കെ ഒരു മിന്നലാണ് മുതുകത്ത്. വെറുപ്പും അറപ്പും ക്ഷീണവും ദേഹത്തിന്റെ ഓരോ അണുവിലും പൊള്ളം പൊട്ടി പതഞ്ഞു. കുടിക്കുമ്പോൾ മുഴുവൻ നിർത്താതെ തുള്ളിക്കൊണ്ടിരിക്കണം. നേരെയൊന്ന് നോക്കാറുപോലുമില്ല. ഇടയ്ക്ക് കയറിട്ട് വലിക്കുംപോലെ പിടിച്ചു നിർത്തും. ബ്ലൗസിലാണ് കൈവീഴുക. കീറണം. അതാണ് ലഹരി. മഹേഷിനൊപ്പം ഒളിച്ചോടിയതിന്റെ മൂന്നാം ദിവസം പുറത്തുപോയ മഹേഷ് ലോഡ്ജിൽ പിന്നെ തിരിച്ചെത്തിയില്ല. സാവന്തും പാണ്ഡുവും പൊലീസുകാരും ഒരു ചാക്കുകെട്ടുപോലെയാണ് മുറിയിൽനിന്ന് തന്നെ പുറത്തേക്കെറിഞ്ഞത്. പിന്നെ അന്നു രാത്രി മൂന്ന് ബീഡിക്കുറ്റി പാണ്ഡു കുത്തിക്കെടുത്തിയത് ശരീരത്തിലാണ്. മഹേഷ് പിന്നീടൊരിക്കലും റേഷൻ കടയിൽ വന്നിട്ടില്ലത്രെ.

സാവന്ത് തന്റെ അരയിൽ പിടിച്ചതും മോറിയിൽ വെറ്റിലച്ചാറ് തുപ്പാനെന്ന മട്ടിൽ വന്ന് ഉമ്മവെക്കാനാഞ്ഞതും ഒന്നും പാണ്ഡുവിനോട് താൻ പിന്നെ പറഞ്ഞിട്ടില്ല. കുടിച്ച് പൂസായിട്ടാണെന്നവിധം തന്റെ കഴുത്തിലും മുഖത്തും വയറിലും തലോടുമ്പോൾ തന്റെ മുറിവുകളെക്കുറിച്ച് സാവന്തിനോട് പറഞ്ഞാലോ എന്ന്, കഴുത്തിലും വയറിലും തലോടുന്ന കൈ ഒരു നിമിഷം തഴുകിത്തലോടി ബീഡിക്കുറ്റികളെക്കുറിച്ച് പറഞ്ഞാലോ എന്ന് പല തവണ ആലോചിച്ചിട്ടുണ്ട്. സാവന്ത് പറഞ്ഞാൽ പാണ്ഡു കേട്ടാലോ? ഒരു മരണപ്പിടച്ചിലോടെ വേണ്ടെന്നുവെക്കാറാണ് പതിവ്. പാണ്ഡു അറിഞ്ഞാണ് സാവന്ത് അത് ചെയ്യുന്നതെങ്കിലോ? ബീഡിക്കുറ്റികളുടെ കാര്യം പുറത്താവാതിരിക്കാനാണ് പാണ്ഡു സാവന്തിനെ സൽക്കരിക്കുന്നതെങ്കിലോ? ഓടിപ്പോയപ്പോഴൊക്കെ പിടിച്ചുകൊണ്ടുവരാൻ സഹായിച്ചത്, പാണ്ഡുവിന് വിവരം കൊടുത്തത് പൊലീസിലെ സാവന്തിന്റെ കൂട്ടുകാരാണെങ്കിലോ? അതുമല്ല, സാവന്ത് സ്വയം തന്നെ അതു ചെയ്യില്ലെന്ന് എന്താണുറപ്പ്? സ്വന്തം ഭർത്താവിനെ, അയാളെത്ര ബീഡിക്കുറ്റി ശരീരത്തിൽ കുത്തിക്കെടുത്തിയാലും ഒറ്റുകൊടുത്തില്ലേടി എന്നാവും സാവന്ത് ഒരുപക്ഷേ, കിടക്കയിൽ നിന്നെഴുന്നേല്ക്കുംമുമ്പേ ചോദിക്കുക. വേണ്ട, വെറുതെ വേണ്ട. തന്റെ അരക്കെട്ടിലേക്കും മാറത്തേക്കും അല്ലാതെ സാവന്ത് മുഖത്തേക്കധികം നോക്കാറില്ല ഈയിടെ. മുഖം കണ്ടിട്ടെന്ത് എന്നു തോന്നിക്കാണും. സമയം ലാഭമാണല്ലോ എന്നും.

ജ്യോതി ചോദിക്കുംപോലെ ഒരു തുള്ളി വിഷം മതിയായിട്ടും ആരും ഇതിൽനിന്ന് രക്ഷപ്പെടാത്തതെന്തേ എന്ന് പലതവണ ആലോചിച്ചിട്ടുണ്ട്. ഈ ആലോചന വരുമ്പോഴൊക്കെ പേടി, പക്ഷേ,

വേദനയേക്കാളും നാണക്കേടിനേക്കാളും ഒക്കെ പത്തിരട്ടി ശക്തിയോടെ മനസ്സിലേക്കിരച്ചു കയറും. പിന്നെ ഉള്ളിൽ ഒരു പിടച്ചിലാവും ആകെ തോന്നുക. നമുക്കൊക്കെ മരിക്കാൻ എന്തിനാണ് പേടി? ഇങ്ങനെതന്നെ ചവിട്ടിത്തേക്കുക പാണ്ഡുവിനൊപ്പം, പാണ്ഡുവിനു വേണ്ടി, പാണ്ഡുവിനെ പേടിച്ച് എന്തിന് ജീവിക്കണം? സ്വയം കൊല്ലുന്നവരെ ദൈവം നരകിപ്പിക്കുമത്രെ. എന്തിന്? ഇവി ടത്തെ നരകം സഹിക്കാതെയാണ് മരിക്കാൻ പോകുന്നതെന്ന് ഈ ദൈവത്തിനു മനസ്സിലാവില്ലേ? തന്റെ അയൽക്കാരി ശാന്താബായിക്കൊപ്പം അമ്പലത്തിലെ പ്രതിഷ്ഠയ്ക്കു മുന്നിൽ നില്ക്കുമ്പോൾ ദേവിയുടെ കണ്ണുകളിലേക്കുതന്നെ നോക്കി ഈ ചോദ്യങ്ങളൊക്കെ പലതവണ ചോദിച്ചിട്ടുണ്ട് താൻ. ദേവി ഉത്തരമില്ലാത്തവരെപ്പോലെ മിണ്ടാട്ടമില്ലാതെ കണ്ണിമയ്ക്കാതെ തുറിച്ചു നോക്കി നില്ക്കും. പാണ്ഡു അതേപടി തന്റെ അരക്കെട്ടിൽ ബീഡി കുത്തിക്കെടുത്തും. താൻ പിന്നെയും ദേവിയെ വിളിച്ചലമുറയിടും.

മന്ദ കണ്ണാടിയിൽ നോക്കി ഒരുനിമിഷം കൂടി നിന്നു. മുഖം കരുവാളിച്ചിരിക്കുന്നു. കണ്ണുകൾക്കു താഴെ നല്ല കറുപ്പുണ്ട്. കല്യാണം കഴിഞ്ഞെത്തിയപ്പോൾ ചുറ്റുമുള്ള പെൺകുട്ടികൾ തന്നെ വീണ്ടും വീണ്ടും ശ്രദ്ധിക്കുന്നത് അഭിമാനത്തോടെ, സന്തോഷത്തോടെ അറിഞ്ഞിട്ടുണ്ട്. പക്ഷേ, പിന്നെ പിന്നെ കണ്ണാടിയിൽ മുഖം നോക്കാൻ പേടിയായിത്തുടങ്ങി. പാണ്ഡു അടിക്കടി ഗർഭമലസിപ്പിച്ചതിൽപ്പിന്നെ കൺമഷിയും പൗഡറും പോലും ബാറിനു പുറത്ത് ഉപയോഗിക്കാതായി. നെറുകയിലെ കുങ്കുമം മായ്ച്ചുകളയാൻ മാത്രം ശാന്താബായി സമ്മതിച്ചില്ല.

“കൊണ്ടതൊന്നും പോരേ?” ശാന്താബായി അന്ധാളിച്ചു നിന്നു. “പ്രാന്താ നിനക്ക്? നെറ്റില് കുങ്കുമം ഇല്യാച്ചാ അർത്ഥം അവൻ ചത്തുമലച്ചൂന്നല്ലേ?” പാണ്ഡു പുറത്തുപോയാൽ കുങ്കുമം മായ്ച്ചു കളയുന്നത് പതിവാക്കിയതതോടെയാണ്.

പോസ്റ്റുമോർട്ടത്തിനുശേഷം പാണ്ഡുവിന്റെ ശവം വീട്ടിലെത്തിയപ്പോൾ വല്ലാത്ത ആശ്വാസമാണ് തോന്നിയത്. നെഞ്ചത്തടിച്ചു നിലവിളിക്കുന്ന അയൽക്കാർക്കൊപ്പം കരയാൻ പാടുപെട്ടു. എന്തുപറഞ്ഞാണ് കരയുക? മനസ്സ് മഴക്കാർ പെയ്തൊഴിഞ്ഞപോലെ ശാന്തമാണ്. അതിനാൽ ശവത്തിനടുത്ത്, മുഖം ആർക്കും കാണാനാവാത്തവിധം സാരികൊണ്ട് തല മൂടി വെറുതെ ഇരുന്നു. സാവന്ത് തലയ്ക്കൽ. അതാണ് രീതി. അത് ചെയ്തേ പറ്റൂ. സന്ധുബന്ധുക്കൾ ഒഴിഞ്ഞ് വീട് ഇപ്പോൾ ശാന്തമായിരിക്കുന്നു. ഇനി സുഖമായൊന്നുറങ്ങണം. കാലും കൈയും നീട്ടി, ആരെയും പേടിക്കാതെ... കിന്നരിയെ മാറോട് ചേർത്ത്...

മോറിയിൽനിന്ന് മേൽതുവർത്തി മന്ദ പുറത്തുവന്നു. കിന്നരി പാൽ കുടിച്ചുകഴിഞ്ഞിരിക്കുന്നു. പതിവുപോലെ മൂലയ്ക്ക് വെച്ചിരിക്കുന്ന വലിയ ഡ്രമ്മിനോട് തൊട്ടുകിടന്നാണുറക്കം. പാണ്ഡുവിന് പൂച്ചകളെ വലിയ ഇഷ്ടമായിരുന്നു. നാലാമത്തെ ഗർഭവും അലസിപ്പിച്ചപ്പോൾ പേടിച്ചുപേടിച്ചാണ് ശാന്താബായിയിൽനിന്ന് ഒരു പൂച്ചക്കുട്ടിയെ കടം കൊണ്ടുവന്നത്. ‘‘കിന്നരി. ഇവളെന്റെയാ.’’

പിറ്റേദിവസം തന്നെ പൂച്ചക്കുട്ടിക്കുള്ള പിച്ചളമണിയും ചരടും വാങ്ങിക്കൊണ്ടുവന്ന് അതിനെ മടിയിലിരുത്തി കഴുത്തിൽ കെട്ടിക്കൊടുത്തുകൊണ്ട് പാണ്ഡു പറഞ്ഞു: ‘‘കിന്നരിമോൾക്ക് പാല് കൊടുക്കെടീ.’’

കിടക്കയിലെ പാണ്ഡുവിന്റെ പരാക്രമങ്ങളെല്ലാം കഴിഞ്ഞാൽ താൻ പതുക്കെ കിന്നരിയെ കട്ടിലിൽ കൊണ്ടുവന്ന് കിടത്തും. പാണ്ഡു അതിനു മാത്രം എതിരുപറയാറില്ല. മറിച്ച് അതിനെ ദേഹത്തോട് ചേർത്ത് കിടത്താറാണ് പതിവ്.

മന്ദ, തകരഭിത്തിയിലെ ആണിയിൽ തൂക്കിയിട്ട പാണ്ഡുവിന്റെ വസ്ത്രങ്ങൾ മുന്നേതന്നെ അഴുക്കുചാലിനടുത്തുള്ള ചവറ്റുകൂനയിൽ ഇട്ടുകഴിഞ്ഞിരുന്നു. ഇനി, കട്ടിലിനടിയിലെ ഇരുമ്പുപെട്ടിയിലെ സാധനങ്ങൾ, ചെരിപ്പ്, കുപ്പികൾ എന്നിവ കൂടി കളയണം.

‘‘പാണ്ഡുവിനെ ഓർമ്മിപ്പിക്കുന്ന ഒന്നും വേണ്ട ഇവിടെ.’’ ശവമെടുത്തതും ശാന്താബായി പറഞ്ഞിരുന്നു. ‘‘ഈ കൂരയില്ലേ നിനക്ക്. ആരെങ്കിലും കെട്ടാതിരിക്കില്ല. പാരഡൈസിലെ ഇരുപത്തിരണ്ടാം നിലയിലെ സാനുസേഠിന് അടുക്കളപ്പണിക്ക് ആളെ വേണം. പറഞ്ഞുവെച്ചിട്ടുണ്ട്. പതിന്നാല് കഴിഞ്ഞാ പോയ്ക്കോ.’’

‘‘ഡാൻസ് വയ്യ’’ എന്നു പറഞ്ഞ് കരഞ്ഞ ദിവസമാണ് ഡ്രൈവർ, ദത്തു സേഠിന്റെ അടുക്കളപ്പണിയുടെ കാര്യം പാണ്ഡുവിനോട് പറഞ്ഞത്. ഓരോ ചുവടിലും വയറിലെ വേദന വിലങ്ങനെ കുത്തി. മാത്രമല്ല, നൂറും ഇരുനൂറും കൊടുത്തിരുന്നവർ അൻപതും പത്തും ഒക്കെയായി കുറയ്ക്കാൻ തുടങ്ങിയിരുന്നുതാനും.

‘‘ഒന്നു രണ്ടു കൊല്ലംകൂടി ഇവിടെ തുള്ളട്ടെ’’ എന്നാണ് ദത്തുവിനോട് പാണ്ഡു അന്ന് പറഞ്ഞത്. ‘‘കാണാൻ ആളില്ലാതായാ അതന്നേ വഴി?’’ പാണ്ഡു പറഞ്ഞു: ‘‘അപ്പൊ പൊയ്ക്കോ.’’

ഈറൻ മാറ്റി, പാണ്ഡുവിന്റെ സാധനങ്ങളെല്ലാം പെറുക്കിക്കൂട്ടിവെക്കാൻ ജനലിനടുത്തേക്ക് തിരിഞ്ഞപ്പോഴാണ് പെട്ടെന്ന് അത് മന്ദയുടെ കണ്ണിൽപ്പെട്ടത്. ചളിപിടിച്ച കുപ്പി ഗ്ലാസിൽ ഇട്ടിരുന്ന ടൂത്ത് ബ്രഷിനും റേസറിനും ഇടയിൽ ചട്ടകീറി, പാതിയായ ഒരു ബീഡിക്കെട്ട്. മന്ദ ഒരു വിറയലോടെ ആ കെട്ട് കൈയിലെടുത്തു. ഏഴ്

ബീഡികൾ. 14 ദിവസത്തിനു മുമ്പ് ട്രെയിനിനടിയിൽപെടാതെ പാണ്ഡു തിരിച്ചെത്തിയിരുന്നെങ്കിൽ തന്റെ മേൽ കുത്തിക്കെടുത്തുമായിരുന്ന ബീഡികൾ. ഓർമ്മകളുടെ വെള്ളപ്പൊക്കത്തിൽ അത് കൈയിലിട്ട് തിരുപ്പിടിച്ച് നിൽക്കെ തന്നെ ഇനി ഒന്നിനും ആരും ചോദ്യം ചെയ്യാനില്ലെന്ന തോന്നൽ ഒരു തേൻതുള്ളിപോലെ മന്ദയുടെ മനസ്സിലേക്കൊറ്റി.

ഒരു ബീഡിയെടുത്ത് പാണ്ഡു ചെയ്യാറുള്ളതുപോലെ മന്ദ ചുണ്ടിൽ വെച്ച് കത്തിച്ചുനോക്കി. എന്നിട്ട് കട്ടിലിൽ പാണ്ഡു ഇരിക്കാറുള്ള തുപോലെ തലയണ പിന്നിലേക്കുവെച്ച് ചാരി ഇരുന്നു.

ഇതുപോലൊരു ലാഘവം തനിക്കിന്നുവരെ തോന്നിയിട്ടില്ല. ഇതുതന്നെയായിരിക്കുമോ ഇങ്ങനെയിരിക്കുമ്പോഴൊക്കെ പാണ്ഡുവിനും തോന്നിയിരിക്കുക? ഇടുങ്ങിയ തന്റെ മുറിയുടെ ചുമരുകൾ അകന്നകന്ന് മുറിക്ക് വലുപ്പം വെക്കുകയും മുറിയുടെ പരുക്കൻ ഇരുമ്പുതട്ട് മാറി മുകളിൽ ആകാശം തെളിയുകയും ചെയ്യുന്നു എന്ന് മന്ദയ്ക്ക് തോന്നി. പറക്കാൻ പോലുമാകുന്ന ഈ പേടിയില്ലായ്മയ്ക്ക്, പാണ്ഡു കാണാതെ താൻ ഒളിച്ചുതിന്നിരുന്ന ഗുഡ്കയുടെ തുളയ്ക്കുന്ന ലഹരിയുണ്ട്. അതുപോലെ തന്നെ, ഈ ബീഡിപ്പുകയ്ക്കുണ്ട്, ആരാരും ചോദിക്കാനില്ലാത്ത തന്നിഷ്ടത്തിന്റെയും അനുസരിപ്പിക്കലിലെ താൻപോരിമയുടെയും കുത്തുന്ന മണം. ആരെയും മത്തുപിടിപ്പിക്കുന്ന മണം.

അതുവരെ ഒരിക്കലും ചെയ്യാത്തവിധം, കാൽ ആകാവോളം നീട്ടി തലയണ മേല്ക്കുമേൽ വെച്ച് കൈകൾ ഇരുപുറത്തേക്കും നീട്ടി കട്ടിലിലാകെ നിറയുംവിധം മന്ദ രാജപാർട്ടുപോലെ നിവർന്നു കിടന്നു. ബീഡിയുടെ പുകയ്ക്ക് എല്ലാത്തിനെയും വെല്ലുവിളിക്കുന്ന ഒരാൺമണമുണ്ടെന്ന് മന്ദയ്ക്ക് തോന്നി. കട്ടിലിനടിയിൽനിന്ന് വലിച്ചെറിയാൻ എടുത്തുവെച്ച കുപ്പികളിലേക്ക് മന്ദ ഒരുനിമിഷം നോക്കിക്കിടന്നു. ഒന്നിന്റെ അടിയിൽ ബാക്കിയുണ്ടായിരുന്ന ഇത്തിരി ദ്രാവകം പാണ്ഡുവിന്റെ സ്ഥിരം ഗ്ലാസിലേക്കൊഴിച്ച് കുപ്പി പാണ്ഡു ചെയ്യും പോലെതന്നെ കട്ടിലിനടിയിലേക്കുരുട്ടി. ഒരു കൈയിൽ ഗ്ലാസും മറുകൈയിൽ ബീഡിയുമായി പാണ്ഡു എഴുന്നേല്ക്കുംപോലെയാണ് മന്ദ എഴുന്നേറ്റത്.

പിന്നെ, തീക്കനലിന്റെ അധികാരത്തിനുകീഴിൽ പിടയാനാവാത്തവിധം അമർത്തിപ്പിടിച്ചിരുന്ന കിന്നരിയുടെ നേർത്ത ഞരങ്ങലിനു മുകളിൽ മന്ദ കുറ്റി ഒരിക്കൽക്കൂടി അമർത്തിപ്പിടിച്ചു.

■

ഒരു കൂടിക്കാഴ്ച

കണ്ണു തുറക്കുമ്പോൾ വെള്ളത്തൊപ്പി ചൂടിയ മറിയമ്മ എന്ന നേഴ്സാണ് മുന്നിൽ. അമ്പരപ്പും അത്ഭുതവും നിറഞ്ഞ കണ്ണുകൾ വിടർത്തി അവർ അന്തംവിട്ടു നിന്നു. ഞാൻ അതൊരു തെളിവായി എടുത്തു. സ്വർഗ്ഗത്തിലായാലും നരകത്തിലായാലും നേഴ്സിന്റെ ആവശ്യമില്ല.

അപ്പോൾ ഞാൻ ഭൂമിയിലായിരിക്കണം.

അതെ. ഭൂമിയിൽത്തന്നെയാണ് ഞാൻ.

അമ്പരപ്പ് കണ്ണുകളിൽ ഇറുക്കിപ്പിടിച്ച് മറിയമ്മ പുറത്തേക്കോടി. ‘‘ഡോക്ടർ.. ഡോക്ടർ...’’ അവർ കൂവി വിളിച്ചു. ‘‘പേഷ്യന്റിന് ജീവൻ വന്നു!’’

പേഷ്യന്റ് എന്നുവച്ചാൽ ഞാൻ.

മറിയമ്മയുടെ ശബ്ദം വാതിലിനപ്പുറത്ത് പതുക്കെപ്പതുക്കെ നേർത്തു. മയക്കത്തിനും ഓർമ്മയ്ക്കും ഇടയിൽ ചുമരുകൾക്കാകെ പച്ചനിറം കൈവരുന്ന ലോലമായ ആ ഇടവേളയിലേക്ക് ഞാൻ വീണ്ടും തെന്നി.

ദൈവമായിരുന്നു മുന്നിൽ.

ഉലഞ്ഞുമുഷിഞ്ഞ മേലങ്കി. ഉന്മേഷമില്ലാത്ത മുഖം.

‘ഞാനിതാ എത്തിയിരിക്കുന്നു.’’ ഒരല്പം വിജയഭേരിയോടെ ഞാൻ പറഞ്ഞു. ‘‘അങ്ങയെപ്പറ്റി പലതവണ കേട്ടിട്ടുണ്ട്. നേരിട്ടൊന്നു കാണാമല്ലോ എന്നു കരുതി. പലതും ചോദിക്കാനുണ്ട്.’’

ദൈവത്തിന്റെ മുഖത്ത് ഒരു ചളിപ്പ് പടർന്നു. ‘‘ചോദിക്കൂ.’’ വലിയ മേലങ്കി ഒതുക്കിപ്പിടിച്ച് മുന്നിലുള്ള ചെറിയ പീഠത്തിലിരിക്കെ ദൈവം പറഞ്ഞു: ‘‘ഞാൻ ഹാജരാണ്.’’

മുഷിഞ്ഞ മേലങ്കിയും ക്ഷീണിച്ച മുഖവും. ദൈവത്തെ ഞാൻ പ്രതീക്ഷിച്ചത് ഇങ്ങനെയായിരുന്നില്ല.

“എന്തേ... ഒട്ടും ഉന്മേഷമില്ലേ?” ഞാൻ ചോദിച്ചു. “എന്തേ പറ്റിയത്?”

ദൈവം താഴേക്കു നോക്കി. മ്ലാനനായിരുന്നു അദ്ദേഹം എന്നു പറയാതെ വയ്യ.

“ചോദിക്കൂ.” ദൈവം പറഞ്ഞു.

ദൈവത്തിന്റെ മുഖത്തെ മടുപ്പ് തികഞ്ഞ അസ്വാസ്ഥ്യത്തോടെയാണ് ഞാൻ കണ്ടത്. ഇവിടെയും മടുപ്പോ? ദൈവത്തിനും മടുപ്പോ?

“മടുത്തോ?” ഞാൻ ചോദിച്ചു. “ചോദ്യങ്ങളോ ഉത്തരങ്ങളോ മടുത്തത്?”

‘ചോദിക്കൂ.” ദൈവം പറഞ്ഞു. “ചോദ്യം ചോദിക്കൂ.”

‘ഞാൻ ചോദിക്കുകയാണ്.”

“രണ്ടും.” ദൈവം.

“സുഖമല്ലേ അങ്ങേയ്ക്ക്?”

“സുഖം? എന്താണത്? ഈ ഒരൊറ്റഭാവമേ അറിയൂ.”

“ജീവിതത്തേക്കാൾ കഷ്ടമാണോ അപ്പോൾ സ്വർഗ്ഗം?”

എന്റെ ശബ്ദത്തിൽ പരിഭ്രമം പുരളുന്നത് ഞാനറിഞ്ഞു.

“എന്താണത്?”

എനിക്ക് സാമാന്യം മുഷിഞ്ഞു. ദൈവത്തെ ജ്ഞാനിയാക്കാനൊന്നും വന്നതായിരുന്നില്ല ഞാൻ. ഭൂമിയിലെ മടുപ്പ് മടുത്തിട്ടാണ് ഈ യാത്ര തന്നെ. ഇവിടെ അതിൽപ്പരം എന്നായാലോ.

“പോട്ടെ, എനിക്കെന്താണ് ശിക്ഷ?”

“എന്തിന്?”

‘അങ്ങയുടെ അനുവാദമില്ലാതെ, ആജ്ഞ ധിക്കരിച്ചാണല്ലോ ഞാനീപ്പോക്കു പോന്നത്.”

ദൈവം ആദ്യമായി ചിരിച്ചു.

“ദൈവം എങ്ങനെയാണ് ശിക്ഷിക്കുക? മാപ്പു കൊടുക്കലല്ലേ ദൈവത്തിന്റെ ജോലി. ഭൂമിയിലെ എല്ലാവർക്കും അതറിയാലോ.”

“അപ്പോൾ നരകം?”

“എനിക്കങ്ങനെയൊന്ന് ആലോചിക്കാൻ പോലും പാടില്ല. നന്മ മാത്രമേ എനിക്ക് ചിന്തിക്കാവൂ. എന്റെ ചിന്തയിൽപ്പോലും നരകം പാടില്ല.”

“അവിടെ ആരാണ്?”

“അറിയില്ല.”

''ഓ... ഒരു നല്ലപിള്ള.'' ഞാൻ സ്വയം പറഞ്ഞു: ''ഭൂമിയിൽ സംഗതി ഭേദമായിരുന്നു. എല്ലാറ്റിനും ചില ചിട്ടവട്ടങ്ങൾ ഉണ്ട്. അതനുസരിക്കുന്നിടത്തോളം കാലം കാര്യം കുശാലാണുതാനും. നരകത്തെപ്പറ്റിയും അങ്ങയെക്കുറിച്ച് കേട്ടിട്ടുള്ള പോലെ ഞാൻ കേട്ടിട്ടുണ്ട്.''

''ഞാൻ കേട്ടിട്ടുപോലുമില്ല.''

''കേൾപ്പിക്കട്ടെ?''

''അയ്യോ, പാടില്ല.'' ദൈവം പറഞ്ഞു. ''എനിക്ക് നന്മയേ ചിന്തിക്കാവൂ. കേൾക്കാവൂ. അതുമാത്രമേ എനിക്കു വിധിച്ചിട്ടുള്ളൂ.''

''ഓഹോ?'' എനിക്ക് ശരിക്കും ദേഷ്യം വന്നു. ''എന്നിട്ട് ഭൂമിയിലേക്ക് തിന്മയുടെ എത്രയോ മൂർത്തികളെ പടച്ചുവിടുന്നുണ്ടല്ലോ.''

''അത് ഞാൻ ചെയ്യുന്നതല്ല.'' ദൈവം കൈ വീണ്ടും വീണ്ടും മേലങ്കിയിൽ തുടച്ച് ക്ഷമാപണത്തോടെ പറഞ്ഞു: ''അത് മറ്റവനാണത്രെ. എന്റെ എതിരാളി.''

''അങ്ങേയ്ക്കൊരെതിരാളിയോ? മാനംമര്യാദയില്ലാത്ത വർത്തമാനം പറയരുത്. സൃഷ്ടികർത്താവ് അങ്ങ് മാത്രമല്ലേ? അതല്ലേ ഇത്രയും കാലം അങ്ങ് പറഞ്ഞുനടന്നത്?''

''സൃഷ്ടി കഴിഞ്ഞാലാണ് അവന്റെ പണിയത്രെ.''

''എങ്കിൽ ഒരൊറ്റ കൈ ഞൊടിച്ച് അവനെ അങ്ങേയ്ക്കില്ലാതാക്കിക്കൂടേ ദൈവമേ? എല്ലാറ്റിനും കഴിവുള്ളവനല്ലേ അങ്ങ്? എല്ലാവരും അതല്ലേ പറയുന്നത്?''

''എങ്ങനെ?'' ദൈവം പീഠത്തിൽനിന്നും ഒരാവേഗത്തോടെ എഴുന്നേറ്റുനിന്നു. ''അവനെക്കുറിച്ചൊന്നും എനിക്കറിയില്ല. അറിയാൻ പാടില്ല. അറിഞ്ഞാൽത്തന്നെ തിന്മയെക്കുറിച്ച് ആലോചിച്ചുകൂടാ. നശിപ്പിക്കൽ എന്റെ ദൗത്യവുമല്ല.''

നിയന്ത്രണം വിട്ടുപോയോ എന്ന ആശങ്കയിൽ ധൃതിയിൽ പീഠത്തിലേക്കുതന്നെ മടങ്ങിയ ദൈവത്തെ നോക്കിയപ്പോൾ എനിക്ക് കഷ്ടം തോന്നി. ഈ ദൈവത്തോടാണ് ഞാൻ എന്റെ ശത്രുക്കളെ നശിപ്പിക്കണമെന്നും എന്നെ കഷ്ടപ്പെടുത്തുന്നവരെ ശിക്ഷിക്കണമെന്നും തിന്മയെ നശിപ്പിക്കണമെന്നും ഒക്കെ പ്രാർത്ഥിക്കാറ്!

''അങ്ങയോട് പലതും പ്രാർത്ഥിക്കുന്നവരെ അതെന്തു പറഞ്ഞാണ് അനുഗ്രഹിക്കുക?''

''ആരേയും അനുഗ്രഹിക്കാറുമില്ല. നിഗ്രഹിക്കാറുമില്ല. എല്ലാവരും എനിക്ക് സമാസമം.''

''പാപികളെ..?''

''ഞാൻ കാണാൻ പാടില്ലല്ലോ.''

''അങ്ങ് സൃഷ്ടിച്ചുവിട്ട മനസ്സുകളുടെ ഉത്തരവാദിത്വം അപ്പോൾ അങ്ങേയ്ക്കല്ലേ?''

''സൃഷ്ടികർമ്മത്തിൽ വൈവിദ്ധ്യമില്ലെങ്കിൽ എന്തിനാണ് ഭൂലോകം? കഥാപാത്രങ്ങൾക്ക് സ്വന്തം വഴി തെരഞ്ഞെടുക്കുവാൻ അനുവാദം വേണ്ടേ?'' രാഷ്ട്രീയക്കാരനെപ്പോലെയാണ് ദൈവം സംസാരിച്ചത്. ഭൂലോകത്തിന്റെ മർമ്മംതന്നെ വൈവിദ്ധ്യമല്ലേ?''

''പടച്ചുവിടുമ്പോൾ സൃഷ്ടിയുടെ ചെവിയിൽ പറഞ്ഞൂടെ മറ്റവനെ വിശ്വസിക്കരുതെന്ന്, അവൻ ചതിയനാണെന്ന്?''

''ഇതൊന്നും ദൈവം ഉപയോഗിക്കാൻ പാടില്ലാത്ത വാക്കുകളാണെന്ന് ഞാൻ ആദ്യമേ പറഞ്ഞു.''

''എന്നാൽ ആർക്കും മാറ്റാനാവാത്ത ഒന്നിനെ പടയ്ക്കണം.'' ''എന്നെപ്പോലെ ഒന്നിനെ.'' ദൈവം പെട്ടെന്നു മ്ലാനവദനനായി. മുഖം മടുപ്പുകൊണ്ടു നിറഞ്ഞു. അമർത്തി നോക്കിയാൽ ആ മടുപ്പ് എന്നിലേക്കടരും. ഞാൻ ഭീതിയോടെ എഴുന്നേറ്റു മറുവശത്തേക്കു നോക്കി. ''മനസ്സുകൊടുത്താൽ അവൻ കയറും.'' മേലങ്കിയിലെ അടർന്നു നിന്ന നൂലിൽ വിരൽചുറ്റി ദൈവം പിറുപിറുത്തു. ''കൊടുക്കാഞ്ഞാൽ എന്നെപ്പോലെയാവും.''

''ഭേഷ്! ഭൂമിയിലേക്ക് തിരിച്ചുപോവുകയാണ് എനിക്കുചിതം എന്ന് അല്ലേ?'' മടുപ്പും നിരാശയും ഒതുക്കി ഞാൻ ചോദിച്ചു. ''ഞങ്ങളേക്കാൾ കഷ്ടമാണല്ലോ ദൈവമേ, അങ്ങയുടെ സ്ഥിതി. ഞാനിതെല്ലാം ഭൂമിയിൽച്ചെന്നു പറഞ്ഞാൽ എന്താവും അങ്ങയുടെ ഇമേജ്?''

''ഒരാളും വിശ്വസിക്കില്ല.'' ദൈവം നിറഞ്ഞു ചിരിച്ചു: ''അതാണ് ഏക ആശ്വാസം.''

ചെകിടത്ത് ആഞ്ഞുവീണ അടിയിൽ അപ്പോഴാണ് ഞാൻ പെട്ടെന്ന് കണ്ണു തുറന്നത്. കണ്ണുകൾ കൂർപ്പിച്ചു മീശ പിരിച്ചുകൊണ്ട് ഒരു ചെറുപ്പക്കാരൻ ഡോക്ടർ. എന്റെ കനംതൂങ്ങിയ കണ്ണുകൾക്കു മുന്നിൽ ഒരു പുകമറയിലെന്നപോലെ നിന്നു. ''സംസാരിക്കാമോ?'' നെറ്റിയുടെ ഇരുഭാഗവും അമർത്തിപ്പിടിച്ച് ആംഗ്യത്തിൽ ഡോക്ടർ ചോദിച്ചു.

ഞാൻ ഉവ്വെന്ന് തലയാട്ടി. അടിയുടെ ശക്തിയിൽ ഞാൻ മുഴുവനായും ഉണർന്നുകഴിഞ്ഞിരുന്നു.

ഉടൻ എല്ലാവരോടും പുറത്തുപോകാനും മുറിയുടെ വാതിലടച്ച് തഴുതിടാനും ഡോക്ടർ പയ്യൻ ആജ്ഞാപിച്ചു. ഇനി കേസ് വിസ്താരമാവും. ഞാനോർത്തു. രംഗം സജ്ജം. ഇനി വിധി പ്രസ്താവിക്കുകയേ വേണ്ടൂ.

എന്തോ, മുഷിഞ്ഞ മേലങ്കിയണിഞ്ഞ, ശിക്ഷിക്കാൻ അവകാശമില്ലാത്ത ദൈവത്തിനെയാണ് എനിക്കോർമ്മവന്നത്.

''പ്രേമനൈരാശ്യമാവും കാരണം.'' കസേല എന്റെ കട്ടിലിനടുത്തേക്ക് ശബ്ദത്തോടെ വലിച്ചിട്ട ഡോക്ടർ തീതുപ്പി. ''അതോ അതിലും കവിഞ്ഞ...''

ഡോക്ടറുടെ ശബ്ദത്തിലെ പുച്ഛം എന്റെ മനസ്സിൽത്തട്ടി. ഒരു പ്രണയിതാവും എനിക്കിന്നുവരെ ഉണ്ടായിരുന്നിട്ടില്ല. സുന്ദരിയല്ലാത്തതിനാൽ ആരും തിരിഞ്ഞുനോക്കാറുപോലുമില്ല. പക്ഷേ, അത് ഡോക്ടർ ഓർമ്മിപ്പിക്കേണ്ട കാര്യമില്ലല്ലോ. വിവരമില്ലാത്ത വക. കാശു കൊടുത്ത് ഡോക്ടറാവുന്നവരാണ് പ്രധാനമായും ഇങ്ങനെ സംസാരിക്കുക. ''കാമുകനുണ്ടാവുന്നത് കുറ്റമാണെന്നാണല്ലോ കേട്ടാൽ തോന്നുക.'' ഞാൻ ഈർഷ്യയോടെ പറഞ്ഞു.

''ഉണ്ടെങ്കിൽത്തന്നെ അതെന്റെ വ്യക്തിപരമായ കാര്യമാണ്. നിങ്ങളതിൽ തലയിടണ്ട.''

''ആ! അതുതന്നെ കാര്യം.'' ഡോക്ടറുടെ ശബ്ദത്തിൽ പുച്ഛം ഒന്നുകൂടി കൂടി. ''കാര്യം കഴിഞ്ഞപ്പോൾ ഇട്ടെറിഞ്ഞുപോയിക്കാണും.''

അതെന്റെ മർമ്മത്തുകൊണ്ടു. ഇതാണ് ദൈവമുണ്ടായിട്ട് യാതൊരു കാര്യവുമില്ലെന്ന് എനിക്ക് പലപ്പോഴും തോന്നാൻ കാരണം. സഭാവാസിയാവാനല്ലല്ലോ നമുക്ക് ദൈവം വേണ്ടത്.

''ഏയ്!'' ഞാൻ ഗൗരവത്തിലാണെന്ന ഭാവത്തിൽ ചളിപ്പ് മറച്ച് പറഞ്ഞു. ''അതും പറഞ്ഞ് ഞാൻ തന്റെ പിന്നാലെ വന്നിട്ടൊന്നും ഇല്ലല്ലോ?''

ഡോക്ടർ എന്നെ ഒരു നിമിഷം ആ നേഴ്സ് നോക്കിയതുപോലെ അമ്പരപ്പോടെ നോക്കി.

പോയി പണിനോക്കെടോ, എന്റെ പ്രേമമന്വേഷിക്കാതെ എന്നു പറയണമെന്നുണ്ടായിരുന്നു.

മൂന്നുനാലു ദിവസത്തെ ബോധക്ഷയത്തിനുശേഷം ഇത്രയും നേരം സംസാരിച്ചതുതന്നെ വളരെ ബുദ്ധിമുട്ടിയാണ്. കൺപോളകൾ താനേ അടയുന്നു. ദൈവം പിന്നെയും ഇടപെടുന്നു.

''ശിക്ഷയ്ക്കൊന്നും വിളിച്ചതല്ല ഞാൻ.'' ദൈവം പറഞ്ഞു. ''കുറച്ചുകൂടി അവിടെ താമസിച്ചിട്ട് വരൂ. അറ്റ്ലീസ്റ്റ് ഫോർ എ ചേഞ്ച്. ഇവിടേക്ക് എപ്പോഴും വരാമല്ലോ.''

എന്റെ മനസ്സ് വല്ലാതെ ചുട്ടു. എന്നും ആകെയുള്ള ഒരാശാകേന്ദ്രമായിരുന്നു ഈ സ്ഥലം. പൊറുതിമുട്ടിയാൽ രക്ഷപ്പെടാവുന്ന, തന്നിഷ്ടപ്രകാരം കേറിവരാവുന്ന ഒരു സ്ഥലം. അതും ഇത്ര ബോറാണെന്നു വന്നാൽ...

ഒരൊഴുക്കുമില്ലാതെ തളംകെട്ടി നാറുന്ന വെള്ളത്തിലെന്നപോലെ എന്റെ മനസ്സിനു മീതെ അഴുക്കിന്റെ പാട വീണ്ടും കെട്ടി.

''അതുപോട്ടെ.'' ഒരു കുസൃതിച്ചിരിയോടെ ദൈവമാരാഞ്ഞു. ''ഒരു മറുചോദ്യം. ഈ ധൃതികൂട്ടലിന് എന്തായിരുന്നു കാരണം?''

കടുത്ത മടുപ്പും തികഞ്ഞ ഉത്സാഹക്കുറവും ഒരു പൂപ്പൽപോലെ മനസ്സിനെ പൊതിഞ്ഞകാലം. ആരും ഒന്നും മനസ്സിനെ തൊട്ടില്ല. ഉണർത്തിയതുമില്ല. സന്ധ്യയ്ക്ക് കോലായത്തലപ്പിൽ തൂണും ചാരി ഇരിക്കുമ്പോൾ മനസ്സിനെ കുലുക്കി ഉണർത്തുന്ന എന്തിനെങ്കിലും വേണ്ടി കൊതിച്ചിട്ടുണ്ട്. ഒരു തുടക്കത്തിന് - തുടർച്ചയ്ക്ക്. ചാര നിറമുള്ള ദിവസങ്ങൾ ഉണക്ക ഇലകളെപ്പോലെ ചുറ്റും ചിതറിയ തിനു മുകളിലൂടെ കാൽ തട്ടിത്തെറിപ്പിച്ച് അലക്ഷ്യമായി നടന്ന ദിവസങ്ങൾ. മുരിങ്ങയുടെ ഇലകൾക്കിടയിലൂടെ സ്വർണ്ണത്തുട്ടുകൾ പോലെ ചിതറിവീണ നിലാവിൽ ഈ യാത്രയ്ക്ക് പുറപ്പെടുമ്പോൾ മനസ്സ് ശുദ്ധശൂന്യമായിരുന്നു. ദൈവം എങ്ങനെയിരിക്കും എന്ന് മനസ്സ് കുതൂഹലംകൊണ്ടതും യാത്രയുടെ അങ്ങേഅറ്റത്ത് ദൈവം കൈനീട്ടി തന്നെ സ്വാഗതം ചെയ്യുന്നതും മടുപ്പകറ്റാൻ ക്രോസ്‌വേഡ് കളിക്കുന്നതുപോലെ തിരിച്ചും മറിച്ചും ഇട്ടുനോക്കിയിട്ടുണ്ട് അന്ന്.

തിളങ്ങുന്ന മേലങ്കിയും തിളങ്ങുന്ന പരിഹാരങ്ങളുമായി തന്റെ മുന്നിലെത്തുമെന്ന് പ്രതീക്ഷിച്ച ദൈവം പക്ഷേ, അന്നും വന്നില്ല.

പതിവുപോലെതന്നെ.

ഒരു തുണ്ടു മരവിപ്പുപോലെ മുന്നിൽ അനക്കമറ്റുകിടന്ന വഴി യുടെ അങ്ങേ അറ്റത്ത് പ്രത്യക്ഷപ്പെട്ടത് ക്ലീനായി താടി വടിച്ച്, ഉലയാത്ത ടെറിലിൻ ഷർട്ടും മിന്നുന്ന ഷൂസും ധരിച്ച് സെന്റു പൂശിയ മനോരോഗവിദഗ്ദ്ധനായിരുന്നു.

ഒരു പ്രകോപനവുമില്ലാതെ, നിലാവും സുഗന്ധവും നിറഞ്ഞ രാത്രിയിൽ മോഹത്തോടെ ദൈവത്തെ അന്വേഷിച്ച് ഞാൻ സ്വർഗ്ഗ ത്തിലേക്ക് യാത്രയായത് അദ്ദേഹത്തിന് ഒട്ടും രുചിച്ചില്ല.

അദ്ദേഹത്തിന് കാരണങ്ങളിൽ, യുക്തിയിൽ അത്യധികം വിശ്വാസ മായിരുന്നു. വടിവൊത്ത കാരണങ്ങളില്ലാത്തവയിൽ തികഞ്ഞ അവി ശ്വാസവും.

''ആത്മഹത്യാശ്രമത്തിന്റെ കാരണം?'' കസേലയിൽ മുന്നോട്ടാ ഞ്ഞിരുന്ന് ഒരു ചെറിയ സ്ക്രൂഡ്രൈവർ കൊണ്ട് എന്റെ കാൽമുട്ടിൽ തട്ടി വിദഗ്ദ്ധൻ ചോദിച്ചു: ''എന്തിനും ഒരു കാരണം വേണമല്ലോ.''

''എന്താണ് സാധാരണ എല്ലാവരും പറയുന്ന ഉത്തരം.'' ഞാൻ ലക്ഷ്യമായി ചോദിച്ചു: ''അത് ഞാനും പറയാം.''

വിദഗ്ദ്ധൻ കണ്ണിലേക്കുറ്റുനോക്കി. എനിക്ക് കണ്ണുകൾ വേദനിക്കുന്നു എന്നു തോന്നി.

''സാരല്യ.'' രക്ഷിതാവിനെ നോക്കി വിദഗ്ദ്ധൻ ചിരിച്ചു: ''പ്രായത്തിന്റെ ധിക്കാരമാണ്. മരുന്നു കഴിച്ചാൽ ഭേദമാക്കാവുന്നതേയുള്ളൂ.''

ഒരു നിമിഷത്തെ കണ്ണടച്ചിരുന്നാലോചനയ്ക്കുശേഷം അദ്ദേഹം ഖിന്നനായിരിക്കുന്ന രക്ഷിതാവിനെ തട്ടിവിളിച്ചു: ''പെൺകുട്ടിയല്ലേ, വിവാഹവും നല്ല മരുന്നാണ്.''

''ഓഹോ!'' ഉറക്കെ, ആവശ്യത്തിലധികം ഉറക്കെ ഞാൻ ചിരിച്ചു. പിടയാൻ പോലും ഇടംകൊടുക്കരുതെന്നർത്ഥം. കൂച്ചുചങ്ങല തയ്യാർ.

''മടുപ്പാണ് കാരണം.'' ഒരു ക്ഷമാപണവും തിരുത്തലുമെന്ന പോലെ ഞാൻ ധൃതിയിൽ പറഞ്ഞു.

''മടുപ്പോ? അതൊരവസ്ഥയാവാം. പക്ഷേ, കാരണമാകാൻ വയ്യ. ഇന്നുവരെയുള്ള രേഖകളിൽ ഇത്തരമൊരു കാരണം ആത്മഹത്യയ്ക്ക് പകരമായി പറഞ്ഞിട്ടില്ല.''

ഞാൻ അന്തംവിട്ടുപോയി. ''പക്ഷേ, അതാണ് സത്യം.'' ഞാൻ ചീറി. ''എനിക്കു തോന്നുന്ന സാധനത്തിന് മടുപ്പ് എന്നല്ലാതെ മറ്റൊരു വാക്ക് എനിക്കറിയില്ല.''

''ഇടയ്ക്കിടയ്ക്ക് സ്വപ്നങ്ങൾ കാണാറുണ്ട് അല്ലേ?'' വിദഗ്ദ്ധനാണ്.

''ധാരാളം.'' ഞാൻ പറഞ്ഞു: ''എല്ലാവരും കാണാറില്ലേ? നിങ്ങളും?''

''പാമ്പിനെ?''

''ഇല്ല. പോക്ക് എങ്ങോട്ടാണെന്ന് വ്യക്തമായതിനാൽ ഞാൻ സഗൗരവം പറഞ്ഞു. ''എന്നാൽ പല്ലി, പൂച്ച, ഈച്ച എന്നിവ എന്നെ തിന്നാൻ വരുന്നു എന്നും തീമഴ പെയ്യുന്നു എന്നും ഡോക്ടറുടെ ഉടുപ്പിട്ട ജീവികൾ തലകീഴായി നടക്കുന്നു എന്നും ആണ് സാധാരണ സ്വപ്നം കാണാറ്. ഫ്രോയിഡിന്റെ പുസ്തകങ്ങൾ ദിനോസറുകൾ വിഴുങ്ങുന്നു എന്നും കാണാറുണ്ട്.''

''ഗുഡ്. സംഗതി അതുതന്നെ.'' ഡോക്ടർ ആലോചനാമഗ്നനായി. ''മരുന്നു കഴിച്ച് ഭേദാമാക്കാവുന്നതേയുള്ളൂ. നമുക്ക് സ്വപ്നങ്ങളില്ലാതെയാക്കാം.''

നെഞ്ചത്തു കൈവച്ചുപോയി. മടുപ്പിൽനിന്നുള്ള ഏക രക്ഷ ഉറക്കവും സ്വപ്നങ്ങളും മാത്രമാണ്.

''ഉറക്കം കുറവായിരിക്കും അല്ലേ?'' വീണ്ടും വിദഗ്ദ്ധൻ ഒരു നിമിഷം മനസ്സ് പിടിച്ചപടി നിന്നു. പക്ഷേ, ഉറക്കഗുളിക കിട്ടാൻ നുണ പറയുകയേ വഴിയുള്ളൂ.

''അതെ.'' നെറ്റി തടവി ഉറക്കച്ചടവും ക്ഷീണവും അഭിനയിച്ച് ഞാൻ പറഞ്ഞു. ''ഉറക്കമില്ല എന്നു തന്നെ പറയാം.''

''ഗുഡ്.'' മനോരോഗമാണെന്നതിന് മറ്റൊരു തെളിവുകൂടി കിട്ടിയ സന്തോഷത്തിൽ അദ്ദേഹം രക്ഷിതാവിനെ നോക്കി.

''ലക്ഷണങ്ങൾ എല്ലാം ശരി. പേടിക്കണ്ട നമുക്കു ഉറക്കം വരുത്താം.''

ഉറക്കഗുളികകൾ ജീവിതത്തിലെത്തിപ്പെടുന്നത് അന്നു മുതലായിരുന്നു.

''പല പല ശബ്ദങ്ങൾ കേൾക്കുന്നു എന്നു തോന്നാറുണ്ടോ?'' കണ്ണട മുഖത്തുനിന്നൂരി മുന്നോട്ടൊന്നുകൂടി ആഞ്ഞിരുന്ന് വിദഗ്ദ്ധൻ എന്നെ ഉറ്റു നോക്കി.

''തോന്നലല്ല. പല ശബ്ദങ്ങളും ഞാൻ കേൾക്കാറുണ്ട്. എനിക്ക് ചെവിക്ക് യാതൊരു കേടുമില്ല.''

''ആരെയെങ്കിലും ഉപദ്രവിക്കണം എന്നു തോന്നാറുണ്ടോ?''

''ധാരാളം.'' ഞാൻ ശാന്തയായി പറഞ്ഞു: ''താങ്കൾക്ക് തോന്നാറില്ലേ?''

വിദഗ്ദ്ധൻ എന്റെ പിന്നിലേക്ക് നോക്കി. രണ്ട് അതികായന്മാർ എന്റെ തൊട്ടുപിന്നിൽ നിന്നിരുന്നു. അവർ ഒന്നുകൂടി എന്റെ അടുത്തേക്ക് നീങ്ങി. ഒരാൾക്ക് വെളുത്തുള്ളിയുടെയും മറ്റേ ആൾക്ക് പുളിച്ച മോരിന്റെയും മണം. കുത്തുന്ന നാറ്റം.

ഞാൻ പതുക്കെ എഴുന്നേറ്റു. എന്റെ മുഖത്തെ ഭാവമാറ്റം വിദഗ്ദ്ധൻ ശ്രദ്ധിച്ചിരിക്കണം.

''പതിവാണ്. വിദഗ്ദ്ധൻ രക്ഷിതാവ് കേൾക്കെ പറഞ്ഞു. 'കാരണമില്ലാതെ അക്രമാസക്തരാവുന്നത് സുഖക്കേടിന്റെ മറ്റൊരു ലക്ഷണമാണ്. അവളെ പിടിച്ചേക്കൂ.''

ചെറിയ മുറിയാണെന്നത് മറന്ന് അതികായന്മാരുടെ ഇടയിലൂടെ ജീവനുംകൊണ്ട് ഞാൻ പുറത്തേക്കോടാൻ ശ്രമിച്ചത് അപ്പോഴാണ്.

ഇഞ്ചക്ഷന്റെ മയക്കത്തിൽനിന്നും നരച്ച ചുമരുകൾക്കു നടുവിൽ പിന്നെ ഞാനുണരുമ്പോൾ ചുറ്റും മങ്ങിയ ഇരുട്ടായിരുന്നു. നിറഞ്ഞ നിശ്ശബ്ദതയും.

സ്വർഗ്ഗം ഇതാണോ എന്ന് ഒരു നിമിഷം ഞാൻ ശങ്കിച്ചതോർമ്മയുണ്ട്. എങ്കിൽ എവിടെ ദൈവം?

ആ ചെറിയ മുറി എന്റെ വീട്ടിലെ ചായ്പായിരുന്നു എന്നു പിന്നെയാണ് മനസ്സിലായത്. അക്രമാസക്തിക്കും അലംഭാവത്തിനും കടിഞ്ഞാണിടുന്ന എപ്പോഴും അടഞ്ഞ വാതിൽ. പിടഞ്ഞുപോയ മനസ്സിനു മുകളിൽ ചാരനിറമുള്ള ദിവസങ്ങൾ ഉണക്ക ഇലകളെപ്പോലെ

വീണ്ടും പാറി. ചുമരിലും തട്ടിലും നിറഞ്ഞു. അടഞ്ഞ വാതിലിന്റെ ഓടാമ്പലിലും പൂട്ടുതുളയിലും ഒക്കെ ഉണക്കയിലകൾ, ജനലഴികൾക്കപ്പുറത്ത് ഒരു കാവല്ക്കാരനെപ്പോലെ ലോകം. എനിക്കൊന്നും പറയാനില്ലാത്ത ലോകം.

ഉണർച്ചയുടെ പിടച്ചിലുകൾ തന്നത് അസ്വാസ്ഥ്യം മാത്രമായിരുന്നു. അർത്ഥവും ആവശ്യവുമില്ലാത്ത അസ്വാസ്ഥ്യം.

കാരണമാകാൻ കെല്പില്ലാത്ത അസ്വാസ്ഥ്യം.

ദൈവവുമായുള്ള ഒരു കൂടിക്കാഴ്ചയ്ക്ക് വീണ്ടും കൊതിപൂണ്ടത് അപ്പോഴെപ്പോഴോ ആയിരിക്കണം.

''നിങ്ങൾക്കിങ്ങനെ ഓരോന്ന് കാണിച്ച് ഇങ്ങോട്ട് വന്നാൽ മതി.''

മീശക്കാരൻ ഡോക്ടർ പയ്യന്റെ ചെറുപ്പമേറിയ മുഖത്ത് തിരക്കും അരിശവും കുമിഞ്ഞു ''മരിക്കേണ്ടാത്തവരെ രക്ഷിക്കാൻ തന്നെ ഞങ്ങൾക്കിവിടെ സമയമില്ല.''

''ചെയ്യരുതാത്തതാണ് നിങ്ങൾ രണ്ടുതവണയും ചെയ്തത്.'' സ്റ്റെതസ്കോപ്പ് കഴുത്തിലിട്ട് കെറുവോടെ ഇരിക്കുന്ന ഡോക്ടറെ കണ്ടപ്പോൾ എന്റെ ചളിപ്പ് ഒന്നുകൂടി കൂടി. ''എന്നെ രക്ഷിക്കാൻ ഞാൻ പറഞ്ഞില്ല. ഇനി അതിനൊരു നന്ദിപ്രകടനവും വേണോ?''

''കുറ്റം ചെയ്തതും പോരാ.'' ഡോക്ടർ ചൊടിച്ചു. ''പുറമെ ഡംഭും?'' ഇത്തരം കാരുണ്യപ്രകടനങ്ങളാണ് ഒട്ടും സഹിക്കാത്തത്. ഇനി ദൈവത്തെ നേരിട്ടു കാണുമ്പോൾ ഇത്തരം കഥാപാത്രങ്ങളെക്കുറിച്ച് പറയണം. അദ്ദേഹത്തിനെങ്കിലും ഒരു വൈവിദ്ധ്യമാവും.

''കുറ്റമോ! ഇത്തവണ ഉറക്കഗുളികകൾ സംഘടിപ്പിച്ചത് എന്റെ മിടുക്കാണ്.''

''എല്ലാവരേയും കബളിപ്പിച്ച് എങ്ങനെയാണ് ഉറക്ക...''

''നോ, ഹൗ ചോദിക്കുന്നത് വെറുതെയാണ് ഡോക്ടർ. ഞാൻ പറയില്ല. ചെറുപ്പമായാലും ഡോക്ടറായാലും മര്യാദ വേണം.''

''ഇത്തരം ഉത്തരങ്ങൾ നിങ്ങളെ എത്തിക്കുക ജയിലിലാണ്. ഈ പേനകൊണ്ട് ഒറ്റ വര മതി നിങ്ങൾ അകത്താവാൻ.''

''ശരിക്കും അതാണ് നിങ്ങളുടെയും എന്റെയും ട്രാജഡി.''

''ആത്മഹത്യാശ്രമം കുറ്റാണ്.''

''കാരണം?''

''നിങ്ങളുടെ ജീവൻ.''

''ഒന്നുപോടോ മനുഷ്യാ. കുറ്റം മുഴുമിക്കാനാവാത്തതിനല്ലേ ശിക്ഷ?''

"നിങ്ങൾക്ക് ശരിക്കും മരിക്കണമായിരുന്നോ?" ഡോക്ടർ അത്ഭുതത്തോടെ എന്നെ നോക്കി. "ഇപ്പോഴും?"

"എന്താ സഹായിക്കാൻ പ്ലാനുണ്ടോ? സത്യത്തിൽ ഡോക്ടർ, ദൈവത്തെ കാണുന്നതുവരെ എനിക്ക് മോഹമുണ്ടായിരുന്നു. സ്വർഗ്ഗത്തിൽ അദ്ദേഹത്തിനും വളരെ മടുപ്പാണ്. നന്മ മാത്രം. ദൈവമായാലും എത്ര കാണും."

ഒരു കിക്ക് ഇല്ല എന്നാണ് പറയുന്നത്. മാത്രമല്ല എപ്പോഴും തന്നിഷ്ടപ്രകാരം ചെല്ലാം എന്നതുകൊണ്ട് ലോകത്തിലെ വൈവിദ്ധ്യം വേണ്ടത്ര ആസ്വദിച്ചതിനുശേഷം പോരേ എന്നാണ് അദ്ദേഹം ചോദിക്കുന്നത്, എന്തെങ്കിലും ചെയ്യാൻ ഇവിടെയേ ഒരു ചാൻസുള്ളുവത്രേ."

ഡോക്ടർ, ചെറുപ്പക്കാരനായ ഡോക്ടർ എന്നെ കുറച്ചുനേരം കഥാഭാഷയിൽ പറഞ്ഞാൽ തറച്ചുനോക്കി.

പിന്നെ സൗമ്യമായി എന്റെ കൈ തലോടി.

"സാരമില്ല. എല്ലാവർക്കും ഉണ്ടാവുന്നതാണിതൊക്കെ." അദ്ദേഹം പറഞ്ഞു: 'നിങ്ങൾ മനോരോഗത്തിന്റെ പിടിയിലാണെന്ന് ഞാൻ സർട്ടിഫൈ ചെയ്യുന്നു. സത്യവും അതാണല്ലോ. നിങ്ങൾക്കപ്പോൾ ജയിലിൽ പോകേണ്ടിവരില്ല."

"നന്ദി ദാറ്റ്സ് ലൈക്ക് എ ഡോക്ടർ! ജയിൽ എന്തായാലും പരമബോറാണ്. മനോരോഗവിദഗ്ദ്ധനെക്കൂടി ഒന്നൊഴിവാക്കി." പുഴുക്കുത്തുകൾ നിറഞ്ഞ ഫാനിനു മുകളിൽ മുഷിഞ്ഞ മേലങ്കിയുടെ അറ്റം ഞാൻ കണ്ടു.

ദൈവം വിജയാഹ്ലാദത്തോടെ എത്തിനോക്കുന്നു. വിവരമറിയാൻ. വ്യത്യസ്തമായ കഥകൾ കേൾക്കാൻ ദൈവം ക്ഷമയോടെ കാത്തിരിക്കുന്നു. ■

ഭാനുമതിയുടെ പ്രഭാതം

ഭാനുമതി ഉണർന്നെഴുന്നേറ്റപ്പോൾ വല്ലാതെ വൈകിയിരുന്നു. അലാറം അടിച്ചിട്ടില്ല. ടൈംപീസിന്റെ ബാറ്ററി കഴിഞ്ഞു എന്നാണ് തോന്നുന്നത്. സമയം നില്ക്കുന്നത് 12.10 ലാണ്.

ഇന്നലെ രോഹിത്, ഉറങ്ങാൻ വളരെ വൈകി. വയറുവേദനിച്ചാണോ ചെവി വേദനിച്ചാണോ എന്നൊന്നും ഭാനുമതിക്ക് മനസ്സിലായില്ല. വീട്ടിൽ മുതിർന്നവർ ആരും ഇല്ലാത്തതിനാൽ, രോഹിതിനെ തട്ടിയും തലോടിയും എടുത്തും കൊണ്ടുനടന്നും ഒരുവിധം കരച്ചിൽ മാറ്റി.

രഘുനാഥൻ ഉറക്കം ശല്യപ്പെടുന്നു എന്ന മട്ടിൽ രണ്ടുമൂന്നു തവണ തിരിഞ്ഞും മറിഞ്ഞും കിടന്നു. അല്ലെങ്കിലും ഇത്തരം സന്ദർഭ ങ്ങളിൽ രഘുവിനെക്കൊണ്ട് ഒരു പ്രയോജനമുണ്ടാകാറില്ല. കുട്ടി ഉറങ്ങാത്തത് തള്ളയ്ക്കതിനെ വേണ്ടവണ്ണം നോക്കാനറിയാത്തതു കൊണ്ടാണെന്ന് ഉഗ്രൻ പ്രസ്താവനകൂടി കേൾക്കേണ്ടിവരുമെന്ന് മാത്രം. രോഹിത് കരഞ്ഞുകരഞ്ഞുറങ്ങിയപ്പോഴേക്കും രാത്രി മൂന്നു മണി. ദേഹവും മനസ്സും വല്ലാതെ തളർന്നുകഴിഞ്ഞിരുന്നു. രാവിലെ യായത് അറിഞ്ഞുകൂടിയില്ല.

വാതിൽ തുറന്ന് പുറത്തുനോക്കിയതും ഹൃദയം നിന്നപോലെ യായി. പാലെത്തിയിട്ടില്ല. ഒരു തുള്ളി പാലില്ല വീട്ടിൽ. ഓഫീസിൽ ഇന്ന് സമയത്തിനെത്തുകയും വേണം. പാൽ മേടിച്ചുവന്ന് ബ്രേക്ക് ഫാസ്റ്റുണ്ടാക്കാൻ നിന്നാൽ പതിനൊന്നിന് മുൻപ് ഓഫീസിലെ ത്തലുണ്ടാവില്ല.

വാച്ചിൽ ഒന്നുകൂടി നോക്കി ഭാനുമതി അടുക്കളയിലേക്ക് ഓടി. രോഹിത് ഉണരുന്നതിനുമുമ്പ് കുളിയും പാത്രം കഴുകലും കഴി യണം. എന്നിട്ടുവേണം രോഹിതിനെ കുളിപ്പിക്കാൻ. ഇപ്പോൾ ഉണർ ത്തിയാൽ ദുശ്ശാഠ്യമാവും. പാലാണെങ്കിൽ എത്തിയിട്ടുമില്ല. പക്ഷേ, ക്രഷിലെ ആയ ഇപ്പോഴെത്തും രോഹിതിനെ കൊണ്ടുപോകാൻ.

''പാൽ വന്നില്ല. രഘൂ.'' ഭാനുമതി രഘുവിനെ കുലുക്കിയുണർത്തി. ''കാമധേനു സ്റ്റോറിൽ കിട്ടും. രോഹിത് ഇപ്പോൾ കരച്ചിൽ തുടങ്ങും.

എനിക്കിന്ന് വേഗം പോണം.'' രഘു പതിവുപോലെ തിരിഞ്ഞുകിടന്നു. ''ആ...'' രഘുവിന്റെ മേലിൽനിന്ന് പുതപ്പ് അരിശത്തോടെ വലിച്ചു മാറ്റി.

ഭാനുമതി: ''മതി ഉറങ്ങിയത്. എനിക്കും പോണം ഓഫീസിൽ.''

''ഞാൻ പറഞ്ഞോ പോണ്ടെന്ന്? ശ്ശെടാ മനുഷ്യന് സ്വൈരം തരില്ലെന്നുവച്ചാൽ സമയം വെറുതെ പോകുന്നു.'' ഭാനുമതി നിന്നിടത്തു നിന്നു പിടഞ്ഞു.

എത്ര പറഞ്ഞാലും ഇതൊക്കെ തന്നെ. നഗരത്തിൽ കുട്ടിയേയും കൊണ്ടെത്തിയ നാൾ മുതലുള്ള ഒരേ ഒരു മോഹം വീട്ടിൽ ആരെങ്കിലും സഹായത്തിനുണ്ടാവണമെന്നാണ്. കുട്ടിയുടെ കരച്ചിൽ കേട്ട് ഓഫീസിലേക്കിറങ്ങുമ്പോൾ കുറ്റബോധം തിളയ്ക്കും. പോകാതിരിക്കാനും വയ്യ. രണ്ടാളുംകൂടി ചത്തിട്ടുതന്നെ രണ്ടറ്റവും മുട്ടിക്കാൻ പ്രയാസം. രഘുനായർ എഞ്ചിനീയറൊക്കെത്തന്നെ. പറഞ്ഞിട്ടെന്താ? തന്റെ ശമ്പളത്തിലാണ് വാടകയും പാലും ഇലക്ട്രിസിറ്റിയും ഓടുന്നത്. ഇനി ഇതൊന്നുമല്ലെങ്കിലും സ്വന്തം കരിയർ വിട്ടുകളയുക എന്നതും വയ്യല്ലോ.

ബ്രേക്ക്ഫാസ്റ്റ് ഉണ്ടാക്കാതിരുന്നാൽ രഘു ഒച്ചവെക്കുമല്ലോ എന്നോർത്തുകൊണ്ട് ഭാനുമതി ടാപ്പ് തുറന്നു: ''ദൈവമേ!'' ഒരു വീട്ടമ്മയോട് കാണിക്കാവുന്ന ക്രൂരതയ്ക്കും ഒരതിരുണ്ട്. ബാക്കിയിരിക്കുന്ന അരബക്കറ്റ് വെള്ളം പല്ലുതേക്കാൻ പോലും തികയില്ല. എല്ലാം മറന്ന് ടാപ്പിന്റെ ചുവട്ടിൽ രണ്ടു ചവിട്ടു ചവിട്ടി ഭാനുമതി. ചാർലി ചാപ്ലിൻ സ്റ്റൈലിലുള്ള ആ ചവിട്ട് സ്ത്രീത്വത്തിന് തീരെ യോജിച്ചതല്ല എന്ന് മനസ്സിലില്ലാഞ്ഞിട്ടല്ല. പക്ഷേ, ഇത്തരം സന്ദർഭങ്ങളിൽ എപ്പോഴും വികാരമാണ് നയിക്കുന്നത്. അതിന്റെ ചീത്തത്തം അറിയട്ടെ എന്നപോലെ, കാൽ തട്ടിയ ബക്കറ്റ് മറിഞ്ഞുവീണു. അര ബക്കറ്റ് വെള്ളമുള്ളതും പോയി. ഇരുമ്പുബക്കറ്റ് തട്ടി മറിച്ച് ചിലമ്പിയ ശബ്ദത്തിൽ രോഹിത് ഞെട്ടി ഉണർന്നു. കരയാൻ തുടങ്ങി. ''കുട്ടി'' രഘു വിളിച്ചു. ''കേൾക്കാനില്ലേ ഭാനൂന്. നിലവിളിച്ച് നിലവിളിച്ച് അതിന്റെ തൊണ്ട പൊട്ടാറായി.''

''ആ, പൊട്ടട്ടെ. ഒന്നവനെ എടുത്താൽ വളയൊന്നും ഊരിപ്പോവില്ല.''

''മലത്തിലും മൂത്രത്തിലും കുളിച്ചാ കെടക്കുന്നത്. തള്ളയാണ്. അതിനെക്കണ്ടാൽ ഒരു തള്ള ജീവിച്ചിരിക്കുന്നു എന്ന് തോന്നില്ല.''

''എനിക്കിന്ന് വേഗം പോണം ഓഫീസില്. പാല് കൊണ്ടുവരാൻ ഞാനപ്പഴേ പറഞ്ഞില്ലേ?''

‘‘പാല് കൊണ്ടുവരാത്തതുകൊണ്ടാണോ കുട്ടി മൂത്രത്തിൽ കിടക്കുന്നത്? തർക്കുത്തരം പറയാൻ പണ്ടേ കേമിയാണല്ലോ.’’

ഒരുതുള്ളി വെള്ളമില്ലാതെ കുട്ടിയ എങ്ങനെ കഴുകിക്കും എന്ന ചിന്തയായിരുന്നു ഭാനുമതിക്ക്. ഇനി ഒരു ബക്കറ്റ് വെള്ളം താഴെ നിന്ന് മൂന്നാം നിലയിലേക്ക് കൊണ്ടുവരണം.

ഇന്നലെ കൊടുക്കേണ്ട പ്രോഗ്രാമായിരുന്നു. ഫൈനൽ ടച്ചസ് ബാക്കിയാണ്. ഇന്ന് വേഗം പോയി കമ്പ്യൂട്ടറിൽ ഇരിക്കാം എന്നാണ് കരുതിയത്.

‘‘ഒന്നെടുക്കൂ രഘൂ അവനെ, കുട്ടി കരയുന്നത് കേട്ടില്ലേ?’’ ബക്കറ്റുമെടുത്ത് ചുവട്ടിലേക്ക് പോകുമ്പോൾ ഭാനുമതി ചീറ്റി. പാല് മേടിക്കാൻ ഇനിയൊരിക്കൽ കേറിയിറങ്ങാൻ വയ്യ. പേഴ്സ് ടീ ഷർട്ടിന്റെ പോക്കറ്റിലേക്കിട്ട് ഭാനുമതി: ‘‘പാലും വാങ്ങിയിട്ടേ വരൂ.’’

‘‘മുഖം വീർപ്പിച്ചാൽപ്പോരാ. വീട്ടുകാര്യം നോക്കാനറിയണം.’’ രഘു അലറി. ‘‘അലവലാതി, പാലില്ല... വെള്ളമില്ല... പരാതി തീർന്ന സമയമില്ല വീട്ടിൽ.’’

‘‘അതെ, കൊട്ടാരത്തിലൊന്നുമല്ലല്ലോ നമ്മൾ താമസിക്കുന്നത്.’’

‘‘തന്ത കുറേ തന്നേല്പിച്ചിട്ടുണ്ട് എന്നു തോന്നൂലോ നേത്യാരമ്മയുടെ പറച്ചില് കേട്ടാൽ.’’

മണി എട്ടാവാനാണ് പോകുന്നത്. തലകുത്തി നിന്നാൽ ഇന്നിനി ഈ നരകത്തിൽനിന്ന് പുറത്തുകടന്ന് ആപ്പീസിൽ നേരത്തെത്തില്ല. ഒന്നു കുട്ടിയെ എടുക്കാൻ പറഞ്ഞതിനാണ് ഇക്കണ്ട ശിവപുരാണം! പകരം വല്ല നാമവും ചൊല്ലിയിരുന്നെങ്കിൽ ഈ മടുപ്പെങ്കിലും ഒഴിവാക്കാമായിരുന്നു. പക്ഷേ, ഭാനുമതി ഒന്നും പറഞ്ഞില്ല. ഒരു വാക്കു പറയാൻ നിന്നാൽ അതങ്ങത്രയ്ക്ക് വൈകും.

നഗരത്തിലെ മദ്ധ്യവർഗ്ഗ കുടുംബങ്ങളിലെ ഒരു ശരാശരി രാവിലെയാണ് മുകളിൽ കണ്ടത്. ഭാനുമതിയിലെ സ്ത്രീത്വത്തിന്റെ ശതമാനം കുറഞ്ഞതുകൊണ്ടല്ല, അവൾതന്നെ അതാലോചിച്ചാണല്ലോ, ബക്കറ്റിൽ ചവിട്ടിയത്. വെള്ളം മുഴുവൻ തട്ടിപ്പോയെങ്കിലും സത്യം പറഞ്ഞാൽ ഭാനുമതിക്ക് മനസ്സിനൊരു ലാഘവം തോന്നി.

ബക്കറ്റുമായി ചുവട്ടിലേക്കിറങ്ങുമ്പോൾ ഭർത്താവ് എന്ന പട്ടം കിട്ടിയാലെന്ത് സുഖമായിരിക്കുമെന്ന് ഭാനുമതി ഓർത്തു. ഒരു ദിവസമെങ്കിലും രാവിലെ കൈയും കാലും നീട്ടിയിട്ട് വായ പൊളിച്ച് മതിയാവുന്നതുവരെ ഉറങ്ങാം. പക്ഷേ, ഇങ്ങനെ ചിന്തിക്കുന്നത് അതിലളിതവല്ക്കരണമാവും. മാത്രമല്ല, ഭാരതസ്ത്രീത്വത്തെ ഒരു ബക്കറ്റു

വെള്ളത്തിലേക്കും വായ പൊളിച്ചുള്ള ഉറക്കത്തിലേക്കും തളച്ചിടുക എന്നത് കുറ്റകരമായ അനാസ്ഥയും ആണ്.

"ആ മറ്റവൾ" എന്ന് ഭർത്താവ് എപ്പോഴും റഫർ ചെയ്യുന്ന അടുത്ത ബിൽഡിങ്ങിലെ മാധവിക്കുട്ടിയെ, ഭാനുമതിക്കും അത്രയൊന്നും ഇഷ്ടമായിരുന്നില്ല. സീതയെയും സാവിത്രിയെയും ഒട്ടും ആദര വില്ലാതെ ചർച്ച ചെയ്യുന്നത് കാണുമ്പോൾ മുഖത്ത് കാണുന്ന തീ പോലെയുള്ള ചുവപ്പ് അത്ര വേണമോ എന്നും തോന്നും. എന്നാൽ, മാധവിക്കുട്ടി ഒരു ചെറിയ സ്കൂട്ടറിൽ കയറി പുഞ്ചിരിയും സാരിയും ഒരുപോലെ കാറ്റത്ത് പറത്തിക്കൊണ്ട് പാഞ്ഞു പോകുമ്പോൾ മനസ്സ് വല്ലാതെ മോഹിച്ചു നില്ക്കും. ഇവിടത്തെ കാർക്കോടകനോട് സ്കൂട്ടർ എന്ന വാക്കുപോലും പറഞ്ഞാൽ പിന്നെ ഒരാഴ്ചത്തേക്ക് മുഖം തേനീച്ച കുത്തിയതുപോലെയാവുകയാണ് പതിവ്. 'ഓ ആ മറ്റവളെ പോലെയാകണം അല്ലേ?' കഴുത്ത് ഒരു പ്രത്യേക മട്ടിലാട്ടി രഘു ചോദിക്കും. (ആ കഴുത്താട്ടലിനെ മാത്രം കാരണമാക്കി ഒരു വിവാഹ മോചനം ആവശ്യപ്പെടാവുന്നതാണെന്ന് ഭാനുമതിക്ക് പലപ്പോഴും തോന്നിയിട്ടുണ്ട്.) മാധവിക്കുട്ടി പറയുന്നതിൽ കാര്യമുണ്ടെന്നും അത്തരം സന്ദർഭങ്ങളിലാണ് തോന്നുക. പെൺവാദക്കാരിയാണെ ന്ന് അറിയപ്പെട്ടാലും തറവാടിയല്ലെന്ന് രഘു പറഞ്ഞാലും ഒരു സ് കൂട്ടർ ഉണ്ടാവുക വളരെ സൗകര്യപ്രദം തന്നെയാണ്.

ഭാനുമതി ചുവട്ടിലെ പൈപ്പിന്റെ മുൻപിൽ പാത്രം വെച്ച് എന്തോ കണ്ടപോലെ അമ്പരന്ന്, അന്തംവിട്ട് അങ്ങനെത്തന്നെ രണ്ടുമിനിറ്റുനേരം നിന്നു. ഒരു സ്കൂട്ടറുണ്ടെങ്കിൽ, ഗുഡ്ഗോഡ്, ഓഫീസിലേക്ക് മുക്കാൽ മണിക്കൂർ വൈകി ഇറങ്ങിയാൽ മതി! രോഹിതിനെ സ്വയംതന്നെ ക്രഷിൽ കൊണ്ടാക്കാം. ആയയുടെ കൂലിലാഭം! വരുമ്പോൾ ഒറ്റ യടിക്ക് ആഴ്ചത്തേക്കുള്ള പച്ചക്കറികൾ വാങ്ങാം! ബസ്സ്റ്റാന്റിലെ പേടിപ്പിക്കുന്ന ക്യൂവിൽനിന്ന് രക്ഷപ്പെട്ട് ഡോക്ടറുടെ അടുത്തും ക്രഷിലും സമയത്തെത്താം. ബേബിസിറ്ററുടെ കറുത്ത മുഖം ഒഴി വാക്കാം.

ഒരു സ്വപ്നത്തിലെന്നപോലെ ഭാനുമതി ഇങ്ങനെയെല്ലാം ആലോ ചിച്ചുകൊണ്ടിരിക്കെ, പാത്രത്തിൽ വെള്ളം നിറഞ്ഞു. കണ്ടപ്പോൾ കലിയാണ് വന്നത്. താൻ ചെല്ലാൻ കാത്തിരിക്കയാവും ചായയ്ക്ക്. കുട്ടി കരഞ്ഞാൽ, പാൽ വരാഞ്ഞാൽ, ഓഫീസിൽ വൈകിയാൽ എല്ലാം തന്റെ തെറ്റ്. വെള്ളം അവിടെത്തന്നെവെച്ച് ചുറ്റുമുള്ള തുറന്ന മൈതാനത്തിലൂടെ എല്ലാം മറന്നൊന്ന് നടന്നാലോ എന്ന് ഭാനുമതി ഒരുനിമിഷം ആലോചിച്ചു. കുറേ നേരമായിട്ടും തന്നെ കാണാഞ്ഞാൽ, കലിതുള്ളി എങ്ങനെയെങ്കിലും വെള്ളവും മറ്റുമൊക്കെ സംഘടി പ്പിച്ച് ഓഫീസിൽ പോകുമായിരിക്കണം ഭർത്താവ്. കുട്ടിയെ എന്തു

ചെയ്യും? ഭാനുമതി വീണ്ടും ആലോചിച്ചു. ദേഷ്യത്തിൽ കുട്ടിയെ ഒറ്റയ്ക്ക് വീട്ടിലടച്ച് പോകുമോ? ഇല്ലായിരിക്കും. ഭർത്താവിന്റെ കുട്ടിയല്ലേ? ''ഭാനു പീടികയിൽ പോയിരിക്കുന്നു. വേഗം വരും, അതുവരെ ഒന്നു നോക്കണേ'' എന്നു പറഞ്ഞ് അടുത്ത ഫ്ളാറ്റിലെ ശാരദാമ്മയുടെ അടുത്ത് ഏല്പിച്ച് തിരിഞ്ഞുനോക്കാതെ പോകാനാണ് വഴി.

വെള്ളത്തിന്റെ ബക്കറ്റ് പൈപ്പിന് ചുവട്ടിൽ നിന്നെടുത്തുമാറ്റി ഭാനുമതി ഒന്നുകൂടി ആലോചിച്ചു. നിവർന്നുനിന്നു. ആ മറ്റവൾ ആയ മാധവിക്കുട്ടി പറയുന്നതുപോലെ ഇടയ്ക്കൊക്കെ നീർന്നു നിന്ന് സ്വയം എന്താണ് വേണ്ടതെന്നുകൂടി ആലോചിക്കണം. അങ്ങനെയാണ് വെള്ളം മറന്ന് ചുറ്റും കടന്നുപോകുന്ന വാഹനങ്ങളുടെ തിക്കിലും തിരക്കിലുംനിന്നു മാറി ഭാനുമതി പതുക്കെ ഇടവഴിയിലേക്ക് കടന്നത്. മുഖത്ത് തണുത്ത കാറ്റടിക്കുമ്പോൾ നല്ല സുഖം. മനസ്സിന് എന്തെന്നില്ലാത്ത ലാഘവവും തോന്നി ഭാനുമതിക്ക്. ആദ്യമാണിങ്ങനെ. വിയർക്കുന്ന മുഖം നനഞ്ഞ തുണികൊണ്ട് തുടയ്ക്കുമ്പോൾ തോന്നുന്ന സുഖംപോലെ ഉള്ളിൽ ആഹ്ലാദം പരന്നു. കമ്പ്യൂട്ടറും കുട്ടിയും വീടും ഒക്കെ അകലെയുള്ള സ്ക്രീനിൽ കാണുന്നപോലെ അന്യമാവുന്നു. അരദിവസത്തെ ലീവെടുത്ത് അപ്പുറത്തുള്ള പാർക്കിലെ ഇളവെയിലിൽ വെറുതെ ഇരിക്കാൻ തന്നെ ഭാനുമതി തീർച്ചയാക്കി. ''ശാരദാമ്മേ ക്ഷമിക്കുക'' മുഖത്തേക്കു പാറിയ മുടിയിഴകൾ മാടിയൊതുക്കി പാർക്കിലെ ബെഞ്ചിൽ ചാഞ്ഞിരിക്കുമ്പോൾ ഭാനുമതി പറഞ്ഞു. ''നിവൃത്തിയില്ലാഞ്ഞിട്ടാണ്. എന്റെ കുട്ടിയെ എനിക്കിഷ്ടമില്ലാതിരിക്കുമോ?''

ഊണു കഴിഞ്ഞ് എല്ലാവരും വിശ്രമിക്കുന്ന ഒരു ചൂടുള്ള നട്ടുച്ചയിലേക്ക് ഭാനുമതിയുടെ ചിന്തകൾ പെട്ടെന്ന് ചിതറി, രഘുവിന്റെ ഫോട്ടോ കൈയിൽ പിടിച്ച് പുഞ്ചിരിച്ചു നില്ക്കുന്ന ചെറിയമ്മ. ''സുമുഖൻ.'' അമ്മ പറഞ്ഞു. ''ഭാനൂന് ചേരും.''

ജാതിയും ജാതകവും സ്വത്തും സൗന്ദര്യവും ഒക്കെ എല്ലാവരും വിവരിച്ചു. കല്യാണം കഴിഞ്ഞാൽ പിക്നിക്കും സിനിമയും ഐസ്ക്രീമും ആണെന്ന് വിശ്വസിച്ച ആ കാലത്ത് കൂടുതലെന്തെങ്കിലും ആലോചിക്കാനുണ്ടെന്ന് ഭാനുമതിക്കും തോന്നിയില്ല. തെറ്റ് തന്റേത് തന്നെയാണെന്ന് തിരിഞ്ഞുനോക്കുമ്പോൾ നല്ല ബോദ്ധ്യമുണ്ട്.

ഭാര്യയ്ക്കായി രഘു ഒരുക്കിയ, ചെയ്യാവുന്നതും ചെയ്യരുതാത്തതുമായവയുടെ പട്ടികയിൽ ടി.വിയിൽ വിംബിൾഡൺ ഫൈനൽസ് പോകട്ടെ, സ്പോർട്സ് ചാനൽ ഓൺ ചെയ്യാം എന്നൊന്നുതന്നെ ഉണ്ടായിരുന്നില്ല. ''രഘു ഏട്ടന്'' വിശക്കുന്നതും വിംബിൾഡൺ

വരുന്നതും എപ്പോഴും ഒരുമിച്ചാണ്. അതിനാൽ എല്ലാ നല്ല ഭാര്യമാരും ചെയ്യാറുള്ളതുപോലെ ഭാനുമതിയും മുഖം ശാന്തമാക്കി പുഞ്ചിരിച്ചു. ''ഓ അതൊരു ചെറിയ കാര്യമല്ലേ'' എന്നു പറയുകയും ചെയ്തു. എന്നിട്ട് ഓഫീസിൽ ശർമ്മിളയുടെ ക്യാബിനിലുള്ള ചെറിയ ഹാൻഡ്സെറ്റ് ടി.വിയിൽ ലൈവായിട്ടല്ലെങ്കിലും വിംബിൾഡൺ മത്സരം കണ്ടു. ജോലിയും ഓഫീസും അങ്ങനെ വീട്ടിൽ നടക്കാത്ത പലതും ഭാനുമതിക്ക് സാധിപ്പിച്ചുകൊടുത്തു. കടലോരത്ത് ജനിച്ച ഭാനുമതിക്ക് കടലിൽ നീന്താനും മണലിലിരുന്ന് കാറ്റുകൊള്ളാനും വലിയ ഇഷ്ടമായിരുന്നു. രഘുവിന് ആണെങ്കിൽ തീരെ മറിച്ചും. ''ഓ, അതൊരു ചെറിയ കാര്യമല്ലേ'' എന്നാണ് ഭാനുമതി അപ്പോഴും പറഞ്ഞത്. എന്നിട്ട് കടലിലേക്ക് നോക്കി മിണ്ടാതിരുന്നു. കൂടെ നീന്താൻ വരുന്ന ലത ഓഫീസ് ടൂർ കഴിഞ്ഞെത്താൻ ഇനിയും രണ്ടു ദിവസം കഴിയണം.

ഒരു മുറിയും അടുക്കളയും മാത്രമുള്ള ചെറിയ ഫ്ളാറ്റിൽ ഞായറാഴ്ച മുഴുവനും ശീട്ടും ടി.വിയുമായിരിക്കുന്ന രഘുവും ''o'' വട്ടത്തിൽ അടുക്കളയിൽ കിടന്നു തിരിയുന്ന രോഹിതിന്റെ ശാഠ്യവും കൂടെയാകുമ്പോഴാണ് സ്വന്തം കല്യാണത്തെക്കുറിച്ച് പിന്നെ ഭാനുമതി ഓർക്കാറ്. നാട്ടുകാരും വീട്ടുകാരും വിവാഹത്തെക്കുറിച്ച് പറയാറുള്ള കാര്യങ്ങൾ പൊള്ളയാണെന്ന് പലപ്പോഴും തോന്നും. മുഖത്ത് അലോസരത്തോടെ ഇഴയുന്ന ഒരു തലനാരിഴപോലെ അക്കാലത്തെ സ്വന്തം വിവരമില്ലായ്മ മനസ്സിൽ ഉരയും. തനിക്കിഷ്ടമുള്ളത് ചെയ്യാൻ എന്താണ് തനിക്കിത്ര പേടിയെന്നാണ് ഭാനുമതി ആലോചിക്കാറ്. എപ്പോഴും ആരോ പിന്നിൽനിന്നു വലിക്കുന്നതുപോലെയാണ് തോന്നുക. എന്തിനും ഏതിനും പക്ഷേ, മറ്റൊ രാളെ കുറ്റം പറഞ്ഞിട്ട് കാര്യമില്ലല്ലോ. വിവാഹത്തിന്റെ കൊടലടികൾ അറിയേണ്ടത് തന്റെയും ചുമതലയായിരുന്നു.

താൻ പതിവുപോലെയല്ലല്ലോ ഇന്ന് ചിന്തിക്കുന്നത് എന്ന് ഭാനുമതി പെട്ടെന്നോർത്തു. ഒപ്പം തന്നെ വിംബിൾഡൺ എത്രകാലം ഇങ്ങനെ ഒളിച്ചു കാണുമെന്നും. താൻ എന്തിനാണ് എപ്പോഴും ഇങ്ങനെ പിൻവലിയുന്നത്? രഘുവിനോടുള്ള സ്നേഹമല്ല. തീർച്ച! 90 ശതമാനം ആൾക്കാരെയുംപോലെ അതാണ് പതിവ് എന്നതു കൊണ്ട് കൂടെ താമസിക്കുന്നു എന്നേയുള്ളൂ. കലശലായ പ്രേമത്തിന്റെ ഫലമായല്ല രോഹിത് ജനിച്ചത്. പതിവ് തെറ്റിക്കാനുള്ള ധൈര്യക്കേടിന്റെ ഭാഗമായിരുന്നു അതും. ആലോചിക്കുന്തോറും ഭാനുമതിക്ക് തന്നോടുതന്നെ വല്ലാത്ത അവജ്ഞ തോന്നി.

ഭാനുമതിയുടെ മനസ്സ് അങ്ങനെ വീണ്ടും കലുഷമായൊരു സന്ദർഭത്തിലെത്തിപ്പെട്ടതിനാൽ പാർക്കിലിരുന്നിട്ടും പകലായിട്ടും

കാറ്റുവീശിയിട്ടും ഉരുളിയിലെ വെള്ളം തെറിച്ച എണ്ണ കണക്കെ, അത് പൊട്ടുകയും ചീറ്റുകയും ചെയ്തു. തൊലിയിൽ തിളച്ച എണ്ണ ഒറ്റിയാലെന്നപോലെ ഒരു നീറ്റൽ മനസ്സിലാകെ പടർന്നു. തൊലി പോയ മാംസംപോലെ രോഹിതിന്റെ മുഖം ഒരു ഭാഗത്തും മാധവിക്കുട്ടിയെ പുച്ഛിക്കുന്ന രഘുവിന്റെ മുഖം മറുഭാഗത്തും. രണ്ടും കല്പിച്ച് പാർക്കിൽനിന്ന് ഇറങ്ങാൻ അതായിരുന്നു കാരണം. പാലു മേടിക്കാൻ വേണ്ടി കൈയിലെടുത്തിരുന്ന പഴ്സ് വളരെ ഉപകാരപ്രദമായി എന്ന് ഭാനുമതി കരുതി. വേഷം വേണ്ടപോലെയല്ല എന്ന് അറിയാഞ്ഞിട്ടല്ല പക്ഷേ, മാധവിക്കുട്ടി പറയുന്നതുപോലെ, അത്ര കാര്യമാക്കാനില്ല എന്ന് ഭാനുമതി തന്നോടുതന്നെ പറഞ്ഞു. പഴ്സിലെ ചീർപ്പെടുത്ത് മുടിയൊതുക്കി പൈപ്പിലെ വെള്ളത്തിൽ മുഖം കഴുകി ഭാനുമതി മുന്നോട്ടു നടന്നു. ഇത്തവണയെങ്കിലും മനസ്സ് പിൻവലിയാതെ നോക്കണം. ഒരു ബിന്ദുവിൽ നോക്കി ഇമവെട്ടാതെ ഇരിക്കുമ്പോഴുള്ള പങ്കപ്പാടോടെ ഭാനുമതി ആ വാചകം വീണ്ടും വീണ്ടും പറഞ്ഞു നോക്കി. വരുമ്പോഴും പോകുമ്പോഴും ഒക്കെ മോഹത്തോടെ താൻ നോക്കി നില്ക്കാറുള്ള സ്കൂട്ടർ കടയിൽ ധൃതിയിൽ ഓടിക്കയറിയ ഭാനുമതിയുടെ ആവശ്യത്തിലധികമുള്ള ആവേശം കടയുടമയെ അമ്പരപ്പിക്കാൻ അതാണ് കാരണം. സ്കൂട്ടർ വാങ്ങാൻ പലതവണ ഭാനുമതിയെ സമീപിച്ച ആളായിരുന്നു കക്ഷി.

‘‘ഒറ്റയ്ക്കാ? ഭർത്താവ് ഇപ്പോൾ പോകുന്നതു കണ്ടു.’’

‘‘ആ ഒരു തവണയെങ്കിലും ഒറ്റയ്ക്ക് ഒരു തീരുമാനമെടുക്കാനുള്ള ധൈര്യം വേണമല്ലോ.’’ ഭാനുമതി ധൃതിയിൽ പറഞ്ഞു. ‘‘ഞാനൊരു സ്കൂട്ടർ വാങ്ങാൻതന്നെ തീരുമാനിച്ചു. ഓഫീസിൽ നിന്ന് എന്നും വേഗമെത്താം. രോഹിതിനെ ശാരദാമ്മയെ ഏല്പിച്ചാണ് പോന്നത്.’’

അങ്ങനെ, മാധവിക്കുട്ടിയെപ്പോലെ ഭാനുമതിയും സ്കൂട്ടർ വാങ്ങുവാൻ ഒറ്റയ്ക്കുപോവുകയും തീരുമാനങ്ങൾ സ്വയം എടുത്ത് ഒരു ഫെമിനിസ്റ്റാവുകയും ചെയ്തു എന്ന് രഘു അറിയുന്നിടത്ത് കഥ തീരണം എന്ന് ഫെമിനിസ്റ്റുകൾ പറയും. കാരണം രഘുവിന് മാനസാന്തരം വന്ന് ഒരു നല്ല ഭർത്താവായി ജീവിക്കും എന്നാണല്ലോ സാധാരണനിലയ്ക്ക് കരുതേണ്ടത്. പക്ഷേ, ജീവിതം എപ്പോഴും കലയേക്കാൾ സങ്കീർണ്ണമായതിനാൽ, രഘു ഭാനുമതിയെ വീട്ടിൽ കയറ്റാൻ വിസമ്മതിക്കുകയാണുണ്ടായത്.

ഭാര്യയാണെന്ന് കണക്കിലെടുത്തുകൊണ്ട് പിടിച്ച് ഒന്നുതള്ളി പുറത്തുപോകാനും പറഞ്ഞു. സ്കൂട്ടർ വാങ്ങാനൊരുങ്ങിയത് ഒരു നാന്ദി മാത്രമായിരുന്നു എന്ന് ഭാനുമതി അപ്പോഴാണ് അറിഞ്ഞത്.

അതിനാൽ വലുതായൊന്നും ഇളകാതെ, നിന്നിടത്തുനിന്ന് ഭാനുമതി രഘുവിന്റെ മുഖത്തേക്കുതന്നെ നോക്കി.

ഇത്രയ്ക്കായോ എന്ന് രഘു ചോദിച്ചപ്പോൾ ഇത്രയ്ക്കെങ്കിലും ആവേണ്ട എന്ന് പതിവില്ലാത്തവിധം ഭാനുമതി തിരിച്ചു ചോദിച്ചു. ചോദിച്ചു കഴിഞ്ഞപ്പോൾ ഭാനുമതിക്ക് സന്തോഷം തോന്നി എന്നതു മാത്രമല്ല കാര്യം, മനസ്സ് തെളിഞ്ഞ വെള്ളംപോലെ ശാന്തമായിരുന്നു എന്നതാണ്.

ഇങ്ങനെയാണോ ഫെമിനിസ്റ്റാവുക? ഭാനുമതി അത്ഭുതത്തോടെ സ്വയം ചോദിച്ചു. ഇത്ര എളുപ്പമാണോ അത്? രാവിലെ വെള്ളം പിടിക്കാൻ പുറത്തേക്കിറങ്ങുമ്പോൾ മാധവിക്കുട്ടിയെന്ന 'മറ്റവളെ' പോലെ ആകണമെന്നോ ആകാൻ കഴിയുമെന്നോ വിചാരിച്ചിരുന്നതല്ല. ഒരു സ്കൂട്ടർ വാങ്ങാൻ സ്വയം തീരുമാനിച്ചതോടെ തന്റെ ഭർത്താവ് തന്നെയും അങ്ങനെ വിളിക്കുന്നു.

ഭാനുമതിക്ക് ആദ്യമഴയിൽ കുതിർന്ന് കുളിരുന്നതിന്റെ രസം തോന്നി. ഇത്രയേയുള്ളൂ അപ്പോൾ... ''ഓ, അത് സാരമില്ല.'' തുടർച്ചയിൽ ഭാനുമതി രഘുവിനോട് പറഞ്ഞു. ''അല്ലെങ്കിലും വഴക്കുകൂടാൻ വേണ്ടി ഒരു പുരയ്ക്കകത്ത് കഴിയുന്നതെന്തിനാണ്? രോഹിത് ഉണരുമ്പോൾ ഒരു പഴം കൊടുക്കാറുണ്ട്. കഴിയുമെങ്കിൽ അത് കൊടുത്തേക്കൂ.''

''രോഹിതിനെ ഇവിടെ വിട്ടുപോകും നീ? നീ അമ്മയാണോ?''

''അമ്മ പോയാൽത്തന്നെ എന്താ?'' ഭാനുമതി ചിരിച്ചു. ''അവൻ അവന്റെ അച്ഛന്റെ അടുത്തല്ലേ? രഘു എന്നേക്കാൾ കുറച്ചാണോ അവനെ സ്നേഹിക്കുക?''

ഇതിനുശേഷം ശാന്തമനസ്കയായി ഭാനുമതി വീട്ടിൽനിന്ന് പുറത്തുപോയി എന്നോ, രഘുവിനെ പതുക്കെ ഒന്നുതള്ളി ആത്മവിശ്വാസത്തോടെ അകത്തേക്ക് കയറിപ്പോയെന്നോ എന്തുവേണമെങ്കിലും എനിക്കെഴുതാം. രണ്ടും ഒന്നുതന്നെയായതുകൊണ്ട് ഏതു വേണമെന്ന് നിങ്ങൾ തന്നെ തെരഞ്ഞെടുത്തോളൂ. ■

കാംബ്ലെയുടെ ഒരു ദിവസം

ഓഫീസ് മുറി തുറന്ന്, വീതികൂടിയ മേശയെയും വിള്ളലുകളി ല്ലാത്ത വൃത്തിയുള്ള കസേരയെയും നോക്കി ശ്രീകാന്ത് കാംബ്ലെ ഒരുനിമിഷം അനങ്ങാതെ നിന്നു. കാലങ്ങളായി ഈ വലിയ ഓഫീ സിനു മുന്നിലൂടെ കടന്നുപോകേണ്ടി വന്നപ്പോഴെല്ലാം മനസ്സിൽ ഒരു കലിപ്പാണ് തോന്നാറ്. ഇതിലേതെങ്കിലുമൊരു മുറിയിൽ എന്നെ ങ്കിലും തനിക്കിരിക്കാനാകുമോ എന്ന ചിന്ത ഒരു കരിക്കൊള്ളി പോലെ മനസ്സിലേക്കു വീഴും. കഴിയില്ലെന്നറിയാഞ്ഞിട്ടല്ല. എന്നാലും വെറുതെ മോഹിപ്പിക്കാനൊരു മോഹംപോലെ മോഹിക്കാൻ തോന്നും. എത്ര മായ്ച്ചാലും മായ്ക്കാനാവാത്ത ഒരു കറപോലെ അത് പിന്നെയും അവിടെത്തന്നെ ഇഴുകിപ്പിടിക്കും.

കസേരയ്ക്ക് വേദനിക്കുമോ എന്ന് പേടിച്ചിട്ടെന്നപോലെ കാംബ്ലെ പതുക്കെ കസേരയിലിരുന്നു. വെള്ളത്തിന്റെ ഒഴിഞ്ഞ ഗ്ലാസിലേക്ക് നോക്കി കാംബ്ലെ കുറച്ചുനേരം മിണ്ടാതിരുന്നു. പിന്നെ അത് മേശ യുടെ അറ്റത്തേക്ക് നിരക്കിവച്ച്, ബാഗിൽനിന്നും ചെറിയ കൽക്കഷണം പോലെയുള്ള ഒരു ചെറിയ വിഗ്രഹമെടുത്ത് മേശപ്പുറത്തുവച്ചു. വീട്ടിൽനിന്നു കൊണ്ടുവന്നിരുന്ന കുപ്പിയിൽനിന്ന് വെള്ളം കുടിച്ചു.

തന്റെ പേരും ഡിഗ്രിയും ഓഫീസർ തസ്തികയും എഴുതിവച്ച ഫലകം മുന്നിൽ മേശയുടെ ഒരറ്റത്തുണ്ട്. ഒരുനിമിഷം അതിലേക്ക് നോക്കി നിന്നു കാംബ്ലെ. പിന്നെ അറിയാതെ അതിനടുത്തു വച്ചി രുന്ന തന്റെ വെള്ളക്കുപ്പി അതിവേഗം ബാഗിലേക്ക് തന്നെയിട്ടു.

ഉള്ളിൽ തീയാണ്. ഇന്റർവ്യൂ സമയത്തെ ഭാവെ സാഹിബിന്റെ മുഖം ഇപ്പോഴും മനസ്സിൽ കനൽപോലെ നീറുന്നു. ''ഇങ്ങനെയൊക്കെ ജനിക്കാൻ ഭാഗ്യം വേണം.'' തന്റെ ഫയലുകൾ ഒന്നു മറിച്ചുനോക്കി ഇന്റർവ്യൂ ചെയ്യുന്ന മറ്റു രണ്ടുപേരും കേൾക്കെ ഉറക്കെയാണ് അന്ന് ഭാവെ സാബ് പറഞ്ഞത്, ''നമ്മൾ രാപകൽ പ്രയത്നിച്ചാലും ഇവിടെ യെത്താൻ എത്ര കാലം വേണം. തൊലിയുടെ നിറം കറുത്താൽ,

ഒരു കാംബ്ലെയോ സോനാവ്നെയോ ആയാൽ പിന്നെ എല്ലാം സ്വസ്തി. കസേര, അന്വേഷിച്ചു വന്നോളും ഇവരെ. കലികാലം. അല്ലാതെന്താ?''

ഭാവെ സാഹിബ് തട്ടി നീക്കിക്കൊടുത്ത ഫയലുകൾ ശബ്ദത്തിലടച്ചു ദാത്തേ.

''പക്ഷേ, കാക്ക കുളിച്ചാൽ കൊക്കാവില്ലല്ലോ ഭാവെ സാബ്. ഹേ... കാംബ്ലെ, തനിക്ക് പറ്റുമോടാ ഇതൊക്കെ ചെയ്യാൻ, പറ്റുമോ നിനക്ക് ആഫീസ് പണി?''

''ശ്രമിക്കാം.'' പറ്റുമോടാ എന്ന ചോദ്യം കാതിൽ മുഴങ്ങെത്തന്നെ താൻ പറഞ്ഞിരുന്നു. ''സാബുമാർ പറഞ്ഞുതന്നാൽ മതി.''

''വിട്ടുകൊടുക്കരുത്.'' പേഴ്സൺ ഡിപ്പാർട്ടുമെന്റിൽനിന്നും ജോയിനിങ് റിപ്പോർട്ട് കൊടുത്തു വരുമ്പോൾ വരാന്തയിൽ തന്നെ കാത്തുനിന്നിരുന്ന സോനാവ്നെ പറഞ്ഞു. ''ഇതൊരു യുഗത്തിന്റെ യുദ്ധമാണ്. വിട്ടുകൊടുക്കരുത്.''

മുന്നറിയിപ്പുകളും ഓഫീസ് കാര്യങ്ങൾ പരിചയപ്പെടുത്തലുകളും ഒക്കെ കഴിഞ്ഞെത്തുമ്പോൾ ഒരുപാടു ദൂരം നടന്നുവന്ന ക്ഷീണമാണ് തോന്നിയത്. ഓഫീസിൽനിന്ന് നിയമനക്കടലാസ് കൈയിൽ കിട്ടിയപ്പോഴും ആദ്യം തോന്നിയത് ഈ ക്ഷീണം കലർന്ന പരിഭ്രമം തന്നെയായിരുന്നു.

ഇത് തന്നെക്കൊണ്ടാകുമോ എന്ന ദാത്തേ സാഹിബിന്റെ ചോദ്യം ഇപ്പോഴും മുഴുങ്ങുന്നതുപോലെയാണ് മനസ്സിൽ നില്ക്കുന്നത്. എന്തെങ്കിലും ഒന്നു തെറ്റിയാൽ... എവിടെയെങ്കിലുമൊന്ന് പാളിയാൽ... അതോടെ കഴിയും. എന്തൊക്കെയോ മനസ്സിൽനിന്നും തട്ടിമാറ്റുംപോലെ, കാംബ്ലെ മേശപ്പുറത്ത് കിടന്ന ഫയലുകൾ ഒന്നുകൂടി ഒതുക്കി വച്ചു. ഹെഡ് ഓഫീസിലേക്കയയ്ക്കേണ്ട റിപ്പോർട്ട് തയ്യാറാക്കാനാണ് ദാത്തേ സാബ് പറഞ്ഞിരിക്കുന്നത്. ആദ്യത്തെ ജോലിയാണ് തന്റെ. പക്ഷേ, അതിന്റെ ഫയൽ ഗോഡ്ബോലെയുടെ കൈയിലാണ്. കാംബ്ലെ പേടിച്ചു പേടിച്ചെന്നപോലെ കാളിങ് ബെല്ലമർത്തി.

കൊടുങ്കാറ്റ് കടന്നുവരുംപോലെയാണ് ഗോഡ്ബോലേ സാബ് വാതിൽ വലിച്ചു തുറന്ന് അകത്തേക്ക് കടന്നുവന്നത്. വന്നതും ഒറ്റക്കൈകൊണ്ട് ശബ്ദത്തോടെ കസേര വലിച്ചിട്ട് കാലിന്മേൽ കാലേറ്റി തനിക്ക് മുന്നിലിരുന്നു. ഇരിക്കാൻ പറയും മുമ്പേതന്നെ എന്ന് ഒരല്പം കയ്പോടെ കാംബ്ലേ ഓർത്തു.

''റിപ്പോർട്ട് നാളെത്തന്നെ ഹെഡ്ഓഫീസിലെത്തണം. അറിയാലോ.'' ഗോഡ്ബോലെയുടെ ശബ്ദത്തിൽ മുഴുവൻ അധികാരം വിങ്ങി.

‘‘ദാത്തേ സാബ് പറഞ്ഞിരുന്നു.’’ ഗോഡ്ബോലെയുടെ ഇരിപ്പും ശബ്ദവും തീരെ ശ്രദ്ധിക്കാത്തമട്ടിൽ കാംബ്ലെ പറഞ്ഞു: ‘‘ഗോഡ്ബോലെയുടെ കൈയിലല്ലേ അതിന്റെ ഫയൽ. പട്നെയുടെ കൈയിലത് കൊടുത്തയയ്ക്കൂ.’’

ഗോഡ്ബോലെ സാബ് എന്ന് അറിയാതെ വായിൽനിന്നും വീണേനെ എന്ന് കാംബ്ലെ ഭീതിയോടെ ഓർത്തു.

മേലുദ്യോഗസ്ഥനാണ് താനെന്ന് പലപ്പോഴും മറന്നുപോകുന്നു.

‘‘അതെ.’’ ഗോഡ്ബോലെ എന്നു മാത്രം വിളിച്ചതുകൊണ്ടായിരിക്കണം. ഗോഡ്ബോലെയുടെ മുഖം ആവിശ്യത്തിലധികം തുടുത്തു. ‘‘എന്റെ കൈയിലാണ് ഫയൽ, വന്നെടുത്തോ.’’

ഗോഡ്ബോലെ പിന്നിലേക്ക് ഒന്നുകൂടി ചാരിയിരുന്നു. ‘‘ഞാൻ തന്നയയ്ക്കില്ല. കാംബ്ലെ: ആജ്ഞാപിക്കാൻ വരണ്ട. ആ കസേരയിലിരുന്നതുകൊണ്ട് കാംബ്ലെ കാംബ്ലെയല്ലാതാവില്ലല്ലോ. കുൽക്കർണിയുടെ സ്ഥാനം തട്ടിയെടുത്തിട്ട് അവനുണ്ട് അവിടെയിരുന്ന് ഞെളിയാൻ വന്നിരിക്കുന്നു.’’

കണ്ണ് മഞ്ഞളിക്കുന്നതുപോലെ തോന്നി കാംബ്ലെയ്ക്ക്. എഴുന്നേറ്റ് പുറത്ത് കടക്കെടോ എന്നു പറയാം. ഫയൽ കൊടുത്തയയ്ക്കാതിരുന്നാൽ പരാതിയെഴുതാം. യൂണിയനിൽനിന്ന് സോനാവ്നെയെ വേണമെങ്കിൽ വിളിച്ചു വരുത്താം. ഗോഡ്ബോലേയോട് എന്താണ് ചെയ്യേണ്ടതെന്നന്തിച്ചു നിൽക്കെ കസേല അതീവശബ്ദത്തോടെ പിന്നിലേക്ക് തള്ളിനീക്കി ഗോഡ്ബോലേ എഴുന്നേറ്റ് മുഖം തന്റെ മുഖത്തോടടുപ്പിച്ചു. ‘‘ഇനി കാംബ്ലെ ആപ്പീസർക്ക്, റിപ്പോർട്ട് എഴുതാനറിയില്ലെന്ന് തുറന്ന് സമ്മതിച്ചാൽ ഞാൻ വേണമെങ്കിൽ എഴുതിത്തരാം. സാറ് പറഞ്ഞാൽ മതി! അവനുണ്ട് എന്നോട് ആജ്ഞാപിക്കാൻ വരണു.’’

എന്തെങ്കിലും തനിക്ക് പറയാനാവും മുൻപേ ഒരു വടി വീശുന്ന വേഗത്തിൽ ഗോഡ്ബോലേ പുറത്തുകടന്നു. തലയ്ക്കകത്ത് ഒരു വെടി പൊട്ടിയപോലെയാണ് കാംബ്ലെയ്ക്ക് തോന്നിയത്.

കാംബ്ലെ ആപ്പീസർക്ക് എന്ന പറച്ചിലിലെ പുച്ഛം ദുർഗ്ഗന്ധം പോലെ വായുവിൽ പരക്കുകയാണ്. ഇനി ഫയൽ താൻതന്നെ പോയി എടുക്കേണ്ടിവരും. ജോലിയിൽ വീഴ്ച വരുത്തിയാൽ കുറ്റം തനിക്കായിരിക്കും. ഹെഡ്ഓഫീസ് ശ്രദ്ധിക്കും. ഭയം ഒരു കടച്ചിൽപോലെ മനസ്സിൽ പരക്കുന്നത് കാംബ്ലെ അറിഞ്ഞു. പരാതി കൊടുക്കാമായിരുന്നില്ലേ എന്ന് സോനാവ്നെ അലറി വിളിക്കും. പക്ഷേ, ഗോഡ്ബോലെ ദാത്തേസാബിന്റെ കണ്ണിലുണ്ണിയാണ്. വെറുതെ തന്റെ

മേൽ ഒരു വയ്യാവേലികൂടി വലിച്ചുവയ്ക്കലാവും അത്. ദാത്തേ സാബിന് ഒരിത്തിരികൂടി ദേഷ്യം കൂടും എന്നതു മാത്രമാണുണ്ടാവുക. കാംബ്ലെ കാളിങ് ബെല്ലിൽ വീണ്ടും പതുക്കെ കൈയമർത്തി. ഉടനെ വരേണ്ടതാണ് പ്യൂൺ പട്നെ. പക്ഷേ, അയാൾ വന്നെന്നുവരില്ല.

ഓഫീസ് വിട്ടുപോകുമ്പോൾ ഗോഡ്ബോലേയുടെ മേശപ്പുറത്തു നിന്ന് ഫയലെടുത്ത് വീട്ടിൽ വച്ച് റിപ്പോർട്ടെഴുതാം എന്ന് തീരുമാനിച്ചു കാംബ്ലെ. റാക്കിൽനിന്നും കടലാസെടുത്തു ബാഗിൽ വയ്ക്കാം. എന്താണെന്നറിയില്ല. കസേരയിലിരിക്കുമ്പോൾ, ഫയലുകൾ മറിക്കുമ്പോൾ, കടലാസെടുക്കുമ്പോൾ എല്ലാം മനസ്സിൽ ആദ്യം വരുന്നത് ഈ സ്ഥാനത്ത് ഇരിക്കേണ്ട കുൽക്കർണി സാബിന്റെ മുഖമാണ്. മനസ്സിൽ എന്തൊക്കെയോ എവിടെയൊക്കെയോ ഒരു മിച്ചു പിടയുംപോലെ തോന്നി കാംബ്ലയ്ക്ക്. ഒരിക്കൽപ്പോലും താൻ കണ്ടിട്ടില്ല. ആ കുൽക്കർണി, തന്നേക്കാൾ പഠിപ്പും പരിചയവുമുള്ള കുൽക്കർണ്ണി മനസ്സിൽ കൂടുകെട്ടിയപോലെയിരുപ്പാണ്. കുൽക്കർണിയുടെ സ്ഥാനത്ത് താനായിരുന്നെങ്കിൽ... മേശപ്പുറത്തെ ദേവിയുടെ മുഖത്തു നോക്കിയാണ് കാംബ്ലെ ചോദിച്ചത്. ‘‘എല്ലാം കാണുന്നവളല്ലേ. പറയ്. എന്താവും താൻ ചെയ്യുക?’’

‘‘എന്നെ വിളിച്ചോ സാർ?’’ പട്നെയാണ്. സർ എന്ന ആ വിളിക്കു പിന്നിലെ ചിരിയുടെ ചരിവ് പെട്ടെന്നു മനസ്സിൽക്കൊണ്ടു.

‘‘ഇവിടെ വെള്ളം വച്ചിട്ടില്ല.’’

എന്തിനോടൊക്കെയോ ആരോടൊക്കെയോ പ്രതിഷേധിക്കും പോലെ കാംബ്ലെ ഒഴിഞ്ഞ ഗ്ലാസ് ദേഷ്യത്തോടെ പട്നെയുടെ മുന്നിലേക്ക് നിരക്കി. ‘‘ഗോഡ്ബോലെയുടെ കൈയിൽനിന്ന് റിപ്പോർട്ടിന്റെ ഫയൽ വാങ്ങിക്കൊണ്ട് വരണം. വേഗം വരണം.’’

‘‘വരണം?’’ ഒരു വെറും കാംബ്ലെ ഒരു പട്നെയോട് പറയുന്നു. ‘‘വരണം.’’ മുറുക്കാൻ ചവച്ച് നിറഞ്ഞ വായ തുറക്കാതെ പട്നെ കാംബ്ലെയുടെ അടുത്തേക്ക് നീങ്ങി എന്നിട്ട് കാംബ്ലെയുടെ മേശയ്ക്കടുത്തിരുന്ന വേസ്റ്റ്ബാസ്കറ്റിലേക്ക് വായിലെ മുറുക്കാൻചാറ് ചുണ്ടത്ത് രണ്ടും വിരലും വച്ച് നീട്ടിത്തുപ്പി. ‘‘ജയ് ഭീം’’ മേശയുടെ അടുത്തേക്ക് കാംബ്ലെയെ തൊടുംമട്ടിൽ... കുറച്ചുകൂടി നീങ്ങിനിന്നു പട്നെ. ഇല്ലെങ്കിൽ? കാംബ്ലെ അടിതെറ്റിയപോലെ മേശയിൽ അമർത്തിപ്പിടിച്ചു. കോറായ്ക്കലെ തുപ്പൽ പുറംകൈകൊണ്ട് തുടച്ച് വാതില്ക്കലെത്തി തിരിച്ചുനിന്നു ചിരിച്ചുകൊണ്ട് ഒരിക്കൽക്കൂടി വിളിച്ചു. ‘‘ജയ് ഭീം’’

പുച്ഛത്തിന്റെ വെറുങ്ങലിപ്പിനു മുകളിൽ പുറത്ത് പൊട്ടിച്ചിരികളുടെ കലമ്പൽ പടരുന്നു.

കാംബ്ലെ ചെവിപൊത്തിപ്പോയത് അറിയാതെയാണ്. കേൾക്കാതിരിക്കുന്നതാണ് നല്ലത്. വെറുതെ സമയം കളയാമെന്നേയുള്ളൂ. ഫയൽ താൻതന്നെ കൊണ്ടുവന്നാൽ വൈകുന്നേരം വേഗം വീട്ടിൽ പോയി റിപ്പോർട്ടെഴുതാം. ധാരാളം സമയം വേണ്ടിവരും. ജീവിതത്തിൽ ആദ്യമായാണ് റിപ്പോർട്ട് എഴുതുന്നത്. ശരിയായില്ലെങ്കിൽ.. എന്നു വിചാരിക്കുമ്പോഴും ഇടിമിന്നൽപോലെയാണ് മനസ്സിൽ ഭയം പാളുന്നത്. തെറ്റിയാൽ എല്ലാവരും ആർത്തട്ടഹസിച്ചെന്നുവരും. തന്നെ അടിക്കാൻ പട്നെയ്ക്കടക്കം എല്ലാവർക്കും മറ്റൊരു വടികൂടി കിട്ടും. റിപ്പോർട്ടതിന് വഴിയാകും. ഫയലെടുത്ത് വരുമ്പോൾ ഠാക്കൂറും പവാറും സ്റ്റൂളുകളിൽ മുഖം താഴ്ത്തിയിരുന്ന് ചിരിച്ചത് കണ്ടില്ലെന്നു നടിച്ചു.

മുറിക്കകത്തേക്കെത്തിയതും അതിനകത്ത് മുൻപേ എത്തിയിരുന്ന സോനാവ്നെ വാതിൽ കൊട്ടിയടച്ചതും ഒരുമിച്ചായിരുന്നു. ''ഗുഡ് മോണിങ്'' സോനാവ്നെയുടെ മുഖത്തെ കറുപ്പ് കണ്ടെന്നു നടിക്കാതെ കാംബ്ലെ കൈനീട്ടി. ''കുറേ നേരമായോ വന്നിട്ട്? ജയ് ഭീം''

ഗുഡ്മോണിങ് എന്ന് തിരിച്ചു പറയാതെ സോനാവ്നെ ചീറി. ''പറയെടാ ഉറക്കെ.''

''ജയ് ഭീം.'' കാംബ്ലെ പതിയെ പറഞ്ഞു. ''സോനാവ്നെ ഇരിക്കൂ.''

''നാണമില്ലെടോ, കാംബ്ലെ തനിക്ക്? ഞങ്ങളുടെ യൂണിയൻ അലമുറയിട്ട് കിട്ടിയതാണ് തനിക്കീ കസേര? എന്നിട്ട് അവനുണ്ട് ഫയലെടുക്കാൻ അവിടെ പോണൂ. എവിടെടോ പ്യൂൺ പട്നെ?''

സോനാവ്നെയ്ക്ക് മൂക്കത്താണ് ശുണ്ഠി. ഗ്രാമത്തിൽ വച്ചറിയുന്ന കാലം മുതലേ അതറിയാം. വെട്ടൊന്ന് മുറി രണ്ട്. അതാണ് സ്വഭാവം. തന്നെ സ്ഥാനത്തു കണ്ട് അഭിനന്ദിക്കാൻ അടുത്ത ഡിപ്പാർട്ടുമെന്റിൽനിന്ന് വന്നതായിരുന്നു സോനാവ്നെ. താൻ ഫയലെടുക്കാൻ പോയതും അപ്പോഴായിരുന്നു.

''വെറുതെ വഴക്കിനുപോണ്ടെന്നു വച്ചു.'' കാംബ്ലെ ശബ്ദം വളരെ താഴ്ത്തിയാണ് പറഞ്ഞത്. ''ഇതൊക്കെ പതുക്കെ ശരിയാവും. നമ്മൾ ബഹളം വച്ചിട്ട് കാര്യമില്ല.''

ബിരുദം കിട്ടിയപ്പോഴും പോയിരുന്നു അമ്പലത്തിൽ, കൈയിലെ എട്ടണ മതിലിനുമുകളിലൂടെ അകത്തേക്കെറിഞ്ഞു. മതിൽക്കെട്ടിനുള്ളിൽ അകലെ പതിവുപോലെ അന്നും ഒരു ഭാവവുമില്ലാതെ നിന്നു ഈശ്വരൻ. അകലെ സർപാഞ്ചിനെ കണ്ടതും നടയ്ക്കൽ നിന്നും ഓടി പാറയ്ക്കു മുകളിലൂടെ ഉരസി ഇറങ്ങിയത് തനിക്കൊപ്പം ബിരുദം കിട്ടിയിരുന്ന ജഗദീഷിന്റെ കൂടെയായിരുന്നു. കുത്തനെയുള്ള പാറയ്ക്കടിയിൽ കിതപ്പോടെ പേടിച്ചിരിക്കുമ്പോൾ, കല്ലിലുരഞ്ഞ്

കൈയിലും കാലിലും പൊടിഞ്ഞ ചോര തുടച്ചുകളഞ്ഞ് പിറ്റേ ദിവസം നാടുവിടാമെന്നു പറഞ്ഞത് ജഗദീഷാണ്.

"എന്തിനാടാ ഇവിടെ? ആട്ടും തുപ്പും കൊള്ളാനോ?" കൈയിലെ പുല്ലിന്റെ നാമ്പ് വീണ്ടും വീണ്ടും പൊട്ടിച്ച് ജഗദീഷ് ചോദിച്ചു. "എന്തിനാ നീയാ എട്ടണ ആ നാറ്റദൈവത്തിന് കൊടുത്തത്? ഇന്നു വരെ കാലണയ്ക്കുപകാരം ആ ദൈവം നിനക്ക് ചെയ്തിട്ടുണ്ടോ?"

അത് അന്ന് തനിക്കും തോന്നിയതാണ്. ഒറ്റയടിക്ക് ഇതൊക്കെ നിമിഷനേരംകൊണ്ട് നേരെയാക്കാവുന്ന ഈശ്വരൻ എന്താണാവോ എപ്പോഴും ഇങ്ങനെ ഒരക്ഷരം മിണ്ടാതെ നില്ക്കുന്നത്? ഭട്ട് സാബ് പറഞ്ഞതുപോലെ മുജ്ജന്മപാപം എന്നൊന്നുണ്ടായിരിക്കുമോ? വയൽവക്കത്തെ കുണ്ടൻകുളത്തിലെ വെള്ളം കൈകൊണ്ട് കോരി ക്കുടിച്ചതിനാണ് ജോഷി സാബ് തന്റെ മുത്തൂനെ ഒറ്റയടിക്ക് ചവിട്ടി ക്കൊന്നത്. കുളത്തിന്റെ അശുദ്ധം തീർക്കാനുള്ള പുണ്യാഹത്തിന് കാശില്ലാത്തതിനാൽ കാട്ടിലേക്ക് പേടിച്ചോടിയ അച്ഛൻ പിന്നെ ഒരി ക്കലും തിരിച്ചുവന്നില്ല. അച്ഛനെ കാണാത്ത ദേഷ്യത്തിന് ജോഷി സാബിന്റെ കൈക്കാരൻ ജഗ്ഗു അമ്മയുടെ മുഖത്ത് തിളച്ച വെള്ള മൊഴിച്ചതും അമ്മ പ്രാണവേദനയിൽ പിടഞ്ഞതും കണ്ടത്, ജഗ്ഗുവിന്റെ കണ്ണിൽനിന്ന് തന്നെയും അനിയത്തിയെയും രക്ഷിക്കാൻ അയൽ ക്കാർ തങ്ങളെയിട്ടുമൂടിയ പരമ്പുകൊട്ടയുടെ തുളകളിലൂടെയായി രുന്നു. ഇന്നും ഗ്രാമമെന്നു പറഞ്ഞാൽ ആ കൊട്ടയിലെ കോഴി ക്കാട്ടത്തിന്റെ ഓർമ്മയാണ് തനിക്ക്. ജഗ്ഗു തിരിച്ചു പോകുംവരെ എല്ലാവരും നോക്കിനിന്നതല്ലാതെ ആരും അമ്മയുടെ അടുത്തേക്ക് പോകുകയുണ്ടായില്ല. ആസ്പത്രിയിലെത്തുമ്പോഴേക്കും അമ്മയുടെ ഒരു കണ്ണ് പോയിക്കഴിഞ്ഞിരുന്നു.

പറഞ്ഞതിന്റെ തുടർച്ചപോലെ ജഗദീഷിന്റെ മുഖം വല്ലാതെ ചുവന്നു. "തന്റെ ഒരു ദൈവം. പതിവുപോലെ വയൽ വരമ്പത്തി രുന്ന് ഉച്ചയൂണു കഴിക്കുമ്പോൾ കൂട്ടുകാരി ലക്ഷ്മി ഇലയിലേക്കിട്ടു തന്ന അച്ചാറിനു പകരം പിറന്നാളായതിനാൽ ഉണ്ടാക്കിയ പുരൺ പോളിയുടെ കഷണം ലക്ഷ്മിയുടെ ഇലയിൽ വച്ചു കൊടുത്തതാണ് ചേച്ചി. അറിയോ നിനക്ക്? എന്താ തെറ്റ്? അതു കണ്ട് ഒപ്പമിരുന്ന് ഊണുകഴിച്ചിരുന്ന എല്ലാവരും ആക്രോശത്തോടെ ചാടിയെണീ റ്റത്രെ! പിന്നെ ഒന്നിച്ചിട്ടു ചവിട്ടി ലക്ഷ്മിയുടെ ഇലയിലെ പുരൺ പോളിയുടെ കഷണവും ചപ്പാത്തിയും അച്ചാറും എല്ലാം വയലിൽ ചിതറിത്തെറിച്ചു. അന്നത്തെ ചവിട്ടിൽ മുഖത്തുണ്ടായ മുറിവിന്റെ വൃത്തികെട്ട പാടു മൂലം ഭംഗി പോരെന്നുപറഞ്ഞാണ് ചേച്ചിയെ ഇന്നലെ അവളുടെ കെട്ട്യോൻ വീട്ടിൽ കൊണ്ടുവന്നാക്കിയത്."

ഉണങ്ങിയ പൂഴിമണ്ണിലേക്ക് ജഗദീഷ് വീണ്ടും വീണ്ടും ആഞ്ഞു തുപ്പി. ''അവന്റെ ജാതി, അവന്റെ ഭംഗി.'' ജഗദീഷിന്റെ ശബ്ദം വല്ലാതെ വിറച്ചു. ''കൊല്ലണം. എന്നിട്ട് തന്റെ അച്ഛനെപോലെ കാട്ടിലേക്കോടിപ്പോണം. വരരുത്, ഒരിക്കലും വരരുത് തിരിച്ച്. കുറേക്കാലമായി നമ്മൾ ഇവിടെ നിന്ന് മോങ്ങാൻ തുടങ്ങിയിട്ട്.''

ജഗദീഷും താനും കൂടിയാണ് പിറ്റേന്ന് ആരോടും പറയാതെ ടിക്കറ്റില്ലാവണ്ടി കയറിയത്. ആരും ആട്ടുകയും തുപ്പുകയും മാറ്റി നിർത്തുകയും ചെയ്യാത്ത ഞങ്ങളുടെ കാന്തി ഓടിയൊളിച്ച നഗരത്തിലേക്ക്. ട്രെയിനിൽനിന്ന് പുലർച്ചെ ഇറങ്ങുമ്പോൾ ജഗദീഷ് ഒപ്പമുണ്ടായിരുന്നില്ല.

വീട്ടിലെത്തിയതും ചെരുപ്പൂരി വച്ച് കാംബ്ലെ പുതുതായി വാങ്ങിയ ഹവായ് ചപ്പലിട്ടു. അകത്തുകടന്നപ്പോൾ പക്ഷേ, കാംബ്ലെയുടെ ഉള്ള് ഒന്നാകെ ആന്തി. വീട് നിറയെ ടി വി കാണാൻ ചേരിയിൽ നിന്നുവന്ന ആൾക്കാരാണ്. ഇവിടെയിരുന്ന് ഇനി റിപ്പോർട്ടെഴുതാൻ കഴിയില്ല. അടുക്കള എന്ന് പറഞ്ഞടയാളപ്പെടുത്തിയ ഒരു ചെറിയ മൂലയല്ലാതെ വേറെയൊന്നും ഇവിടെയില്ല. തനിക്ക് കുടിക്കാൻ വെള്ളവുമായെത്തിയ സാവിത്രി, തന്റെ മുഖം കണ്ടിട്ടാവണം, പെട്ടെന്നു നിന്നു.

''എന്തേ?'' വെള്ളം കൈയിൽത്തന്ന് സാവിത്രി കേൾക്കാതെ ചോദിച്ചു.

''എന്തുണ്ടായേ?''

റിപ്പോർട്ടെഴുതാൻ ഇനി രാത്രി മുഴുവൻ ഉറക്കമൊഴിയേണ്ടിവരുമല്ലോ എന്നാണ് കാംബ്ലെ ഓർത്തത്. മനസ്സിൽ ക്ഷീണം മാത്രമാണ് ബാക്കി. മുഖത്ത് ദേഷ്യം പരക്കുന്നത് തനിക്കുതന്നെ അറിയുന്നുണ്ട്. പക്ഷേ, വന്നവരോട് ഇപ്പോൾ എഴുന്നേറ്റുപോകാൻ പറയാൻ പറ്റില്ല. ദിവസവും വരുന്ന അവർ അമ്പരക്കുകേയുള്ളൂ.

''വന്നു കേറീതല്ലേ. വിശ്രമിച്ചോ.'' സ്ഥലക്കുറവ് കണ്ടിട്ടായിരിക്കണം ചുമരിനോട് ചേർത്തിട്ട് കയറ്റുകട്ടിലിൽ നിന്ന് വൃദ്ധൻ പതുക്കെ കൈകുത്തി എഴുന്നേറ്റു.

ക്വാർട്ടേഴ്സിലേക്ക് മാറാന്ന് സാവിത്രി പറഞ്ഞു. ''അത്ര ദൂരത്തേക്കൊന്നും വരാൻ എന്നെക്കൊണ്ടാവില്ല. ടി വി കാണണ്ടാന്ന് വയ്ക്കേ പറ്റൂ.''

സത്യത്തിൽ എന്തെന്നില്ലാത്ത ആശ്വാസമാണ് തോന്നിയത്. ഒപ്പം തന്നെ സോനാവ്നെയുടെ മുഖം ഒരു വാളുപോലെ മനസ്സിൽ മിന്നി. സോനാവ്നെയുടെ വീട്ടിൽ പക്ഷേ, യൂണിയൻകാരാണ് അധികവും

പോകാറ്. ഇവിടത്തെ ക്വാർട്ടേഴ്സിൽ അതായിരിക്കില്ല സ്ഥിതി. പിന്നെ റിപ്പോർട്ടുകളെഴുതാൻ സ്ഥലവും സമാധാനവും വേണം. മനസ്സിലേക്ക് അനാവശ്യചിന്തകൾ ഓടിക്കയറുന്നത് ഒരു വാശിയോടെയാണ് ഇപ്പോളിപ്പോൾ കണ്ണിൽപ്പെടുന്നതു വേണ്ടാത്തതൊക്കെയാണെന്നതാണ് കഷ്ടം. അല്ലെങ്കിൽ കയറുകട്ടിലിൽ വിരിച്ചിരിക്കുന്ന വിരി നരച്ചുമങ്ങിയിരിക്കുന്നു എന്നതും അറ്റങ്ങൾ കീറിയിരിക്കുന്നു എന്നതും ഇന്നും ഇന്നലെയും കാണാൻ തുടങ്ങിയതല്ലല്ലോ.

ഓഫീസിലെ കസേരയുടെ വൃത്തിയുള്ള സീറ്റ് ഒരുതെറ്റുതിരുത്തൽപോലെ മനസ്സിലേക്കിരച്ചുകയറേണ്ട കാര്യവുമില്ല. എന്നിട്ടും എന്തേ ഇതിലിരിക്കാൻ ഇന്ന് മടി തോന്നുന്നു എന്നാണ് മനസ്സിലാകാത്തത്.

ക്വാർട്ടേഴ്സിലേക്ക് മാറിയാൽ വാങ്ങേണ്ട സാധനങ്ങൾ എഴുതി സാവിത്രിതന്നെ ലിസ്റ്റിട്ട പോക്കറ്റിനു മീതെ കാംബ്ലെ വിരലോടിച്ചു. റിപ്പോർട്ടെഴുതാനുള്ളതു കാരണം ഒന്നും വാങ്ങാതെ നേരെ വീട്ടിലേക്ക് വരികയാണ് ചെയ്തത്. അമ്പലത്തിൽ പോകാൻ വഴി വളഞ്ഞു വരണം. പൊട്ടിയ പ്ലാസ്റ്റിക് പാത്രങ്ങളൊക്കെ സാവിത്രി കളഞ്ഞു കാണുമോ ആവോ എന്ന് കാംബ്ലെ ആലോചിച്ചു. തൊട്ട ക്വാർട്ടേഴ്സിലാണ് ജോഷി താമസിക്കുന്നത്. പൊട്ടിയ പ്ലാസ്റ്റിക് പാത്രമെങ്ങാനും അദ്ദേഹത്തിന്റെ ഭാര്യ കണ്ടാൽ വല്ലാത്ത നാണക്കേടാവും സാവിത്രിക്ക്. മോനും വേണം നല്ല നിക്കറും ഷർട്ടും. തന്റെ ഏറ്റവും നല്ല ഷർട്ടും പാന്റ്സും നനച്ച് തേച്ച് രാവിലെ കട്ടിലിൽ വയ്ക്കുമ്പോൾ സാവിത്രി പറഞ്ഞിരുന്നു. ''പിന്നെ ഫ്രൂട്ട്സും കുറച്ചു പലഹാരങ്ങളും കരുതേണ്ടി വരും. അടുത്ത വീട്ടുകാർ പരിചയപ്പെടാൻ വരുമ്പോൾ എന്തെങ്കിലും തിന്നാൻ കൊടുക്കേണ്ടേ? ജോഷിയും ഗോഡ്ബോലേയും ഏതായാലും വരാതിരിക്കില്ല എന്ന് തീർച്ചയാണ്.''

ആൾക്കാർ പിരിഞ്ഞതും സാവിത്രി മുറി അടിച്ചുവാരി വൃത്തിയാക്കി. നാട്ടിൽ വെള്ളമില്ലാത്തതിനാൽ ഇവിടേക്ക് വന്ന രോഗിയായ അമ്മാവന്റെ ഗോദ്ഡി വാതിലിനു പുറത്തെ വരാന്തയിൽ വച്ചു. അമ്മാവൻ ഉറങ്ങാറ് അവിടെയാണ്.

ആ ഗോദ്ഡിയിലേക്ക് നോക്കി കാംബ്ലെ കുറച്ചു നേരം വെറുതെ നിന്നു. തിരിഞ്ഞും മറിഞ്ഞും ഒഴുകുന്ന കലക്കവെള്ളംപോലെയുണ്ട് ഇപ്പോൾ മനസ്സ്. ഒരു തിക്കുമുട്ടലാണ് ആകെ. റിപ്പോർട്ടെഴുതാനുള്ളതൊന്നും ഇപ്പോൾ മനസ്സിലില്ല എന്നതാണ് സത്യം. ആകെയുള്ളത് സിമന്റിട്ടൊരു ക്വാർട്ടേഴ്സും വയ്യാത്ത അമ്മാവനുമാണ്. അവിടെ ക്വാർട്ടേഴ്സിൽ പുറത്ത് വരാന്തയില്ല. ഉണ്ടെങ്കിൽതന്നെ എല്ലാവരും കാണെ അമ്മാവനെ കിടത്താനാവില്ല. അപ്പോൾ...? അമ്മാവന്റെ

വസ്ത്രങ്ങൾ എത്രമാത്രം അഴുക്കുപുരണ്ടതാണെന്ന് പെട്ടെന്ന് ഒരു വെളിപാടുപോലെയാണ് കാംബ്ലെയ്ക്ക് ഓർമ്മവന്നത്. അത് ദിവസവും കഴുകാൻ സാവിത്രിക്കാവില്ല. അമ്മാവനാണെങ്കിൽ ആരോഗ്യം കുറവാണ്. അതുമല്ല, ദിവസവും കഴുകണമെങ്കിൽ ഒരുപാട് വെള്ളം വേണം താനും. ചേരിയിൽ രണ്ടു ദിവസം കൂടുമ്പോഴേ വെള്ളം വരൂ എന്നൊന്നും ജോഷിയോട് പറഞ്ഞിട്ട് കാര്യമില്ല. വൃത്തി ശീലമാക്കണമെന്ന് ടിവിക്കാരെപോലെ ക്വാർട്ടേഴ്സുകാരും കൂട്ടിവിളിക്കും. അമ്മാവന് പുതിയ ധോത്തികൾ വാങ്ങേണ്ടിവരും.

റിപ്പോർട്ടിനുള്ള നാലഞ്ച് വാചകം മനസ്സിലെടുത്തുവച്ച് കാംബ്ലെ വെളിച്ചത്തിനുനേരെ തിരിഞ്ഞിരുന്നു നോക്കി. റിപ്പോർട്ടിനെക്കുറിച്ചാലോചിക്കുമ്പോഴേ ഒരു പാമ്പിനെപ്പോലെ മനസ്സ് പിടിതരാതെ വഴുതുകയാണ്. ഈയിടെ എന്തുചെയ്യാനിരുന്നാലും അല്ലെങ്കിലേ മനസ്സിലേക്കോടിയെത്തുന്നത് പന്നിക്കൂട്ടിനടുത്തുള്ള ഒരൊറ്റ മുറിയും കോഴിക്കാട്ടത്തിന്റെയും പന്നിമൂത്രത്തിന്റെയും ചൂരുമാണ്. ക്വാർട്ടേഴ്സ് കിട്ടുന്നതുവരെ ഏറ്റവും വലിയ സ്വപ്നമായിരുന്നു അത്. ഇപ്പോൾ അവിടേക്ക് പോകാൻ പേടിയാണ് തോന്നുന്നത്. ഈ പേടിയാകട്ടെ, മുതുകത്തൊട്ടിച്ചുവച്ച പോലെയാണ് എപ്പോഴും തന്നെ പിന്തുടരുന്നത്. ഇരുന്നിടത്തുനിന്നെഴുന്നേറ്റ് കാംബ്ലെ മുറിയിൽ തലങ്ങും വിലങ്ങും നടന്നു.

ഇങ്ങനെയല്ല ചിന്തിക്കേണ്ടതെന്ന് പറയാൻ സോനാവ്നെയ്ക്ക് എളുപ്പമാണ്. ജോഷിയുടെയും ഗോഡ്ബോലെയുടെയും വീടിനടുത്തല്ലല്ലോ സോനാവ്നെ താമസിക്കുന്നത്. അമ്മാവന്റെ കോറായ്ക്കലൂടെ ഒഴുകുന്ന കൊഴുത്ത വെറ്റിലത്തുപ്പൽ ജോഷിയും കൂട്ടരും കാണുമെന്നത് തീർച്ചയാണ്. ജോഷിക്കു മാത്രമല്ല, തനിക്കും അത് കാണുമ്പോൾ അറപ്പാണ് എന്നതാണ് സത്യം.

റിപ്പോർട്ടാണെങ്കിൽ പകുതി പോലുമായിട്ടില്ല. ''ഒറങ്ങിക്കോ.'' നിലത്ത് പായയിൽ മകനോടൊപ്പം കിടന്നിരുന്ന സാവിത്രിയോട് കാംബ്ലെ പറഞ്ഞു. ''എനിക്ക് കുറേ എഴുതാനുണ്ട്.'' നല്ല ജോലി കിട്ടിയിട്ടും പകുതി ദിവസവും വരുന്ന ക്വാർട്ടേഴ്സ് കിട്ടിയിട്ടും ഭർത്താവിന്റെ മുഖത്ത് സന്തോഷമല്ലല്ലോ എന്നാണ് സാവിത്രി അത്ഭുതപ്പെട്ടത്.

''ക്രിക്കറ്റ് കാണാൻ ക്വാർട്ടേഴ്സിലേക്ക് വരാമെന്നാണ് കുട്ടികൾ പറഞ്ഞിരിക്കുന്നത്. വന്നോട്ടെ അല്ലേ?''

''വരണ്ട, ആരും വരണ്ട.'' ആരോടൊക്കെയോ പ്രതിഷേധിക്കും പോലെ, ഇടിവെട്ടുംപോലെ കാംബ്ലെ അലറി. ''അവിടെ ഇവിടത്തെപ്പോലെ നിലത്തിരുന്ന് നെരങ്ങാനൊന്നും പറ്റില്ല എന്ന് അറിഞ്ഞൂടെ

നിനക്ക്? പുറത്തൊരു ചെരിപ്പ് കണ്ടാൽ മതി.'' കാംബ്ലെ പെട്ടെന്നു ശബ്ദം താഴ്ത്തി. ''നശൂലങ്ങൾ വാതിൽ തള്ളിത്തുറന്ന് നോക്കും.''

''എന്ത്?'' കാംബ്ലെയുടെ ശബ്ദത്തിലെ കറുത്ത കരകരപ്പിലേക്ക് നോക്കി സാവിത്രി അന്തം വിട്ടു. കാംബ്ലെയുടെ മുഖം മുഴുവൻ കറുപ്പാണ്.

വരരുതെന്നോ?

സാവിത്രിയെ മുഴുവനാക്കാനനുവദിക്കാതെ കാംബ്ലെ പേന കട്ടിലിലേക്ക് വലിച്ചെറിഞ്ഞ് ചാടിയെണീറ്റു. ''അതെ. വരരുതെന്ന്. വരരുതെന്ന് നീയാണ് പറയേണ്ടത്. നീ ഇപ്പോൾ ഒരാഫീസറുടെ ഭാര്യയാണ്. വേറെ വഴിയില്ല.''

സാവിത്രി ഒരക്ഷരം പറയാതെ കാംബ്ലെയെ നോക്കിയിരുന്നു. അതുമല്ല, കാംബ്ലെ സ്വയമെന്നപോലെയാണ് തുടർന്നത്; ''ക്വാർട്ടേഴ്സിൽ അമ്മാവനെ എവിടെ കിടത്തുമെന്ന് നീയാലോചിച്ചിട്ടുണ്ടോ അടുക്കളയിലോ?'' ഗോഡ്ബോലെ എന്തായാലും അറിയാതിരിക്കില്ല.

''അപ്പോ?'' സാവിത്രി പെട്ടെന്ന് കിടക്കയിൽ നിന്നെണീറ്റു. ''അപ്പോ അമ്മാവൻ?''

''അറിയില്ല. എനിക്കറിയില്ല സാവിത്രി.'' സ്വന്തം ശബ്ദം വല്ലാതെ ഇടറുന്നത് കാംബ്ലെ അറിഞ്ഞു. ''ഈ ക്വാർട്ടേഴ്സ് വേണ്ടിയിരുന്നു. എന്തൊക്കെ വാങ്ങണം. എല്ലാം മൂന്നിനു പകരം നാലെണ്ണം. ഫ്രൂട്ട്സിനും കൂൾഡ്രിങ്ക്സിനും എന്താ വിലയെന്ന് നിനക്കുമറിയില്ലേ. താങ്ങോ നമുക്ക്?''

''അമ്മാവന് വയ്യ. എക്സ്റേ വേണം എന്നാ ഡോക്ടറ് പറഞ്ഞത്. അറിയാം, അറിയാം, അറിയാം.'' കാംബ്ലെയുടെ ശബ്ദം കല്ലിനടിയിൽപ്പെട്ടതുപോലെ ഞെരുങ്ങി. ''ഇതൊന്നും നീയെന്നെ പഠിപ്പിക്കേണ്ട. ഗ്രാമത്തിലാണ് ശുദ്ധവായു, ശുദ്ധവെള്ളം.''

കാംബ്ലെയുടെ ശബ്ദത്തിനുമുന്നിൽ അതിന്റെ പൊള്ളുന്ന ചൂടിനു മുന്നിൽ തീയിനുമുന്നിലെത്തിയ മൃഗത്തെപ്പോലെ സാവിത്രി മിഴിച്ചു നിന്നു.

''അമ്മാവൻ ചെരിപ്പിടില്ല. നഖം വെട്ടില്ല. ധോത്തി കഴു...''

പതുക്കെ സാവിത്രി വായ പൊത്തുംപോലെ പറഞ്ഞു. ''അവിടെ വെള്ളമില്ല്യല്ലോ ശീലോംല്യ. പക്ഷേ, ഇനി പോകുമ്പോൾ നമുക്ക് ഇതൊക്കെ ഡോക്ടറോട് പറയാം.'' ഭർത്താവിന്റെ കരച്ചിലിനോളമെത്തിയ ശബ്ദത്തിൽ സാവിത്രിയുടെ കണ്ണുകൾ നിറഞ്ഞു നിന്നു. ''അല്ലെങ്കിൽ അമ്മാവനെ നമുക്ക് ചെറിയമ്മയ്ക്കൊപ്പമയയ്ക്കാം.''

വാചകം മുഴുമിക്കും മുൻപേ സാവിത്രി കരയാൻ തുടങ്ങിക്കഴിഞ്ഞിരുന്നു.

''തുടങ്ങി കരച്ചിൽ. ഇതാണ് പ്രശ്നം.''

റിപ്പോർട്ടിന്റെ ഫയൽ കട്ടിലിലേക്ക് ഊക്കോടെ വലിച്ചെറിഞ്ഞ് മറ്റാരോടോ എന്നപോലെ കാംബ്ലെ പൊട്ടിത്തെറിച്ചു.

''കരഞ്ഞിട്ടിന്നുവരെ നമുക്കെന്തെങ്കിലും കിട്ടിയിട്ടുണ്ടോ? ജനിച്ച മുതൽ കരയാൻ തുടങ്ങിയതാണ്. കരഞ്ഞുകരഞ്ഞു മടുത്താണ് ഇവിടെവരെ എത്തിയത്.''

ജഗദീഷിന്റെ വാക്കുകൾ കലരുന്നോ എന്ന് തോന്നിയപ്പോൾ കാംബ്ലെ പെട്ടെന്നു നിർത്തി. സാവിത്രി കൊളുത്തിവെച്ച വിളക്കിന്റെ നേരിയ വെളിച്ചത്തിൽ ചുമരിൽ തൂങ്ങിക്കിടക്കുന്ന ഭഗവാൻ തന്നെ നോക്കി ചിരിക്കുകയാണോയെന്ന് അപ്പോഴാണ് കാംബ്ലെയ്ക്ക് സംശയം തോന്നിയത്. നിഴലാണ് അവിടെ നിറയെ, നിറഞ്ഞ നിഴൽ.

കാംബ്ലെ എഴുന്നേറ്റ് ചെന്ന് ഭഗവാന്റെ ഫോട്ടോ ചുമരിനുനേരെ തിരിച്ചിട്ടു. ഇപ്പോൾ തവിട്ടുനിറത്തിലുള്ള ആകാശംപോലെ കാർഡ് ബോർഡ് മാത്രമാണ് തന്നെ നേരിടുന്നത്.

''മുജ്ജന്മസുകൃതം.'' സാവിത്രിയെ തന്നോട് ചേർത്തുനിർത്തി കാംബ്ലെ പറയാൻ തുടങ്ങി. ''ഈശ്വരന് ഒന്നും ചെയ്യാൻ പറ്റാത്തിടത്ത് എന്നെപ്പോലൊരു വെറും കാംബ്ലെ എന്ത്, എന്ത് ചെയ്യാനാണ്?''

കാട്ടിലേക്കോടിയൊളിച്ച ജഗദീഷിനെ പിന്നീടൊരിക്കലും കണ്ടുമുട്ടാത്തത് എത്ര നന്നായെന്നാണ് കാംബ്ലെ പൊടുന്നനെ ഓർത്തുപോയത്. കണ്ടിരുന്നെങ്കിൽ ഒരുപാട് ചോദ്യങ്ങൾ വെറുതെ ജഗദീഷ് ചോദിച്ചുകൊണ്ടിരുന്നേനേ. ഇനി ഇപ്പോൾ ഇവിടത്തെ തിക്കും തിരക്കും സഹിക്കാനാവാതെ അമ്മാവൻ നാട്ടിലേക്കുതന്നെ തിരിച്ചുപോകാൻ തീരുമാനിച്ച കഥ സോനാവ്നെയോടും പറയാം.

സാവിത്രി ഉറങ്ങിക്കഴിഞ്ഞ്, റിപ്പോർട്ട് മുഴുവനാക്കാനായി എന്തെന്നില്ലാത്ത മനസ്സമാധാനത്തോടെ കട്ടിലിലേക്കിരുന്നപ്പോൾ ഓഫീസ് ബാഗിൽനിന്നും താൻ പുറത്തെടുത്തുവച്ചിരുന്ന കടലാസുകളുടെ കൂട്ടത്തിലുണ്ടായിരുന്ന തന്റെ സർട്ടിഫിക്കറ്റിൽ കാംബ്ലെയുടെ കണ്ണുകൾ ഒരു നിമിഷം തങ്ങി. പിന്നെ എന്തൊക്കെയോ മറക്കാനെന്നപോലെ കാംബ്ലെ അത് മുഷിഞ്ഞ വിരിയിൽ കമഴ്ത്തി വച്ചു.

മനസ്സമാധാനം ഏതു കാര്യത്തിനും എത്രമാത്രം പ്രധാനമാണെന്നാണ് റിപ്പോർട്ട് മുഴുവനാക്കി ഫയൽ ബാഗിലേക്ക് തിരിച്ചുവയ്ക്കുമ്പോൾ കാംബ്ലെ ആശ്വാസത്തോടെ ഓർത്തത്. സാവിത്രി ഇപ്പോൾ ശാന്തമായി ഉറങ്ങുകയാണ്. പിറ്റേന്ന് വാങ്ങാനിരിക്കുന്ന ജാതി

സർട്ടിഫിക്കറ്റിൽ മകന്റെ പേര് സുരേഷ് കാം എന്നതിനു പകരം സുരേഷ് പൂണേക്കർ എന്നാക്കാൻ താൻ തീരുമാനിച്ചതറിഞ്ഞാൽ സാവിത്രിക്കിഷ്ടപ്പെട്ടെന്നു വരില്ല. ഒരുപക്ഷേ, സോനാവ്നെയ്ക്കും ഇഷ്ടപ്പെട്ടില്ല.

അവരോട് രണ്ടുപേരോടും തല്ക്കാലം ഇക്കാര്യം പറയാതിരിക്കുകയാണ് നല്ലതെന്ന് കാംബ്ലെ തീരുമാനിച്ചു. എപ്പോൾ വേണമെങ്കിലും പറയാം. അല്ലെങ്കിൽ ഒരിക്കലും പറയാതിരിക്കുകയുമാകാമല്ലോ.

■

അടിക്കുറിപ്പുകൾ

കാംബ്ലെ - മഹാരാഷ്ട്രയിലെ ദളിതന്റെ ജാതിപ്പേര്,

സോനാവ്നെ - മഹാരാഷ്ട്രയിലെ ദളിതന്റെ ജാതിപ്പേര്.

പാട്നെ, ഗോഡ്ബോലെ, ദാത്തെ, ഭാവെ എന്നിവ ഉയർന്ന ജാതിക്കാരുടെ ജാതിപ്പേരുകളാണ്. പേരിനൊപ്പം ജാതിപ്പേര് വയ്ക്കാതെ ജനിച്ച ഗ്രാമത്തിന്റെ പേര് വയ്ക്കുന്നത് മഹാരാഷ്ട്രയിൽ പതിവാണ്.

പൂണേക്കർ - പൂനെക്കാരൻ

പാലമില്ലാത്ത പുഴ

സുമ അനങ്ങാതെ അതേപടി ഇരുന്നു.

തൊട്ടപ്പുറത്തു മുറ്റത്തിന്റെ വക്കിലിരുന്ന് ഓല ചിന്തിയിരുന്ന മാതു ഇടയ്ക്കിടയ്ക്ക് ഒന്നും പറയാതെ തന്റെ നേരെ നോക്കി.

മുത്തശ്ശി അടുക്കളയിൽ ശകാരം പൊഴിക്കുന്നു.

''ജീവിതമോ വീണയോ വലുത്?'' മുത്തശ്ശി രുദ്രാക്ഷത്തിലെ മണികളിൽ അമർത്തിത്തള്ളി പുറത്തേക്കെത്തിനോക്കി. ''താന്തോന്നിത്തരത്തിനും വേണം ഒരതിര്. ഇതൊക്കെ കാണാനും കേൾക്കാനും ആളുണ്ടായിട്ടാണ്. നിർത്തേണ്ടിടത്തു നിർത്താതെ വളർത്തിയാൽ ഇങ്ങനെയിരിക്കും.''

ചുവന്നു കലങ്ങിയ കണ്ണുകളുമായി അമ്മ തളത്തിലെ മൂലയിൽ ചടഞ്ഞിരിക്കാൻ തുടങ്ങിയിട്ട് രണ്ടുനാളായി. അമ്മ ഒന്നും പറയില്ല. അതാണ് അതിന്റെ ശരി എന്നാണ് അമ്മയുടെ ധാരണ. ഇനി അച്ഛനും തുടങ്ങും അമ്മയുടെനേരെ. മക്കളെ 'വേണ്ടപോലെ' വളർത്തൽ എന്നും അമ്മയുടെ ചുമതലയാണല്ലോ. മുതിർന്ന പെൺകുട്ടികളുടെ കാര്യത്തിലാവുമ്പോൾ അതൊന്നുകൂടി അങ്ങനെയാവുകയും ചെയ്യും.

കാവി തേച്ചുമിനുക്കിയ നിലത്തുനോക്കി മിണ്ടാതിരിക്കുകയല്ലാതെ പക്ഷേ, അമ്മ ഒന്നും പറയില്ല. താൻ ചെയ്യേണ്ടതതാണെന്ന് അംഗീകരിക്കുന്ന അമ്മയുടെ ഭാവം കാണുമ്പോഴാണ് ഏറ്റവും ശുണ്ഠി വരാറ്. ഇന്നല്ല, എന്നും.

''അതെ. ഏതാണ് പ്രധാനമെന്നതുതന്നെയാണു പ്രശ്നം.''

കത്തുന്ന കണ്ണുകളുമായി മുടിക്കെട്ടിൽ പിടിച്ചു തന്റെ നേരെ നിർത്തിയ മുത്തശ്ശിയോട് ഇന്നലെ പറഞ്ഞിരുന്നു: ''അതിലും കൂടുതൽ വൃത്തിയായി എങ്ങനെ പറയാമെന്നെനിക്കറിയില്ല മുത്തശ്ശീ.''

''ഫ... മുത്തശ്ശി ചീറി. 'രണ്ടുനേരമെങ്കിലും കൊത്തിപ്പെറുക്കിത്തിന്നാൻ ഇവിടത്തെ വക തികയണില്ല. ഒരു വീണക്കാരൻ പോരെ ഇവിടെ? എന്താ കാര്യേന്ന് എല്ലാരും കാണണ്ണ്ടല്ലോ.''

''അമ്മാവൻ എന്നെ നോക്കാൻ ബാദ്ധ്യസ്ഥനല്ല. അച്ഛനുമല്ല. മുത്തശ്ശി ഒന്നു മിണ്ടാതിരിക്ക്വോ?''

ചുക്കുവെള്ളത്തിനുവേണ്ടി ഊൺതളത്തിലേക്ക് വരികയായിരുന്ന അമ്മാവൻ പെട്ടെന്നു നിന്നു. പിന്നെ തന്നെയൊന്നമർത്തി നോക്കി.

തന്റെ ശബ്ദമുയർന്നത്, ഒരത്തത് ഒന്നും അമ്മാവനിഷ്ടപ്പെട്ടിരിക്കില്ല. സുമ ഓർത്തു: നരച്ചു തഴച്ച തലമുടിയിലൂടെ വിരലോടിച്ച്, താടി ഉഴിഞ്ഞ്, അമ്മാവൻ വെള്ളമെടുക്കാതെ തന്റെ മുറിയിലേക്കു തന്നെ മടങ്ങി.

ഒരു പിന്മാറ്റത്തിന്റെ ഛായയുണ്ടായിരുന്നു ആ തിരിഞ്ഞുനടപ്പിന് എന്നാണ് തോന്നിയത്. കോണി കയറുമ്പോൾ വീണ്ടും കണ്ണുകൾ കൂട്ടിമുട്ടി.

വീട്ടിലെത്തിക്കഴിഞ്ഞ് താൻ ആദ്യമായൊന്നു പുഞ്ചിരിച്ചത് അപ്പോഴാണെന്നു തോന്നുന്നു. അമ്മാവൻ അതു കണ്ടില്ലെന്നു നടിച്ചു വേഗം മുകളിലേക്കു കേറി. മരുമകൾ ഭർത്താവുമായി പിണങ്ങി വീട്ടിലെത്തുമ്പോൾ എങ്ങനെ നേരിടണമെന്ന് അമ്മാവനും സംശയിച്ചിരിക്കണം.

തന്നെ പെണ്ണുകാണാൻ വന്നപ്പോൾ മരത്തിണ്ണയിൽ നഖം കോറി വരച്ച് മിണ്ടാതിരുന്ന അമ്മാവനെയാണ് പെട്ടെന്നോർമ്മ വന്നത്. ചായയും കൊണ്ടു ചെന്നപ്പോൾ കറുത്ത നഖം വളർന്നുനിന്ന, ചളി നിറഞ്ഞ കാലുകളാണ് ആദ്യം കണ്ണിൽപ്പെട്ടത്.

''പടിപ്പുരേം പാലൂട്ടും ഒക്കെയുള്ള തറവാടേര്ന്നു. ദാ, അവിട്യായിരുന്നു പത്തായപ്പെര.'' കഷണ്ടിത്തല തടവി ബ്രോക്കർ തെക്കേതൊടിയിലേക്കു ചൂണ്ടി. ''ഒക്കെ നാനാവിധമായി. ഇപ്പൊ, ദാ, എന്നാ വീഴാന്ന് നോക്കി നില്ക്കണ ഒരു പെരയുണ്ട്. അത് നെറഞ്ഞു നിക്കണെ ഈ കുട്ടീംണ്ട്.''

ഒരു കൈ ഒടിഞ്ഞുപോയ ചാരുകസേരയിലിരുന്ന് അച്ഛൻ തല താഴ്ത്തി. അമ്മാവൻ എവിടെയും ഉറയ്ക്കാത്ത, എവിടെയും പെടുത്താനാകാത്ത ഒരു പുഞ്ചിരിയുമായി തിണ്ണയുടെ മരപ്പടിയിൽ നഖം കൊണ്ടു വരച്ചു.

പഴയ തറവാട്ടുവീണ പൊടി തുടച്ചെടുത്ത് കമ്പി മുറുക്കി സംഗീതത്തിന്റെ ആദ്യാക്ഷരങ്ങൾ പറഞ്ഞുതന്ന വിരലുകൾ. കുറ്റബോധം തോന്നിയതു തനിക്കായിരുന്നു. എന്താണ് ആ വിരലുകളുടെ ഉത്തരവാദിത്തം?

മുത്തശ്ശിയുടെ പിറുപിറുക്കലുകൾ മഴച്ചാറൽപോലെ. ചുറ്റും നിന്നു.

രാവിലെ മരക്കഴികളിൽ മുഖമമർത്തി നിന്ന അമ്മാവനാണ് മറ്റൊരോർമ്മ.

താൻ വായിച്ചിരുന്ന വീണാപാഠത്തിൽ അമ്മാവൻ ശ്രദ്ധിച്ചിരുന്നില്ലെന്നു വ്യക്തം.

താൻ പെട്ടെന്നു നിർത്തി.

ചിലർക്ക് ചിലതിനേ ആവൂ.

എന്റെ കൈയിൽ കല്ലും മണ്ണും തന്നിട്ടെന്താ കാര്യം?

കെട്ട്യേ വീട് രണ്ടു ദിവസം കൊണ്ട് വീഴും.

''വീണ പഠിച്ചിട്ടുണ്ടെന്ന് അമ്മാവൻ പറഞ്ഞു.'' ബ്രോക്കർ അപ്പുറത്തിരുന്ന കാരണവരെയും തന്നെയും മാറിമാറി നോക്കി.

''ചീത്ത കാര്യോന്നല്ലല്ലോ. സരസ്വതിദേവീടെ ചിഹ്നല്ലേ വീണ.''

''പക്ഷേ, അതോണ്ടൊന്നും ഇക്കാലത്ത് ഒരു ഗുണോംല്യ.''

ചായ കുടിച്ചുകൊണ്ടിരുന്നവരിലൊരാൾ മുരണ്ടുകൊണ്ടു പറഞ്ഞു. ''ദുട്ട് ഉണ്ടാക്കാനുള്ള പഠിപ്പാ വേണ്ടത്.''

''വീണ ഇപ്പൊഴും പഠിക്കണ്ണ്ണ്ടോ?'' കാരണവർ.

''ഉണ്ട്.'' അമ്മാവൻ ആവശ്യത്തിലധികം ഉറപ്പിച്ചല്ലേ അതു പറഞ്ഞത് എന്നു തനിക്കു തോന്നി. ''സുമയ്ക്കു നല്ല വാസനിണ്ട്.''

കറുത്ത, നഖം നീണ്ട കാലുള്ളയാൾ തന്നെ ഒരു പുഞ്ചിരിയോടെ നോക്കി. അമ്മാവൻ പെട്ടെന്നു തല താഴ്ത്തി.

''ആയ്ക്കോട്ടെ.'' കസേരയിലിരുന്ന കാരണവർ പറഞ്ഞു: ''വീട്ടുപണി കഴിഞ്ഞ് വീണ വായ്ക്കണേന് അവന് വിരോധംണ്ടാവില്ല്യ. ഞങ്ങക്കൂല്ല്യ. അല്ലടാ മാധവാ?''

വർത്തമാനത്തിന്റെ രീതിയും ഉപയോഗിക്കുന്ന സംബോധനകളും മനസ്സിൽ, വായ്ക്കകത്തെ ഭക്ഷണത്തിൽ ഞെരടുന്ന കല്ലുപോലെ തടഞ്ഞു.

അമ്മാവൻ പെട്ടെന്നു തൊടിയിലേക്കിറങ്ങി. കസേരച്ചാരിൽ നിന്ന് അച്ഛൻ നിവർന്നിരുന്നു.

''ചായ കുടിക്കൂ.'' അച്ഛൻ പറഞ്ഞു: ''വീടുപണിയൊക്കെ പറഞ്ഞു കൊടുത്ത് പഠിപ്പിച്ചാ ചെയ്തോളും. വാദ്ധ്യാരമ്മ ആവണം എന്നായിരുന്നു കുട്ടീടെ മോഹം. മോഹം പോരലൊ... യോഗംകൂടി വേണ്ടേ?''

''യോഗത്തിനെന്താപ്പൊ കുറവ് പറ്റീത്? ബ്രോക്കർ വായിലെ മുറുക്കാൻതുപ്പൽ മുറ്റത്തേക്കു നീട്ടിത്തുപ്പി. ''ഒരു വാദ്ധ്യാരമ്മ ആയാ കിട്ടണ നക്കാപ്പിച്ചയുടെ നാലിരട്ടി കൊടുക്കാൻ മാധവൻനായർക്ക്

പറ്റൂലോ. ലോറി സ്വന്തം ഓടിക്കണോണ്ട് ഉള്ള കാശ് പോക്കറ്റിൽ കെടക്കും.''

വാതിലിനു പിന്നിൽ നിരത്തിയിട്ട പുസ്തകങ്ങൾ നിറഞ്ഞ മേശപ്പുറത്തേക്കു നോക്കി വെറുതെ നിന്നു. അമ്മാവൻ തൊടിയിൽ നിന്നും കയറി വീണ്ടും തിണ്ണയിലിരുന്നിരിക്കുന്നു.

''അവന്റെ ഒരു വീണവർത്താനം...'' പുറത്തെ കോലായിലുള്ളവർ പോയപ്പോൾ മുത്തശ്ശി അമ്മാവനെതിരെ നിന്നു.

''ലോറി ഡ്രൈവറായാലും ചെക്കന് ഇവളെ പോറ്റാനുള്ള ത്രാണി ണ്ടല്ലോ. എന്റെ സന്തതിക്കോ. നെന്റെ വീണേം പുസ്തകോം ഒക്കെക്കൂടി വെട്ടിനുറുക്കി കത്തിച്ചാൽ നാഴി അരീംകൂടി വേവില്ല. വീണ...''

അമ്മാവൻ ഒരക്ഷരം മിണ്ടിയില്ല. തന്നെ നോക്കിയതുമില്ല. അമ്മാവൻ മുകളിലേക്കുതന്നെ കയറി.

''മുത്തശ്ശി ഒന്നു മിണ്ടാതിരിക്യോ?'' മേശപ്പുറത്ത് മലർത്തിയിട്ടിരുന്ന പുസ്തകം ആഞ്ഞടച്ച് താൻ ചീറി.

''അമ്മാവൻ ഒന്നും പറഞ്ഞില്ലല്ലോ. ആരും ഒന്നും പറഞ്ഞില്ലല്ലോ.''

കല്യാണം കഴിഞ്ഞ് ഭർത്താവിന്റെ കൂടെ പുറപ്പെടുമ്പോൾ അമ്മാവൻ തന്നെയാണ് വീണ വൃത്തിയായി പൊതിഞ്ഞുകെട്ടി തന്റെ സാധനങ്ങൾക്കടുത്ത് കൊണ്ടുവച്ചത്.

''അത് കൊണ്ടുപോണ്ണ്ടോ?'' അച്ഛൻ ചുമയ്ക്കിടയിൽ ശ്വാസമെടുത്തുകൊണ്ട് ചോദിച്ചു.

''ഉം...'' താൻ മൂളി.

''അവിടത്തെ പക്കോം തരോം ഒക്കെ നോക്കീട്ട് പോരേ?'' അമ്മ ശബ്ദം താഴ്ത്തി: ''അദ്ദേഹത്തിനോട് ചോദിച്ചോ കുട്ടീ?''

താൻ ചോദിച്ചിരുന്നില്ല. വീണ ഒരു വീട്ടിൽ വേണ്ടാത്ത വസ്തുവാകാം എന്ന് അന്നു കരുതിയതുമില്ല.

''അയാൾക്ക് സന്തോഷാവുംന്ന് വച്ചാൽ കൊണ്ടായ്ക്കട്ടോ.'' മുത്തശ്ശി പറഞ്ഞു. ''അല്ലെങ്കിൽ കെട്ടഴിക്കാതെ ഒരു മൂലയിൽ വച്ചേക്ക്. ഇനി വരുമ്പോ അമ്മാവനന്നെ തിരിച്ചുകൊടുക്കാലോ.''

''അതൊന്നും വേണ്ടിവരില്ലാന്ന് പറഞ്ഞനുഗ്രഹിക്കൂ മുത്തശ്ശീ.''

''അടങ്ങി ഒതുങ്ങി കഴിയാ. പാകം നോക്കി നടക്കാ.'' മുത്തശ്ശി നെറുകയിൽ കൈവച്ചു.

''ഒരുത്തി രക്ഷപ്പെട്ടാ അതായിലോ.''

വലിയ പൊതിക്കെട്ട് കാറിൽ നിന്നെടുത്ത് താങ്ങിയെടുത്തു കൊണ്ടു വരുന്ന പണിക്കാരനെ, വധുവരന്മാരെ സ്വീകരിക്കാൻ നിന്നവർ അത്ഭുതത്തോടെ നോക്കി.

''ദെന്താ, ശവം പൊതിഞ്ഞുകെട്ടിയപോലൊരു തുണിക്കെട്ട്.'' കോലായിൽ ഒറ്റക്കസേരയിൽ കാലിൽക്കാലേറ്റി ഇരുന്നിരുന്ന മാധവേട്ടന്റെ ഏട്ടൻ ചോദിച്ചതും ചുറ്റുമുള്ളവരൊക്കെ അനുസരണയോടെ ചിരിച്ചതും ഒപ്പമായിരുന്നു. ''ഇവന്റെ സ്ത്രീധനം കുറച്ച് ഗംഭീരാണലോ.''

പൊട്ടിപ്പൊളിഞ്ഞ വീതനയിൽനിന്നും ജീരകവെള്ളത്തിന്റെ മൊന്തം ഗ്ലാസിലേക്ക് ചരിക്കുന്നത് ഉമ്മറപ്പടിയിൽ ഇരുന്നാൽ കാണാം. വെള്ളത്തിന്റെ ഗ്ലാസ് കൈയിൽനിന്നും വയ്ക്കാതെ സുമയുടെ പിന്നിൽ വന്നു മുത്തശ്ശി പറഞ്ഞു.

''അയാള് തിന്നാൻ തര്ണില്ലേ? ഉടുക്കാൻ തര്ണില്ലേ? തേയ്ക്കാൻ തര്ണില്ലേ? അഹമ്മതി എന്നല്ലാതെ...''

മുത്തശ്ശിയെ ആശ്വസിപ്പിക്കുകയാണ് വേണ്ടത്. പക്ഷേ, എന്തു പറഞ്ഞാലാണ് മുത്തശ്ശി ആശ്വസിക്കുക. മുത്തശ്ശി കരയുകയായിരുന്നു. തുളസിയില ചൂടിയ നരച്ചുവെളുത്ത മുടിക്കു കീഴെ ചുളിഞ്ഞ മുഖമാകെ നനവാണ്. തുളസിത്തറ മാർബിൾ പാവിയതാക്കണമെന്നു മുത്തശ്ശിക്കു വലിയ മോഹമായിരുന്നു.

അടുത്ത മാസം അത് ചെയ്തുകൊടുക്കാമെന്നായിരുന്നു മാധവേട്ടൻ പറഞ്ഞത്. ഊൺമേശയുടെ കീഴെ കമഴ്ത്തിവയ്ക്കാറുണ്ടായിരുന്ന ഉരുളിയുടെ സ്ഥാനത്ത് വല കീറിയ ചെല്ലം.

''ഉരുളി എവിടെ അമ്മേ?'' ഊൺതളത്തിലെ മൂലയ്ക്ക് കുനിഞ്ഞിരുന്ന അമ്മയോടാണ് താൻ ചോദിച്ചത്, മനപ്പൂർവ്വം.

''വിറ്റു. നല്ല വെലകിട്ടപ്പോ വില്ക്കണ്ടായോ, അച്ഛന്റെ മരുന്നിന് കൊറെ ആവ്ണ്ണ്ട് പൈസ.''

''തന്തേം തള്ളം ഒരുനേരം വെള്ളം കുടിച്ച് കെടക്കണത് കുഞ്ഞുമോൾക്ക് പിടിച്ചില്ല.'' മുത്തശ്ശി ഇടയിൽക്കടന്നു പറഞ്ഞു: ''ആ മാധവൻനായർ തരുമ്പോ എത്രാന്ന് നോക്കീട്ടല്ല് കൊടുക്കാറ്. കൈയ് നെറച്ച് തരും. അയാള് വന്നു പോകുമ്പോഴാണ് ഇവിടെ ഒന്നു നെറയാറ്. അതിനെങ്ങനാ, ഗുരുത്വം വേണം. കിട്ടീതനുഭവിക്കാൻ യോഗം വേണം.''

''അമ്മേ...'' അമ്മാവൻ ഊണുമേശയിൽനിന്നു തലയുയർത്തി. ''നമുക്കു വേണ്ട ചോറ് തെകയ്ക്കാൻ സുമേ വിറ്റതൊന്നുല്ലലോ. കല്യാണം കഴിച്ച് കൊടുക്കല്ലേ ചെയ്തത്.''

''എന്നെക്കൊണ്ടൊന്നും പറയിക്കണ്ട ഉണ്ണ്യേ. ഒരു നേരത്തെ കൊഴമ്പ് ഞാൻ തെകച്ച് വാങ്ങണത് മാധവൻനായരുടെ കാശു കിട്ട്യേ പിന്നെയാണ്. നെന്നെക്കൊണ്ടാവോ എനിക്ക് തൈലോം മരുന്നും വാങ്ങി നെറയ്ക്കാൻ?''

മാതു പെട്ടെന്നു മുറ്റത്തുനിന്ന് എഴുന്നേറ്റുപോയി. ''ശരിയാണ്. എന്നെക്കൊണ്ടാവണില്ല. അതിന് പകരാണോ സുമ?''

''അല്ല. എടുത്ത് മടീല് വയ്ക്ക. അവളുടെ മടീല് ഒരു വീണേം വച്ചു കൊടുക്കാ.''

പുത്തൻ അന്തരീക്ഷത്തിലെ ജീവിതവുമായി പരിചയപ്പെടുന്ന തിരക്കിൽ പിന്നെ തൊട്ടതേയില്ല. കലവറയിലെ മഞ്ചയിൽ ചാരി പൊതിഞ്ഞപാടേ അതിരുന്നു. അവിടെനിന്നത് മാറ്റുകപോലും ചെയ്യുകയുണ്ടായില്ല. കുളിച്ചു കയറി നനവു പറ്റിയ പുൽനാമ്പുകൾ ചവിട്ടി വരമ്പിലൂടെ അതിരാവിലെ വരുമ്പോൾ അമ്മാവനും വീണയും അമ്മയും ഒക്കെ മനസ്സിലേക്കു ചിതറിവീഴാറുണ്ട്. പക്ഷേ, ഭക്ഷണത്തിന്റെ സമയം മിനിറ്റു തെറ്റിയാൽ മാധവേട്ടന്റെ ഏട്ടന് ശുണ്ഠി വരും.

രാവിലെ പോയാൽ രാത്രി വീട്ടിലെത്തുന്ന മാധവേട്ടന്റെ ദിനചര്യയും തിരക്കിട്ടതായിരുന്നു.

'ദുബായ് ഏട്ടന്റെ' മകന് ജ്ഞാനം വർദ്ധിപ്പിക്കാൻ വേണ്ടി വാങ്ങുന്ന ഇംഗ്ലീഷു പേപ്പർ ആദ്യം എടുത്തു വായിച്ചതിനായിരുന്നു ആദ്യം പിണങ്ങിയത്.

''ഇംഗ്ലീഷ് വായിക്കാൻ അറിയുംന്ന് കാണിക്കണ്ട കാര്യമൊന്നുമില്ല.''

മാധവേട്ടന്റെ ഏട്ടൻ പേപ്പർ കൈയിൽനിന്നും വലിച്ചെടുത്താണ് പറഞ്ഞത്. ''മദാമ്മയാണെന്ന് എല്ലാവർക്കുമറിയാം. ഇവിടെ പക്ഷേ, ഇംഗ്ലീഷ് ആണുങ്ങള് വായിച്ചാൽ മതി.''

അമ്മാവനു കത്തെഴുതുമ്പോൾ ഇക്കാര്യം എഴുതി. വെട്ടി. ആൾക്കാർ ഇങ്ങനെ സംസാരിക്കുമെന്നുപോലും അമ്മാവൻ വിശ്വസിക്കില്ല.

ഇംഗ്ലീഷ് പേപ്പർ പക്ഷേ, വായിക്കുക പതിവാക്കി. വാശിയായിരുന്നു. തനിക്കുവേണ്ടി വേറെ ഇംഗ്ലീഷ് പേപ്പർ വാങ്ങിത്തരണമെന്നു മാധവേട്ടനോട് പറഞ്ഞതു പാടത്തുവെച്ച് ഒരു ത്രിസന്ധ്യയ്ക്കാണ്.

''എന്തിന് വേറെ?''

''വാങ്ങാൻ കാശില്ലെങ്കിൽ അതു പറയൂ.'' താൻ പറഞ്ഞു.

അത് ഏല്ക്കേണ്ടിടത്ത് ഏല്ക്കുമെന്നു തനിക്കുറപ്പായിരുന്നു. രണ്ട് ഇംഗ്ലീഷ് പേപ്പർ ഒപ്പം വീട്ടിൽ വന്നു. തനിക്കുവേണ്ടി മാധവേട്ടൻ ചെയ്ത വലിയൊരു ത്യാഗമായിരുന്നു അതെന്നു പറയാതെ വയ്യ. മാധവേട്ടൻ എല്ലാവരുടെയും പരിഹാസപാത്രമായി.

''വലിയ വീട്ടീന്ന് വന്നതാണെന്നുള്ള ഭാവം കൈയില് വച്ചാ മതി.'' അതിനു പ്രായശ്ചിത്തമെന്നപോലെ മാധവേട്ടൻ എപ്പോഴും പറയും.

''കെട്ടിലമ്മമാരെയല്ല ഞങ്ങൾക്ക് വേണ്ടത്. അടുപ്പൂതാനറിയണ വരെയാണ്.''

പക്ഷേ, ഇംഗ്ലീഷ് പേപ്പർ സംഭവത്തോടെ മാധവേട്ടൻ പെൺകോന്തനായി മുദ്രയടിക്കപ്പെട്ടു.

തിളങ്ങുന്ന ദുബായ്മേശയുടെ വിവരണവും വിലയും മേശപ്പുറത്ത് ഉപ്പുവയ്ക്കാൻ മറന്നുപോയതിനു വേലക്കാരനെ വിളിക്കുന്ന അസഭ്യവാക്കുകളും കഴമ്പില്ലാത്ത ഫലിതങ്ങളും നിറഞ്ഞുനിന്ന അത്താഴങ്ങൾക്കിടയിൽനിന്നു രക്ഷപ്പെടാൻ നോക്കുമ്പോഴൊക്കെ അമ്മാവന്റെ വാക്കുകളാണ് ഓർമ്മയിൽ എത്തുക.

''വിപ്ലവം പറയാൻ എളുപ്പമാണ്. വെറും ഒരാളെ ഒന്നു മാറ്റിയെടുക്കാൻ നോക്കൂ. അപ്പോഴറിയാം, അവനവന്റെ ബലഹീനതകൾ.''

കാക്കരിച്ചിട്ട കഫക്കട്ടകളും ഉണങ്ങാത്ത തുപ്പൽപ്പാടുകളും ചിതറിക്കിടക്കുന്ന വാഷ്ബേസിൻ കഴുകേണ്ടി വന്ന ദിവസം തെക്കെ തൊടിയിലിരുന്ന് ഛർദ്ദിച്ചപ്പോൾ മാധവേട്ടൻ കളിയാക്കി. സ്നേഹത്തോടെ കെട്ടിപ്പിടിച്ചു. ''എന്താ പുതിയ കക്ഷി വരുന്നുണ്ടോ?'' വയറിൽ തലോടി മാധവേട്ടൻ ചോദിച്ചു.

''ഇതൊരു ചീത്ത സ്വഭാവമാണ്.'' അന്നുകിടക്കുമ്പോൾ മാധവേട്ടനോട് സൗമ്യമായാണ് പറഞ്ഞത്.

''അവരവർതന്നെ അതു വെള്ളമൊഴിച്ചു കളഞ്ഞാൽ എത്ര വൃത്തിയായിക്കിടക്കും വാഷ്ബേസിൻ.''

''ഇവിടെയാണെങ്കിൽ ഇതൊക്കെ ചെയ്തേ പറ്റൂ.'' മാധവേട്ടൻ മേലിൽനിന്നും പെട്ടെന്നു കൈയെടുത്തു.

''കെട്ടി വന്ന വീട്ടിലെ രീതിക്ക് യോജിച്ചുപൂവ്വാനാ പെൺകുട്ട്യോള് പഠിക്കണ്ട്. പറ്റില്ല്യാച്ചാ മദാമ്മയ്ക്ക് എവിടെ വേണമെങ്കിലും പൂവ്വാം.''

മനസ്സിലെ തോന്നലുകൾ മാധവേട്ടനോടു പറയാനായിത്തുടങ്ങിയത് എപ്പോഴാണെന്ന് കൃത്യമായോർമ്മയില്ല. സാഹചര്യങ്ങളോ ജന്മവാസനയോ കാരണം? മാർബിൾ പടുത്ത തുളസിത്തറയ്ക്കുവേണ്ടി ശണ്ഠം കൂടുന്ന മുത്തശ്ശിയെ നോക്കിനിൽക്കെ, പലതവണ പലതവണ സ്വയം ചോദിച്ചിട്ടുണ്ട്.

വീണ കൈയിൽനിന്നും വലിച്ചെടുത്തു മൂലയിലേക്കിട്ട മാധവേട്ടന്റെ മുഖത്തു തറച്ചുനോക്കി നില്ക്കുമ്പോഴും താൻ ആലോചിച്ചിരുന്നത് അതുതന്നെയായിരുന്നു.

വീടും കുളവും വീണയും അമ്മാവനും ഒക്കെ കുത്തിയൊലിച്ചു മനസ്സു കലക്കിയ ഒരു ദിവസമാണ് മനസ്സിനെ തളയ്ക്കാൻ വീണ കൈയിലെടുത്തത്. കലവറയിൽനിന്നു വീണയെടുക്കാൻ ശ്രമിച്ച ആദ്യദിവസമായിരുന്നു അന്ന്. വായിക്കുക എന്നതിനേക്കാൾ വീണയെ തൊട്ടിരിക്കുക എന്നതായിരുന്നു പ്രധാനം എന്ന് ഇന്നോർക്കുമ്പോൾ തോന്നുന്നു. പ്രഭാതത്തിന്റെ വെയിൽച്ചീളുകൾക്കു കീഴെ കമ്പികൾ തിളങ്ങിക്കണ്ടപ്പോൾ മനസ്സിന് വല്ലാത്ത ആശ്വാസമാണ് തോന്നിയത്. ശ്രുതിയുടെ നേർത്ത ഓളങ്ങൾക്കു മീതെ ഒരു പച്ചിലപോലെ പാറിയ ആ നിമിഷങ്ങളിലാണു മാധവേട്ടൻ വീണ കൈയിൽനിന്നു വലിച്ചതും ഇടുന്നതുപോലെ മൂലയിലേക്ക് അത് തള്ളി ചാരിവച്ചതും.

''അതിങ്ങു തരൂ.'' കോലായുടെ അകത്തെ മുറിയിൽ മാധവേട്ടന്റെ ദുബായ് ചേട്ടൻ കുളിച്ച് ഈറൻ മാറുന്നു എന്നറിഞ്ഞിട്ടും തന്റെ ശബ്ദം പൊന്തി. ''ഞാൻ വായിക്കട്ടെ.''

''ഇത് കൊട്ടിപ്പാടി വായിക്കാത്തതുകൊണ്ട് ഈ തറവാടിന് ഇതുവരെ കുഴപ്പമൊന്നുമുണ്ടായിട്ടില്ല. ഇനി ഉണ്ടാവാനും പോണില്ല. കെട്ടിലമ്മയ്ക്ക് നേരം വെളിച്ചാവുമ്പോ ഇത് കൂട്ട്യേ തീരൂച്ചാൽ അവനവന്റെ അച്ഛന്റെ വീട്ടിലാവാലോ. ആരും തടയില്ല.''

ഇരുന്നിടത്തുനിന്ന് താൻ ഒന്നെഴുന്നേല്ക്കുകപോലും ചെയ്യാതിരുന്നത് ഏട്ടന്റെ ശുണ്ഠി കൂട്ടിയിരിക്കണ്: ''പിടിച്ചുകൊണ്ടു പോടാ, അപ്പുറത്ത്.''

ഉപയോഗിച്ച വാക്കുകളാണോ മൂലയിലേക്കു തള്ളിയിട്ട വീണയാണോ ഏട്ടന്റെ ഉയർന്ന ഒച്ചയാണോ കാരണം എന്ന് ഇന്നും തീർച്ചയില്ല. ഉറഞ്ഞ വെള്ളംപോലെ താനവിടെത്തന്നെ ഇരുന്നതേയുള്ളൂ. എഴുന്നേല്പിക്കാൻ വന്ന മാധവേട്ടൻ തന്റെ മുഖം കണ്ടതും അവിടെത്തന്നെ നിന്നു.

വീണയുടെ ഒരറ്റത്താണ് ഏട്ടൻ പിടിച്ചത്. നിലത്തുകൂടെ വലിച്ചിഴച്ചുകൊണ്ടുപോയ വീണയിൽ മയമില്ലാതെ വിരലുകൾ തട്ടിയപ്പോൾ അപസ്വരങ്ങൾ ചിതറി.

''തടയാമായിരുന്നോ?''

ബസ്സിൽ ഒറ്റയ്ക്കിരിക്കുമ്പോൾ സ്വയം ചോദിച്ചിട്ടുണ്ട്.

''തടയണമായിരുന്നോ?''

''എന്താ നിയമനടപടി ച്ചാ ചെയ്യാം.'' അമ്മാവൻ ശബ്ദം വളരെ താഴ്ത്തി: ''വേണം എന്ന് സുമ പറഞ്ഞാൽ അതിന് ഏർപ്പാടാക്കാം.''

''ഇനി അവകാശങ്ങൾ...'' കള്ളികൾ എത്ര വേഗമാണ് തയ്യാറാക്കുന്നതെന്നു കാണുമ്പോൾ അത്ഭുതം തോന്നുന്നു. തേഞ്ഞ സമയത്തിനും മനസ്സിനുമുള്ള ഡിപ്രീസിയേഷൻ - കോമ്പൻസേഷൻ.

പക്ഷേ, വിവാഹം സ്ഥിരബുദ്ധിയുള്ള തന്റെയും തീരുമാനമായിരുന്നു. സ്വന്തം ജീവിതത്തിന്റെ ഉത്തരവാദിത്തം ഏറ്റെടുക്കാനാവാത്തവർക്ക് അവകാശങ്ങളുണ്ടാവുമെന്ന് തനിക്കു തോന്നിയിട്ടില്ല.

“ഈ നോവലും കഥയും ഒക്കെ വായിച്ചിട്ടെന്താ അമ്മായീ.” പുഴവക്കത്തെ മണൽപ്പരപ്പിൽ മലർന്നുകിടന്ന് ആകാശം കാണുകയായിരുന്ന തന്നോട് മുരളി ചോദിച്ചിട്ടുണ്ട്.

വിദ്യാസമ്പന്നനായിരുന്നു മുരളി. സ്വർണ്ണം കെട്ടിയ രുദ്രാക്ഷം മുരളിയുടെ കഴുത്തിൽ തിളങ്ങി. നിഷ്കളങ്കമായ പുഞ്ചിരി മുഖത്തും കാവിമുണ്ടിന്റെയും കറുത്ത മുറിക്കൈയൻ ജുബ്ബയുടെയും തീക്ഷ്ണമായ ബോദ്ധ്യത്തിലേക്ക് നോക്കി താനന്നു പറഞ്ഞിട്ടുണ്ട്. “അറിയില്ല. മുരളീ. ഇഷ്ടാവുന്നു. വായിക്കുമ്പോ സുഖം തോന്നുന്നു.”

പാലമില്ലാത്ത പുഴയുടെ രണ്ടു കരയിലാണ് നമ്മൾ

തർക്കവും ന്യായവും അവകാശങ്ങളും വിലപ്പോകാത്ത വെറും ജീവകോശങ്ങളുടെ ലോകം.

അപ്പുറത്തും ഇപ്പുറത്തുമതെ

മാർബിൾ പോലെ മുത്തശ്ശി

വീണയും ഞാൻ തെരഞ്ഞുപിടിച്ചതല്ല

മാധവേട്ടന്റെ മുഖത്ത് കനൽപോലെ നീറുന്ന ചുവപ്പ് അതിനാൽ എനിക്കു മനസ്സിലാവുകയില്ല. ■

യുഗത്തിന്റെ കറകൾ

മിസ്സിസ് ഡിസൂസ മുഖം ക്രീം പുരട്ടി ലിക്വിഡ് സോപ്പുകൊണ്ട് വൃത്തിയായി കഴുകി. ബേസിനിലെ വെള്ളത്തിൽ മേക്കപ്പിന്റെ അവശിഷ്ടങ്ങൾ. ലിപ്സ്റ്റിക്കിന്റെ ചുകപ്പുമാറാത്ത ചുണ്ടുകൾ വിളറിയതുപോലെ തോന്നി മിസ്സിസ് ഡിസൂസയ്ക്ക്. ചുണ്ടുകൾ അമർത്തിക്കടിച്ചു. വേണ്ട പോലെ, വേണ്ടത്ര ചുവക്കാൻ. വയസ്സ് നാല്പത്തഞ്ച് കഴിഞ്ഞു.

വാഷ്ബേസിന്റെ മുകളിലെ കണ്ണാടിയിൽ അവളൊന്നുകൂടി നോക്കി. പ്രായത്തിന്റെ ലക്ഷണങ്ങൾ എവിടെയൊക്കെയോ ഉണ്ട്. പതുക്കെപ്പതുക്കെ കടന്നുവരുന്ന കൺതടങ്ങളിലെ ചുളിവുകൾ ക്രീമിൽ മായാതായിരിക്കുന്നു. പക്ഷേ, എവർഗ്രീൻ എന്നാണ് ഓഫീസിലെ ഓമനപ്പേർ.

തന്റെ മെലിഞ്ഞ ശരീരത്തിനിണങ്ങുംവിധം സ്കർട്ടും പാന്റ്സുമൊക്കെ ധരിക്കുമ്പോൾ ഒപ്പമുള്ളവർ അസൂയയോടെ നോക്കുന്നത് പല തവണ കണ്ടിട്ടുണ്ട്. അപ്പോഴൊക്കെ ഉള്ളിന്റെയുള്ളിൽ ഒരു പേടിയാണ് ആളുക. ഇത് നഷ്ടപ്പെട്ടാൽ...

ജോലിയുടെ ലോകത്ത് ഓരോ ദിവസവും ഓരോ മൈനസ് ഇട്ടാണ് കടന്നുപോകുന്നത്. ചെറുപ്പമല്ലായ്ക ഒരു ഡിസ്കോളിഫിക്കേഷനാണ് ഇവിടെ.

ചെറുപ്പക്കാരായ സെക്രട്ടറിമാർ, ചെറുപ്പക്കാരായ എക്സിക്യൂട്ടീവുകൾ, ചെറുപ്പക്കാരായ മറ്റു ജോലിക്കാർ; തൂണിലും തുരുമ്പിലും ചെറുപ്പം. ഓഫീസിന്റെ തിളക്കംതന്നെ ചെറുപ്പത്തിലാകുന്നു.

ചുവപ്പിക്കാത്ത ചുണ്ടുകളും കറുപ്പിക്കാത്ത തലമുടിയും തിളങ്ങാത്ത കവിളുകളും ഔട്ട് ഡേറ്റഡ് ആവുകയാണ്. അതുകൊണ്ടുതന്നെ നിലനില്പിന്റെ പ്രശ്നങ്ങളും.

'പ്രെസെന്റബിൾ' അതാണ് ഓഫ് ലോഗോ പാസ്‌വേർഡ്.

വഴിയിൽ മുഴുവൻ പേടി ഒറ്റിക്കുന്ന പദം എന്നാണ് അല്പം മേദസ്സേറിയ സരസ്വതി അതിനെപ്പറ്റി പറഞ്ഞത്.

''അസുഖമായാലും ഞാൻ ലീവിനെഴുതാറില്ല, ആലീസാണ് കൊടുത്തുവയ്ത്തവൾ.'' കമ്പ്യൂട്ടർ ഗെയിമിൽനിന്ന് കണ്ണെടുക്കാതെ ലീന പറഞ്ഞു. ''നാല്പത്തഞ്ചിലും ഇരുപത്തെട്ടിന്റെ ലുക്സ് അല്ല, അതല്ലെങ്കിൽ എന്നോ ഗുപ്ത പന്ത് തട്ടുംപോലെ തട്ടിയേനേ, തന്നെ.''

''എന്നെയൊന്നും അദ്ദേഹത്തിന്റെ പ്യൂണാവാൻ പോലും എം.ഡി. സാർ സമ്മതിക്കില്ല.''

എണ്ണ ഇഴുകിയ മുടി കെട്ടിവെച്ച് അരക്കിലോ സ്വർണ്ണം കഴുത്തിൽ കെട്ടിത്തൂക്കി കസേരയിൽ വഴിഞ്ഞൊഴുകി ഇരിക്കുന്ന ജയശ്രീ പറഞ്ഞു, ''പക്ഷേ, പാന്റ്സും സ്കർട്ടുമൊക്കെ ഇട്ട് കെട്ടിക്കാട്ടാൻ എന്നെ കിട്ടില്യാന്ന് വയ്ക്കാ.''

''മുന്തിരിങ്ങ വല്ലാതെ പുളിക്കുന്നു.'' ലീന ഗെയിമിൽ നിന്നു കണ്ണെടുത്തില്ല.

പിരിഞ്ഞുപോകാൻ ഓർഡർ കിട്ടിക്കഴിഞ്ഞിരുന്ന രാമമൂർത്തി ലീനയെ തുറിച്ചുനോക്കി. കണ്ടാൽ തോന്നുന്നതല്ല വയസ്സ്. അയാളുടെ നാളെമതി എന്നാണ് ഗുപ്ത അതായത് എം ഡി സാർ പറഞ്ഞത്, എന്നിട്ട് ഫിനാൻസ് ഡയറക്ടറുടെ സെക്രട്ടറിയെ വിളിച്ച് ഡിക്റ്റേഷൻ മുഴുവനാക്കി.

(അതൊന്നുമല്ലെങ്കിലും തന്റെ മേൽച്ചുണ്ടിൽ രോമങ്ങൾ വേണമോ വേണ്ടയോ എന്നു നിശ്ചയിക്കുന്നത് ജോണിയാവരുതല്ലോ.)

ഗുപ്ത അങ്ങനെയാണ്. ചില കാര്യങ്ങൾ താൻ ഹെൽപ്ലെസ് ആണെന്നാണ് ഗുപ്ത പറയാറ്, കടുംനീല നിറങ്ങൾ ഇഷ്ടമില്ലാത്ത ഗുപ്ത, നീലയുടെ അതിപ്രസരമുള്ള പെയിന്റിങ് ആദ്യദിവസം തന്നെ സ്വന്തം ക്യാബിനിൽനിന്ന് എടുത്തു മാറ്റിവെപ്പിച്ചത് ചാർജ്ജെടുത്ത് അരമണിക്കൂറിനുള്ളിലാണ്.

തനിക്കന്ന് വലിയ ആശ്വാസം തോന്നി. ഗുപ്തയോട് എന്തെന്നില്ലാത്ത നന്ദിയും. തനിക്ക് സഹിക്കാൻ വയ്യാത്ത നിറമാണ് കടുംനീല.

പക്ഷേ, ക്യാഷിയർ സുകുമാരനു ജീവനായിരുന്നു, നീല.

നീലനിറം കണ്ട് ഗുപ്ത, ചുവപ്പുകണ്ട കാളയെപ്പോലെയാണെന്നു മനസ്സിലാക്കിയതോടെ പലരും നീലയെ കൈവെടിഞ്ഞു. നീലപ്പേനകൾപോലും ഓഫീസിൽ ആരും ഉപയോഗിക്കാതായി. ''ഐ കാൻട് ഹെൽപ്പിറ്റ്.'' ഗുപ്ത ഒരുതരം നിസ്സഹായതയോടെയാണ് പറഞ്ഞത്, ''കൺവെട്ടത്ത് കടുംനീലയുണ്ടായാൽ ഒരക്ഷരം എനിക്കാലോചിക്കാനോ ശ്രദ്ധിക്കാനോ ആവില്ല.''

പേഴ്സണൽ സ്റ്റാഫിന്റെ ഡ്രസ്സിങ്ങിലുമുണ്ടായിരുന്നു ഗുപ്തിക്കിത്തരം ചില്ലറ പിടിവാശികൾ,

ഭംഗിയായി, സൗന്ദര്യബോധത്തോടെ ഇളംനിറങ്ങളിൽ വസ്ത്രധാരണം ചെയ്യുന്നവരെയായിരുന്നു ഗുപ്തയ്ക്കിഷ്ടം.

വസ്ത്രധാരണത്തിൽ യാതൊരു നിഷ്കർഷയും ഇല്ലാതിരുന്ന സുകുമാരൻ ഡിപ്പാർട്ടുമെന്റിൽനിന്നു മൂന്നാമത്തെ ആഴ്ച മാറ്റം വാങ്ങിപ്പോയി. ''ഞാൻ ജോലിചെയ്യുന്നതു തലകൊണ്ടാണ്, വസ്ത്രം കൊണ്ടല്ല.'' സുകുമാരൻ പറയും. ''അയാൾക്കയാളുടെ വഴിയെങ്കിൽ, എനിക്കെന്റെ വഴി.''

പുത്തൻ ചെരിപ്പുകളായിരുന്നു ഗുപ്തയുടെ മറ്റൊരു ഫോബിയ. പുതിയ ചെരിപ്പിനാണെന്നു പറഞ്ഞാൽ ഗുപ്ത സ്വന്തം പോക്കറ്റിൽ നിന്നുവരെ കാശുതരും. ഫൈനാൻസിലെ ലക്ഷ്മി പറയും, ''എവിടെയോ ഒരു സ്ക്രൂ ലൂസാ. ഉറപ്പ് അല്ലെങ്കിൽ സെക്രട്ടറിമാർ എന്തിട്ടാൽ എന്താണയാൾക്ക്.''

ആ പിരിലൂസായിരുന്നു ഗുപ്തയെ തനിക്കിഷ്ടപ്പെട്ട ബോസാക്കി മാറ്റിയത്.

വിട്ടുവീഴ്ചയില്ലാത്ത പ്രൊഫഷണലിസംകൊണ്ട് ജോലിയുടെ കടമ്പകൾ അനായാസം കടക്കുന്നതു കാണാൻ നല്ല രസമായിരുന്നു. വർക്ക് കൾച്ചറിൽ പരിചയമല്ലാത്ത ഒരു പുത്തൻ അനുഭവം. ചുറു ചുറുക്കിന്റെയും കാര്യശേഷിയുടെയും ലോകം. ഗുപ്തയുടെ മുന്നിൽ നില്ക്കുമ്പോൾ താനൊരു സ്ത്രീയാണെന്ന് ഒരിക്കലും തോന്നിയിട്ടില്ല എന്നതാണ് സത്യം.

വലിയ ഒരു ഓർഡർ എക്സിക്യൂട്ട് ചെയ്ത സന്തോഷത്തിൽ റിലാക്സ് ചെയ്തിരുന്ന ഒരു വൈകുന്നേരമാണ് താൻ ആദ്യമായി ഗുപ്തയോട് ജോണിയെക്കുറിച്ച് പറഞ്ഞത്. കൃത്യമായിപ്പറഞ്ഞാൽ ജോണിയുടെ എരിപൊരികൊള്ളുന്ന സ്വഭാവത്തെക്കുറിച്ച്, താനും ജോണിയുമടങ്ങുന്ന വീട്ടിലെ നിശ്ശബ്ദതയെക്കുറിച്ച്.

ജോണി ഉടച്ച കണ്ണാടിയുടെ കുപ്പിച്ചില്ലുകൊണ്ട് മുറിഞ്ഞ തന്റെ കൈയിലെ മുറിവിലൊട്ടിച്ചിരുന്ന പ്ലാസ്റ്ററിലേക്ക് ഗുപ്ത ഒന്നൂന്നി നോക്കി.

ഓഫീസിൽ നിന്നു പോരുമ്പോൾ അശ്ലീലച്ചുവയുള്ള കമന്റടിച്ചു കൊണ്ട് പിന്നാലെ വന്ന ഒരുപറ്റം ചെറുപ്പക്കാരെ നേരിട്ട കഥ ലളിതയോടു വിശദീകരിച്ചതിനെപ്പറ്റിയും ജോണി അതിനോടു പ്രതികരിച്ചതിനെപ്പറ്റിയുമൊക്കെ ഗുപ്തയോട് ഓഫീസ് ക്യാബിനിൽ വെച്ചു പറയാൻ ധൈര്യം കാട്ടിയതെങ്ങനെ എന്ന് ഇന്നുമറിഞ്ഞുകൂടാ.

അണപൊട്ടിയ പുഴപോലെയായിരുന്നു മനസ്സ്. വായിലേക്കുന്തിയ ഫോർക്ക് അതേപടി നിർത്തി തന്നെ അമ്പരപ്പോടെ നോക്കിനില്ക്കുന്ന ജോണിയുടെ ചിത്രമാണ് മനസ്സിൽ ബാക്കി നിന്നിരുന്നത്. ഒരു പേടി

സ്വപ്നംപോലെ. ''എന്നാലും എന്നാലും എന്തായാലും തന്റെ കെട്ടിക്കാട്ടലാണ് കാരണമെന്ന് അമ്മ സമ്മതിക്കില്ല.''

ജോണി ഫോണിന്റെ വയർ വലിച്ചുപൊട്ടിച്ചു, ''ഒന്നും അമ്മ സമ്മതിക്കില്ല.''

''ഇല്ല.'' താൻ പറഞ്ഞു. ''ഇനി ഞാൻ കെട്ടിക്കാട്ടിയാൽത്തന്നെ അത് മറ്റൊരാളുടെ താന്തോന്നിത്തരത്തിനു ന്യായീകരണമായ്ക്കൂടാതാനും. ഭർത്താവ് മരിച്ചുപോയതിനാൽ ഭാര്യ ജീവിതം കുപ്പത്തൊട്ടിയിലെറിയണമെന്നു വിശ്വസിക്കുന്നവരുടെ കൂട്ടത്തിലല്ല ഞാൻ. അന്നും ഇന്നും ഡേവിസ്, സ്വന്തം മനസ്സും കണ്ണുംപോലെ, തനിക്കു പ്രിയപ്പെട്ടവനായിരുന്നു എന്നതു വേറെ കാര്യം.''

പക്ഷേ, ഡേവിസ് എനിക്കു പ്രിയപ്പെട്ടവനാവേണ്ടിയിരുന്നു എന്നു പറയാൻ ആർക്കുമില്ല അധികാരം. ജോണിക്കുമില്ലത്.

അതു തന്നെയാണ് താനന്നു വൃത്തിയായി, വടിവക്ഷരങ്ങളിൽ ജോണിയോടു പറഞ്ഞത്.

''അമ്മയ്ക്ക്...'' ജോണി നിന്നിടത്തു നിന്നുകത്തി, ''അമ്മയ്ക്ക്...''

''ഞാൻ മുഴുവനാക്കാം ആ വാചകം,'' മകൻ പൊട്ടിച്ച് ഫോണിന്റെ വയറുകൾ കൂട്ടിയോജിപ്പിക്കാൻ തുനിയവെ താൻ പറഞ്ഞു. ''എന്നെ വീട്ടിലിരുത്തി പോറ്റാൻ നിനക്കു കഴിവുണ്ടെന്നല്ലേ? നീ അതിനു തയ്യാറാണെന്നല്ലേ...? എന്നിട്ടും എന്തിന് വേഷം കെട്ടൽ എന്നല്ലേ...?''

''അതെ.'' ജോണി പറഞ്ഞു. ''അതിലെന്താ തെറ്റ്?''

''തെറ്റുണ്ട്. ജോണി, സ്വന്തം ജീവിതത്തിന്റെ ചുമതല അവനവന്റേതാണ്. പണവും നിലയും വിലയും കൊച്ചുകൊച്ചു മോഹങ്ങളും പ്രതീക്ഷകളും ഒക്കെ ഈ ജീവിതത്തിന്റെ ഭാഗവുമാണ്.''

''എനിക്ക് നിങ്ങൾ വെറുമൊരു ആലീസ് അല്ല. എന്റെ അമ്മയാണ്.''

''എനിക്ക് ഞാൻ ജോണിയുടെ അമ്മയും ഒപ്പം തന്നെ തികച്ചും മുഴുവനായ ഒരാലീസും കൂടിയാണ്. ആലീസിന്റെ മോഹങ്ങൾ സ്വന്തം അമ്മ മോഹിക്കണമെന്നു ജോണി പ്രതീക്ഷിക്കുന്നതാകണമെന്നില്ല.''

''ഓ, അവിടംവരെയെത്തി.''

''ഞാൻ ഞാനാവുന്നതിന്റെ പേര് അതാണെങ്കിൽ അതും സ്വീകാര്യം തന്നെ.''

''ആരെന്തുപറഞ്ഞാലും അമ്മയ്ക്കൊന്നുമില്ലെന്നോ! അമ്മയ്ക്കില്ലെങ്കിൽ എനിക്കുണ്ട് നാണക്കേട്. പുറത്തിറങ്ങി നടക്കണം എനിക്ക്.''

''സത്യം പറയൂ. ആലീസിനെ കമന്റടിച്ചതോ നിന്റെ അമ്മയെ കമന്റടിച്ചതോ നിനക്കു നാണക്കേട്?''

''എന്റെ അമ്മയെ നോക്കാൻ ഞാൻ മതി.'' ജോണി പറഞ്ഞു. ''പക്ഷേ, ആലീസിനെ...''

''ആലീസിനെ നോക്കാൻ ആലീസ് പഠിച്ചേ പറ്റൂ. അതാണ് എന്നെ പഠിപ്പിക്കേണ്ടത്. അതാണ് ഞാൻ പഠിക്കേണ്ടത്, ജോണിക്കതു മനസ്സിലാവില്ല.''

''ആവില്ല, ആവില്ല, ആവില്ല, അതുകൊണ്ട്?''

ഊൺമേശപ്പുറത്തുവച്ചിരുന്ന ബ്രാസ് വേസ് ജോണി ഊക്കിൽ തട്ടി. അതിന്റെ വക്ക് കൊണ്ടത് തന്റെ കൈത്തണ്ടയിലാണ്.

കൈ മുറിഞ്ഞു. അതിലേറെ മനസ്സും.

സ്വന്തം വീടിന്റെ നാലതിരുകൾക്കുള്ളിൽ ഉണ്ടെന്നു വിശ്വസിക്കപ്പെടുന്ന സുരക്ഷിതത്വത്തിന്റെ പാളികളിലൂടെ തളച്ചുപോയ പിച്ചളക്ഷണങ്ങൾ. പാളികളിൽ തലങ്ങും വിലങ്ങും പോറലുകളും കീറലുകളും വീണു. വയ്യ. മറ്റാരോ കെട്ടിയുയർത്തിയ മതിൽക്കെട്ടിനുള്ളിലെ സുരക്ഷിതത്വം ഒരു മിഥ്യയാണ്. അയൽക്കാരന്റെ പത്തായത്തിലെ നെല്ലുപോലെ.

''വെറുതെയാണ്.'' ചിതറിക്കിടക്കുന്ന പിച്ചളക്കഷണങ്ങൾ, അതേപടി അവിടെയിട്ട് താൻ പറഞ്ഞു. ''ഇതൊന്നും ഒന്നിനുമൊരുത്തരമല്ല ജോണി. ഈ തലം താനേ കടന്നിരിക്കുന്നു.''

ആഞ്ഞടിക്കുന്ന കാറ്റുപോലെ, ആളുന്ന തീപോലെ, വാതിൽ ആഞ്ഞടച്ച് ജോണി പുറത്ത് ഇരുട്ടിലേക്ക് നടന്നു.

''കലക്കി. ചിയേഴ്സ്.'' രണ്ടു ഗ്ലാസ് വെള്ളം കൂട്ടിമുട്ടിച്ച് ഒന്നു തനിക്കു നല്കി ഗുപ്ത ചിരിച്ചു: ''അച്ഛന്റെ ആജ്ഞ അനുസരിക്കാൻ അമ്മയുടെ തലവെട്ടിയ പരശുരാമനിൽ ഊറ്റുകൊള്ളുന്ന നാട്ടുകാർക്കു വേണ്ടി, മിസ്സിസ് ഡിസൂസയുടെ എൻലൈറ്റ്മെന്റിനു വേണ്ടി.''

''മനസ്സിൽ വേരോടിയ ശീലങ്ങളെ മറികടക്കാൻ പലർക്കും എത്ര പ്രയാസമാണെന്ന് മനസ്സിലായല്ലോ. ഇനി വെള്ളം കുടിക്കൂ.''

ഡേവിസിനെയാണ് ഓർമ്മ വന്നത്. ഓഫീസിലെ ആരെങ്കിലും എന്തെങ്കിലും കുസൃതി കാണിച്ചു എന്നു പറഞ്ഞാൽ ഡേവിസ് പൊട്ടിച്ചിരിക്കും.

''അതായത്, എന്റെ ആലീസ് ഒരു ചന്തക്കുട്ടിയാണെന്നർത്ഥം.''

ഈർഷ്യയുടെ നനവും കയ്പ്പും തന്റെ ശബ്ദത്തിൽ കലരുമ്പോൾ ഡേവിസ് കല്ലുപോലുറയ്ക്കുകയാണ് പതിവ്.

''വഴിയിൽ മുള്ളുണ്ടെന്നുവച്ച് ആരെങ്കിലും നടക്കാതിരിക്കാറുണ്ടോ? പിന്തിരിയാൻ തുടങ്ങിയാൽ തുടങ്ങിയതിലും പിന്നിലാവും എത്തുക. പിന്നെ കൂട്ടിന് എന്നെ നോക്കണ്ട.''

ഫാഷൻ ഡിസൈനറാകാനുള്ള തന്റെ മോഹം, പാഴ്വസ്തുവിൽ നിന്ന് പൂത്തൊട്ടിയും ചുമരലങ്കാരങ്ങളും സൃഷ്ടിക്കാറുള്ള തന്റെ മോഹം എല്ലാം ജോണി പുച്ഛിച്ചു.

എല്ലാം ഗുപ്ത അഭിനന്ദനത്തോടെ ഏറ്റെടുത്തു.

ജോലി ഒരാശ്വാസമായിരുന്നു പലതരത്തിലും. ആരുടെ മുന്നിലും ഇരക്കേണ്ട. ആരെയും ഒന്നും ബോധിപ്പിക്കേണ്ട. ഇഷ്ടംപോലെ ചിറകു വിടർത്താനാവുന്ന ഒരു സ്ഥലം. ആരും മോഹിക്കുന്ന ഒരു കൊച്ചുമോഹം.

ചുളിവു വീണ മുഖം ഒരുകരിക്കൊള്ളിപോലെ കറുത്തു

കണ്ണാടിയിലെ സ്വന്തം മുഖത്തു നോക്കി മിസ്സിസ് ഡിസൂസ അതേപടി ഒരു നിമിഷം കൂടി നിന്നു.

കഴുത്തിന്റെ ചുളിവുകളിൽ, പ്രായം ഒരു ചിരിയോടെ തങ്ങി നിന്നു. ഹൈനെക്കുള്ള, തികച്ചും ഔദ്യോഗികമായ ഡ്രസുകൾ അതൊന്നു ഒളിച്ചുപിടിക്കാൻ കുറേയൊക്കെ പരിഹാരമാകാം.

ഇട്ടിരിക്കുന്ന ഡ്രസ് മാറി പതിവുപോലെ സാരിയിലേക്കു മാറുമ്പോൾ വയറിലെ വടിവുനഷ്ടപ്പെടുന്ന മാംസപേശികളിൽ കണ്ണുകൾ വീണ്ടും പരതി.

മനസ്സാകെ ആളുന്നു.

പക്ഷേ, ജോണിക്കിതൊന്നും മനസ്സിലാവില്ല. ഫാഷണബ്ൾ ഡ്രസ്സിങ്, വേഷംകെട്ടലാണ് ജോണിക്ക് പ്രത്യേകിച്ചും അത് അമ്മ ചെയ്യുമ്പോൾ. ഓരോ ദിവസവും ഓഫീസ് വിട്ട് പുറത്തുകടക്കുമ്പോൾ മേക്കപ്പ് മാറ്റുകയും സാരിയിലേക്ക് മാറുകയും ചെയ്യുന്നത് ജോണിയെ ഓർത്തായിരുന്നു.

അങ്ങനെയെങ്കിൽ അങ്ങനെ എന്നാണ് തോന്നാറ്. ജോണിയെ ബോധിപ്പിക്കുന്നതിനേക്കാൾ എത്രയോ എളുപ്പമാണത്. പരസ്പരം വിനിമയം സാദ്ധ്യമല്ലാത്തപ്പോൾ സീനുകളെ ഒഴിവാക്കുന്നതാണ് ബുദ്ധി. സമയവും എനർജിയും ലാഭം.

ഡ്രസ്സിങ് ടേബിളിലെ കണ്ണാടിക്കു മുന്നിലിരുന്ന് മേൽച്ചുണ്ടിലെ രോമങ്ങൾ ശ്രദ്ധാപൂർവ്വം നീക്കുമ്പോഴാണ് ജോണിയുടെ ചായഗ്ലാസ് അന്ന് കണ്ണാടിയിൽ ഊക്കോടെ വന്നടിച്ചത്. കണ്ണാടി ഒന്നായി പൊട്ടിച്ചിതറി.

"വയസ്സ് നാല്പത്തഞ്ച് കഴിഞ്ഞു. ആരെക്കാണിക്കാനാ ഈ ഒരുക്കം."

ദിവസവും ജിംനേഷ്യത്തിൽപ്പോയി കഷ്ടപ്പെട്ടുണ്ടാക്കിയ മസിലുകൾ ജോണിയുടെ മേല്ക്കൈയിൽ ഔദ്ധത്യത്തോടെ തലയുയർത്തി,

തുടിച്ചു. അരയിൽ കൈ കുത്തി പിന്നിൽനിന്നു തന്നെ പുച്ഛത്തോടെ നോക്കിയാണ് ജോണിയുടെ നില്പ്.

തഴച്ചുവളർന്ന രോമങ്ങൾ കൈത്തണ്ടയിൽ. പതഞ്ഞൊഴുകുന്ന അവജ്ഞയുടെ നുര ശബ്ദത്തിൽ.

മകൻ വലുതായിരിക്കുന്നു.

'എനിക്കുവേണ്ടി' എന്നു പറഞ്ഞില്ല. ഒന്നും പറഞ്ഞില്ല. കണ്ണാടിയുടെ തകർന്ന ചില്ലുകൾ അടിച്ചുകളഞ്ഞ് കുളിമുറിയുടെ ഉള്ളിൽക്കയറി വാതിലടച്ചു.

കുളിമുറിയുടെ കണ്ണാടിയിൽ മുഖം കാണാൻ പറ്റാത്തവിധം നിറയെ പൂപ്പലാണ്. മേൽച്ചുണ്ടിൽ രോമങ്ങൾ കണ്ടാലേ എംഡി ദേഷ്യം കൊണ്ട് തുള്ളും.

ഇന്നലെ ഡിക്റ്റേഷൻ പൊടുന്നനെ നിന്നപ്പോൾ അമ്പരന്നു പോയിരുന്നു.

"ക്ലീൻ ഷേവ്." തമാശയാണെന്ന മട്ടിൽ എം.ഡി ചിരിച്ചു, "ആണായാലും പെണ്ണായാലും."

"പലതവണ പറഞ്ഞിട്ടുണ്ടെന്നാണ് ഓർമ്മ." ഗുപ്ത ഗൗരവത്തിൽ തുടർന്നു. "മുഖത്ത് രോമം. ഐ കാൻഡ് സ്റ്റാൻഡ് ഇറ്റ് പ്ലീസ് ഡു സംതിങ് എബൗട്ട് ഇറ്റ് മിസ്സിസ് ഡിസൂസ."

മേൽച്ചുണ്ട് പൊത്തിപ്പിടിച്ച് മാപ്പ് പറഞ്ഞിട്ടും ഡിക്റ്റേഷൻ തുടർന്നില്ല.

കഴിക്കാനുള്ള മിന്റുകൊണ്ട് ലോലാക്കും ലോക്കറ്റും ബ്രേസ്‌ലെറ്റും ഉണ്ടാക്കിയിട്ട ദിവസം. "ഒരിൻക്രിമെന്റ് ഇതോടെ ഉറപ്പ്" എന്നാണ് ഗുപ്ത പറഞ്ഞത്.

കുളിമുറിയിൽ നിന്നു പുറത്തുവന്നപ്പോൾ ജോണി ഉമ്മറത്തെ കസേരയിൽ ഇരിക്കുകയാണ്.

വാതിൽ അകത്തുനിന്ന് കുറ്റിയിട്ടിരിക്കുന്നു.

ഓഫീസ്ബാഗ് താഴത്തുവയ്ക്കാതെ വാതിൽ തുറക്കാനാഞ്ഞപ്പോൾ ജോണി ഈറ്റപ്പുലിപ്പോലെ കൈയിൽ പിടിച്ചു.

"അമ്മ ഓഫീസിലേക്കു പോകില്ല. ഗുപ്തയുടെ സെക്രട്ടറി ആയിട്ടു വേണ്ടല്ലോ സ്വർഗ്ഗം കിട്ടാൻ. പോയാൽ ഇങ്ങോട്ട് ഇനി മടങ്ങിവരേണ്ടിയും വരില്ല."

ജോണിയുടെ പിടി വേദനിപ്പിക്കുന്നു.

തന്റെ മുഖം കനൽപോലെ നീറുന്നത് മിസ്സിസ് ഡിസൂസ അറിഞ്ഞു.

"ഇതൊക്കെ ആരാണ് നിശ്ചയിക്കുന്നത്? നീ?"

‘‘ഞാൻ. ഞാൻ, ഞാൻ...’’ ജോണി അലറി. ‘‘ജോണി ഡിസൂസ, എന്താ സംശയമുണ്ടോ?’’

താൻ പാലൂട്ടി താരാട്ടി വളർത്തിയ തികച്ചും വ്യത്യസ്തനാക്കണമെന്നു ഡേവിസും താനും സ്വപ്നം കണ്ട് ജോണി, ജോണി ഡിസൂസ.

‘‘ഉണ്ട് ജോണി.’’ ആകാവുന്നത്ര ശബ്ദമടക്കി മിസ്സിസ് ഡിസൂസ പറഞ്ഞു. ‘‘ഈ വീടും ജീവിതവും എന്റെയാണ്. അതിനെക്കുറിച്ചുള്ള തീരുമാനങ്ങളും എന്റെയാകും.’’

‘‘അപ്പോൾ മകൻ പറഞ്ഞാൽ കേൾക്കില്ല.’’

‘‘നിന്റെ അച്ഛൻ പഠിപ്പിച്ചതും ഞാൻ കേൾക്കേണ്ട, വഴി മാറ് ജോണീ, നിന്റെ അച്ഛൻ, ഡേവിസ് പഠിപ്പിച്ച വഴിയിൽ നീയൊരു മുള്ളുപോലുമാകില്ല എനിക്ക്.’’

‘‘മകനെ വീട്ടിൽ നിന്നിറക്കിവിട്ട അമ്മ.’’ ഓഫീസിൽച്ചെന്ന് പൊലീസിലേക്കും വക്കീലിനും ഫോൺ ചെയ്യുമ്പോൾ മിസ്സിസ് ഡിസൂസ ഓർത്തു.

‘‘അങ്ങനെയാവും അവർ പറയുക.’’

വീട്ടിൽനിന്ന് ജോണി എന്തിനു പുറത്തു പോകണം എന്നും പൊലീസും ഓഫീസും വക്കീലും വഴിപോക്കരും നിങ്ങളും ഒപ്പം ചോദിക്കും. യുഗങ്ങളുടെ കറ പുരണ്ട ചോദ്യം.

പക്ഷേ, ബോൾട്ടിട്ട വാതിലുകളും പൊട്ടിയ കണ്ണാടിച്ചില്ലുകളും ഉടഞ്ഞ ഓട്ടുപാത്രങ്ങളും ചിതറിക്കിടക്കുകയാണ് ഞങ്ങൾക്കിടയിൽ, തോല്‌വിയുടെയും മനസ്സിലാകായ്കയുടെയും ആകെ പരക്കുന്ന ക്ഷീണവും ദുർഗ്ഗന്ധവും പുറമെയും. എനിക്കു കൈകാര്യം ചെയ്യാനായി എന്റെ ഈ ജീവിതം എന്റെ കൈയിൽത്തന്നെയിരിക്കട്ടെ. ചെറിയ ഒരു മോഹമല്ലേ. ജോണിയെ നിങ്ങൾതന്നെ ഇക്കാര്യം പറഞ്ഞു മനസ്സിലാക്കണം. എളുപ്പമല്ല എന്ന് എനിക്കും നിങ്ങൾക്കും എന്തിന്, മരിച്ചു മണ്ണടഞ്ഞ ഡേവിസിനുപോലുമറിയാം. രക്ഷിക്കുന്നതിലെ തെറ്റെന്തെന്ന് അമ്പരന്ന് അവൻ പിടഞ്ഞെന്നുവരും. ജനിക്കുമ്പോഴേ നമുക്കോരോരുത്തർക്കും ഏറ്റെടുക്കേണ്ടിവരുന്ന നമ്മെ നിരന്തരം വേട്ടയാടിക്കൊണ്ടിരിക്കുന്ന, ആലീസുമാരെയും ജോണിമാരെയും ഗുപ്തമാരെയും വേർതിരിച്ചു നിർത്തുന്ന, നമ്മുടെ പരിധികൾ നാമറിയാതെതന്നെ നിശ്ചയിക്കുന്ന മനസ്സുകളെക്കുറിച്ച് പറഞ്ഞാൽ ജോണിക്ക് മനസ്സിലായെന്നു വരില്ല. പലർക്കും മനസ്സിലായെന്നുവരില്ല. അതാണ് സങ്കടം. എത്രകണ്ട് മോഹിച്ചാലും അത്ര വേഗമൊന്നും മനസ്സിൽനിന്ന് മാച്ചുകളയാവുന്നതല്ലല്ലോ യുഗങ്ങൾ മനസ്സിൽ തീർത്ത ഇഴുകിപ്പിടിച്ച കറകൾ. ■

ഇല്ലം

എന്റെ അയൽപക്കത്തെ മാതുവമ്മയുടെ മകനായിരുന്നു രാജു എന്ന് ഞങ്ങളൊക്കെ വിളിച്ചിരുന്ന രാജഗോപാലൻ. ഒരുമിച്ച് കളിച്ചും പഠിച്ചും വളർന്നവൻ. പഠിക്കാൻ മിടുക്കനായിരുന്നു രാജഗോപാലൻ. വലിയ വാശിക്കാരനും.

"അവനൊന്ന് പറക്കമുറ്റാ ഞാൻ രക്ഷപ്പെട്ടു."

അത് പറയുമ്പോഴൊക്കെ മാതുവമ്മയുടെ കണ്ണിൽ വെള്ളം നിറയും.

"നമ്മുടെ ഭഗവതിയുടെ കയ്യ് എപ്പഴും അവന്റെ നെറുകേലണ്ടാവണംന്നേ പ്രാർത്ഥനയുള്ളൂ. ഞാൻ കെടന്നാ പോയില്ലേ അവന്റെ കാര്യം?"

"ഭഗോതിക്ക് ആകെ നാല് കയ്യേ ള്ളൂ. ഒന്നെപ്പോഴും എന്റെ തലേല് വച്ചാ ബാക്കിള്ളോര് എന്താ ചെയ്യാ?"

രാജു എപ്പോഴും ചിന്തിക്കാറിങ്ങനെ.

"കൊറേ പണം കിട്ട്യാ ഞാൻ എന്താ ചെയ്യാന്നറിയോ ഓപ്പോൾക്ക്?"

തുളവീണ പഴയ ഫുട്ബോൾ മുറ്റത്തിട്ട് തട്ടി കളിക്കുമ്പോൾ രാജു ചോദിക്കും. "ഞാനില്ലേ, ഇവടത്തെ നമ്പൂരാരുടെ ഇല്ലം വെലയ്ക്ക് വാങ്ങും."

"കുരുത്തക്കേടല്ലാതെ ചെക്കന്റെ വായീന്ന് വരില്ല." വിറളി പിടിച്ച പോലെയാണ് മാതുവമ്മ പറയാറ്.

"അവരുടെ ദയോണ്ട് ഒരുപാട് കഞ്ഞി കുടിച്ചിട്ടുണ്ട്. അതൊന്നും മറക്കണ്ട. അവരുടെ വീട്ടില് മുറ്റടിച്ചിരുന്നോര് അവിടത്തെ കസേരയിൽ കയറി ഇരുന്ന് വെലസണത് അവർക്കിഷ്ടാവ്വോ? ആ നെലേല് നീയ്യാണെങ്കി നിനക്കിഷ്ടാവ്വോ? ആർക്കെങ്കിലും ഇഷ്ടാവ്വോ? നമ്മുടെ ഗതി ഇങ്ങനെ ആയേന് അവരെന്ത് പെഴച്ച്? പോയിരുന്ന് നീ നാലക്ഷരം പഠിക്കാൻ നോക്ക്ണ്ണ്ടോ അവന്റെ ഒരു നാവ്!"

‘‘കഞ്ഞിയൊന്നും ആരും വെറുതെ തന്നിട്ടില്ല. അമ്മേ. രാവും പകലും എല്ലുമുറിയെ പണിയെടുത്തേർന്നില്ലേ അമ്മ അവിടെ? മേലാസകലം വേദനിച്ച് വീട്ടിൽ വന്ന് കരഞ്ഞേർന്നില്ലേ അന്ന്? മറക്കണ്ട. ആ ചാരുകസേരയിൽ തന്നെയിരിക്കണം. അവിടെയിരുന്ന് അതുപോലെ കോളാമ്പിയിലേക്ക് തുപ്പണം.’’

വേണം രാജു. കൂട്ടിയിട്ട ചകിരി കൊടുക്കാൻ അടുക്കള കോലായിലേക്ക് വന്ന അമ്മ ഉമ്മറപ്പടിയിൽ ഒരുനിമിഷം നിന്നത് താൻ കണ്ടിരുന്നു. പിന്നെ ചിരിയുടെ ഒരു തുണ്ട് അമ്മ ആ വാചകത്തിന്റെ തുമ്പിൽ കോർത്തിട്ടു. ‘‘മിടുക്കന്മാര് കുട്ട്യോള് അങ്ങനെത്തന്യാ ആലോചിക്കണ്ട്.’’

ഉരൽപ്പുരയിലെ മൂലയ്ക്ക് മാതുവമ്മ അനക്കമറ്റുനിന്നത് ഇന്നലെയെന്നപോലെ ഓർമ്മയുണ്ട്.

വീട്ടിലും പുറത്തും അല്ലറചില്ലറ ജോലികൾ ചെയ്യുകയും അമ്മയുടെ എല്ലാ കാര്യങ്ങളും നോക്കുകയും ചെയ്തിരുന്നു മാതുവമ്മ. ഇരുട്ടിയിട്ടേ പോകൂ എന്നതിനാൽ എന്നും മാതുവമ്മയെ രാജഗോപാലൻ വന്നു കൂട്ടിക്കൊണ്ടുപോകുകയായിരുന്നു പതിവ്. ഉയരം കുറഞ്ഞ് ചപ്രത്തലമുടിയും വീർത്ത വയറുമുള്ള ചെക്കൻ, അവൻ അങ്ങനെയല്ലാതായത് എന്നാണ് എന്ന് കൃത്യമായി ഓർമ്മയില്ല. നഗരത്തിലുള്ള ചെറിയമ്മയുടെ മകന്റെ ഷർട്ടും ട്രൗസറുമൊക്കെ അമ്മ സ്ഥിരമായി മാതുവമ്മയ്ക്ക് ദാനം ചെയ്തുകൊണ്ടിരുന്നു. പിന്നെ പിന്നെ അത് മാറി. മാതുവമ്മ അനിയന്റെ പഴയതുണികൾ വേണ്ടെന്ന് പറഞ്ഞത് രാജഗോപാലൻ കോളേജിൽ പഠിക്കുമ്പോഴാണ്.

‘‘അവനത് ഇടാൻ കൂട്ടാക്കണില്ല.’’ അമ്മയുടെ കാലിൽ കുഴമ്പു തേച്ചുകൊടുക്കെ ഒരുദിവസം മാതുവമ്മ പറഞ്ഞു. ‘ഇവിടത്തേക്ക് ഒന്നും തോന്നരുത്.’’

‘‘എന്തിന്? അമ്മ സ്നേഹത്തോടെ ചിരിച്ചു. ‘‘അവൻ വലുതാവല്ലേ മാതു? ചങ്ങാതികളുടെ എടേല് പഴയതിട്ടു പോകാൻ അവന് മോശം തോന്നണ്ടാവും.’’

അങ്ങനെയാണ് രാജഗോപാലന് രണ്ട് ഷർട്ട് വാങ്ങാനുള്ള പണം അന്നുതന്നെ അമ്മ മാതുവമ്മയെ ഏല്പിച്ചത്.

മാതുവമ്മയുടെ കണ്ണുകൾ നിറഞ്ഞുതുളുമ്പി.

‘‘ഒന്നും മറക്കില്ല ഞാൻ.’’ അവർ മുണ്ടിന്റെ കോന്തലകൊണ്ട് കണ്ണുതുടച്ചു.

‘‘അവനൊന്ന് വലുതായ്ക്കോട്ടെ.’’

വലുതായിത്തുടങ്ങിയതോടെ രാജഗോപാലൻ പതിവുപോലെ ഞങ്ങളുടെ വീട്ടിൽ വരാതെയായി. ഒരുപക്ഷേ, വീട്ടിലുള്ളവർക്കൊപ്പം ഇരിക്കാനും പെരുമാറാനും ഉള്ള അലിഖിതമായ വിലക്കുകൾ രാജഗോപാലനെ വല്ലാതെ അലോസരപ്പെടുത്തിയിരിക്കണം. ആ വിലക്കുകൾക്കുള്ള മാതുവമ്മയുടെ കാവൽനില്പ് രാജഗോപാലനെ ഏറെ ശുണ്ഠിപിടിപ്പിക്കാൻ തുടങ്ങിയിരുന്നു എന്ന് മനസ്സിലായത്, പുറത്തുവെച്ച്, കണ്ടാൽപോലും 'സുഖമല്ലേ' എന്ന ഒറ്റവാക്കിൽ കുശലമൊരുക്കി മാത്രം ഗൗരവത്തിൽ നടന്നുനീങ്ങാൻ തുടങ്ങിയപ്പോഴാണ്.

അനിയത്തി ശാലിനിയുമായി രാജഗോപാലൻ പ്രണയത്തിലായത് പക്ഷേ ആരും പ്രതീക്ഷിച്ചിരുന്നില്ല. കുളക്കരയിലേക്ക് ശാലിനിക്കുള്ള താളിയുമായി ചെന്ന ജാനകിയാണ് ആദ്യമായി അമ്മയോട് വിവരം പറഞ്ഞത്.

''കേറിക്കേറി മുറത്തീ കേറി കൊത്ത്വോ?''

പാത്രം മോറുന്നിടത്തുനിന്ന് മാതുവമ്മയെ വലിച്ചിഴച്ച് ഇടനാഴിയിലിരുന്ന അമ്മയുടെ മുന്നിലെത്തിക്കുമ്പോൾ ജാനകി എല്ലാരും കേൾക്കെ ചീറി.

''നാണല്ല്യേന്നും നിങ്ങൾക്ക്?''

''എന്തേ, എന്തേ ജാനൂ?'' മാതുവമ്മ അമ്മയ്ക്കു മുന്നിലെത്തും വരെ കെഞ്ചി. ''ഞാനെന്തേ ചെയ്തത്?''

അന്ന് വൈകുന്നേരം മുകളിലെ അറയുടെ വാതിൽക്കൽ മാതുവമ്മ കരഞ്ഞുകൊണ്ട് നിൽക്കുന്നത് കണ്ടു. അകത്ത് ഇരുട്ടിൽ പാതിമറഞ്ഞ് അമ്മ. രണ്ടുപേരും ഒന്നും മിണ്ടിയിരുന്നില്ലെന്ന് ഇന്നും ഓർമ്മയുണ്ട്.

വളരെ ഉയർന്ന മാർക്കോടെ രാജു പാസായതും ആരോടും പറയാതെ നാടുവിട്ടതും ഒക്കെ നാട്ടിൽനിന്നു വിരുന്നുവന്ന ചെറിയമ്മ പറഞ്ഞാണ് അറിഞ്ഞത്.

'''മാതുവമ്മ?'' തിടുക്കത്തിലാണ് ഞാൻ ചോദിച്ചത്.

''കുറേ കരയും.'' ചെറിയമ്മ പറഞ്ഞു. ''അമ്മയാവണത് ഒരു ശാപാ മോളേ. പിറ്റേദിവസം മുതൽ തുടങ്ങണം തീ തിന്നാൻ.''

പുകഞ്ഞകൊള്ളി പുറത്ത് എന്നാണ് പക്ഷേ മാതുവമ്മ അമ്മയോട് പറഞ്ഞത്.

രാജു അയച്ചുകൊടുത്തിരുന്ന പണം അവർ അമ്മയെ ഏല്പിച്ചു.

''എന്താ വേണ്ട്ച്ചാൽ ചെയ്യാം. ആർക്കാച്ചാൽ കൊടുക്കാം.''

കിട്ടിയ പണം അമ്മയുടെ കാൽക്കൽ വെച്ച് തിരിഞ്ഞുനടക്കുമ്പോൾ അവർ പറഞ്ഞത്രേ. ''എന്തായാലും എനിക്ക് വേണ്ട.''

''ശാലിനി?''

ശാലിനിയോടും അവർ മിണ്ടാറില്ല എന്നാണ് ഏട്ത്തി പറഞ്ഞത്. ചെറിയമ്മ പറഞ്ഞു: ''ശാലിനി അങ്ങോട്ടും.''

പിന്നെ, മാസങ്ങൾക്കുശേഷം ഒരു നട്ടുച്ചയ്ക്കാണ് യാതൊരു മുന്നറിയിപ്പുമില്ലാതെ ശാലിനി നഗരത്തിലെ ഫ്ളാറ്റിന്റെ വാതിൽക്കൽ വന്നുനിന്നപ്പോൾ തലയ്ക്കടിയേറ്റപോലെ, വാതിൽ തുറക്കാൻ പോലും മറന്ന് നിന്നപടി നിന്നുപോയി. ഹാൻഡ്ബാഗ്, സ്യൂട്ട്കേസ്, യാത്രാക്ഷീണം. ഒറ്റയ്ക്ക് ഒന്നുമാലോചിക്കാതെ ഒരു ജാരനെ അകത്തു കടത്തുന്ന ധൃതിയിലാണ് താൻ ശാലിനിയെ അകത്തേക്ക് വലിച്ചത്. അമ്മ മാത്രമായിരുന്നു. അപ്പോൾ മനസ്സിൽ.

''കുറച്ചു ദിവസം ഞാനിവിടെ ഉണ്ടാവും. ഒന്നും സംഭവിക്കാത്ത മട്ടിൽ, തന്റെ അമ്പരപ്പിനെ മുഴുവൻ അവഗണിച്ചുകൊണ്ട് ശാലിനി അകത്തേക്ക് കടന്ന് ലിവിംഗ്റൂമിലെ കസേരയിലിരുന്നു.

''ഒറ്റയ്ക്കാണോ?''

''അതെ.''

''അമ്മാ?''

''അമ്മയ്ക്കറിയില്ല, രാജനറിയാം. ഞാനിവിടെയായിരിക്കുമെന്ന്.''

''കുറച്ചു വെള്ളം വേണം ചേച്ചീ. ഒന്നും കഴിച്ചിട്ടില്ല.''

ഇവിടെയായിരിക്കുമെന്ന്! എല്ലാം ശാലിനി തീർച്ചയാക്കിയ പോലെ.

എന്താണ് വേണ്ടതെന്നറിയാതെ അന്തംവിട്ടുനിന്ന തന്റെ മുന്നിലൂടെ ശാലിനി അടുക്കളയിലേക്ക് നടന്നു: ''വീട് ശരിയായാൽ രാജു ഉടൻ വരും.''

''ശരിയായില്ലെങ്കിൽ?'' ശശിയേട്ടനോടെന്തു പറയുമെന്ന അതിരറ്റ പേടിയിൽ ശബ്ദം ആവശ്യത്തിലധികം ഉയർന്നു. മുൻകൂട്ടി പറയാതെ വീട്ടിൽ വരുന്നവരെ ശശിയേട്ടൻ കണ്ട ഭാവംപോലും നടിക്കാറില്ല. ദേഷ്യം മുഴുവൻ തന്നോടാവും. എന്തിനകത്ത് കേറ്റി എന്ന ചോദ്യത്തിനു മുന്നിൽ ഉത്തരമില്ലാതെ പതറി നിൽക്കുമ്പോൾ, ദേഷ്യം സഹിക്കവയ്യാതെ കൈയിൽ കിട്ടിയത് വച്ച് തന്റെ നേരെ എറിഞ്ഞെന്നുവരും. ശാലിനിയുടെ മുന്നിൽ വച്ച്! നാണവും ദേഷ്യവും കൊണ്ട് മനസ്സാകെ ചൂളി. ഉള്ളിൽ നിറയെ തീയാണ്.

''ശരിയായില്ലെങ്കിൽ? ഇത് ശശിയേട്ടന്റെ വീടാണ്. സത്രമല്ല.''

''അതുകൊണ്ടല്ലേ ഇവിടേക്ക് വന്നത്.'' വെള്ളമെടുത്തു കുടിച്ച് തിരിച്ചുവന്ന് ശാലിനി സോഫയിലേക്ക് ചാരി.

'ശശിയേട്ടനോട് എന്തു പറയുമെന്നല്ലേ? അതെനിക്ക് വിട്ടേയ്ക്കൂ.''

''ഞാനിതാ ഇപ്പോ എത്തിയതേയുള്ളൂ.''

ലിവിങ്ങ് റൂമിലെ സോഫയിൽ ശാലിനിയെക്കണ്ട് അമ്പരന്നു നിന്ന ശശിയേട്ടനോട്, സോഫയിൽനിന്നൊന്ന് എഴുന്നേൽക്ക പോലും ചെയ്യാതെയാണ് ശാലിനി പറഞ്ഞത്.

''ഒരെമർജെൻസി ആയതിനാൽ മുൻകൂട്ടി അറിയിക്കാനായില്ല. രാജഗോപാലൻ എന്നെ കൂട്ടാൻ വരുംവരെ ഞാനിവിടെ ഉണ്ടാവും.''

''ആര് നിശ്ചയിച്ചു?'' ശശിയേട്ടന്റെ ശബ്ദം ദേഷ്യംകൊണ്ട് നുരഞ്ഞു.

''ആര് നിശ്ചയിച്ചെന്ന്?''

''തൽക്കാലം ഞാൻ തന്നെ!''

ശാലിനി ഹൃദ്യമായി ചിരിച്ചു.

■

അഭയകാണ്ഡം

ശാരദമാമി പുളിയിട്ടു തേച്ചുമിനുക്കിയ പിച്ചളത്താലം അടുക്കളയിലെ വിശാലമായ ഗ്രാനൈറ്റ് പ്ലാറ്റ്ഫോമിന്റെ അറ്റത്തെ മൂലയിലെ ബ്ലോ കുക്കറിനരുകിൽ ആരും കാണാതെ ഒളിപ്പിച്ചുവയ്ക്കുംമട്ടിൽ ചുമരിനോട് പതിവുപോലെ ചേർത്തുവെച്ചു. പിന്നെ ശ്രീകൃഷ്ണൻ, ശ്രീരാമൻ, ശിവൻ, ലക്ഷ്മി, സരസ്വതി, പാർവ്വതി തുടങ്ങി കൈയിലുണ്ടായിരുന്ന എല്ലാ ദൈവങ്ങളുടേയും ചെറിയ ചെറിയ വെള്ളി വിഗ്രഹങ്ങൾ ഒന്നൊന്നായി താലത്തിൽ നിരത്തി. മഞ്ഞളും കുങ്കുമവും രണ്ടു ഭാഗത്തേക്കു മാറ്റി കിച്ചുവിന്റെ ചെറിയ ഫോട്ടോ താലത്തിൽ വിളക്കിനു മുന്നിൽ വെച്ചു. പെട്ടെന്നു കയ്യൊന്നു വിറച്ചു. ഒരു ചെറിയ കറുത്ത എറുമ്പിന്റെ രൂപത്തിൽ ഒരു കുഞ്ഞിക്കാർ കിച്ചുവിന്റെ ഫോട്ടോയിലേക്ക് താലത്തിലൂടെ ഓടിക്കയറിയത് ശാരദമാമി കണ്ടത് അപ്പോഴാണ്. ഒന്നല്ല, രണ്ടു മൂന്നെണ്ണം ഉണ്ടെന്ന് ശാരദമാമിക്കു തോന്നി. അവയെല്ലാം ഒന്നൊന്നായി പെറുക്കിയെടുത്ത് ശാരദമാമി കർട്ടൻ വകഞ്ഞുമാറ്റി പാതിതുറന്ന ജനലിലൂടെ പുറത്തേക്കിട്ടു.

ജനലിനപ്പുറത്ത്, പുൽത്തകിടിക്കപ്പുറം, പാത പതിവുപോലെ വിജനമാണ്. ഇലയനങ്ങാത്ത നിശ്ശബ്ദത. ഒഴിവുദിവസങ്ങളിൽ നേരം ഇത്രയായാലും ഇവിടെ ആരും എണീക്കാറില്ല. വിശാലമായ പുൽത്തകിടിക്കപ്പുറത്തെ റോഡിലൂടെ വളർത്തുനായയേയും കൊണ്ട് നടക്കാൻ പോയിരുന്ന വെള്ളക്കാരൻ ജനാലയ്ക്കൽത്തന്നെ കണ്ട് കയ്യുയർത്തി വീശി. ശാരദമാമി തിരിച്ചും. അതാണിവിടത്തെ പതിവ്. എത്ര അപരിചിതരാണെങ്കിലും കണ്ടാൽ ഇവിടെയുള്ളവർ അഭിവാദ്യം ചെയ്യും. തിരിച്ചു ചെയ്തില്ലെങ്കിൽ അത് അപമര്യാദയാണ്. അന്യദേശക്കാരാകുമ്പോൾ അതു കൂടുതൽ ശ്രദ്ധിച്ചേ പറ്റൂ.

വർഷങ്ങൾക്കു മുൻപ്, ഈ വീട്ടിലേക്ക് വന്നുകയറിയപ്പോൾ ആദ്യം മനസ്സിൽ തട്ടിയത് ചുറ്റിലുമുള്ള ഇഴുകിപ്പിടിച്ച ഈ നിശ്ശബ്ദതയായിരുന്നു. മനുഷ്യരുടേയോ മൃഗങ്ങളുടേയോ പക്ഷികളുടെ

പോലുമോ ശബ്ദമില്ലാത്ത പച്ചച്ച അസ്വസ്ഥമാക്കുന്ന നിശ്ശബ്ദത. ചുറ്റും പച്ചത്തഴപ്പ് കാടുപോലെ ചുറ്റും നിന്നു. അവയ്ക്കിടയിൽ ചെറുതും വലുതുമായ ഒറ്റ ഒറ്റ വീടുകളിലേക്കു നീളുന്ന വെടിപ്പുറ്റ നടപ്പാതകളിൽ ഒരിലപോലും വീണുകിടന്നിരുന്നില്ല. കിടക്കാവുന്ന വൃത്തി.

എന്നന്നേക്കുമായി താൻ പിറകിലാക്കിപ്പോന്ന നഗരത്തിലെ, പുലർച്ചെ നാലു മണിക്കേ തുടങ്ങുന്ന തിരക്കും ബഹളവും കൂവി യാർത്തുകൊണ്ട് മനസ്സിലേക്കേന്തി. ദരിദ്രർക്ക് വൃത്തി പലപ്പോഴും ഒരാഡംബരമാണ്.

നേരിയ മഞ്ഞപട്ടുപോലെ പുൽത്തകിടിക്കുമീതെ വെയിൽ പര ക്കാൻ തുടങ്ങിയിരിക്കുന്നു. തീൻ മേശയിലേക്ക് മകനുള്ള ബ്രേക്ക് ഫാസ്റ്റ് എടുത്തുവയ്ക്കുമ്പോൾ ശാരദമാമി ഓർത്തു:

ഹരി ഇനിയും ഉണർന്നിട്ടില്ല.

ഒഴിവു ദിവസങ്ങളിൽ വൈകിയേ എണീക്കൂ എന്നറിയാം. അതു കൊണ്ടാണ് ഇന്നലെ രാത്രിതന്നെ ഹരിയോട് പറഞ്ഞുവെച്ചത്. ഈ നേരത്തെങ്കിലും പുറപ്പെട്ടാലേ വാധ്യാർ പറഞ്ഞ നേരത്ത് എത്താ നൊക്കൂ. അമ്പലത്തിലേക്ക് രണ്ടു മണിക്കൂർ ഡ്രൈവുണ്ട്.

‘‘ഹേ, അമ്മ ഇപ്പഴേ തയ്യാറായോ? ഞാനത് മറന്നേ പോയി.’’

ഹരി ഉറക്കച്ചടവോടെ കൈപിരിച്ച് മുകളിലേക്കുയർത്തി.

ഹരിയുടെ കക്ഷത്തെ രോമങ്ങൾ മഴക്കാലത്ത് നഗരത്തിലെ മണ്ണിൽ പുളയുന്ന ചെറിയ കുരുടി പാമ്പുകളെപ്പോലെ ചുവട്ടിലേ ക്കിഴയുന്നോ എന്ന് മാമിക്ക് ഒരു നിമിഷം സംശയം തോന്നി.

‘‘ലീന ഉണരട്ടെ. എന്നിട്ട് പോകാം.’’ ചുമരിലെ കിറ്റിൽനിന്ന് ഷൂ എടുത്ത് ഹരി പറഞ്ഞു:

‘‘അപ്പോഴേക്കും ഞാനൊന്നു നടന്നുവരാം.’’

‘‘നടന്നുവരാനോ?’’ ആന്തിപ്പോയ ഒരു കെന്തലോടെ മാമി ഹരിക്കുനേരെ തിരിഞ്ഞു ‘‘വാധ്യാര് കാത്തിരിക്കില്ലേ? ലീന ഉറങ്ങി ക്കോട്ടെ. നമുക്കല്ലേ പോണ്ടൂ. ഇന്ന്... ഇന്ന് വൈകണ്ട ഹരീ. കിച്ചു വിന്റെ...’’

‘‘ഓ, അറിയാം, അറിയാം.’’ ഹരിയുടെ ശബ്ദത്തിലെ കരകരപ്പ് അരി അരയ്ക്കുമ്പോൾ അടിയിലെ കല്ലുരയുന്ന ശബ്ദംപോലെ കോറി. ‘‘ലീനയെ വഴിയിൽ ഡ്രോപ്പ് ചെയ്യണം. പണി സ്വല്പം വൈകിയാലും ദൈവം അവിടന്നോടി പുവ്വൊന്നൂല്ല്യാല്ലോ ഉവ്വോ?’’

‘‘ഇന്നേയ്ക്ക് ലേറ്റ് ആവാതെ, ഇന്നേയ്ക്ക് മട്ടും താനേ ഹരീ. ലീനയെ താൻ എഴുപ്പിടറേൻ.’’

അറിയാതെയാണ് വാക്കുകൾ വായിൽനിന്നു വീണത്. വാക്കിങ്ങ് ഷൂവിന്റെ ചരട് മുറുക്കി കെട്ടിക്കൊണ്ടിരുന്ന ഹരി - മുഖമുയർത്തി നോക്കിയതും മാമി പെട്ടെന്നു നിർത്തി. വാധ്യാരും പൂജയും വെലിയും ഒന്നും ഹരിക്കിഷ്ടമല്ലെന്നറിയാം. പക്ഷേ, കിച്ചുവിന് ഹരി മാത്രമേ അനിയനായിയുള്ളൂ. വെലിയിടൽ ഹരിയെ ചെയ്യാൻ പാടൂ.

തൊട്ടടുത്ത സ്റ്റേറ്റിൽ ക്ഷേത്രം വരുന്ന വിവരം പറഞ്ഞത് അടുത്ത വീട്ടിൽ താമസിക്കുന്ന ഗീതയാണ്. ''ആന്റീ, സൗത്ത് ഇൻഡ്യൻ ടെംപിൾ!''

തന്റെ കൈ വലിച്ചുനിർത്തി ഉള്ളംകയ്യിൽ ഗീത അമർത്തിവെച്ചു തന്ന നോട്ടീസിൽ നോക്കി അന്തം വിട്ടു നിന്നുപോയി.

''ക്ഷേത്രം. ഭജനയും കച്ചേരിയും പൂജയും എല്ലാം ഉണ്ടാവും'' ഗീത പറഞ്ഞു: ''ഹരിശങ്കര ശാസ്ത്രികൾ പൂജാരി.''

അടർന്നുവീണ ഒരാശ്വാസത്തിന്റെ കുളിര് മനസ്സിലെത്തും മുൻപേ, എന്തിനെയൊക്കെയോ തള്ളിത്തുറന്ന് മനസ്സിലാദ്യമെത്തിയത് പക്ഷേ, കിച്ചുവിന്റെ മുഖമാണ്.

നോട്ടിസ് കൈയിൽനിന്നു താഴത്ത് വയ്ക്കാതെ ഹരി വരുംവരെ കാത്തിരുന്നു.

കാറിനടിയിൽപ്പെട്ട് ചതഞ്ഞരഞ്ഞ കിച്ചുവിന്റെ മുഖം ഒന്നേ നോക്കിയിരുന്നുള്ളൂ. ആശുപത്രിയിൽനിന്നു വെള്ളത്തുണിയിൽ പൊതിഞ്ഞുവന്ന തണുത്തുറഞ്ഞ ശരീരത്തിനു മുന്നിൽ താനും വെങ്കിടിയും വെറുങ്ങലിച്ചുനിന്നു. എല്ലാം പെറുക്കിക്കൂട്ടി ഹരിയെ വിദേശത്തേക്ക് പഠിക്കാനയച്ചിട്ട് മൂന്നാഴ്ചയേ ആയിരുന്നുള്ളൂ.

കിച്ചുവിനുള്ള വിറക് വാങ്ങിയത് വെങ്കിടിയുടെ അനിയൻ ശംഭുവാണ്. യാതൊരാചാരങ്ങളും ക്രിയകൾപോലുമില്ലാത്ത ആ യാത്രയയപ്പോടെ ഒരു വെള്ളപ്പുതപ്പ് പുതച്ച് പക്ഷേ, കിച്ചു തന്റെ മനസ്സിൽ നീണ്ടുനിവർന്നു കിടപ്പായി.

''നിനക്കല്ലേ ഇപ്പോ എല്ലാം കൂടുതൽ അറിയാ?''

രാത്രി പണിയെല്ലാം കഴിഞ്ഞു മുറിയുടെ മൂലയ്ക്ക് കിച്ചുവിന്റെ ഫോട്ടോ ചേർത്തുപിടിച്ച് ഇരിക്കുമ്പോ ശാരദമാമി ചോദിച്ചു:

''ഹരി രക്ഷപ്പെട്ടാൽ എല്ലാവരും രക്ഷപ്പെട്ടാലോ എന്നു കരുതി. ഇന്ന് വയ്ക്കാനുള്ള അരി തന്നത് ഗൗരിമാമിയാണ്.''

അന്ന് പ്രാർത്ഥിച്ചതാണ് ഹരിയെക്കൊണ്ട് ഒരു ശ്രാദ്ധപൂജ.

''ആ, പൂവ്വാം.'' നോട്ടീസ് കൈയിൽ മേടിച്ച് വായിച്ച് ഹരി പറഞ്ഞു: കൊണ്ടുപോകാം. രണ്ടു മണിക്കൂർ ഡ്രൈവാണ്. പിന്നെ, കിച്ചൂനു

വേണ്ടി... ഹരി പെട്ടെന്നു നിർത്തി. ''അമ്മേ ഈ പൂജയൊക്കെ... ആ... ഇനീംണ്ടല്ലോ സമയം.''

അരുതാത്തതെന്തോ പറയുംപോലെ ഹരിയുടെ ശബ്ദം പല യിടത്തും കറങ്ങി. കലങ്ങി.

അറിയാം, ഇതൊക്കെ അരുതെന്ന്. പൂജയും ശ്രാദ്ധവും പൂണൂലും വാധ്യാരുമൊക്കെ വിഢ്ഢിത്തങ്ങളാണെന്നു പറയുന്നയാളാണ് ഹരി. വാദിക്കുന്ന ആളാണ് ഹരി. അറിയാം. പക്ഷേ, വെലിയിടാൻ ഹരി വേണം.

പ്രാർത്ഥിച്ചതാണ് താൻ. കിച്ചുവിനുവേണ്ടി. അതായിരുന്നു ഏറെ വിഷമം. എന്നോട് ചോദിച്ചല്ലല്ലോ അമ്മ പ്രാർത്ഥിച്ചതെന്ന ഹരി യുടെ ചോദ്യത്തിനു മുന്നിൽ ചൂളിപ്പോയതാണ്. പിന്നെ ഒരുത്തരവും കണ്ടെത്താനാവാത്ത ആ ചോദ്യം. മറ്റു പലതിനേയുംപോലെ, കാലിൽ കുത്തിയ ഒരു മുള്ളിന്റെ വേദനപോലെ അവിടെത്തന്നെ നിന്നു.

ഹരി വന്നില്ലെങ്കിൽ?

''ഒന്ന് Apologise ചെയ്തേക്കൂ.'' ഗീത പറഞ്ഞു. ''സ്വന്തം സമയ ത്തെക്കുറിച്ചുള്ള തീരുമാനങ്ങൾ മറ്റുള്ളവർ എടുക്കുന്നത് ഇവിടെ ആർക്കും ഇഷ്ടമല്ല. മകനായാലും.'' മറ്റുള്ളവർ! ആ വാക്കിലേക്കും നോക്കിനിന്നു കുറേ നേരം അന്ന്.

തെറ്റായിപ്പോയി എന്ന് ഹരിയോട് പറഞ്ഞപ്പോൾ 'That is ok' എന്നാണ് ഹരി പറഞ്ഞത്.

അറിയാം. അതിന്റെ അർത്ഥവും അറിയാം. പക്ഷേ, ഒറ്റയ്ക്കെ വിടെയും ഡ്രൈവ് ചെയ്തു പോകാനാവില്ല. അപൂർവ്വമായുള്ള പബ്ലിക് ട്രാൻസ്പോർട്ട് ഉപയോഗിച്ച് ശീലിച്ചില്ല. അതരുതെന്ന് ഹരി തന്നെയാണ് പറഞ്ഞത്. പുറത്തു പോയാൽ പല ആക്സെന്റുകളും മനസ്സിലാവില്ല. ഭാഷ അത്രയൊന്നും അറിയാത്തതിനാൽ അറിയാതെ എവിടെയെങ്കിലും പോയിപ്പെട്ടാലോ എന്ന പേടി ഒരു ചളിപ്പാമ്പിനെ പ്പോലെ എപ്പോഴും മനസ്സിൽ പൂന്തിക്കിടക്കും. 68 വയസ്സുവരെ ജീവിച്ചുകിട്ടിയത് കുറേ പേടിമാത്രമാണെന്നോർക്കുമ്പോൾ സ്വയം അറപ്പാണ് തോന്നാറ്.

എന്തായിരുന്നു താനിത്രയും കാലം സ്വന്തം ജീവിതംകൊണ്ട് ചെയ്തിരുന്നത്? സ്വന്തം മകന്റെ അടുത്തേക്കല്ലേ എന്ന ഗൗരിമാമി യുടെ ചോദ്യം വാതിൽക്കൽ കേൾക്കുന്ന മുട്ടുപോലെ പലതവണ മനസ്സിൽ വരുന്നത് ഈയിടെ പതിവായിരിക്കുന്നു. അപ്പോഴൊക്കെ മനസ്സിന്റെ അങ്ങേത്തലയ്ക്കൽ, മറന്നുതുടങ്ങിയിരുന്ന ഒരോർമ്മ പോലെ നിന്നിരുന്ന അഗ്രഹാരം അറിയാതെ മനസ്സിലേക്കെത്തും.

അമ്പലക്കുളത്തിൽ കുളിച്ച് തൊഴുത് നടയ്ക്കൽ നിൽക്കുമ്പോൾ ഒന്നേ മനസ്സിലുണ്ടായിരുന്നു. ഒപ്പം പഠിച്ചിരുന്ന സുന്ദരാംബാളെപ്പോലെ പാടാൻ കഴിയണം. പലതവണ അതും പറഞ്ഞു കരഞ്ഞപ്പോൾ ഒരു ദിവസം അച്ഛൻ സംഗീതവിദ്വാൻ ശ്യാമശാസ്ത്രികൾക്കു മുന്നിൽ കൊണ്ടുചെന്നു നിർത്തി. വീണയുടെ ശബ്ദം മുറി മുഴുവൻ നിറഞ്ഞുനിന്നു.

''തെറമയിരിക്കാന്റ് തെരിയാത്...'' ആകാവുന്നത്ര ശബ്ദം താഴ്ത്തി ശാസ്ത്രികൾക്കു തൊട്ടടുത്ത് കൈകൂപ്പിനിന്ന് അച്ഛൻ പറഞ്ഞു: സംഗീതം പഠിക്കണം ന്ന് പൊണ്ണ് ഒരേഒഴുകൈതാൻ അനാലേ...

കൈയിൽ കരുതിവെച്ചിരുന്ന ഒരു വെള്ളിയുറുപ്പിക വെറ്റിലയിൽ വെച്ച് കൈയിൽ തന്ന്, ശാസ്ത്രികളുടെ കാൽക്കൽ വെച്ച് നമസ്കരിക്കാൻ തള്ളിയിടുംപോലെ അച്ഛൻ പിന്നെ ശാസ്ത്രികളുടെ മുന്നിലേക്കുതന്നെ നീക്കിനിർത്തി.

ശാസ്ത്രികൾ ഒന്നും പറഞ്ഞില്ല. നേരെ നോക്കാൻ പേടിതോന്നുന്ന ഗൗരവം മാത്രം മുഖത്ത്.

''സാമി, ഇതു താൻ എന്നാൽ...'' അച്ഛന്റെ തൊണ്ടയിൽ ശബ്ദം പുറത്തുവരാതെ വിങ്ങി.

താൻ കാൽക്കൽ വെച്ച ഒറ്റ ഉറുപ്പികയും വെറ്റിലയും കുനിഞ്ഞെടുത്ത് ശാസ്ത്രികൾ അടുത്തിരുന്ന പുസ്തകം പകുത്ത് അത് അതിനുള്ളിലേക്കു തിരുകിവെച്ചു. അപ്പോൾ മാത്രം തന്റെ മുഖത്ത് ഒന്നു നോക്കിയോ എന്നു തനിക്കന്നു സംശയം തോന്നി.

പന്ത്രണ്ടാം വയസ്സിൽ അരങ്ങേറ്റം കഴിഞ്ഞിറങ്ങിയത് ഒരു സ്വപ്നത്തിലെന്നപോലെയാണ്.

അന്ന് കാൽക്കൽ വീണപ്പോൾ ഗുരുവിന്റെ കണ്ണുകൾ നനഞ്ഞത്രെ.

അടുത്ത് നിന്നിരുന്ന അച്ഛൻ പറഞ്ഞിരുന്നു.

ആചാരപ്രകാരമുള്ള ദക്ഷിണയും ഗുരു വാങ്ങിയില്ല.

''അവളോടെ പാട്ടുതാൻ അവളോടെ ദക്ഷിണൈ!''

ഗുരു അച്ഛന്റെ ചുമലിൽത്തട്ടി പറഞ്ഞത്രെ!

''ഒരു ഗുരുവുക്ക് ഇതേ പോതും! ഇതു താൻ ദക്ഷിണൈ!''

അന്ന് ഒന്നു കരയാൻ പോലുമാവാതെ, സ്വയം വിശ്വസിപ്പിക്കാനാവാതെ കണ്ണാടിയിലെ സ്വന്തം മുഖത്തു നോക്കി ഏറെ നേരം നിന്നത് ഇന്നും ഓർമ്മയുണ്ട്. മായാത്ത ഓർമ്മ.

അടുത്തമാസം കോവിലിലെ ഉത്സവക്കച്ചേരി ഏറ്റെടുത്തത് ശ്യാമശാസ്ത്രികൾ നിർബ്ബന്ധിച്ചിട്ടായിരുന്നു.

നഗരത്തിലെ നിന്നുതിരിയാൻ ഇടമില്ലാത്ത ഒറ്റ മുറി ഫ്ളാറ്റിലെ കയറ്റുകട്ടിലിൽ വെങ്കിടി തിരിഞ്ഞും മറിഞ്ഞും കിടന്നു.

‘‘അടുത്ത വാരത്ത്ക്ക് സമിതിയോട് കച്ചേരിയിരുക്ക്.’’

കയറ്റുകട്ടിലിൽ നിന്നെഴുന്നേറ്റ്, കൂട്ടിലിട്ട മെരുകിനെപ്പോലെ മുറിയിൽ തലങ്ങും വിലങ്ങും നടന്ന് പിന്നെ വെങ്കിടി പറഞ്ഞു:

‘‘ശ്യാമശാസ്ത്രികൾ താൻ പാടപ്പോഹിറാർ. ടിക്കറ്റ്ക്ക് നൂറു രൂപയ്ക്കും.’’

കല്യാണം കഴിഞ്ഞ് നഗരത്തിലെത്തിയതിനുശേഷം ഒരിക്കലും ഒരു പാട്ടുകച്ചേരിക്ക് പോയിട്ടില്ല. വെങ്കിടിയെന്ന ലോവർ ഡിവിഷൻ കാർക്കിനു കിട്ടുന്ന ശമ്പളത്തിന്റെ വീതംവയ്ക്കലിൽ പാട്ടുകച്ചേരി ഒരിക്കലും സ്ഥാനം പിടിച്ചിരുന്നില്ല. വീട്ടുജോലി കഴിഞ്ഞുള്ള നട്ടുച്ചകളിൽ ഫ്ളാറ്റിനകത്തിരുന്ന് ഒരു മോഹം തീർക്കുന്ന മട്ടിൽ സാധകം ചെയ്തപ്പോഴൊക്കെ തൊട്ടടുത്ത് താമസിച്ചിരുന്ന മറുഭാഷക്കാർ തികഞ്ഞ അലോസരത്തോടെ വാതിൽക്കൽ മുട്ടി. ഉറവ വറ്റുന്ന കിണർപോലെ അതോടെ പതുക്കെ പതുക്കെ പാട്ട് നിന്നു.

‘‘മക്കള് പെരിശാവുട്ടുമേ...’’ വെങ്കിടിയുടെ കൈ സ്വന്തം കൈയിലെടുത്ത് അന്ന് അമർത്തിപ്പിടിച്ചു. ‘‘എന്ന കച്ചേരിക്കും അപ്പൊ പോഹലാമേ!’’

പോസ്റ്റിൽ തനിക്ക് കിട്ടിയ ശാസ്ത്രികളുടെ കുറിമാനം കൈയിൽ കൊടുത്തപ്പോൾ വെങ്കിടി മത്സരിച്ചു നിന്നത് താൻ കണ്ടതാണ്.

‘‘നൂറു രൂപ വെച്ച് നാനൂറ് രൂപ.’’ വെങ്കിടി കൈ തന്റെ കൈയിൽത്തന്നെ വെച്ചിരുന്നു. ‘‘എപ്പടി മുടിയും?’’

‘‘അത് മുടിയലെന്ന് ശാസ്ത്രികൾക്ക് തെരിയാതാ? പിന്നെന്താ?’’

താൻ ചിരിച്ചു: ‘‘തൂങ്കിക്കോ. അതി കാലയിലേ സ്റ്റേഷനിൽ പോഹ വേണ്ടാമാ?’’

പക്ഷേ, കച്ചേരിയുടെ തലേദിവസം വെങ്കിടി ഓഫീസിൽനിന്നു വന്നത് ടിക്കറ്റും കൊണ്ടാണ്.

‘‘നീ ഉള്ള പോ.’’ ടിക്കറ്റ് കൈയിൽ തന്ന് വെങ്കിടി ഹാളിന്റെ വാതിൽക്കൽ നിന്നു: ‘‘മിഡിൽ റൊ ആക്കും. സീറ്റ് നമ്പർ 16.’’

ശ്യാമശാസ്ത്രികളോട് കച്ചേരിക്ക് നീ പോഹ വേണ്ടാമാ?’’ കുട്ടികളേയും കൂട്ടി തൊട്ടടുത്ത പാർക്കിലേക്ക് പോകാനിരിക്കെ വെങ്കിടിയുടെ മുഖം തീ കൊണ്ടപോലെ ചുവന്നു: ‘‘ഒരു ടിക്കറ്റ് താൻ എന്നാലെ വാങ്ക മുടിയും.’’

‘‘ഫാമിലി വരലിയ?’’

ഗ്രീൻ റൂമിൽച്ചെന്ന് ശാസ്ത്രികളുടെ കാൽതൊട്ട് തൊഴുതു.

സീറ്റിലേക്ക് നടക്കുമ്പോൾ ശാസ്ത്രികൾ ചോദിച്ചു.

''കുട്ടികളെ കൂട്ടിവരും.''

ഗുരുവിന്റെ മുഖത്ത് നോക്കാതെയാണ് പറഞ്ഞത്:

''പക്കത്തിലേ താൻ സ്കൂൾ.''

ഗുരുവിനോട് നുണ. തന്നെ തലയിൽ തൊട്ടനുഗ്രഹിച്ചു വിട്ട ഗുരുവിനോടാണ് നുണ പറഞ്ഞത്. ഗുരുനിന്ദ മാപ്പില്ലാപാപമാണ്. അറിയാവുന്ന സകല ദൈവങ്ങളേയും വിളിച്ച് നിലവിളിച്ചുപോയി. ഒരു നെരിപ്പോട് പോലെയുണ്ട് മനസ്സ്.

''ഗുരുനിന്ദയ്ക്ക് മന്നിപ്പിരിക്കാത്.'' അച്ഛൻ പറഞ്ഞിട്ടുണ്ട്. ''അതോടെ പെരിയ ശാപവുമില്ലെ.''

''വിഷമിക്കണ്ട.'' ടിക്കറ്റ് കൈയിൽ തരുമ്പോൾ വെങ്കിടി പറഞ്ഞിരുന്നു. ''നിനക്കെങ്കിലും പേശാനായല്ലോ.''

''ഏതു രാഗം?'' വീട്ടിലെത്തുംവരെ ആരോടും ഒന്നും മിണ്ടാതിരുന്നതിനാലാവണം വെങ്കിടി ചോദിച്ചു: ''തോഡിയാ ഭൈരവിയാ?''

''ഭൈരവി.'' വെങ്കിടിയുടെ കൈ സ്വന്തം തലയിലെടുത്തു വെച്ച് ഒന്നാകെ കുതിർന്ന് താൻ കെന്തി. ''നീങ്ക വരുവിങ്കെ എന്റ്റ് ഗുരുക്കിട്ടെ പൊയ് ചൊല്ലി വന്തിട്ടേൻ. പെരിയ തപ്പ്, പെരിയതപ്പ് താനേ...

''എപ്പടി, പരിഹാരം പണ്ണുവേൻ? എന്ന പണ്ണുവേൻ?''

''ഗുരുകിട്ടെ പോയ്യാ?'' വെങ്കിടി ഇരുന്നിടത്തു തിളച്ച വെള്ളം വീണപോലെ ചാടി എഴുന്നേറ്റു. പാമ്പിനെ തൊട്ടപോലെ തലയിൽ നിന്നും കൈ വലിച്ചെടുത്ത് തന്റെ മുഖത്തേക്കെന്നപോലെ പുറത്തേക്കാഞ്ഞു തുപ്പി. ''എടീ പാപി, കിച്ചുവിന്റേയും ഹരിയുടേയും കൈ ചേർത്തുപിടിച്ച് വെങ്കിടി കാറി.

''എന്ന പരിഹാരം?'' നമ്മ ഫാമിലിയേ അഴിഞ്ഞുപോയിടും. അതുതാനേ തെരിയാതാ നന്ദ്രി കെട്ടവളേ? എന്ന പരിഹാരം ടീ?'' വെങ്കിടി കരയാൻ തുടങ്ങിയത് പെട്ടെന്നാണ്.

''ഒരു ടിക്കറ്റേ വാങ്ങാനായുള്ളൂ.'' വെങ്കിടി കുട്ടികളെ കെട്ടിപ്പിടിച്ചു. ''എല്ലാം പോയെടാ'' എന്നും ഉച്ചയ്ക്ക് പണിതീർത്ത് കിച്ചുവിനോട് പതിവുപോലെ മുറിയിൽ കയറി ഇരുന്ന് ഒറ്റയ്ക്ക് സംസാരിക്കുമ്പോഴാണ് ഒരു ദിവസം ഒരു കാറിന്റെ ചെറിയ കഷണം ഒരു കുസൃതിച്ചിരിയോടെ കിച്ചു തന്റെ മടിയിലേക്കിട്ടത്. അതു താൻ സന്തോഷത്തോടെ മുറിയുടെ ചുമരിനോട് ചേർത്തുവെച്ചു. അത് കിച്ചുവിന് ഇഷ്ടമായതുകൊണ്ടാവണം. ഈ കുടുക്കൊന്നു തുന്നിത്തരുമോ എന്ന് കിച്ചു അടുത്തു വന്നിരുന്നു ചോദിച്ചത്.

അക്കാര്യം വെങ്കിടിയോട് പറഞ്ഞപ്പോൾ വെങ്കിടി ഒരു നിമിഷം തന്നെ തുറിച്ചുനോക്കി. പിന്നെ കിച്ചുവിന്റെ മുറിയുടെ വാതിൽ പുറത്തുനിന്നു പൂട്ടി താക്കോൽ സ്വന്തം പോക്കറ്റിലിട്ടു ജോലിക്കു പോയി.

''വരാനാവില്ല.'' വെങ്കിടിയുടെ സംസ്കാരത്തിനെത്താൻ കഴിയാതെ വിദേശത്തുനിന്ന് ഹരി എഴുതി: ''അവസാന പരീക്ഷയാണ്. ഇപ്പോൾ വന്നാൽ എല്ലാം, എല്ലാം വെറുതെയാവും.''

ട്രെയിനിൽനിന്നു വീണ് രണ്ടുകാലും മുറിഞ്ഞുപോയ വെങ്കിടിയെ പൊലീസ് വീട്ടിലെത്തിച്ചപ്പോൾ ആദ്യം മനസ്സിലേക്കിരച്ചു കയറിയത് ശ്യാമശാസ്ത്രികളുടെ മുഖമാണ്.

''ഗുരുനിന്ദ.'' തലയിൽ തീ വീണപോലെ പിടഞ്ഞുപോയി.

അനുഭവിക്കയല്ലാതെ വഴിയില്ല.

ട്രെയിനിന്റെ ചെറിയ ചെറിയ കഷണങ്ങൾ കാറിന്റെ കഷണങ്ങളെപ്പോലെ തന്നെ വീടിന്റെ മൂലകളിൽ അവിടവിടെയായി നിറയാൻ തുടങ്ങിയത് വെങ്കിടി പോയതിനുശേഷം കുറേ കഴിഞ്ഞാണ്. ശ്യാമശാസ്ത്രികളുടെ പൂജാമുറിയുടെ ആകൃതിയിലുള്ള കംപാർട്ട്മെന്റിൽ നിന്നാണ് വെങ്കിടി ആദ്യത്തെ തവണ ട്രെയിൻ ഇറങ്ങി വന്നത്. പിന്നെയും, പല തവണ ഇറങ്ങിവരുമ്പോഴും വെങ്കിടിയുടെ മുഖം ദേഷ്യംകൊണ്ട് കറുത്തിരുന്നു.

''ഹരിക്ക് പറ്റാത്തതുകൊണ്ടല്ലേ.'' താൻ പറഞ്ഞു: ''അവസാന പരീക്ഷയല്ലേ. അവനു ജോലി വേണ്ടേ?''

''നമ്മവീട് താൻ നമ്മ വീട്.'' ഒരിക്കൽ വെങ്കിടി തിരിഞ്ഞുനിന്ന് തന്നോട് പറഞ്ഞു: ''ഞാപകം വെച്ചുക്കൊ.''

വീടിന്റെ മുക്കിലും മൂലയിലും ട്രെയിനിന്റേയും കാറിന്റേയും പൊട്ടിയ കഷണങ്ങൾ ദിനംപ്രതി കൂടിവന്നു. അടിച്ചുവാരി കളഞ്ഞാൽ പകവീട്ടും പോലെ പിന്നെയും നിറയും. ദിവസം മുഴുവൻ തീരാതെ അടിച്ചുവാരാൻ തുടങ്ങിയപ്പോൾ അയൽവക്കത്തെ ഗോവിന്ദ് ഷിൻഡെയാണ് അനിയൻ ശംഭുവിനെ വിളിച്ചുകൊണ്ടുവന്നു കാണിച്ചത്. ശംഭു അന്നുതന്നെ ഹരിയെ വിളിച്ചു.

വിമാനം കയറുമ്പോൾ ഹരിയുടേം സ്യൂട്ട്കേസിലേക്ക് ചെറിയ ചെറിയ കഷണങ്ങൾ വരിവരിയായി ഓടിക്കയറുന്നത് നേരിട്ടു കണ്ടതാണ്. അമേരിക്കയിലേക്ക് അവ ഒപ്പം വരുമോ എന്ന പേടിയിൽ ഹരിയുടെ ചുമലിൽ അമർത്തിപ്പിടിച്ചു. ഒന്നും പറയാതെ സ്യൂട്ട്കേസിന്റെ പ്ലാസ്റ്റിക് റാപ്പറും പൂട്ടും ഹരി ചിരിയോടെ ചൂണ്ടിക്കാട്ടി.

പിന്നെ, മൊബൈലിൽ ഭൈരവിരാഗം ഇട്ട് ഇയർഫോണിന്റെ ബട്ടൺ കാതിൽ വെച്ചുതന്നു.

ഹരിയുടെ വീട്ടിലെത്തിയതും സ്യൂട്ട്കേസിൽ ഭദ്രമായി വെച്ചിരുന്ന ചെറിയ ചെറിയ വിഗ്രഹങ്ങൾ വൃത്തിയായി തുടച്ചു മിനുക്കി താലത്തിലേക്ക് വെച്ചപ്പോൾ ലീന ഹരിയെ അത്ഭുതത്തോടെ നോക്കി, ഒരു ചോദ്യഭാവത്തിൽ നിന്നു. ആ പരിചയമില്ലായ്മ കാണുമ്പോൾ വിഷമം തോന്നും. ഇതിൽ എത്ര പേരോട് ഒരുമിച്ച് പ്രാർത്ഥിക്കാം എന്ന് ഒരു ദിവസം ലീന ഒരു ചിരിയോടെ ചോദിച്ചപ്പോൾ എല്ലാവരോടും എന്നാണ് താൻ പറഞ്ഞത്.

ശാരദമാമി ഡൈനിങ്ങ് ടേബിളിന്റെ മുകളിൽ വെച്ച താലം കൈയിലെടുത്ത് ലീന അത് എവിടെ വെക്കാമെന്നറിയാതെ ഒരു നിമിഷം നിന്നു. പിന്നെ, വീട്ടിലെ ലിക്കർബാറിന്റെ മുകളിലെ ഒഴിഞ്ഞ സ്ഥലത്ത് എടുത്തുവെച്ചു. താലം ലിക്കർ ഗ്ലാസുകൾക്കിടയിലാകുമ്പോൾ പക്ഷേ, വിളക്ക് കൊളുത്താൻ വിഷമമായി. കട്ടിലിന്റെ സൈഡ് ടേബിളിലും താലവും വിളക്കും മഞ്ഞളും കുങ്കുമപ്പൂവും ഒക്കെ ഒന്നിച്ചുവെയ്ക്കാൻ സ്ഥലം പോരാഞ്ഞതിനാൽ, കുറച്ചു ദിവസങ്ങൾ കഴിഞ്ഞപ്പോൾ അടുക്കളയിലെ വീതിയുള്ള, ആരുടേയും ശ്രദ്ധയിൽപ്പെടാത്ത, മൂലയിലേക്ക് താലം ഒന്നാകെ മാറ്റിവെച്ചത് താൻ തന്നെയാണ്. അല്ലെങ്കിലും കുട്ടികൾ കൂടി ഉറങ്ങുന്ന ബെഡ്റൂമിൽ ഇതൊക്കെ വയ്ക്കുന്നത് അത്ര നല്ലതല്ല എന്ന് ലീന പറഞ്ഞിരുന്നു. ഹരി പ്രത്യേകിച്ചൊന്നും അപ്പോൾ മിണ്ടിയതുമില്ല. അടുക്കളയിലാണെങ്കിലും കുട്ടികളുടെ കൈയെത്താത്ത മൂലയായതിനാൽ വിളക്കു കൊളുത്താൻ ഇപ്പോൾ പേടിക്കേണ്ട.

സംഗീതത്തിന്റെയും വിദ്യയുടേയും അധിദേവത സരസ്വതിയാണെന്നും ഐശ്വര്യത്തിന് ലക്ഷ്മിയെ പ്രാർത്ഥിക്കണമെന്നു പറഞ്ഞപ്പോഴും ലീന ചിരിച്ചു. ഹരിയും. മനസ്സിലുള്ളത് പറഞ്ഞറിയിക്കാൻ ഭാഷയറിയാത്തതിൽ അന്ന് ആദ്യമായി വിഷമം തോന്നി. ഡൈനിങ്ങ് ടേബിളിൽ ഒപ്പമിരുന്ന് ഹരി മത്സ്യം കഴിക്കുന്നതു കണ്ട ദിവസവും വല്ലാത്ത വിഷമം തോന്നിയിരുന്നു. മുറിയിൽ പോയി കുറേ ഛർദ്ദിച്ചു. ചോറിനു മുകളിൽ സാമ്പാർ ഒഴിച്ച് കൈകൊണ്ട് കുഴയ്ക്കുന്നതു കണ്ടപ്പോൾ ലീനയും ഓക്കാനിക്കുന്നത് കണ്ടിട്ടുണ്ട്. കാറിന്റെയും ട്രെയിനിന്റെയും കഷണങ്ങൾ മുറിയുടെ മൂലയ്ക്കും ചിലപ്പോൾ അടുക്കളയിലും ഒക്കെ കാണാൻ തുടങ്ങിയപ്പോൾ ഹരിയോട് പറയാതിരുന്നതാണ്. ലീനയ്ക്കിഷ്ടപ്പെട്ടു എന്നു വരില്ല. കർപ്പൂരത്തിന്റെ മണവും ലീനയ്ക്കിഷ്ടമല്ല. മാമിയെ ഡോക്ടറെ കാണിക്കണോ എന്ന് ഈയിടെ ഗീത ചോദിച്ചത് ഹരിക്കും ഇഷ്ടമായില്ല.

കഴിഞ്ഞ പകലിൽ, ഒഴിഞ്ഞ വീട്ടിൽ ഒറ്റയ്ക്കിരിക്കുമ്പോൾ ഗീത അടുത്തുള്ളത് ഒരാശ്വാസമാണ്. പഞ്ചാബിയാണെങ്കിലും സാമ്പാർ ഇഷ്ടത്തോടെ കഴിക്കും. പൊറോട്ടയും ഉരുളക്കിഴങ്ങ് കറിയും ലീനയും ഹരിയും ഇല്ലാത്തപ്പോൾ കൊണ്ടുവന്നു തരും. കൂടെയിരുന്നു വർത്തമാനം പറയും. ഇന്ത്യയെപ്പറ്റി, പഞ്ചാബിനെപ്പറ്റി, കാനഡയിലേക്ക് ഒളിച്ചുകടന്നതിനെപ്പറ്റി, ക്ഷേത്രത്തെപ്പറ്റി. തമിഴ് പറയാനുള്ള കൊതി അപ്പോഴും ബാക്കിയാവും. ഹരി തന്നോട് തമിഴിൽ സംസാരിക്കുന്നതിഷ്ടമല്ല എന്നാണ് പറഞ്ഞത്.

''എന്തു പറയാൻ?'' എന്നാണ് ലാപ്ടോപ്പിലേക്ക് നോക്കിയിരുന്ന് ഹരി ചോദിക്കാറ്.

''അമ്മയ്ക്ക് വേണ്ടത് പറഞ്ഞോളൂ. ഞാൻ എല്ലാം കേക്കാം.''

ഒന്നും പറയാനില്ലല്ലോ എന്നു താനും ആലോചിക്കാറുണ്ട് ഇപ്പോൾ. ലീനയ്ക്ക് വെങ്കിടിയേയോ കിച്ചുവിനേയോ അറിയില്ല. അവരെ കണ്ടിട്ടുപോലുമില്ല. അതുപോലെ ലീനയുടെ ആൾക്കാരെക്കുറിച്ച് തനിക്കും. ആരാണ് ലീനയുടെ അച്ഛൻ? അമ്മയ്ക്ക് സംഗീതം ഇഷ്ടമാണോ? ഒന്നും അറിയില്ല. എപ്പോഴെങ്കിലും ലീനയെ കാണാൻ വരുമ്പോൾ അവർ സംസാരിക്കുക ഇറ്റാലിയൻ ഭാഷയിലാണ്. മനസ്സിലാവാറില്ല. അവരുടെ മുൻപിൽ ഭക്ഷണം കൈകൊണ്ട് കഴിക്കാതിരുന്നാൽ നന്ന് എന്നൊരിക്കൽ ലീന പറഞ്ഞു. അപ്പോഴൊക്കെയാണ് ''നമ്മ വീട്, നമ്മ വീട് താൻ'' എന്ന് എപ്പോഴും പറയാറുള്ള വെങ്കിടിയുടെ മുഖം മനസ്സിലേക്ക് ഇരച്ചുകയറാറ്.

അടുത്തുള്ള കോവിലിലെ സപ്താഹത്തിനു പോകുമ്പോൾ, വെങ്കിടിയുടെ പെൻഷൻ പണത്തിൽ നിന്നു ടിക്കറ്റെടുത്ത് കച്ചേരികൾക്ക് ഒപ്പം പോകാമെന്ന് ഗൗരിമാമിയും പറഞ്ഞതാണ്. പക്ഷേ, വീടു മുഴുവൻ ട്രെയിനിന്റെയും കാറിന്റേയും കഷണങ്ങൾ, എത്ര അടിച്ചുവാരിക്കളഞ്ഞിട്ടും നിറയാൻ തുടങ്ങിയപ്പോൾ പേടി തോന്നിത്തുടങ്ങിയതുകൊണ്ടാണ് ഗൗരിമാമി ഹരിയോട് വരാൻ എഴുതിയത്. ശംഭു വിളിച്ചിരുന്ന കാര്യം അപ്പോഴാണ് ഗൗരിമാമിയോടും ഹരി അറിയിച്ചത്.

''കാറുടേയോ ട്രെയിനിന്റേയോ തുണ്ട്ക്ക് അങ്കെ വരമുടിയാത്.'' ശംഭു പറഞ്ഞു. ''പിന്നെ ഹരിയോട് വീട്, ഒങ്ക വീടുതാനേ, എന്നാ വ്യത്യാസം? ഭയപ്പെടവേണ്ടാം...''

ലീന ഉണർന്നിട്ടില്ല. ഹരി നടപ്പു കഴിഞ്ഞെത്തിയിട്ടില്ല. പിന്നെ കുളി, ഷേവിങ്ങ്, ആഹാരം...

നടയടയ്ക്കും മുൻപ് ഇനി എന്തായാലും ഇന്ന് ക്ഷേത്രത്തിലെത്താനാവില്ല. കിച്ചുവിനുവേണ്ടി താൻ പ്രത്യേകം പറഞ്ഞു ഏർപ്പാടാക്കിയ എള്ളും ചോറും ദർഭയും കിണ്ടിയും നടയ്ക്കൽ തന്നെ വെച്ചു

പോകാൻ വാധ്യാർക്കായിയെന്നു വരില്ല. എവിടെയാവും കിച്ചുവി നുള്ള ചോറ് എറിഞ്ഞുകളിഞ്ഞിരിക്കുക? മറ്റെല്ലാ കുപ്പകൾക്കുമൊപ്പം ക്ഷേത്രമുറ്റത്തിനങ്ങേയറ്റത്തുള്ള കുപ്പത്തൊട്ടിയിൽ?

താലത്തിൽ രാവിലെ മുതൽ കൊളുത്തിവെച്ചിരുന്ന ചെറിയ കെടാവിളക്കിന്റെ നാളത്തിൽ നോക്കി ശാരദാംബാൾ കുറച്ചുനേരം നിന്നപടി നിന്നു.

തന്നോടൊന്നു പറയാമായിരുന്നില്ലേ എന്ന് ഗീത ചിലപ്പോൾ ശാസിച്ചെന്നിരിക്കും. പറയണം. എല്ലാം പറയണം.

ശാരദാംബാൾ അന്നേയ്ക്ക് പ്രത്യേകം കൊളുത്താനായി കരുതി വെച്ചിരുന്ന അബൂതിരി വിളക്ക്, അമ്പലത്തിലേക്കു കൊണ്ടു പോകാൻ തയ്യാറാക്കി വെച്ചിരുന്ന ബാഗിൽനിന്നു പുറത്തെടുത്ത് താലത്തിനു മുന്നിൽ വെച്ചു.

ഇരുപുറത്തും ചന്ദനത്തിരിയും കർപ്പൂരവും കത്തിച്ചു. താലം മൂലയ്ക്കൽനിന്ന് എടുത്ത് നല്ലപോലെ വെളിച്ചം വരുന്ന, നേരിയ കർട്ടനിട്ട ജനലിനടുത്തേക്ക് നീക്കിവെച്ചു.

താലത്തിനു മുന്നിൽനിന്ന്, കിച്ചുവിന്റെ ഫോട്ടോവിനു ചുറ്റും ആരതി ഉഴിയുമ്പോഴാണ് കിച്ചു ജനലിനപ്പുറത്തു വന്നുനിന്നത്.

കിച്ചുവിന്റെ മുഖം വല്ലാതെ ചുളിഞ്ഞിരുന്നു. പാടെ ചുവന്നും. വയറൊന്നാകെ ആളി. ഒരമ്മ മകനുവേണ്ടി ചെയ്യരുതാത്തതാണ് താൻ ചെയ്യുന്നത്

''ഹരി നടപ്പുകഴിഞ്ഞെത്തിയിട്ടില്ല.'' മെല്ലെ. ക്ഷമാപണംപോലെ ശാരദാംബാൾ പറഞ്ഞു: ''നിനക്കുള്ള എള്ളും ചോറും പൂവും തരാൻ ഹരി ഇന്നും അവിടെയെത്തലുണ്ടാവില്ല.''

ഒന്നും പറയാതെ തന്റെ മുഖത്തേക്കൊരു തറഞ്ഞ നോട്ടമെറിഞ്ഞ് പുൽത്തകിടിക്കു നേരെ കിച്ചു അതിവേഗം നടക്കാൻ തുടങ്ങിയ പ്പോൾ ഇലക്ട്രിക് കെറ്റിലിന്റെ വയർ തട്ടി കൈയിൽ നിന്നു ജനാൽ ക്കൽ മറിഞ്ഞുവീണ വിളക്ക് അവിടെത്തന്നെയിട്ട്, കിച്ചുവിനുള്ള പായസവുമെടുത്ത് ശാരദാംബാൾ പുൽത്തകിടിയിലേക്ക് ധൃതിയിൽ ഓടി.

''ഹരിക്ക് മട്ടുംതാൻ ഒനക്കൊള്ളും പൂവും തരമുടിയും... ശാര ദാംബാൾ കിച്ചുവിനോട് കെഞ്ചുംപോലെയാണ് പറഞ്ഞത്. നിന ക്കറിയാലോ...

ഒറ്റയ്ക്ക് പോകാനെനിക്കറിയില്ല. ഇപ്പൊ, ഒന്നും എനിക്കാവ്ണില്ല കിച്ചു...''

വല്ലാത്ത വേഗത്തിലാണ് കിച്ചു നടന്നത്. പുൽത്തകിടിയിലെത്തും മുൻപേ കിച്ചു അപ്പുറത്തെ വീടിന്റെ പിന്നിൽ മറഞ്ഞുകഴിഞ്ഞിരുന്നു.

പായസം പുൽത്തകിടിയിൽവെച്ച് ശാരദാംബാൾ പലതവണ കൈകൊട്ടി

കാക്കയുടെ രൂപത്തിൽ വന്നത് വെങ്കിടിയാണ്. കറുത്ത മുഖം. ചോരക്കണ്ണുകൾ.

താനിവിടെ ഇന്നുവരെ കാക്കയെ കണ്ടിട്ടില്ലല്ലോ എന്ന് ശാരദാംബാൾ ഒരു നിമിഷം ഓർത്തു. കിച്ചുവിന് തന്റെ മനസ്സ് ബോധിച്ചിരിക്കും. അതാവണം അകലെ നിന്നായാലും വന്നത്.

പിന്നിൽ ഉയരുന്ന ഫയർ അലാമിനൊപ്പം പുറത്തേക്ക് നാവു നീട്ടുന്ന നാളങ്ങൾ വാതിലും കടന്നു പുറത്തെ പുൽത്തകിടിയിലേക്കെത്തുന്നത് ഹോമാഗ്നിപോലെ ശാരദാംബാൾ കണ്ടു. ഈ ശബ്ദത്തിൽ എന്തായാലും ലീന ഉണരും.

''വാ പോലാം.'' പായസം മൂന്നുതവണ കൊത്തിയെടുത്ത് വെങ്കിടി മുന്നോട്ടു നടന്നു. ''അങ്കെതാനേ നമ്മ വീട്.''

പുൽത്തകിടിയിൽ മറിഞ്ഞുകിടന്ന പാത്രമെടുക്കാതെ മുന്നോട്ട് നടന്ന ശാരദാംബാൾ കണ്ടത് ഒരു നീലക്കടൽ തന്റെ നേരെ തിരിച്ചു വരുന്നതാണ്. അതിനു മുകളിൽ ഒരാലിലയിൽ കിച്ചു!

ഗൗരിമാമിക്ക് ഒരു കത്തെഴുതാൻ ഗീതയോടു പറയണം.

ശാരദാംബാൾ തന്റെ കൈപിടിച്ചു നടന്ന പൊലീസുകാരനോട് തമിഴിൽ പറഞ്ഞു: ''വീട് വൃത്തിയാക്കിയിടാൻ ഗൗരിമാമിയോട് പറയാൻ പറയണം. വെങ്കിടിയുടേയും കിച്ചുവിന്റേയും ശ്യാമശാസ്ത്രികളുടേയും ഫോട്ടോ മുന്നിലെ ചുമരിൽ തൂക്കാൻ പറയണം.''

ആംബുലൻസിലേക്കു കയറുമ്പോൾ മുറ്റത്തുനിന്ന ഗീതയ്ക്കു നേരെ കൈവീശിയപ്പോൾ തിരിച്ച് കൈവീശാതെ, കൂടെയുണ്ടായിരുന്ന നഴ്സിനേയും ലീനയേയും നോക്കി ഗീത കരയാൻ തുടങ്ങിയതെന്തിനെന്ന് ശാരദാംബാൾക്ക് പക്ഷേ, മനസ്സിലായില്ല.

ഹരിയുടെ കാറ് പിന്നാലെ വന്നത് അവർക്കൊട്ടും ഇഷ്ടപ്പെട്ടതുമില്ല.

■

വീട്

മൈതാനത്തിന് അപ്പുറത്തായിരുന്നു ചാച്ചിതലാവ്. സ്കൂളിലേക്കുള്ള ഒറ്റയടിപ്പാതയുടെ വലതുവശത്തെ കുളക്കരയിൽ എത്തിയാൽ സുമതിയും താനും തിരിഞ്ഞുനോക്കാതെ ഓടും. തിരിഞ്ഞുനോക്കുന്നവരെ ചാച്ചി വെറുതെ വിടാറില്ല

ഭ്രാന്തിയാച്ചി ആ പൊട്ടക്കുളത്തിൽ ചത്തുപൊങ്ങിയ ശേഷമാണ് അതു ചാച്ചിതലാവ് ആയത് എന്നാണ് മുത്തശ്ശി പറഞ്ഞത്. ചാച്ചി മരിച്ചതിന്റെ പത്താംദിവസം ചാച്ചിയെ കൊന്ന പട്ടേലിനെ കാണാതായത്രെ. പട്ടേലിനെ ചാച്ചി കൊന്നുതിന്നു എന്നാണ് മുത്തശ്ശി പറയുന്നത്. തിരിഞ്ഞുനോക്കിയാൽ പട്ടേലിന്റെ ഗതിതന്നെ വരും എന്നും മുത്തശ്ശി പറഞ്ഞു. തിരിഞ്ഞു നോക്കിയവരുടെ എല്ലും തോലുമാണ് ബാക്കിയാവുക എന്നാണ് സുമതിയുടെ മുത്തശ്ശി പറയാറ്. പകൽ ആരെങ്കിലും തന്നെ കാണുന്നത് ചാച്ചിക്കിഷ്ടമല്ല. സുന്ദരിയായ ചാച്ചിയെ പട്ടേൽ മുഖം പൊള്ളിച്ചു കൊന്നതിനാലാണ് പട്ടേലിനെ ചാച്ചി കൊന്നു തിന്നത് എന്നും മുത്തശ്ശി പറഞ്ഞു.

പ്രൈമറി സ്കൂൾ കെട്ടിടത്തിന്റെ സ്ഥാനത്തുള്ള മൂന്നുനില കെട്ടിടത്തിനു മുന്നിൽ ലാവണി മൈതാനമോ ഡോബയുടെ മന്ദിരോ വലിയ ആലോ ദേവിത്തറയോ ഇടത്തോട്ടുള്ള വഴിയോ ഒന്നും കണ്ടില്ല. അതായിരുന്നു പക്ഷേ, മനസ്സിലുണ്ടായിരുന്ന ആകെയുള്ള അടയാളം. കാലം പഴയതൊക്കെ തട്ടി നിരത്തി ഒഴുകിയപോലെയുണ്ട്. റോഡിന്റെ ഇരുവശത്തും തീപ്പെട്ടിക്കൂടുകൾ നിരത്തിവച്ച പോലെയാണ് കടകൾ. താനീവഴി നടന്നകാലത്ത് ഒരു കടപോലും ഉണ്ടായിരുന്നില്ല ഇവിടെ.

താൻ പറഞ്ഞുകൊടുത്ത അടയാളങ്ങളൊന്നും കാണാത്തതുകൊണ്ടാവണം. വാഹനത്തിനുള്ളിലിരുന്ന് മകൾ മൈതാനത്തെയും ആലിനെയും കുളത്തിനെയും പറ്റി എന്തൊക്കെയോ നിർത്താതെ ചോദിച്ചുകൊണ്ടിരുന്നു.

‘‘എവിടെ ചാച്ചി തലാവ്? എവിടെ ദേവിത്തറ? ഒന്നും കാണാനില്ല. അതിന്റെ വക്കത്തുകൂടി പോണംന്നല്ലേ അമ്മ പറഞ്ഞത്?’’

‘‘ഇവിടെ നിർത്താം?’’ റോഡ് രണ്ടായി പിരിയുന്നിടത്തെത്തിയപ്പോൾ മകൾ ചുമലിൽ പിടിച്ചു കുലുക്കി.

‘‘ഇനി ഇടത്തോട്ടോ വലത്തോട്ടോ?’’

‘‘ഇടത്തോട്ടാവണം.’’ ക്ഷമാപണംപോലെ ലളിതയുടെയുടെ ശബ്ദം വല്ലാതെ താണു. ‘‘അതാ ഓർമ്മ, ആരോടെങ്കിലും ഒന്നു ചോദിക്കാം. അതേ പറ്റൂ.’’

ജനിച്ചുവളർന്ന വീട്ടിലേക്കുള്ള വഴി ആരോടെങ്കിലും ചോദിച്ചു മനസ്സിലാക്കുക!

മനസ്സ് ഒരു നിമിഷം അനക്കമറ്റു നിന്നു. ഗിൽറ്റുകൾ പതിച്ച ഒരു മണ്ഡപവും കുറെ പരിഭ്രമവും ഒരുമിച്ചു മനസ്സിലേക്ക് ഓടിക്കയറി. വിരുന്നുകാരുടെയും ബന്ധുക്കളുടെയും നടുവിൽനിന്ന്, കൈക്കുമ്പിളിൽ ആരോ തന്ന ഒരുപിടി അരി വീടിനു മുന്നിലെ ഉമ്മറപ്പടിയിൽ നിന്നുകൊണ്ടു പിന്നിലേക്കു വലിച്ചെറിഞ്ഞ്, അന്നുവരെ ജീവിച്ച വീടിനോടുള്ള മുഴുവൻ കടവും വീട്ടി, ഭർത്താവിനൊപ്പം അലങ്കരിച്ച കാറിൽ കയറുമ്പോൾ ഒന്നുമുണ്ടായിരുന്നില്ല മനസ്സിൽ. കരയണോ ചിരിക്കണോ എന്നറിയാത്ത മുഖവുമായി പിന്നിലെ വാതിൽക്കൽ നിന്ന അമ്മയുടെ മുഖം മാത്രം മനസ്സിൽ ഒരു പോറൽ ഉണ്ടാക്കിക്കൊണ്ട് കോറി. കൺമുൻപിൽ വെള്ളക്കടലാസുപോലെ തൂങ്ങിയാടി നിന്ന മനസ്സിന്റെ ഓരങ്ങളിൽ കറുപ്പുപുള്ളികൾപോലെ കുറെ സംശയങ്ങളും.

കൂട്ടുകാരിയുടെ ഭർത്താവായ സജിത് ശിമാരുടെ സ്വഭാവങ്ങൾ തന്റെ ഭർത്താവായ ദിലീപ് പടയ്ക്കും ഉണ്ടെങ്കിലോ എന്ന് അമ്മ പേടിച്ചിരുന്നോ ആവോ? മുത്തശ്ശി നിഷ്കർഷിക്കുന്നപോലെ ഭർതൃഗൃഹത്തിലെ വിളക്കാവാൻ കഴിഞ്ഞില്ലെങ്കിലോ തനിക്കെന്നും അമ്മ ആലോചിച്ചിരിക്കണം. വീട്ടുജോലികൾ ചെയ്യാതെ, തനിക്കേറ്റവും ഇഷ്ടപ്പെട്ട ചിത്രത്തിൽ ചെയ്തിരുന്നു സമയം പാഴാക്കരുതെന്നെങ്ങാനും അമ്മായിയമ്മ ശഠിച്ചാൽ അത് അക്ഷരംപ്രതി അനുസരിക്കണമെന്നു കല്യാണം നിശ്ചയിച്ച അന്നു മുതലേ അമ്മ പറയാൻ തുടങ്ങിയിരുന്നതാണ്.

‘‘അവിടെ ആരോടും ഒന്നിനോടും ഒരിക്കലും എതിര് പറയരുത്,’’ അമ്മ പറയും, ‘‘ജീവിതം മുഴുവൻ അവിടെ ജീവിച്ചു തീർക്കേണ്ടതാണ് എന്നോർമ വേണം.’’

അപ്പോഴൊക്കെ കുസൃതിയോടെ ചിരിച്ചുകൊണ്ട് ഓടിക്കളയാറാണ് പതിവ്.

ഉത്തരമെഴുതാനറിയാതെ പകയ്ക്കുന്ന കുട്ടിക്കു മുന്നിലെ ഒഴിഞ്ഞ ഉത്തരക്കടലാസുപോലെ കിടന്ന മനസ്സിൽ ചെറിയ ചാറ്റൽപോലെ കറുപ്പ് ഒറ്റിയത് എപ്പോഴാണെന്നോർമയില്ല. പിന്നെപ്പിന്നെ ആലോചിക്കുമ്പോഴൊക്കെ അമ്മയുടെ മുഖം മനസ്സിൽ ഒരു കരിവാളിപ്പായത് അപ്പോൾ എപ്പോഴോ ആയിരിക്കണം എന്നു തോന്നുന്നു.

പിന്നിലേക്ക് എറിഞ്ഞ ഒരുപിടി അരിയിൽ അന്നുവരെ ജീവിച്ച വീടിനോടുള്ള മുഴുവൻ കടവും വീട്ടി, സ്വന്തം പേരുപോലും എന്നന്നേക്കുമായി അഴിച്ചുവച്ച്, മകൾ ഇറങ്ങുകയാണ്.

മാധവി എന്ന മകൾ ഇവിടെ അവസാനിക്കുന്നു എന്നതോ അതിന്റെ അർത്ഥം മകൾക്ക് അന്ന് പിടികിട്ടിയിരുന്നില്ല എന്നതോ അമ്മയുടെ മുഖത്തന്നു കരിനിഴൽ വീഴ്ത്തിയത് എന്നറിയില്ല. ആ സംശയം പക്ഷേ, ഒരു കത്തിമുനപോലെ ചോര പൊടിപ്പിച്ചുകൊണ്ടു പിന്നീടു പലപ്പോഴും മനസ്സിൽ കോറിയിട്ടുണ്ട്.

ആദ്യമായി ലളിതേ എന്ന് അമ്മായിയമ്മ വിളിച്ചപ്പോൾ, തന്നെയാണ് വിളിക്കുന്നതെന്ന് ഓർത്തതേയില്ല. അവർ മറ്റാരെയോ ആണു വിളിക്കുന്നതെന്നോർത്തു വിളി കേൾക്കാതെ മിണ്ടാതെ നിന്നത് ഇന്നലെയെന്നപോലെ മനസ്സിലുണ്ട്. പിന്നെ ഒരു അപരിചിതയെ തനിക്കുതന്നെ പരിചയപ്പെടുത്തുംപോലെ ആ പേര് പലവുരു തന്നോടുതന്നെ വീണ്ടും വീണ്ടും പറഞ്ഞു നോക്കി. താനാണ് ലളിത എന്നു ഹൃദിസ്ഥമാകുംവരെ!

ലളിത സ്വന്തം വീടിന്റെ അഡ്രസ് കൈയിൽ മുറുക്കി പിടിച്ചു.

ഒരിക്കലും പ്രതീക്ഷിച്ചതല്ല ഈ യാത്ര. ചാച്ചിതലാവും ലാവണി മൈതാനവും ദേവിത്തറയും ഒക്കെ എന്നേ മനസ്സിൽനിന്നു മാഞ്ഞുപോയിരുന്നു. തിരിച്ചുനടക്കാൻ ഒരിക്കലും ഇടയില്ലാത്ത ഒരു വഴിയിൽ അടയാളപ്പെടുത്തലുകളുടെ ആവശ്യമില്ല. വരനോടൊപ്പം കാറിൽ കയറുമ്പോൾ വാതിൽക്കൽ കണ്ട അമ്മയുടെ മുഖം മാത്രം വെള്ളത്തിനടിയിൽ ശ്വാസം മുട്ടുമ്പോൾ അടിയിൽനിന്നു മുകളിലേക്കുയരുന്ന കുമിളപോലെ ചിലപ്പോൾ മനസ്സിൽ പൊങ്ങിവരും. അപ്പോഴൊക്കെ താൻ കൊണ്ടുനടക്കുന്ന ജീവിതത്തിന്റെ മുഖത്തേക്കൊന്നു നോക്കും. ജീവിതം തലതാഴ്ത്താറാണ് പതിവ്.

ഭർത്താവായ ദിലീപിന്റെ ശവം പുറത്തേക്കെടുത്തതിനു പിന്നാലെ ബന്ധുക്കൾ ഒഴിഞ്ഞാൽ കുറ്റപത്രവുമായി ദിലീപിന്റെ അമ്മ ഓടിയെത്തുമെന്നറിയാം.

അതാണ് നാട്ടുനടപ്പ്.

"അകാലത്തിൽ ഭർത്താവിനെ കൊലയ്ക്കു കൊടുത്തവൾ." അമ്മ ചീറും: "കെട്ട്യോനെ കൊന്നുതിന്നവൾ."

ശവമെടുപ്പിനു വന്നവരെല്ലാം കൂടി തന്നെ ആചാരപ്രകാരം നിർബന്ധിച്ചുടുപ്പിച്ച വെള്ളവസ്ത്രത്തിലും കുങ്കുമം മായ്ച്ചുകളഞ്ഞ നെറ്റിയിലും ഒരു തീർച്ചയാക്കലിനെന്നപോലെ വീണ്ടും വീണ്ടും കയ്യോടിച്ചുപോയത് അറിയാതെയാണ്.

എന്താണ് താൻ ചെയ്ത തെറ്റ് എന്നാണ് എല്ലാ പെൺകുട്ടികളെയുംപോലെ താനും അന്ന് അമ്പരന്നത്. വിധവയുടെ ജീവിതം കറുപ്പരച്ചു തേച്ചപോലെയാണെന്നാർക്കാണറിയാത്തത്? ആരും കാണാനാഗ്രഹിക്കാത്ത, ഒരിക്കലും ആരും ഒന്നു തിരിഞ്ഞുനോക്കുകപോലും ചെയ്യാത്ത കറുപ്പ്. വേലിയേറ്റംപോലെ ജീവിതത്തിലേക്ക് ഏന്തുന്ന ആ ഇരുട്ടിനെ ഏതു പെൺകുട്ടിയാണ് ക്ഷണിച്ചു വരുത്തുകയെന്ന് ആരും ഇതുവരെ ചോദിക്കാത്തതെന്തേയെന്ന്, ചോദിക്കേണ്ടതല്ലേയെന്നു പലപ്പോഴും അത്ഭുതപ്പെട്ടിട്ടുണ്ട്. തലമുറകൾതോറും അനുഭവിച്ചിട്ടും എന്താണ് ഒരു വാക്കുപോലും ആരും മിണ്ടാത്തതെന്നാണറിയാത്തത്.

എന്നിട്ടീ പറയുന്ന താനും ഒന്നും മിണ്ടിയില്ല. പകരം, ഒന്നും ചെയ്യാനില്ലാത്തപോലെ നിലത്തൊരു മൂലയ്ക്കു കൈകെട്ടി മിണ്ടാതിരുന്നു. ഒരു മരച്ചീളുപോലെ മനസ്സ് മുന്നിൽ കിടന്നതാണൊരോർമ്മ. എടുത്തു വെറുതെ തിരിച്ചും മറിച്ചും നോക്കി. കഴിഞ്ഞു പോയ 25 വർഷങ്ങൾ നിറംമങ്ങിയ പൂപ്പൽപോലെ അതിൽ അവിടവിടെ പറ്റിപ്പിടിച്ചിരിപ്പുണ്ട്. അതൊന്നു തുടയ്ക്കാനോ ചുരണ്ടാനോ വേണമെന്നുവച്ചാൽതന്നെ, തന്റെ കൈയിൽ ഒന്നുമില്ലതാനും. വേണമെന്നു തോന്നിയുമില്ല എന്നതാണ് സത്യം.

ശവം പുറത്തേക്ക് എടുത്തതോടെ പുറത്തെ അലമുറകളും ശബ്ദങ്ങളും താഴാൻ തുടങ്ങിയിരുന്നു.

ഇനി മുറിയിലേക്ക് അമ്മ കടന്നുവരും. ഉറക്കെ ഉറക്കെ മരുമകളുടെ കെട്ട ഭാഗ്യത്തെക്കുറിച്ച് നെഞ്ചത്തടിച്ചു നിലവിളിക്കും. നശൂലം പിടിച്ച മരുമകളെ വീണ്ടും വീണ്ടും നിർത്താതെ ശപിക്കും.

പ്രതീക്ഷിച്ചപോലെ ധൃതിയിൽ മുറിയിലേക്കു വന്ന അമ്മ പക്ഷേ, തന്റെ മുഖത്തുനോക്കാതെ, കേൾക്കാൻ പാടില്ലാത്തതെന്തോ കേട്ടപോലെ അങ്ങോട്ടുമിങ്ങോട്ടും നടക്കാൻ തുടങ്ങുകയാണ് ചെയ്തത്.

പിന്നെ, തന്നെ ഒന്നു നോക്കുകപോലും ചെയ്യാതെ മുൻപൊരിക്കലും ചെയ്യാത്തതുപോലെ നിലത്തു തന്റെ കാൽക്കൽ വന്നിരുന്നു.

മനസ്സൊന്നാകെ പിടഞ്ഞുപോയി. ആണിയടിച്ചു തറച്ചപോലെയാണ് മനസ്സിൽ ചോര പൊടിഞ്ഞത്.

മരിച്ചത് തന്റെ മകൾ ഉഷയായിരുന്നെങ്കിൽ തന്റെ മനസ്സും ഇതുപോലെ താളം തെറ്റുമോ? എന്താവും തന്റെ മനസ്സിൽ അപ്പോൾ ഉണ്ടാവുക? പല കരടുകളെയും എടുത്തു വട്ടം ചുറ്റുന്ന ഒരു ചുഴി പോലെ മനസ്സ് ഒന്നാകെ കറങ്ങി.

തൊട്ടടുത്ത്, തന്നെ തൊടാതെയിരുന്ന അമ്മ പെട്ടെന്നാണ് പറയാൻ തുടങ്ങിയത്.

''ദിലീപ് ചെയ്തതൊന്നും ശരിയായിരുന്നില്ല.''

ഒരു മുഖവുരയുമില്ലാതെ, തന്റെ മുഖത്തൊന്നു നോക്കുകപോലും ചെയ്യാതെ, നിലത്തുനോക്കി ആരോടെന്നില്ലാതെയാണ് അമ്മ പറഞ്ഞത്.

''ശരിയല്ല ഞാൻ ചെയ്തതും. അറിയാഞ്ഞല്ല. പക്ഷേ, ആരെ ധിക്കരിക്കാനും വേണം ലളിതേ, നമുക്കു സ്വന്തം കാലിൽ നിൽക്കാമെന്ന ധൈര്യം. ലളിത അമ്മയെ ചെന്നു കാണണം.''

പൊട്ടിത്തെറിക്കുംപോലെ അന്നു താൻ ഇരുന്നിടത്തുനിന്നു ചാടി എഴുന്നറ്റത് ലളിത ഞെട്ടലോടെ ഓർത്തു. പല ദിക്കുകളിലേക്കു ചിതറിപ്പോയ ദേഹത്തെ അന്ന് ഒരുമിച്ച് വാരിക്കൂട്ടി ഇത് ഒരുപാടു പാടുപെട്ടാണ്.

അത്രയും കാലം മനസ്സിൽ തളംകെട്ടി നിന്നു നാറിയ എന്തൊക്കെയോ വായിൽ നിന്ന്, തന്നെത്തന്നെ അത്ഭുതപ്പെടുത്തുംവിധം ഒരുമിച്ചന്ന് അണപൊട്ടിയൊഴുകിയപ്പോൾ അതിന്റെ തള്ളലിൽ താൻ തന്നെ വേച്ചുപോയേക്കും എന്നു തോന്നിയതും ഓർമയുണ്ട്.

സഹിച്ചില്ല. കരയ്ക്കിട്ട മീനിനെപ്പോലെയാണ് മനസ്സ് പിടഞ്ഞു തുള്ളിയത്.

ഇരുപത്തെട്ടു വർഷത്തെ വിടവടയ്ക്കാൻ തള്ളയുടെ വായിൽ നിന്ന് ഒരു വാചകം!!

ഉള്ളിൽ നിന്നു നുരഞ്ഞു പൊങ്ങുന്ന വാക്കുകൾ ഛർദ്ദിപോലെ വായിൽ നിറഞ്ഞു. പുറത്തേക്കു ചിതറിത്തെറിച്ച് ആ വാക്കുകളുടെ വഴുവഴുപ്പിൽ നിന്നു കൈ ഒന്ന് അനക്കുകപോലും ചെയ്യാതെ, തന്നിൽനിന്ന് അത് എന്നോ പ്രതീക്ഷിച്ചിരുന്നതാണെന്നപോലെ അമ്മ നിലത്തപ്പോഴും അതേ ഇരിപ്പ് ഇരിക്കുകയാണ് ചെയ്തത്.

‘‘അവിടെച്ചെന്ന് നീ നിന്റെ അമ്മയെ കാണണം.’’

അടക്കിനിർത്തിയ എന്തിനെയൊക്കെയോ പുറത്തേക്കെറിയും പോലെ.

എന്തിന്റെയൊക്കെയോ തുടർച്ചപോലെ, മുഖമുയർത്താതെ അക്ഷോഭ്യയായി അവർ തുടർന്നു:

‘‘അവനോട് എതിർ പറയാൻ എനിക്കായില്ല. പേടിയായിരുന്നു. ലളിതേ. സ്വാർഥി എന്നു വേണമെങ്കിൽ ലളിതയ്ക്കെന്നെ വിളിക്കാം. ശരിയുമാണത്. പക്ഷേ, തഴുത് ഇല്ലാതിരുന്നിട്ടും മുന്നിലെ ഈ വാതിലിനു പുറത്തു കടന്നു നിൽക്കാൻ എനിക്കെപ്പോഴും പേടിയായിരുന്നു. പുറത്ത് എന്താണെന്നറിയാത്തതിനെക്കുറിച്ചുള്ള പേടി. തിരിച്ചു വരാൻ കഴിഞ്ഞില്ലെങ്കിലോ എന്ന പേടി. ശരിയായിരുന്നില്ല അതെന്ന് എനിക്കറിയാം. പക്ഷേ, വല്ലാത്തൊരു പേടിയിൽ നനഞ്ഞു കുതിർന്ന ജീവിതം, ഒരുരുളപോലെ കൈയിൽ ചുരുണ്ടുകൂടിയതേയുള്ളൂ.’’

വിവാഹം കഴിഞ്ഞു പത്തു ദിവസമേ ആയിരുന്നുള്ളൂ. കുളിമുറിയിൽനിന്നു പുറത്തേക്കു വന്ന് തല തുവർത്താൻ മുടി മുന്നിലേക്കിട്ടപ്പോഴായിരിക്കണം ദിലീപ് അതു കണ്ടത്. കല്യാണം കഴിഞ്ഞ ആ പത്തു ദിവസത്തിൽ... ദിലീപിനെ അത്രയൊന്നും പരിചയപ്പെട്ടിരുന്നില്ല. വായിച്ചിരുന്ന പത്രം ഇരുന്നിരുന്ന കട്ടിലിലേക്കു വലിച്ചെറിഞ്ഞ് ചാടിയെഴുന്നേറ്റു ദിലീപ്. പിന്നെ കുനിഞ്ഞു നിന്നിരുന്ന തന്റെ മുടി കൂട്ടിപ്പിടിച്ച്, ഒറ്റവലി വലിച്ച് തല മുകളിലേക്കുയർത്തി.

‘‘ഇതെന്താ ഈ പാണ്ട്?’’

‘‘പാണ്ടല്ല.’’ പൊട്ടിവീണ ആ അമ്പരപ്പിലും ഒരു ചിരി വരുത്തിക്കൂട്ടി ദിലീപിനെ നോക്കി.

‘‘പാണ്ടല്ല. ജന്മനാ ഉള്ളതാണ്. പകരില്ല.’’

ദിലീപ് വിട്ടില്ല. പകരം കൂടുതൽ ശക്തിയോടെ തല മുകളിലേക്കു വലിച്ചുനിർത്തി. ഓരോ രോമകൂപങ്ങളിലും വേദന പുളഞ്ഞു. ദിലീപിന്റെ മുഖത്താവട്ടെ, ആകെ അറപ്പാണ്.

‘‘മുടക്കാച്ചരക്കായിട്ടു നിന്നു ന്യായം പറയുന്നോ? സത്യം പറയടീ.’’

കരിയും പുകയും തീയും ഒക്കെ കൂടിയാൽ ഉണ്ടാകുന്ന നിറമായിരുന്നു ദിലീപിന്റെ മുഖത്തിനപ്പോൾ.

‘‘കഴുത്തിലെ ഈ വെള്ളപ്പാണ്ടിന്റെ കാര്യം ഒരാൾ മിണ്ടിയിട്ടില്ല എന്നോട്, അതെന്തേ എന്നാ ചോദിച്ചത്.’’

''പാണ്ടല്ല ദിലീപ് അത്. ജനിക്കുമ്പോഴേ ഉള്ള പാടാണ്. ഇരുപത്തിരണ്ടു വർഷമായി അത് അതുപോലെതന്നെ അവിടെയുണ്ട്.''

''പത്തു ദിവസായില്ല. അപ്പോഴേക്കും നേർക്കുനേർ നിന്നു ന്യായം പറയുന്നോ?''

ദിലീപിന്റെ ശബ്ദം ആളി: ''പാണ്ട് പാണ്ടാണ്. എന്നോട് ഇതു മുൻപേ പറയാഞ്ഞതെന്താന്നാ ചോദിച്ചത്.''

ദിലീപിന്റെ ഉച്ചത്തിലുള്ള ശബ്ദം കേട്ടിട്ടാവണം അമ്മ ഓടി വാതിൽക്കലെത്തിയത്.

''തള്ളയ്ക്ക് അറിയായിരുന്നില്ലേ ഇവളുടെ ഈ പാണ്ടിന്റെ കാര്യം?''

ദിലീപ് വീണ്ടും മുടി വലിച്ചുപിടിച്ച് കഴുത്തിലെ വലിയ പാടിനു നേരെ ചൂണ്ടി. അറിയോന്ന്?''

''ഏയ്. ഈ പാണ്ടോ?! ഞാൻ എങ്ങനെ അറിയാനാണ്?'' അമ്മ മുഖത്തടികൊണ്ടപോലെ ചൂളി. ''അറിഞ്ഞിരുന്നെങ്കിൽ ഈ സാധനത്തിനെ ഞാൻ നിന്റെ കഴുത്തിൽ കെട്ടിത്തൂക്വായിരുന്നോ?! അസത്തിനെ ഇപ്പൊത്തന്നെ അവളുടെ തന്തടെ വീട്ടിലേക്കു കെട്ടി എടുക്കാവേണ്ടത്. പക്ഷേ, നമ്മൾ നമ്മുടെ മര്യാദ കാട്ടണല്ലോ. പാടു വലുതായാലും ആരും കാണാത്ത സ്ഥലത്ത് ആയതു നന്നായി.''

ദിലീപിന്റെ കൈയിൽനിന്നും മുടി വലിച്ചെടുത്ത് അമ്മ താഴേക്കിട്ടു.

ഇടിമിന്നലേറ്റപോലെ നിന്ന തന്നെ, മുറിക്കുള്ളിലിട്ടു പൂട്ടി ഒരക്ഷരം പറയാതെ ദിലീപ് പുറത്തേക്കുപോയത് ഈ അമ്മയുടെ പിന്നാലെയാണ്!

മൂന്നാം ദിവസം രാത്രി മുറിക്കകത്തേക്കു കടന്നുവന്ന ദിലീപ് തന്റെ മുഖത്തു നോക്കാതെ കിടക്കയിലേക്കു മറിഞ്ഞുവീണപ്പോൾ വീണ്ടും അമ്പരന്നു. ഇനി കട്ടിലിൽ ഒപ്പം കിടക്കുകയാണോ കിടക്കാതെ കാൽക്കൽ ഇരിക്കുകയാണോ ചെയ്യേണ്ടത് എന്നാണ് പേടിയോടെ ആലോചിച്ചത്. ചിലപ്പോൾ അറപ്പോടെ പുഴുവിനെപ്പോലെ ചവിട്ടിനീക്കിയെന്നുവരും. അല്ലെങ്കിൽ അവകാശത്തിന്റെ തരിപ്പിൽ തന്റെ ദേഹത്ത് അധികാരം തിമിർത്തു എന്നും വരും.

എങ്കിൽ? എങ്കിൽ?

തൊട്ടടുത്തു കടമപോലെ പലപ്പോഴും മലർന്നു കിടക്കുമ്പോൾ, കണ്ണിൽ ഊറുന്ന പൊള്ളിക്കുന്ന നനവോ കറപോലെ മനസ്സിൽ പാടു കെട്ടുന്ന അറപ്പോ ഒന്നിനും ഒരു ഉത്തരമാവാറില്ല. മുന്നിൽ

തുറന്നു കിടക്കുന്ന വഴികളിലേക്കിറങ്ങി നടക്കാനുള്ള തന്റെ തയ്യാറെടുപ്പില്ലായ്മയ്ക്ക് ഇതൊന്നും ഒരു ഒഴികഴിവുമല്ല.

അതു സ്വയം തിരിച്ചറിയുന്നു എന്നതാണ് ഏറ്റവും അസഹ്യം.

''മുടക്കാച്ചരക്കിനെ വല്ലവന്റെയും തലയിൽ കെട്ടിവയ്ക്കുന്ന കുരുട്ടുബുദ്ധികൾ.'' കൈ പിടിച്ചു കട്ടിലിലേക്കു വലിച്ചിടുമ്പോൾ ദിലീപ് കിതച്ചു.

''ഞാനിരിക്കുമ്പോൾ ഇനി ആ വീട് നീ കാണില്ല. എന്റെ വീട്ടിൽ ഞാൻ പറയുന്നതാണ് നിയമം.''

''ആ വീട്... എന്റെ വീട്...''

അവയ്ക്കിടയിലെ അതിലോലമായ എപ്പോഴും പൊട്ടാവുന്ന ചരടിൽ ഒരു നിമിഷം തൂങ്ങിയാടി നിന്നു.

''അവരിവിടെ കാലെടുത്തിനി കുത്തരുത്. നിന്റെ തന്തയും തള്ളയും ചത്തൂന്നു കരുത്യാ മതി.''

വിയർപ്പിന്റെ ഗന്ധത്തിൽ പുതഞ്ഞുകിടക്കേ, കല്യാണദിവസം വാതിൽക്കൽ കണ്ട അമ്മയുടെ മുഖം ആദ്യമായി മനസ്സിൽ ഒരു കുമിളപോലെ ഉയർന്നു പൊട്ടി.

''ദിലീപിന് അതാണ് വേണ്ടതെങ്കിൽ അങ്ങനെതന്നെ ആയിക്കോട്ടെ'' എന്നേ എല്ലാം അറിഞ്ഞാലും അമ്മയും അച്ഛനും പറയൂ.

''ആ വീടാണ് ഇനി നിന്റെ വീട്.'' കല്യാണം കഴിഞ്ഞിറങ്ങുമ്പോൾ അയൽവക്കത്തെ മുത്തശ്ശി പറഞ്ഞിരുന്നു. ''ഇവിടെ ഇനി തിരിച്ചുവരാൻ നോക്കരുത്. എല്ലാർക്കും നാണക്കേട് ഉണ്ടാക്കി വയ്ക്കരുത്.''

വർഷങ്ങൾക്കുശേഷം ദിലീപിന്റെ വീട്ടിൽ ഗണപതിക്കു പൂജിക്കാനുള്ള മോറക് ഉണ്ടാക്കിക്കൊണ്ടിരിക്കെ ഒരു നട്ടുച്ചയ്ക്കാണ് അമ്മ മുറിയിലേക്കു പതിവില്ലാതെ കടന്നുവന്നത്.

''ദിലീപിന്റെ അച്ഛനും മൂക്കത്തായിരുന്നു ദേഷ്യം''

വീട്ടിൽ മറ്റാരുമില്ലാത്ത നിശ്ശബ്ദതയിൽ മോദക് ഉണ്ടാക്കാനുള്ള മാവിന്റെ പാകം നോക്കാനെന്ന ഭാവത്തിൽ അടുത്തുവന്നിരുന്ന് ഒരു മുഖവുരയും ഇല്ലാതെയാണ് അവർ പറഞ്ഞു തുടങ്ങിയത്.

''പെണ്ണിന്റെ ചുരുണ്ടു മുരടിച്ച ചെറുവിരൽ, തറവാടിന് ആപത്താണെന്നു ജ്യോത്സ്യൻ പറഞ്ഞ ദിവസം ദിലീപിന്റെ അച്ഛൻ എന്റെ വിരലിലേക്കു തുറിച്ചു നോക്കി. ദിലീപിനെ മൂന്നുമാസം ഗർഭമായിരുന്നു എനിക്കന്ന്.''

പറയാൻ എപ്പോഴോ ബാക്കിവച്ച എന്തോ പറയുംപോലെ ഭർത്താവ് ചെത്തിക്കളഞ്ഞ ചെറുവിരലിന്റെ കുറ്റി അവർ തന്റെ നേരെ നീട്ടി.

''വല്ലാതെ വേദനിച്ചപ്പോഴും കരയാൻ പേടിയായിരുന്നു. കരഞ്ഞാൽ ദിലീപിന്റെ അച്ഛനു ദേഷ്യം കൂടുകയേയുള്ളൂ.''

ഗണപതിക്ക് നേദിക്കേണ്ട പാതി ഉരുട്ടിയ മോദക്കിലേക്കു നോക്കി അന്നു തങ്ങൾ രണ്ടുപേരും നിമിഷങ്ങളോളം മിണ്ടാതിരുന്നു.

ഓരോ ദിവസവും വാടകയ്ക്ക് എടുക്കേണ്ടതാണ്. ലളിത ഓർത്തു. വിട്ടുവീഴ്ചയാണ് വാടക. എന്നും പുതുക്കിക്കൊണ്ടേ ഇരിക്കേണ്ട വാടക. മരണം വരെ കൊടുത്തു തീർക്കേണ്ട വാടക.

ദീപു ജനിച്ചെന്നറിഞ്ഞ്, ഒരു പരീക്ഷണം എന്നപോലെ ദിലീപിന്റെ വീട്ടിലേക്ക് കുട്ടിയെ കാണാൻ വന്ന അച്ഛനും അമ്മയ്ക്കും ദിലീപ് കുഞ്ഞിനെ കാണിച്ചുകൊടുക്കുകയുണ്ടായില്ല. കുഞ്ഞിന്റെ അമ്മയെയും!

അച്ഛന്റെ മരണവിവരവും ദിലീപ് തന്നോടു പറയുകയുണ്ടായില്ല.

'മരണത്തെ അപമാനിക്കരുത്.' കസേരയിൽ നിന്നു വെറുപ്പോടെ എഴുന്നേൽക്കുമ്പോൾ മരണവിവരം പറയാൻ വന്ന ത്രിപാഠി ചാച്ച അലറി:

''അച്ഛൻ, അവളുടെ അച്ഛനാണ് മരിച്ചത്. അവൾ പോയിവരട്ടെ. ദിലീപ്... മുകളിൽ ഒരാളുണ്ടെന്നു മറക്കരുത്.''

''മോഹിക്കേണ്ട.''

അടുക്കളയിൽ ഒന്നും കേൾക്കാത്ത ഭാവത്തിൽ നിന്ന അമ്മായിയമ്മ കറി ഇളക്കുന്നത് ഒരു നിമിഷംപോലും നിർത്താതെ ശബ്ദം താഴ്ത്തി:

''അച്ഛന്റെ മകനാണ് ദിലീപ്. അതു മറക്കണ്ട.''

''ഞാൻ പോകും.'' ദിലീപിനു മുന്നിലൂടെ വാളൂരുന്നപോലെ നടന്ന് വാതിൽ ശബ്ദത്തോടെ വലിച്ചടച്ച് താൻ അമ്മായിയമ്മയ്ക്കു നേരെ അലറി. അമ്മായിയമ്മ ചിരിച്ച ആ വല്ലാത്ത ചിരിക്കു മുന്നിൽ പറയാൻ വന്ന വാചകം പെട്ടെന്നു മറക്കുകയാണുണ്ടായത്.

''അതിനൊരു മകളെ പെറണം.'' പിന്നെ താൻ സാവധാനം വീണ്ടുവിചാരംപോലെ പറഞ്ഞു: ''എന്നാലേ അറിയൂ ഈ പൊള്ളൽ.''

''വേണ്ട ലളിതേ.'' ഒരു തീക്കൊള്ളികൊണ്ടു കോറിയപോലെ അവരുടെ ശബ്ദം കറുത്തു കരിഞ്ഞു: ''അതിനു വെറും ഒരു പെണ്ണായാൽ മതി. ദിലീപ് കേൾക്കണ്ട.''

''പോകണോ നിനക്ക്?''

പുറത്തേക്കുള്ള വാതിൽ കൊട്ടിയടച്ച് ദിലീപ് അടുക്കളയുടെ വാതിൽക്കൽ വിലങ്ങനെ നിൽക്കുകയായിരുന്നു എന്നപ്പോഴാണറിഞ്ഞത്.

''ഇവിടെനിന്നു പോയാൽ പിന്നെ തിരിച്ചാരും ഈ പടി കേറില്ല.''

''അതന്നെ!'' വെള്ളം പുരണ്ട കൈകൊണ്ടു നെറ്റിയിലേക്കു പാറിയ മുടിയിഴകൾ പുറകോട്ടൊതുക്കി തന്നെ നോക്കാതെ അമ്മ പെട്ടെന്നുറക്കെ പറഞ്ഞു.

''പൊട്ടിയതൊന്നും ഇനി കൂട്ടിച്ചേർക്കേണ്ട ഒരു കാര്യോം ഇവിടെ ആർക്കൂല്ല്യ. ഇവൾ എവിടെയും പോണില്ല.''

കല്യാണദിവസം തന്നെ നോക്കി ചിരിക്കണോ കരയണോ എന്നറിയാതെ നിന്ന സ്വന്തം അമ്മയുടെ അന്നത്തെ മുഖം മനസ്സിൽ വീണ്ടും ഒരു കുമിളപോലെ ഉയർന്നു പൊട്ടിയതോർമ്മയുണ്ട്.

അച്ഛൻ മരിച്ചിട്ടും ഒന്നു കാണാൻ വരാതിരിക്കുന്ന മകളെ ഒരു പക്ഷേ, അമ്മയ്ക്കു മനസ്സിലായി എന്നു വരും. മനസ്സിലാകാത്തതു തനിക്കാണ്. മുന്നിലെ വാതിലിനപ്പുറത്ത് തനിക്കു തിരഞ്ഞെടുക്കാവുന്ന ഒരു വഴി എപ്പോഴും തുറന്നുകിടന്നിരുന്നു. ഇപ്പോഴും ഉണ്ട് എന്നറിയാതെയും അല്ല. അവിടെ കടന്നു നിൽക്കാൻ നോക്കുമ്പോളൊക്കെ ദീപുവിന്റെയും ഉഷയുടെയും മുഖം ഒരു വാശിയോടെ ആ വാതിൽക്കൽ വന്നുനിൽക്കാറാണ് പതിവ്. അത് എപ്പോഴത്തെയും ഒരു ഒഴികഴിവാണോ അതോ തലമുറകളായി പറഞ്ഞു പറഞ്ഞു ശീലിച്ചതാണോ എന്ന് ഇന്നും ഉറപ്പില്ല.

'ആ വാതിലിന്റെ തഴുതൊന്നു വലിച്ചുനോക്ക്, അപ്പോൾ കാണാം എല്ലാംകൂടി ഇടിഞ്ഞുപൊളിഞ്ഞ് തലയിൽ വീഴുന്നത്' എന്നാണ് എന്നും ദിലീപിന്റെ അമ്മ പറയാറ്. അതു വിശ്വസിക്കാൻ തുടങ്ങിയത് എന്നാണെന്ന്, എന്തിനാണെന്നു മുതിർന്ന രണ്ടു മക്കളുള്ള, നാൽപതിലേറെ പ്രായമുള്ള താൻ പലവട്ടം സ്വയം ചോദിച്ചിട്ടുണ്ട്. നാണംകെട്ട സ്വന്തമായി ഒരു മനസ്സു പോലും ഇല്ലാതാക്കുന്ന, മൗനംകൊണ്ടു മലീമസമായ അവസാനമില്ലാത്ത ഈ അനുസരണകൊണ്ട് എന്താണു നേടിയത്? ഉണ്ണാനും ഉടുക്കാനും ലഭിക്കുന്ന തടസ്സമില്ലാത്ത ഒരു സപ്ലൈ ലൈൻ അപരിചിതത്വവും അറപ്പു കിനിഞ്ഞിറങ്ങുന്ന കിടക്കത്തലയ്ക്കൽ ഒട്ടിച്ചുവച്ച ഭാര്യ എന്ന ലേബൽ? പെറ്റു വളർത്തിയ മകൻ എന്ന പുരുഷന്റെ മുന്നിൽ പുഴുപോലെ പിടയ്ക്കുന്ന അമ്മയുടെ നിർത്താത്ത കെഞ്ചൽ?

ആജ്ഞകൾ ഇല്ലാത്ത പുറത്തെ തുറസ്സ്, നീന്താനറിയാത്ത കുട്ടിയെ കടൽ എന്നപോലെ തന്നെ പേടിപ്പിച്ചിരുന്നത് ദിലീപ് എങ്ങനെ അറിയുന്നു എന്നതാണ് അത്ഭുതം! പിന്നിട്ട വഴിയിൽ സ്വന്തം കാലടിപ്പാടുകളടക്കം തന്റേതായ ഒന്നും ഇല്ലാതായത് ആ പേടി കൊണ്ടോ. അതു തിരിച്ചറിയുമ്പോഴേക്കും വല്ലാതെ വൈകി എന്നതാണ് സത്യം. താൻ മാത്രമാണ് അതിനുത്തരവാദി. പേടിയും ജാള്യവും താൻ സങ്കല്പിച്ചതു മാത്രമായിരുന്നു. തുറസ്സിലേക്കു കടന്നു നിൽക്കാത്തതു താനാണ്.

“മതി സ്വപ്നം കണ്ടത്. നമ്മൾ എത്തി എന്നു തോന്നുന്നു. ഇതല്ലേ അമ്മ പറയാറുള്ള മുരടൻ അരളി?”

വഴിയുടെ അങ്ങേ അറ്റത്ത് വീടിന്റെ മതിൽ അതേപോലെ തന്നെയുണ്ട്. ഗേറ്റ് മാറ്റി പുതുതാക്കിയിരിക്കുന്നു.

വരുന്ന വിവരം അറിയിച്ചിരുന്നില്ലാത്തതിനാലാകും പൂമുഖം ഒഴിഞ്ഞുകിടന്നു.

ഏട്ടന്റെ ഏടത്തിയമ്മയെ ഇതുവരെ കണ്ടിട്ടില്ല. ഒരുപിടി അരി ഉമ്മറപ്പടിയിൽ നിന്നുകൊണ്ട് പിന്നിലേക്കു വലിച്ചെറിഞ്ഞു ജനിച്ച വീടിനോടുള്ള കടം വീട്ടി ഇവിടെനിന്ന് ഇറങ്ങിയതിനുശേഷം ആദ്യമായി ഈ പൂമുഖത്തേക്കു കയറുകയാണ്. മുന്നിലെ പഴയ, നീണ്ട വരാന്ത വിശാലമായ മുറിയായി രൂപപ്പെട്ടിരിക്കുന്നു. മുറ്റത്തെ ചെറിയ ഔട്ട് ഹൗസിനു മുന്നിൽ പഴയ പവിഴമല്ലി മരത്തിനു പകരം ഭംഗിയുള്ള നീണ്ടുയർന്ന ക്രിസ്മസ് മരം. ഓർമകൾ തലങ്ങും വിലങ്ങും ഓടി.

ഉഷയാണ് വാതിലിൽ മുട്ടിയത്. പൂമുഖത്തെ വാതിൽ തുറന്നതും ഏട്ടന്റെയും ഏടത്തിയമ്മയുടെയും കണ്ണുകൾ പെട്ടെന്നു തന്റെ വെള്ള വസ്ത്രത്തിൽ ഉടക്കിയത് മനപ്പൂർവം കണ്ടില്ലെന്നു നടിച്ചു.

“മാധവി, ഏട്ടനു മനസ്സിലായില്ലേ? ഇത് ഉഷ. മകളാണ്.”

ഏട്ടനും അമ്പരപ്പോടെ വാതിൽക്കൽ അന്തിച്ചു നിന്നു.

“പെട്ടെന്ന് വിശേഷം വല്ലതും? നിന്നെ കണ്ടാൽ ഇപ്പോ മനസ്സിലാവുംകൂടി ഇല്ല. വരുന്നത് എന്തേ അറിയിക്കാതിരുന്നത്? വസൂ, ഇതു നമ്മുടെ മാധവിയാണ്. ഇതു നിന്റെ ഏടത്തിയമ്മ. വസുമതി.”

“അതെ, മാധവി! ലളിത ക്ഷമാപണത്തോടെ പറഞ്ഞു. “പെട്ടെന്നൊന്ന് ഇങ്ങോട്ട് പോരണംന്നു തോന്നി . സ്വന്തം വീടല്ലേ. ഏട്ടാ, എപ്പോ വേണമെങ്കിലും എനിക്കിവിടെ വരാലോ ആ കുറെയായില്ലേ... അമ്മ പഴേ മുറീൽത്തന്നെല്ലേ കിടക്കുന്നത്?”

ഏട്ടനും ഏടത്തിയമ്മയും പെട്ടെന്ന് പരസ്പരം മുഖത്തോടു മുഖം നോക്കി.

അമ്മ ഇപ്പോൾ തന്നെ കണ്ടാൽ തിരിച്ചറിഞ്ഞില്ലെന്നു വരും. ഇവിടുന്ന് ഇറങ്ങിപ്പോയ മാധവിക്ക് ഈ നിൽക്കുന്ന ലളിതയുമായി ഒരു സാമ്യവും അമ്മ കാണില്ല. ഒന്നും പറയാതെ കെട്ടിപ്പിടിക്കണം. അമ്മയ്ക്ക് മനസ്സിലാവും. വർഷങ്ങൾ ഇടയിൽ നിൽക്കാൻ അമ്മ അനുവദിക്കില്ല. അകത്തേക്കു കടക്കാൻ തുടങ്ങിയതും ഏട്ടൻ കൈ വാതിൽക്കൽ വിലങ്ങനെ വച്ചു.

ഉഷ പെട്ടെന്നാണ് തന്റെ കൈയിൽ ഊക്കോടെ അമർത്തി മുന്നിലെ ചുമരിലേക്കു നോക്കിയത്.

ചുമരിൽ അമ്മയുടെ വലിയ ഫോട്ടോ, മാല, കെടാവിളക്ക്!

''രണ്ടു കൊല്ലം നിന്നെ കാണണം കാണണംന്നു പറഞ്ഞു ശാഠ്യം പിടിച്ചു. ഒരു തവണയെങ്കിലും നിന്നെ കാണണംന്ന് പറഞ്ഞു കരയാത്ത ദിവസമുണ്ടായിരുന്നില്ല.''

''അറിയാലോ മധൂ, ദിലീപ് സമ്മതിച്ചില്ല.''

''അതിനാൽ ഒന്നും നീ അറിഞ്ഞില്ല എന്നറിയാമായിരുന്നു. പിന്നെപ്പിന്നെ അമ്മ ഒന്നും പറയാതായി. നിന്നെപ്പറ്റി ചോദിക്കാതായി. തീരെ കരയാതായി.''

ഏട്ടൻ വാതിൽക്കൽനിന്നു മാറി അമ്മയുടെ മുറിയിലെ കസേരയിലിരുന്നു.

''നമ്മടെ അമ്മ പോയിട്ട് ഇപ്പോ ഒരു കൊല്ലം കഴിഞ്ഞു. മധൂ.''

''മാധവി ഇരിക്കൂ.'' ഏടത്തിയമ്മ കൈ പിടിച്ചിരുത്തി കൈയിൽ കൊണ്ടുവന്ന വെള്ളം തനിക്കു നേരെ നീട്ടി.

''ദിലീപ് പോയിട്ടു രണ്ടു മാസായി.''

അമ്മയുടെ കട്ടിൽത്തലയ്ക്കലിരുന്ന് ഒരു പ്രസ്താവനപോലെയാണ് പറഞ്ഞത്. 'ഇനി ഏതായാലും അനുവാദം വേണ്ടല്ലോ. അമ്മയെ ഒരിക്കലെങ്കിലും കാണാന്നു കരുതി. വയ്യാതാവുണു. കുറച്ചുദിവസം അവിടെ നിന്നു മാറി ഇവിടെ...''

ചായയുമായി അകത്തുനിന്നു വന്ന ഏടത്തിയമ്മ വാതിൽക്കൽ ഒരു നിമിഷം നിന്നപടി നിന്നതു പെട്ടെന്നു കണ്ണിൽപെട്ടു. ചായ അരികിലെ മേശപ്പുറത്തുവച്ച് ഏട്ടന്റെ മുഖത്തുനോക്കി ഏടത്തിയമ്മ. ഏട്ടൻ താഴേക്കും. അർത്ഥം പെട്ടെന്നു മനസ്സിലായി.

''അപ്പോ ഇനി ഇവിടേക്കു പൊറുക്കാൻ പറഞ്ഞയച്ചതാവും അമ്മായിയമ്മ. മകൻ പോയതോടെ അവിടത്തെ ആവശ്യം കഴിഞ്ഞൂലോ?''

''വസൂ! ഏട്ടന്റെ ശബ്ദം തട്ടിൽ ചെന്നുമുട്ടി അതേപോലെ തിരിച്ചു വന്നു. ''എന്താ ഈ പറയണ്?''

''ആണെങ്കിൽ? ആണെങ്കിലും ഇത് എന്റെ വീടല്ലേ?''

ഏടത്തിയമ്മയെ ആദ്യമായി കാണുകയാണ് എന്നതുപോലും മറന്ന് വാക്കുകൾ വഴുതി. മനസ്സ് വിചാരിച്ചിടത്തൊന്നുമല്ല നിൽക്കുന്നത്.

''ഇത് എന്തേ എന്റെ വീടല്ലേ? എനിക്ക് എപ്പോ വേണമെങ്കിലും ഇവിടെ വന്നൂടേ?''

''ഞാൻ പറയാതെതന്നെ ലളിതയ്ക്കറിയാം അതിന്റെ മറുപടി. ഇല്ലേ?''

അവർ തന്റെ കണ്ണുകളിലേക്കു സൂചി കുത്തുംപോലെ തറച്ചു നോക്കി:

''ഇരുപത്തിരണ്ടു കൊല്ലം കഴിഞ്ഞു വരുമ്പോ മോൾക്ക് അവകാശം കൂടും ചെയ്യും. ആ വരൂ. ചായ തണുക്കും.''

ഏട്ടന്റെ നിശ്ശബ്ദത മനസ്സിൽ ഒരു തുള്ളി കറുപ്പുപോലെയാണ് വീണത്. ഉഷയുടെ മുഖം ചുവന്നു തുടുത്തിരിക്കുന്നു. അവൾക്ക് ഇഷ്ടമായിട്ടുണ്ടാവില്ല താൻ ചോദിച്ചത്.

ആരും കുടിക്കാതെ ആറിത്തണുത്തു മേശപ്പുറത്തിരുന്ന ചായയ്ക്ക് മുന്നിൽ നിന്നെഴുന്നേറ്റ് ഏട്ടൻ തന്നോടുതന്നെ എന്നപോലെ വീണ്ടും പറയാൻ തുടങ്ങി.

''പലരെക്കൊണ്ടും പലതവണ ദിലീപിനോടു സമ്മതം ചോദിപ്പിച്ചു നോക്കി. ദിലീപ് സമ്മതിച്ചില്ല.''

തന്റെ മുഖത്തെ ഭാവം കണ്ടിട്ടാവണം ഉഷ വീണ്ടും കൈയിൽ അമർത്തി. വേദനിക്കുവോളം.

''ഒറ്റ മകൾ! നീയും ഒരമ്മയല്ലേ എന്ന്, ചിലപ്പോഴെങ്കിലും നിയന്ത്രണംവിട്ട് മനസ്സിൽ അമ്മ ചോദിച്ചുകാണും. ശപിച്ചുകാണും.''

''വേഗം തിരിച്ചുപോണം.'' താൻ പറഞ്ഞു. ''ഇവിടേക്കുള്ള വഴി കണ്ടുപിടിക്കാൻ കുറച്ചു വിഷമിച്ചു. മുക്കിലെ ആലും മൈതാനവും ദേവിയും ഒന്നും ഇപ്പൊ ഇല്ല അല്ലേ? അതായിരുന്നു അടയാളങ്ങൾ, സ്വന്തം വീട്ടിലേക്കുള്ള വഴി പലരോടും ചോദിക്കേണ്ടി വന്നു. മോശാണ് എന്ന് അറിയാതെയല്ല.''

പറഞ്ഞു കഴിഞ്ഞതും സ്വന്തം എന്ന വാക്കിലേക്ക് ഒരു നിമിഷം നോക്കിനിന്നു ലളിത.

''ഏടത്തിയമ്മയ്ക്ക് വീട്ടിൽ പോകാൻ തോന്നാറില്ലേ?''

തടഞ്ഞുനിർത്തിയ എന്തൊക്കെയോ കലങ്ങിമറിഞ്ഞ് ഏന്തും പോലെയാണ് വാക്കുകൾ വായിലേക്കു വന്നത്.

''അതിനിപ്പോ ഇതല്ലേ എന്റെ വീട്?''

കല്ലു വന്നു വീഴുംപോലെ വന്നുവീണ ഏടത്തിയമ്മയുടെ കൂർത്ത ചിരിക്കു മുന്നിൽ അടികൊണ്ട് പാമ്പിനെപ്പോലെ ഒന്നു പിടഞ്ഞു മലച്ച് ഏട്ടനു നേരെ നോക്കി. ഏട്ടൻ പുറത്തേക്കാണ് നോക്കുന്നത്.

''ഇരുട്ടും മുൻപേ വീടെത്തണം.''

മനസ്സിനെ ഒരു തോട്ടികൊണ്ടു വലിച്ചടുപ്പിക്കുമ്പോലെയാണ് പറഞ്ഞത്.

''ഏട്ടനിഷ്ടല്ലേ മോത്തി ലഡു. ഇതാ, ഞാൻ ഉണ്ടാക്കിയതാ. ഇറങ്ങട്ടെ.''

കൈയിലെ ലഡുവിന്റെ പാക്കറ്റ് ഏട്ടനു കൊടുത്തു പൂമുഖത്തു നിന്ന് ഇറങ്ങവേ ഏട്ടൻ ഒപ്പം വന്നു. ഏടത്തിയമ്മ പിന്നിൽത്തന്നെ നിൽപാണ്.

''എന്തിനാ മധൂ ഈ വെള്ളവസ്ത്രം?''

പുറത്തേക്കുള്ള പടിക്കലെത്തിയപ്പോൾ ചുറ്റും ആരുമില്ലെന്നുറപ്പു വരുത്തി തന്റെ കൈപ്പടം കൈയിലെടുത്ത് പെട്ടെന്നാണ് ഏട്ടൻ ചോദിച്ചത്.

''ദിലീപ് ആരായിരുന്നു നിനക്കു മധൂ?'' ഏട്ടന്റെ ശബ്ദം കരിഞ്ഞ് ഉണങ്ങും പോലെ തോന്നി. ''എന്തിനാണ് പിന്നെ?''

ചിരിയാണ് വന്നത്. അപരിചിതത്തിനും അറപ്പിനും തോൽവിക്കും മറ്റെന്തു നിറമാണ് ഏട്ടാ നൽകുക എന്നു ചോദിക്കാൻ മനസ്സ് ഒരു നിമിഷം ആഞ്ഞതാണ്. പക്ഷേ, പെട്ടെന്ന് നിർത്തി. ഒരുപക്ഷേ, ഏട്ടന് അതു മനസ്സിലായെന്നു വരില്ല.

മാത്രമല്ല ഒന്ന് ആഞ്ഞു ശ്രമിച്ചാൽ കുലീനകളുടെ ഭർത്താവി നോടുള്ള തീരാത്ത ആദരവും സ്നേഹവും ഈ വെളുപ്പിൽ നിറ യ്ക്കുകയുമാവാം. കുലീനകൾ ഭർത്താവിനോടു കാട്ടേണ്ട തീരാത്ത ആദരവിന്റെയും സ്നേഹത്തിന്റെയും അടയാളവുമാകും അപ്പോഴിത്. അനുസരണയുടെ ഈ നരച്ച വെളുപ്പ് അതോടെ ദൈവികംപോലും ആയെന്നു വരും.

സ്വർഗത്തിലേക്കുള്ള ഒരു ഷോർട്ട്കട്ട്!

''ഇതല്ലേ ഏട്ടാ നമ്മുടെ നാട്ടുനടപ്പ്? അത് ഞാൻ നോക്കിയില്ലെങ്കിൽ ഏട്ടനല്ലേ അതിന്റെ കുറച്ചിൽ? നമ്മുടെ തറവാടു നോക്കണ്ടേ?'

ഏട്ടന്റെ കൈയിൽനിന്നു കൈ എടുക്കാതെ ലളിത ചിരിച്ചു:

''ഇരുട്ടും മുൻപ് വീട് എത്തണം. സമയമായി. ഇറങ്ങട്ടെ.''

ഉഷയുടെ കൈപിടിച്ചു പുറത്തേക്കിറങ്ങുമ്പോൾ പടിക്കൽ ഏട്ടനും അതിനു പിന്നിൽ കുറച്ചകലെ, തന്റെ വീടിന്റെ പൂമുഖത്ത് ഏടത്തിയമ്മയും നോക്കിനിൽക്കുന്നതു കണ്ടു. വീട് ഒരു സർവ നാമം ആണല്ലോ എന്നാണ് ലളിത അപ്പോൾ പെട്ടെന്ന് ഓർത്തു പോയത്.

ഉഷയ്ക്കൊരു സ്വന്തം വീടു വാങ്ങേണ്ടത് തന്റെ കടമയാണല്ലോ എന്നും! ■

തിരുമലയിലെ പാമ്പുകൾ

പൂജിക്കാനിരിക്കുകയായിരുന്നു അമ്മിണിഅമ്മ. ശിവന്റെ മങ്ങിയ ചിത്രത്തിനു മുന്നിൽ പൂജാജലം വീണ് നനഞ്ഞ മണ്ണിൽ, തുളസിയും കൂവളവും വീണ് കുതിർന്ന് പാകമായ മണ്ണിൽ, ശിവന്റെ മുടിക്കെട്ടു പോലെ പുറ്റുകൾ വളർന്നതുമുതൽ ഇന്നല്ലെങ്കിൽ നാളെ എന്ന് അമ്മിണിഅമ്മ പ്രതീക്ഷിച്ചിരുന്നതാണ്. അതുകൊണ്ട്, കൈയിലെ ടുത്ത വെള്ളം വിധിയാംവണ്ണം തർപ്പിച്ച് പുറ്റിൽനിന്നും തന്റെ മുടി യിലേക്കിഴഞ്ഞു കയറിയ സ്വർണ്ണക്കമ്പിപോലുള്ള സർപ്പത്തെ പതുക്കെ തലോടി അമ്മിണിഅമ്മ വാത്സല്യത്തോടെ ചിരിച്ചു.

''നിന്റെ ഒരു കളി. ഞാനെന്നും നിന്നോടൊന്നേ ചോദിച്ചിട്ടുള്ളൂ. അടുത്തൊരു ജന്മം എനിക്കു തരരുത്. എന്റെ കുട്ട്യോളെ കഷ്ട പ്പെടുത്തുകയുമരുത്. ആ, ഈ പാലു കുടിക്ക്. ഈറനുടുത്ത്, ഇക്കണ്ട കാലമൊക്കെ നിന്നെ പൂജിക്കുകയും മനയ്ക്കലെ അടിച്ചുതളി നട ത്തുകയും കാരണമാവണം എനിക്ക് ഇടുപ്പുവേദന മാറിയ സമയ മില്ല. മുറ്റത്തുണങ്ങാനിട്ടത് ആയോ എന്നു നോക്കട്ടെ, നീ പാലു കുടിക്ക്.''

ചായ്പിൽച്ചെന്ന് ഉടുത്തിരുന്ന ഒറ്റത്തോർത്ത് മാറ്റി തിരിച്ചു വന്ന പ്പോഴേക്കും പാമ്പ് പോയിക്കഴിഞ്ഞിരുന്നു. കമിഴ്ന്നു കിടന്ന കിണ്ണം നിവർത്തി മാറ്റിവെച്ച് അയയിൽ നിന്നൊരു തോർത്തെടുത്തു തോള ത്തിട്ട് അമ്മിണിഅമ്മ പതിവുപോലെ പുറത്തേക്കിറങ്ങി.

പീടികയുടെ കോലായിൽ രാവിലത്തെ തണുപ്പിൽ ഉറക്കച്ചട വോടെ ഇരിക്കുകയായിരുന്നു രാമൻ നായർ.

''അമ്പലത്തിൽനിന്നു വരണ വഴ്യാവും.'' രാമൻനായർ ബീഡിക്കു തീ കൊളുത്തിക്കൊണ്ട് ചിരിച്ചു: ''ഞങ്ങളുടെയൊക്കെ ദിവസം തുട ങ്ങുന്നേയുള്ളൂ.''

'അല്ല.'' അമ്മിണിഅമ്മ പറഞ്ഞു: ''പോണ വഴ്യാണ്. ന്നിത്തിരി വൈകി. മനയ്ക്കലെ ആത്തേമ്മാർക്ക് ശുണ്ഠി വരും. പരമശിവൻ

പാമ്പായി വരണ കാര്യം പറഞ്ഞാ അവർക്കൂല്ല്യ വിശ്വാസം. ഒരു നാഴി അരീം കുറച്ചു കർപ്പൂരോം മൂന്നു ചന്ദനത്തിരീം വേണം. കടായിട്ടന്നെ മതി.''

''തങ്കമണി വീട്ടിലിരിപ്പുതന്നെ?''

''അവളെ എന്നോ ഞാൻ ഉഴിഞ്ഞിട്ടതാണ് ശിവന്, മനയ്ക്കലെ പണി അവൾക്കാവൂല്യ. എട്ടും പൊട്ടും തിരിയുന്നതിനു മുൻപേ ഒന്നിനെയോ ഞാൻ ആട്ടിയോടിച്ചു.''

''നേരം അധികം വൈകണ്ട.''

അരിയുടെ കടലാസുപൊതി അമ്മിണിഅമ്മയെ ഏല്പിച്ച് രാമൻനായർ അകത്തേക്കു നടന്നു. ഉണ്ണിക്കുട്ടൻ ലോറിക്കടിയിൽപ്പെട്ടു മരിച്ച വിവരം രാമൻനായർക്കായിരുന്നു ആദ്യം കിട്ടിയത്. പഴനിക്കു പോയ കാവടിയാട്ടക്കാരാണ് ആ വിവരം രാമൻനായരോടു പറഞ്ഞത്. വിശന്നിട്ടു വയ്യ എന്നു പറഞ്ഞ് നിർത്താതെ കരഞ്ഞ ഉണ്ണിക്കുട്ടനെ, ''കാശ് നിന്റെ തന്തയോടു പോയി ചോയ്ക്കെടാ'' എന്നു പറഞ്ഞാണ് അമ്മിണിഅമ്മ തല്ലിയതത്രെ. അവന്റെ അച്ഛൻ മരിച്ചിട്ട് അന്നേയ്ക്കു കൊല്ലം പതിനൊന്നു കഴിഞ്ഞിരുന്നതിനാൽ അന്നു രാത്രി ഉണ്ണിക്കുട്ടൻ നാടുവിട്ടു. മൂന്നു മാസം കഴിഞ്ഞ് കത്തും പണവും അമ്മിണിഅമ്മയ്ക്ക് കിട്ടിയത് ഒരുമിച്ചാണ്. ആദ്യം ശിവനുവേണ്ടി ഒരു കെടാവിളക്കുവാങ്ങി. പിന്നെ പുര മേയുകയും മനയ്ക്കലെ കുട്ടികളോടൊപ്പം ഉണ്ണിക്കുട്ടൻ നില്ക്കുന്ന ഒരു ഫോട്ടോ ഉണ്ടായിരുന്നത് ചില്ലിടീക്കുകയും ചെയ്തു. ഇടവഴിയിലെ പെണ്ണുങ്ങൾ അമ്മിണിഅമ്മയെ കണ്ടാൽ വേലിക്കലേക്കൊതുങ്ങി നിന്ന് ഉണ്ണിക്കുട്ടന്റെ വിവരം ചോദിച്ചു. ആശാരി നാണിയാണ് ആദ്യമായി അമ്മിണിഅമ്മയുടെ വീട്ടിലെ പുറ്റിനു മുന്നിൽ നാലണ വഴിപാടിട്ടത്.

അപ്പോഴാണ് ഉണ്ണിക്കുട്ടന്റെ കത്തും പണവും ഇല്ലാതായത്.

''അവന്റെ നല്ല സ്വഭാവം കണ്ട് വല്ല പെൺകുട്ടികളുടെ തള്ളമാരും മരുന്നുകൊടുത്ത് തിരിച്ചതാവും എന്നാണ് അമ്മിണിഅമ്മ ആദ്യം പറഞ്ഞത്. തങ്കമണിയുടെ ഇടതൂർന്ന മുടിയിലും വാഴൻകൂമ്പാളപോലെയുള്ള വയറിലും നോക്കി ഉണ്ണിക്കുട്ടനെപ്പറ്റി അന്വേഷിക്കാമെന്ന് രാമൻനായർ അമ്മിണിഅമ്മയ്ക്കു വാക്കു കൊടുത്തു.

ഉണ്ണിക്കുട്ടന്റെ കൂടെ കന്നുമേയ്ക്കാൻ നടന്ന കൃഷ്ണൻകുട്ടി മാത്രം അമ്മിണിഅമ്മയെ പോത്തിൻപുറത്തുനിന്നും ചാടിയിറങ്ങി പിടിച്ചു നിർത്തി.

''രാവും പകലും നിങ്ങൾ മുടങ്ങാതെ കഞ്ഞീം പിണ്ണാക്കും

കൊടുക്കുന്ന ആ ശിവനോട് പറയിൻ ഹേ, ഉണ്ണിക്കുട്ടനെക്കൊണ്ട് ഒരു കത്തെങ്കിലും എഴുതിക്കാൻ.''

''അതെ, എന്റേം നിന്റേം വാല്യക്കാരനാ ശിവൻ, പറയേണ്ട താമസേയുള്ളൂ...'' മുടി വാരിക്കെട്ടി ചുട്ടുകൊണ്ടുപുകഞ്ഞ നെഞ്ചും കഴുത്തും അമർത്തിത്തുടയ്ക്കെ അമ്മിണിഅമ്മ ചിരിച്ചു.

ത്രിസന്ധ്യയുടെ മങ്ങലിൽ, കെടാവിളക്കിന്റെ നാളം പാളി. തർപ്പിച്ച പൂക്കൾക്കിടയിലൂടെ, ചന്ദനത്തിരിയുടെയും കർപ്പൂരത്തിന്റെയും നിറഞ്ഞ പുകയിലൂടെ പുറ്റിന്റെ മുകളിലേക്ക് അമ്മിണിഅമ്മ നോക്കിയിരുന്നു. ഉണ്ണിക്കുട്ടൻ പോകുമ്പോൾ പുറ്റ് ഇത്തിരിയേ ഉണ്ടായിരുന്നുള്ളൂ. ''പരീക്ഷിച്ചോളാ...'' അമ്മിണിഅമ്മ പറഞ്ഞു: ''മുക്തി അത്ര വേഗം ആരും പൊന്നിൻതളികയിൽ കൊണ്ടു വന്നു തരില്ല എന്നമ്മിണിക്കറിയാം. അമ്മിണി അത്ര വേഗം തോല്ക്കണ കൂട്ടത്തിലല്ല. ഉണ്ണിക്കുട്ടൻ പോയിട്ടു പക്ഷേ, മാസം പതിന്നാലു കഴിഞ്ഞു. എനിക്ക് ചെറുപ്പാവല്ല. അവനുണ്ടെങ്കിൽ അതൊരു തുണയായിരുന്നു. ''ഇന്നലെ കുളിച്ചു കയറിപ്പോരുമ്പോൾ മാതുവേടത്തി വഴി തടഞ്ഞുനിർത്തിയതാണ് എന്നെ. ''ഭക്തിയൊക്കെ നന്ന്'' മാതുവേടത്തി പറഞ്ഞു. ''പക്ഷേ, പെൺകുട്ട്യോള് എന്നും വല്ലോന്റെ വീട്ടിലെ അടിച്ചുതളിയും പാത്രം മോറലും ആയി നടന്നാപ്പോരല്ലോ. തങ്കമണി മുല കുടിക്കണ കുട്ട്യൊന്നില്ല.'' താൻ ഒന്നും പറഞ്ഞില്ല ഒന്നമർത്തി മൂളി.

''നീയെവിടെക്കാ ഓടണ?'' ഈറൻമുടി മുന്നിലേക്കിട്ടു വെട്ടി വെള്ളം കളയുമ്പോൾ മാതുവേടത്തി പിന്നെയും പിടിച്ചു നിർത്തി: ''അവൾക്ക് പ്രായായി എന്ന് നിനക്കേ തോന്നാത്തതുള്ളൂ. നാട്ടുകാർക്കൊക്കെ അവള് മുതിർന്നിരിക്കുന്നു.''

''നാട്ടുകാർ അവളെത്തന്നെ നോക്കിയിരിക്കുന്നതെന്തിനാ...?'' താൻ ചീറി: ''ഈ നാട്ടില് പെങ്കുട്ട്യോളക്ക് അത്ര ക്ഷാമം ഉണ്ടോ?''

''അവരുടെ ഒന്നും അച്ഛന്റെ പെങ്ങളല്ല ഞാൻ. തങ്കമണി എന്റെ അപ്പൂന്റെ കുട്ട്യാണ്.''

''ഹോ...! എന്റെ അപ്പു.'' ചത്തുപോയിട്ടു പത്തിരുപതു കൊല്ലം കഴിഞ്ഞപ്പഴേ ആങ്ങളയുടെ മകളെപ്പറ്റി ഓർമ്മ വന്നത്? മാതുവേടത്തീ, നിങ്ങളുടെ പണിക്കു ഞാൻ അവളെത്തരില്ല. ശിവന് എന്നേ ഞാൻ അവളെ ഉഴിഞ്ഞിട്ടിരിക്കുന്നു.''

''ഫ! നിന്റെ ഒരീശ്വരൻ!'' മാതുവമ്മ വെള്ളം ഇറ്റുവീഴുന്ന മുണ്ടോടെ കടവിലേക്കോടിക്കയറി: ''നിന്റെ ആ കിളുന്ത് ചെക്കൻ ലോറീടെ അടിയിൽപ്പെട്ടരയുമ്പോ എവിടായിരുന്നെടീ നിന്റെ ഈ ദൈവങ്ങള്?''

അമ്മിണിഅമ്മ പുകയുന്ന ധൂപക്കുറ്റിയിലേക്കുതന്നെ നോക്കി. നാലുപുറത്തുമുള്ള പെണ്ണുങ്ങൾ പിന്നെ മാതുവമ്മയെ പിടിച്ചുവലിച്ച് പുറത്തേക്കു കൊണ്ടുപോയി. കാവടിയാട്ടക്കാർ രാമൻനായരോടു പറഞ്ഞ അക്കാര്യം ആരും അമ്മിണിഅമ്മയെ അതുവരെ അറിയിച്ചിരുന്നില്ല. അമ്മിണിഅമ്മയുടെ വീട്ടിൽ വളർന്നുവരുന്ന ശിവന്റെ മുടിക്കെട്ടുപോലെയുള്ള പുറ്റിലെ പാമ്പുകളെ, അവയുടെ ശക്തിയെ, അവർ വല്ലാതെ പേടിച്ചിരുന്നു.

മാതുവമ്മയുടെ പറച്ചിൽ കേട്ട് അന്തം വിട്ടുനിന്ന അവർ തെരുതെരെ മനസ്സിൽ വഴിപാടുകൾ നേർന്നു. ഉണ്ണിക്കുട്ടന്റെ മരണവാർത്ത കേട്ടതുമുതൽ രാമൻനായർ വഴിപാടിനു വാങ്ങുന്ന പൂജാദ്രവ്യങ്ങളുടെ കണക്ക് കണിശമായി പറയാതായിത്തുടങ്ങിയതും അയൽവക്കത്തെ സ്ത്രീകൾ പുറ്റിനുമുന്നിൽ വഴിപാടർപ്പിക്കാൻ തുടങ്ങിയതും മനയ്ക്കലെ പണിത്തിരക്കിൽ അമ്മിണിഅമ്മ ശ്രദ്ധിച്ചിരുന്നില്ല. പണ്ട്, കല്യാണം കഴിഞ്ഞു രണ്ടു കൊല്ലത്തിനുള്ളിൽ രണ്ടു കുട്ടികളെയും തന്ന് മരിച്ചുപോയ ഭർത്താവിനെ ഓർത്ത് അമ്മിണിഅമ്മ പതിന്നാലു ദിവസം കരഞ്ഞിരുന്നപ്പോഴും അതാണ് സംഭവിച്ചത്. പതിന്നാലു ദിവസമായി അടിയും തളിയും ഇല്ലാതെ മുറ്റവും കോലായും പൊടി മൂടിക്കിടക്കുന്ന വിവരം മൂത്ത അന്തർജ്ജനം കാര്യസ്ഥനെ വിട്ടു പറയിച്ചപ്പോഴാണ് അമ്മിണിഅമ്മ അന്ന് കരച്ചിൽ നിർത്തി പിടഞ്ഞെണീറ്റത്.

അമ്മിണിഅമ്മ അതിനെത്രയോ മുൻപ്, മുജ്ജന്മം മുതൽ തന്നെ ശിവനെ പൂജിക്കാൻ തുടങ്ങിയിരുന്നതാണ്. പക്ഷേ, ദേഷ്യം വന്ന് ഭർത്താവ് ശിവനെ അകത്തെ ഇരുട്ടിലേക്ക് എടുത്തെറിഞ്ഞതു മുതൽ ശിവൻ അവിടെത്തന്നെ കിടപ്പായിരുന്നു. അതിനാൽ കാര്യസ്ഥൻ വന്നപ്പോൾ ഒറ്റയാണല്ലോ എന്നു കരുതി വീണുകിടന്ന ശിവവിഗ്രഹം എടുത്തു നേരെ വച്ചു. തങ്കമണിയെ അതിനുമുന്നിൽ കീറിയ തടുക്കുപായയിൽ കിടത്തി.

''ഇതാ എന്റെ മകൾ,'' അമ്മിണിയമ്മ പറഞ്ഞു: ''നിനക്കിഷ്ടംപോലെ, ഇനി തള്ളേ് കൊള്ളേ് എന്തു വേണമെങ്കിലും ചെയ്യാം.''

പിന്നെ അമ്മിണിഅമ്മ വാതിലടച്ചു പുറത്തുകടന്നു. ഉണ്ണിക്കുട്ടനെ, ആശാരി രാമന്റെ അമ്മയുടെ അടുത്താക്കി. അവന്റെ നിലവിളി പതുക്കെ പതുക്കെ അകലെയായി, അന്നാണ് ഇതേപോലെ തങ്കമണിക്ക് ചുറ്റും പിന്നെ കവചംപോലെ വളർന്നുവന്ന പുറ്റുകൾക്കു മുന്നിൽ വെറുതെ കുറേനേരം ഇരുന്നത്. ഒന്നും പറയാനില്ലാതെ, ഒന്നും അപേക്ഷിക്കാനില്ലാതെ.

“വെറുതെയാണ്.” പിന്നെ അമ്മിണിഅമ്മ, പുറ്റുകളുടെ നിരവധി മുഖപ്പുകളിൽ നിന്നുയരുന്ന ധൂപത്തിലേക്കും ആകെ മൂടുന്ന അതിന്റെ മങ്ങലിലേക്കും നോക്കി പറഞ്ഞു: “എന്റെ കണ്ണിനുമുമ്പിൽ പ്രത്യക്ഷപ്പെടാതെ പോകാൻ നിനക്കാവില്ല. ഉണ്ണിക്കുട്ടനെ നീ ഏറ്റുവാങ്ങിയെങ്കിൽ എനിക്കു സന്തോഷമേയുള്ളൂ. അവൻ അല്ലെങ്കിലും ഒരെറുമ്പിനെപ്പോലും ദ്രോഹിക്കാത്ത നല്ല കുട്ടിയായിരുന്നു. അവനെ നീ കൊണ്ടുപോയില്ലെങ്കിൽ ഇനി ആരെയാണ് നീ കൈയേല്ക്കുക... തങ്കമണിയെ എന്നോ ഞാൻ നിനക്കുഴിഞ്ഞുവെച്ചതാണ്. അതിനാൽ ഇനി ഞാൻ മാത്രമാണ് ബാക്കി.”അമ്മിണി അമ്മ വഴിയിൽ ഒരു ഞെട്ടലോടെ പെട്ടെന്നു നിന്നു.

“നിനക്കെന്നെ മനസ്സിലായില്ലേ?”

“ഓ, ധാരാളം.”

നിറുകയിലെ പീലിയിൽ കണ്ണുംനട്ട് അമ്മിണിഅമ്മ ധൃതിയിൽ സ്വന്തം ചുമലിൽനിന്നു തോർത്തു വലിച്ചെടുത്തു.

“എന്നിട്ട്.”

“ഞാൻ ശിവപ്രജയാണ്. അതുമല്ല, ഓരോന്നാലോചിക്കുകയായിരുന്നു.”

“അതുകൊണ്ടെന്താ?”

“കൂറുമാറ്റമാവില്ലേ? ശിവനു ദേഷ്യം വന്നാൽ...”

“ഞാൻ തരാം മോക്ഷമെങ്കിലോ?”

“അപ്പോൾ ആ പഴയ കൊസ്രാക്കൊള്ളിത്തരം പോയിട്ടില്ല” അമ്മിണിഅമ്മ ഒരുപിടി കുന്നിക്കുരു വേലിയിൽനിന്നും വലിച്ചൂരി കൃഷ്ണനനു കൊടുക്കുന്നതിനിടയിൽ ചിരിച്ചു: “വെറുതെ വന്ദിക്കുന്നതല്ല, നല്ല കാര്യങ്ങൾ ചെയ്യുന്നതാണ് നിനക്കിഷ്ടം എന്ന് എത്ര തവണ നീ ലോകരോടു പറഞ്ഞിരിക്കുന്നു?”

“എന്നാലും നീ എന്നെ തൊട്ടുമുൻപിൽ കണ്ടിട്ട്... അതുമല്ല നീ ചെയ്ത ഒരു നല്ല കാര്യം പറ.”

അമ്മിണിഅമ്മ പെട്ടെന്നന്തിച്ചുപോയി. താൻ ചെയ്ത നല്ല കാര്യങ്ങൾ ഒരൊറ്റ ഒന്നുപോലും അമ്മിണിഅമ്മയ്ക്കോർമ്മ വന്നില്ല. അതിനാൽ പരിഭ്രമത്തോടെ ധൃതിയിൽ പെട്ടെന്നെന്തോ കണ്ടുപിടിച്ചപോലെ അവർ പറഞ്ഞു:

“മനയ്ക്കലെ അടിച്ചുതളി.”

“ശരിയാണ്, അതൊന്നുണ്ട്.” കൃഷ്ണൻ തന്റെ കൗസ്തുഭത്തിൽ തിരുപ്പിടിക്കെ പതുക്കെ പറഞ്ഞു; “പക്ഷേ, കണക്ക് നിനക്കുമറിയാം.

ഏഴുകടൽ, ഏഴുകര ഏഴുമല... അതൊക്കെക്കടന്ന് അക്കരെയാണ്... അതത്രയും നീന്തിക്കടക്കാൻ മനയ്ക്കലെ അടിച്ചുതളി മാത്രം പോരാ.''

''ശരി'' കൃഷ്ണനെ മുഴുവനാക്കാനനുവദിക്കാതെ, അവർ നിവേദ്യത്തിനുള്ള അരിയിൽനിന്നും കുറച്ചെടുത്ത് കൃഷ്ണൻ നിന്നിരുന്ന പുഴവെള്ളത്തിൽ അർപ്പിച്ചു താണുതൊഴുതു. ''ശരി'', അവർ പറഞ്ഞു: ''എനിക്ക് മോക്ഷം വേണ്ട, ഒന്നും വേണ്ട. പകരം ഉണ്ണിക്കുട്ടന്റെ വിവരം മതി. അവനെവിടെയുണ്ട്?''

''ആഗ്രഹിക്കാവുന്നതെന്താണെന്ന് ആദ്യമേ അറിയലാണ് ഒരുവന്റെ ശക്തി'' എന്ന അശരീരിയാണ് ഉടൻ മേഘഗർജ്ജനംപോലെ ഉണ്ടായത്. ''കാത്തിരിക്കുക.''

കൃഷ്ണൻ പ്രതീക്ഷിച്ചപോലെ അപ്രത്യക്ഷനായിരുന്നു. അകലെ പുഴയുടെ ഓളങ്ങളിൽ ഒരാലിലമാത്രം വെട്ടിത്തിളങ്ങി. കണ്ണീരിന്റെ തെളിമയുള്ള പുഴവെള്ളം കൈക്കുടന്നയിലെടുത്ത് വാത്സല്യം നിറഞ്ഞ ഒരു ചിരിയോടെ കൃഷ്ണനെ ധ്യാനിച്ച് അതു പുഴയിലേക്കു തന്നെ അമ്മിണിഅമ്മ ഒഴിച്ചു.

സാക്ഷാൽ ശിവൻ പാമ്പിന്റെ രൂപത്തിൽ പ്രത്യക്ഷപ്പെടുമ്പോൾ ചോദിക്കാമെന്നു കരുതിയിരുന്നതാണ്. പക്ഷേ, ഈ മായ, പ്രപഞ്ചമായ സമ്മതിച്ചില്ല. ഒട്ടിയ വയറിലൂടെ കൈ തടവി കുറ്റബോധത്തോടെ അമ്മിണിഅമ്മ മുന്നോട്ടു നടന്നു. ഒരു കടലിന്റെ ഒരു മൂലപോലും ഞാൻ കടിച്ചിട്ടില്ല. മുന്നിൽ ഒന്നല്ല ഏഴുകടലാണ്. പിന്നെ ഏഴുകര... ഏഴുമല പ്രായശ്ചിത്തത്തിനുള്ള ഉപവാസ വ്രതങ്ങൾ അന്നു തന്നെ തുടങ്ങണമെന്നു തീരുമാനിച്ച അമ്മിണിഅമ്മ, ശ്രീകൃഷ്ണനെ പുഴവക്കത്തുവെച്ചു കണ്ട കാര്യം പതിവുപോലെ ആരോടും പറഞ്ഞില്ല.

വീട്ടിലെ മണ്ണുമെഴുകിയ തറയിൽ ശിവന്റെ കാലടിപ്പാടു കണ്ടതും പൂജാമുറിയിൽ തീർത്ഥം വീണു നനഞ്ഞ മണ്ണിൽനിന്നും ശിവന്റെ മുടിക്കെട്ടുപോലെ പുറ്റുയർന്നതും സർപ്പങ്ങൾ ശിവന്റെ കഴുത്തിലെന്നപോലെ മടിയും പേടിയുമില്ലാതെ തന്റെ മടിയിലൂടെ ഇഴയുന്നതുമൊക്കെ പറഞ്ഞപ്പോൾ എല്ലാവരും ചിരിക്കുകയാണ് ചെയ്തത്. കാണാൻ കഴിവുള്ള കണ്ണുകൾ എല്ലാവർക്കും നല്കണേ മഹേശ്വരാ, എന്നുമാത്രം താൻ ഉള്ളിൽ പറഞ്ഞു പ്രാർത്ഥിച്ചു. എന്തിന്, തങ്കമണിക്കുപോലും വിശ്വാസം തോന്നിയത്, നിറഞ്ഞ നിലാവിൽ പാലപ്പൂവിന്റെ മണത്തോടൊപ്പം ശിവൻ അവളെ വിളിച്ചുണർത്തി പുറത്തേക്കാനയിച്ചപ്പോഴാണ്.

''അത് ശരിയായില്ല.'' തങ്കമണിയുടെ മടിത്തുമ്പിലേക്ക് അരിയും കർപ്പൂരവും ഔദാര്യത്തോടെ ചൊരിയവേ രാമൻനായർ പരിഭവിച്ചു. ''ഞങ്ങളാൽച്ചിലരെ വിട്ട് അന്യജാതിക്കാരൻ ആശാരിയെ പിടി കൂടീത്.''

തങ്കമണി, പകൽ സമയത്ത് പണ്ടാരങ്ങളുടെ കൈയിൽനിന്നു വാങ്ങി ചുറ്റാൻ തുടങ്ങിയിരുന്ന മരവുരി ഒന്നുകൂടി ഒതുക്കിപ്പിടിച്ച് തല താഴ്ത്തി. പിന്നിൽ പുറം നിറഞ്ഞ് നിലത്തറ്റം മുട്ടുന്ന മുടിയിൽ ആർത്തിയോടെ നോക്കിയ രാമൻനായരുടെ കണ്ണിൽ ഒരു ചാട്ടുളി പോലെ തട്ടിയത് പാമ്പിൻപത്തിയിലെ വൈഡൂര്യംപോലെ തിള ങ്ങുന്ന മൂടിപ്പൂവിന്റെ പ്രഭയാണ്. ഒരു നിലവിളിയോടെ രാമൻനായർ തന്റെ ആകെ മഞ്ഞളിച്ച കണ്ണുപൊത്തി. അതോടെ രാമൻനായരുടെ കാഴ്ചശക്തി കുറഞ്ഞ കഥ, ഒരനാഥ ഗർഭത്തിന്റെ ചൂടോടെ ഗ്രാമ ത്തിലാകമാനം പടർന്നു. തങ്കമണിയുടെ പാതിവ്രത്യത്തിന്റെ ശുദ്ധി യിൽ സ്ത്രീകൾ ഒന്നടങ്കം ഭയന്നു. അവർ തങ്കമണിയുടെ വഴിവിട്ട് ഊടുവഴികളിലൂടെ നടന്നു. വേശ്യകൾ മാത്രം തങ്കമണിയുടെ മര വുരിയും കാലും തൊട്ടു വന്ദിച്ച് അനുഗ്രഹം വാങ്ങി.

തങ്കമണി പെറ്റ കുട്ടി മുക്കണ്ണനായതിനാൽ ആർക്കും അത്ഭുതം തോന്നിയില്ല. പ്രസവവേദനകൊണ്ട് പുളയുന്ന തങ്കമണിയെ മറ്റെല്ലാ ആപല്ക്കാലത്തിലും എന്നപോലെ ആശാരി രാമൻ ആശുപത്രിയി ലെത്തിച്ചു. ത്രിമൂർത്തികളിലൊന്നായ മഹേശ്വരന്റെ പുത്രന് ജന്മം കൊടുക്കാൻ ആശുപത്രിയിലെ ഡോക്ടറെ ആശ്രയിക്കുന്നതോർത്ത് അമ്മിണിഅമ്മ മാത്രം മൂക്കത്ത് വിരൽവെച്ചു.

ശിവൻ, തങ്കമണിയോട് യാത്ര പറഞ്ഞ് ഇരുട്ടിലേക്ക് മറഞ്ഞ ദിവസം പാമ്പിൻകാവിലെ ഇലഞ്ഞിച്ചുവട്ടിലിരുന്ന് മണ്ണിലെ നിര വധി പുറ്റുകളിലേക്ക് നോക്കി, അഴിഞ്ഞ മുടിയൊന്നും കെട്ടാതെ മുളപൊട്ടുംപോലെ, തങ്കമണി കരഞ്ഞപ്പോഴും ആശാരി രാമൻ എല്ലാം അറിഞ്ഞും ഉൾക്കൊണ്ടും ആ ഇലഞ്ഞിയിൽ ചാരിനിന്നിരുന്നു. അതുകണ്ട് അന്തംവിട്ട ആശാരിരാമന്റെ തള്ള തലയിലെ വിറകു കെട്ട് നിന്നിടത്ത് തന്നെയിട്ട് അവനെ പുരയ്ക്കുള്ളിലേക്ക് വലിച്ചു കൊണ്ടുപോയി. തൊടിയിൽ പത്തു ദിവസത്തിനകം നടക്കാനിരിക്കുന്ന രാമന്റെ വിവാഹം ശിവകോപത്താൽ മുടങ്ങുമോ എന്നായിരുന്നു അവർക്കു പേടി.

നിറവയറിൽ അമർത്തിപ്പിടിച്ച് കെന്തിക്കെന്തി കരയുന്ന തങ്ക മണിയുടെ തലയ്ക്കൽ പശ്ചാത്താപത്തോടെ നടന്നുപോകുന്ന ആശാരി രാമനെ അതിനൊന്നും പോകേണ്ടെന്ന് ഭാര്യ പലതവണ

നിർബ്ബന്ധിച്ചതും അതാണ്. പക്ഷേ, ഭാര്യ ഒരു തീക്കട്ടപോലെ, മരയഴികൾ ചാരിനിന്നിട്ടും രാമൻ തങ്കമണിയെ അനുഗമിക്കാൻ ശ്രദ്ധിച്ചത് പാമ്പിൻകാവിൽവെച്ച് നിലാവിൽ അർദ്ധരാത്രിയിൽ ശിവൻ തന്നെ ഏല്പിച്ച ചുമതല ഓർത്തിട്ടാണെന്ന് രാമന്റെ ഭാര്യ അറിഞ്ഞില്ല. പീടികക്കാരൻ രാമൻനായരുടെ കണ്ണിന്റെ കാഴ്ച കുറച്ച് വൈഡൂര്യത്തെപ്പറ്റി ഓർത്ത് മഞ്ചലിൽനിന്നും കീഴോട്ടിഴയുന്ന തങ്കമണിയുടെ നീണ്ടമുടി മണ്ണിൽ തട്ടാതെ രാമൻ ഉയർത്തിപ്പിടിച്ചു. ഇറയത്ത് തോരാനിട്ടിരുന്ന മുണ്ട് കക്കാൻ വന്ന ദിവസമാണ്, ജനാലയിലൂടെ നിലവിളക്കിന്റെ വെളിച്ചത്തിൽ പാമ്പ് തങ്കമണിയുടെ മേൽ ചുറ്റിവരിഞ്ഞുകിടക്കുന്നത് രാമൻ ആദ്യമായി കണ്ടത്. ആ കാഴ്ചയുടെ ഭീതിയിൽ, ലഹരിയിൽ രാമൻ ഒരു സ്വപ്നത്തിലെന്നപോലെ മഞ്ചലിന്റെ തലയ്ക്കൽ നടന്നു.

പക്ഷേ, മുക്കണ്ണനെ, നാട്ടുകച്ചവടക്കാരുടെ കൈയിൽ നിന്നു വാങ്ങിയ പുലിത്തോലിൽ പൊതിഞ്ഞ്, തങ്കമണിയുടെയോ ശിവന്റെയോ സഹായം കൂടാതെ താരാട്ടുപാടി തട്ടിയുറക്കി വളർത്തിയത് അമ്മിണിഅമ്മയാണ്. തങ്കമണി ആ വഴിക്കേ നോക്കിയില്ല. പെറ്റെഴുന്നേറ്റതും ജനലിന്റെ മരയഴികളിൽപ്പിടിച്ച് തങ്കമണി പുറത്തേക്കു നോക്കിനിന്നു. അവിടെ ആശാരിരാമന്റെ ചെറുപ്പക്കാരി ഭാര്യ ഈറൻ മുടി തുമ്പിൽക്കെട്ടി കുങ്കുമം തൊട്ട് ചുറുചുറുക്കോടെ മുറ്റമടിക്കുന്നുണ്ടായിരുന്നു. മൺതിണ്ണയിൽ ഭാര്യയെ നോക്കിയിരുന്നു പല്ലുതേക്കുന്ന ആശാരിരാമനെ തങ്കമണി നോക്കിയില്ല. അവൾ അതിനുമപ്പുറത്തേക്ക് അകലേക്കു നോക്കി. തങ്കമണിയുടെ പെറ്റവയർ കായാതിരിക്കാൻ ജനൽത്തിണ്ണയിൽ അമ്മിണിഅമ്മ കൊണ്ടുവന്നുവെച്ച കഞ്ഞിവെള്ളം, അതേപോലെ ഇരുന്നു. മുക്കണ്ണന്റെ വായ മുലപ്പാലിന്റെ നനവു തട്ടാതെ ഉണങ്ങി.

‘‘ഇന്നലെയും മേലേടത്തെ അന്തർജ്ജനം നിന്നെപ്പറ്റി അന്വേഷിച്ചു.’’ അമ്മിണിഅമ്മ സ്വന്തം മടിയിൽക്കിടത്തി മുക്കണ്ണനെ ഉറക്കുന്നതിനിടയ്ക്ക് തങ്കമണിയോടു പറഞ്ഞു: ‘‘ഈ വയസ്സുകാലത്ത് ഞാൻ ചെയ്യുന്നത് ഒന്നും നേരെയാവണുണ്ടാവില്ല. അടിച്ചുതളി തങ്കമണിക്കായിക്കൂടേ എന്ന് മൂത്ത അന്തർജ്ജനം ചോദിച്ചു. മുക്കണ്ണന് മൂന്നുനേരം എന്തെങ്കിലും ഇത്തിരി കൊടുക്കണ്ടേ. നെന്റെ ഈ ജനാലയ്ക്കലെ നില്പ് മോളിലിരിക്കുമ്പോ പരമശിവൻ കാണ്ന്ന്ണ്ടാവില്ലേ?’’

‘‘തൊണ്ട മൂന്നുനേരം നനയ്ക്കാൻ അതിന്റെ തന്തടെ അടുത്ത് കൊണ്ടാക്കിൻ തള്ളേ...’’ തങ്കമണി ചീറി. ‘‘നിങ്ങടെ ജടാധാരി എവളുടെ അടുത്തേക്കെ ഓടിപ്പോയത് എന്നും ചോദിച്ചുവരിൻ.’’

എന്നിട്ട് നോമ്പുദിവസം കത്തിക്കാനായി എടുത്തുവച്ച് പൂജാദ്രവ്യങ്ങൾ തങ്കമണി അടുപ്പിലേക്കെടുത്തെറിഞ്ഞു. അതു തടയാൻ അമ്മിണിഅമ്മ ആവുന്നതും നോക്കിയതാണ്. പക്ഷേ, അടുപ്പിൽ തീ ആളിക്കത്തി. കരിയുന്ന ചന്ദനത്തിരികൾ അടുപ്പിൽ നിന്നൂരിയെടുത്ത് ഒരു തുള്ളി വെള്ളം തളിച്ച് തീ കെടുത്താൻ പിന്നെ അമ്മിണിഅമ്മ മുക്കണ്ണനെ മടിയിൽ നിന്നിറക്കി കിടത്തി.

''എത്രാമത്തെ കടലിലാണ് നമ്മളിപ്പോൾ?''

തൊട്ടടുത്ത് അമ്മിണിഅമ്മയുടെ വയറിൽ കൈവെച്ച് കിടക്കുമ്പോൾ മുക്കണ്ണൻ ചോദിക്കും: ''ഏഴു കടലും കടന്നാൽ അമ്മമ്മയ്ക്ക് ഉണ്ണിമായയെ കാണാൻ പറ്റ്വോ?''

''ഇല്ല.'' അമ്മിണിഅമ്മ പറയും: ''പിന്നെ ഏഴുമല, പിന്നെ ഏഴു കര.''

''അപ്പോഴേക്കും അമ്മമ്മയ്ക്ക് കുറെ വയസ്സാവും.''

''ഉം. ചിലപ്പോൾ അക്കരെയെത്തി എന്നുവരില്ല.''

''അപ്പോഴോ?''

''അറിയില്ല.'' അമ്മിണിഅമ്മ പറയും: ''പരമശിവൻ പക്ഷേ, അതു ചെയ്യില്ല. പരീക്ഷിക്കണേനും ഒരതിരുണ്ടാവില്ലേ?''

''പ്രദോഷങ്ങളും ഉപവാസങ്ങളും ഞാനൊന്നും തെറ്റിച്ചിട്ടില്ല. ഒരബദ്ധത്തിൽ ഉണ്ണിക്കുട്ടനെപ്പറ്റി ശ്രീകൃഷ്ണനോട് ചോദിച്ചതല്ലാതെ ഞാനീ പാമ്പുമാരുടെ വഴിതെറ്റി നടന്നിട്ടുമില്ല.'' ഉറങ്ങിത്തുടങ്ങുന്ന മുക്കണ്ണനെ പിന്നെ അമ്മിണിഅമ്മ മാറോട് ചേർത്തുകിടത്തും. തങ്കമണി അവന് പച്ചവെള്ളംപോലും എടുത്തുകൊടുക്കാതായിട്ട് മാസങ്ങളായിരുന്നു. ജനാലയ്ക്കൽനിന്ന് എഴുന്നേല്ക്കാതെ രാവും പകലും ആശാരിരാമന്റെ ഭാര്യയെ നോക്കിനില്ക്കുന്ന തങ്കമണി തുരുമ്പിച്ച മരയഴിപോലെ മെലിഞ്ഞു കറുത്തു. ആശാരി രാമന്റെ ഭാര്യ പ്രസവിക്കാൻ പോയ രണ്ടു മാസങ്ങളിൽപ്പോലും തങ്കമണി ആ നില്പൊന്നു മാറ്റിയതുമില്ല.

അതറിഞ്ഞ ദിവസമാണ് ആശാരിരാമൻ നാടുവിടാൻ തീർച്ചയാക്കിയത്. അതിനു മൂന്നുദിവസം മുന്നേ മുക്കണ്ണനെക്കൂട്ടി ആശുപത്രിയിൽനിന്നും മടങ്ങുന്ന വഴിക്ക് ആശാരിരാമനെക്കണ്ട് തങ്കമണി പൊട്ടിത്തെറിച്ചു: ''തെറിച്ച വിത്തിന്റെ തലകണ്ടതും ഓടിപ്പോയതാണ് തന്ത. ചോദിക്കെടാ, പോയി അടുത്ത വെത എവിടെയാണെന്ന്.''

അമ്മിണിഅമ്മയുടെ കൈപിടിച്ചു നടന്നിരുന്ന മുക്കണ്ണനെ തങ്കമണി ആഞ്ഞുതള്ളിയത്രെ. തങ്കമണിയുടെ മുടിപ്പൂവിന്റെ

തിളക്കത്തിൽ കണ്ണ് മഞ്ഞളിക്കും മുൻപേ ആശാരിരാമൻ പിന്തിരിഞ്ഞുനോക്കാതെ ഓടി. വീട്ടിൽച്ചെന്ന് കയറുമ്പോൾ രാമന്റെ മേൽ പനിപൊള്ളി. അങ്ങനെയാണ് നാടുവിടാൻ തീർച്ചയാക്കിയ ദിവസം പുലർച്ചെ സന്നിയുടെ മൂർച്ഛയിൽ രാമൻ മരിച്ചത്. നെഞ്ചത്തടിച്ച് അലമുറയിടുന്ന രാമന്റെ ഭാര്യയെ നോക്കി തങ്കമണി സ്വന്തം മുടി ഒന്നഴിച്ചുകെട്ടി മുണ്ട് കുടഞ്ഞുടുത്ത് മുഖം കഴുകി വെടിപ്പാക്കി കണ്ണാടിക്കു മുൻപിൽ നിന്നു.

‘‘നെറ്റിയില് ഒരു പൊട്ടുകൂടി തൊട്ടാൽ അതൊരു ശ്രീയാണ്.’’ വിരുന്നുവന്നിരുന്ന മാതുവേടത്തി വെറ്റിലച്ചാറ് മുറ്റത്തേക്കു നീട്ടിത്തുപ്പി തങ്കമണിയെ ഊന്നിനോക്കി. ‘‘സത്യം പറഞ്ഞാൽ ആയപ്രായമൊന്നും തങ്കമണിക്ക് തോന്നുണൂല്ല്യ.’’

കണ്ണാടിയിൽനിന്നും മുഖം തിരിക്കാതെ തങ്കമണി മാതുവേടത്തിയെ നോക്കി. എന്നിട്ട് പൂജയ്ക്കുവെച്ച കളഭത്തിൽ വിരൽ മുക്കി പൊട്ടുതൊട്ടു.

‘‘വെറ്റിലമുറുക്കി ആ ചുണ്ടുംകൂടെ്യന്നും ചോപ്പിച്ചോളാ.’’

മാതുവേടത്തി, അമ്മിണിഅമ്മയെ നോക്കാതെ ചെല്ലം തങ്കമണിക്കരികിലേക്കു നീക്കിവെച്ചു.

അതും കഴിഞ്ഞ്, ആശാരിരാമന്റെ പുലയും പുലയടിയന്തിരവും കഴിഞ്ഞ് തിളങ്ങുന്ന വേലയും താലപ്പൊലിയും കഴിഞ്ഞ്, ഊഷരമായ ഭൂമിയാകെ മഴനനഞ്ഞ് ആർദ്രയായ ഒരു പ്രഭാതത്തിലാണ് തങ്കമണിക്കു മനംമാറ്റം സംഭവിച്ചത്. കേട്ടവർ കേട്ടവർ അന്തം വിട്ടുനിന്നു. തന്റെ കവചങ്ങളായിരുന്ന പുറ്റുകളെയും പാമ്പുകളെയും മുക്കണ്ണനെയും വിട്ട് കണ്ണെഴുതി കളഭക്കുറിതൊട്ട്, തങ്കമണി കൃഷ്ണയ്യരുടെ പീടികയിൽച്ചെന്നാണ് കസവുകരയുള്ള മുണ്ടും വേഷ്ടിയും ആവശ്യപ്പെട്ടത്. ശ്രീകൃഷ്ണനുമായുള്ള തന്റെ വിവാഹക്കാര്യം കൃഷ്ണയ്യരോടു പറഞ്ഞതും തങ്കമണി തന്നെയാണ്.

‘‘എന്നാൽ, ശ്രീകൃഷ്ണൻ തരട്ടെ പുടവ.’’ കൃഷ്ണയ്യർ പറഞ്ഞു: ‘‘കൃഷ്ണയ്യരെ എന്തിനാ വലയ്ക്ക്ണ്?’’

പൊടുന്നനെ ഒരു ഭൂമികുലുക്കത്താലെന്നപോലെ കൃഷ്ണയ്യരുടെ ജൗളിക്കട വിറയ്ക്കാൻ തുടങ്ങുന്നതു കണ്ടു ജനം അന്തിച്ചുനിന്നു. കൃഷ്ണയ്യർ ക്ഷമാപണത്തോടെ നല്കിയ പുടവധരിച്ച് തന്നെ കാണേണ്ടവർ ഇനി ഗുരുവായൂർ നടയ്ക്കൽ ചെന്നാൽ മതിയെന്ന് കൃഷ്ണയ്യരോടു പറഞ്ഞല്പിച്ചിട്ടാണ് തങ്കമണി ഒരു മിന്നൽക്കൊടിപോലെ ആകാശത്തിൽ അപ്രത്യക്ഷയായത്.

പതിവുപോലെ മനയ്ക്കലെ ജോലി കഴിഞ്ഞു മടങ്ങുമ്പോൾ

രാമൻനായരിൽ നിന്നുതന്നെയാണ് തങ്കമണി ആകാശത്തിൽ അപ്രത്യക്ഷയായ വിവരവും അമ്മിണിഅമ്മ അറിഞ്ഞത്.

‘‘ഒക്കെ ഒരു മായയാണ് രാമൻനായരെ.’’ പീടികത്തിണ്ണയിൽ ചാരി രാമൻനായർ കൊടുത്ത വെള്ളം കൈയിൽ വെച്ച് അമ്മിണിഅമ്മ പറഞ്ഞു: ‘‘എന്റെ കുട്ടിയുടെ മനസ്സു കലക്കിയവർക്കും ഒരു ദിവസം ചിത്രഗുപ്തന്റെ മുമ്പിൽ നിൽക്കേണ്ടിവരും. ഇന്നലെ ത്രിസന്ധ്യയ്ക്കു വിളക്കു കൊളുത്താത്തതെന്തെന്നു ചോദിച്ചതിന് അവൾ എന്നെ തല്ലാൻ വന്നു. അപ്പോഴേ എന്റെ മനസ്സു പിടച്ചതാണ്. പക്ഷേ, ഞാനോ എന്റെ മകളോ ഈ നാട്ടാരോട് ഒന്നും ചെയ്തില്ലല്ലോ. ആവോ, എനിക്കിനിയും അനുഭവിക്കാനുണ്ടേരിക്കും. മുജ്ജന്മത്തിലെ ദുരിതം ഇനിയും ശ്ശി ബാക്കിണ്ടേരിക്കും...’’

രാമൻനായർ തലയുയർത്തിയില്ല. കുറച്ചരിയും പഞ്ചസാരയും മുക്കണ്ണന്റെ കൈയിൽ കൊടുത്തിട്ടുണ്ടെന്നു മാത്രം അയാൾ പറഞ്ഞു.

അന്ന് മുക്കണ്ണനെ ചേർത്തുപിടിച്ച് പതിവുപോലെ പുറ്റിലേക്കു തന്നെ നോക്കിയിരിക്കുമ്പോഴാണ് അമ്മിണിഅമ്മ അതു കണ്ടത്. പുറ്റിനകത്തെ നിറഞ്ഞ ഇരുട്ടിൽ സ്വർണ്ണനൂൽപോലെ. പ്രതീക്ഷിച്ച അതേപോലെ. അമ്മിണിഅമ്മ പെട്ടെന്നു പ്രാർത്ഥന നിർത്തി. പള്ളിക്കുറിപ്പുണർത്താതെ ഇരുന്ന പലകയൊന്നനക്കാതെ പതുക്കെ അമ്മിണിഅമ്മ മുക്കണ്ണന്റെ ചുമലിൽ പിടിച്ചെഴുന്നേറ്റു.

‘‘മാമയ്ക്കുള്ള പ്രാർത്ഥന ചൊല്ലില്ല്യ’’ മുക്കണ്ണൻ പറഞ്ഞു:

‘‘ഉം...’’ സ്വർണ്ണനൂലിൽനിന്നു കണ്ണെടുക്കാതെ അമ്മിണിഅമ്മ മൂളി. ഉണ്ണിക്കുട്ടന്റെ വിവരം തിരുമേനിയോടു ചോദിക്കേണ്ടിയിരുന്നില്ല. ഒരുപക്ഷേ, ഇഷ്ടപ്പെട്ടിരിക്കില്ല. പടം താഴ്ത്തി അനങ്ങാതെയുള്ള കിടപ്പ് സൗമ്യതയുടെ ലക്ഷണമല്ല. തുച്ഛമായ അറിവാണ് എല്ലാ ദുഃഖത്തിനും കാരണം. ഭീതിയോടെ, പശ്ചാത്താപത്തോടെ നിന്നിടത്തുനിന്നു കൈ കൂപ്പി അമ്മിണിഅമ്മ ഓർത്തു.

അജ്ഞത പാപത്തിന്റെ ഫലമാണെന്ന് അറിയായ്കയല്ല. പക്ഷേ, കവിടികൾ മിന്നുന്ന നിലത്തു നിരത്തി തിരുമേനി ഇരിക്കുന്നതു കണ്ടപ്പോൾ ഉണ്ണിക്കുട്ടനെവിടെയുണ്ടെന്ന് അറിയാതെ ചോദിച്ചു പോയി. മൂന്നു ദിവസമായി ഒന്നും കഴിക്കാതിരുന്നതുകാരണം വല്ലാതെ വിശന്നിരുന്നു. മനസ്സും വിചാരിച്ച പടി നിന്നില്ല. ഉണ്ണിക്കുട്ടനെ ഒരു തവണ കാണാൻ യോഗം ഉണ്ടാവോ എന്നു ചോദിച്ചതുകൊണ്ടാണ്:

‘‘ഒരു ജന്മം കൂടിയെടുത്തോളാം.’’

താൻ തിരുമേനിയോടു പറഞ്ഞു: ‘‘പരമശിവനെ നിത്യഉപവാസം കൊണ്ടു പൂജിച്ചോളാം.’’

നീ മായയിൽനിന്നും രക്ഷപ്പെട്ടിട്ടില്ലല്ലോ അമ്മിണീ എന്നാണ് ഉത്തരമായി തിരുമേനി പറഞ്ഞത്.

സ്വർണ്ണനൂൽ ഒരു ഞെട്ടലോടെ പുളഞ്ഞു. നിവർത്തിയ പടത്തിൽ നിന്നു തിളങ്ങുന്ന കണ്ണുകൾ അമ്മിണിഅമ്മയെ ഉറ്റുനോക്കി.

അമ്മിണിഅമ്മ മുക്കണ്ണനെ ഒന്നുകൂടി ചേർത്തുപിടിച്ചു.

''നിന്റെ മകനാണ്.'' അമ്മിണിഅമ്മ പടത്തിൽനിന്നു കണ്ണെടുക്കാതെ സർപ്പത്തോടു പറഞ്ഞു. ''അവൻ വല്ലതും കഴിച്ചിട്ട് ഇന്നേക്കു മൂന്നു ദിവസമായി.''

പുറ്റിന്റെ ദ്വാരത്തിൽനിന്ന് ഉയർന്നുപാറുന്ന ഒരു തൂവൽപോലെയാണ് സ്വർണ്ണനൂൽ ഉയരുന്നതും പുറ്റുകളെ പൊട്ടിച്ചിതറിച്ചുകൊണ്ട് അമ്മിണിഅമ്മയ്ക്ക് നേരെ പറന്നതും. ഒരു സാന്ത്വനംപോലെ തന്റെ മായാബദ്ധമായ പുറംചക്ഷുസ്സുകൾക്കു മീതെ തണുപ്പുപടരുന്നത് പിന്നെ അമ്മിണിഅമ്മ അറിഞ്ഞു. അതോടെ അമ്മിണിഅമ്മയ്ക്ക് എല്ലാം കാണാമെന്നായി.

സാഫല്യത്തിന്റെ മുഗ്ദ്ധതയിൽനിന്നു മുക്കണ്ണന്റെ ഭീതിയാർന്ന പൊട്ടിക്കരച്ചിൽ അമ്മിണിഅമ്മ നിറഞ്ഞ വാത്സല്യത്തോടെ കണ്ടു. പക്ഷേ, കുളത്തിനടിയിൽ നിധി കുഴിച്ചിട്ട ചെമ്പുകുടങ്ങളും ആലിന്റെ തുമ്പത്ത് ഇളകിപ്പറക്കുന്ന മഞ്ഞപ്പട്ടുമൊക്കെ കൃത്യമായി അമ്മിണി അമ്മയ്ക്കു കാണാമെന്നായതോടെ കാര്യങ്ങൾ കുഴയാൻ തുടങ്ങി. ഭാര്യാഭർത്താക്കന്മാർപോലും പരസ്യമായി നഗ്നരാക്കപ്പെട്ടവർ കണക്കെ ചൂളിയതുകൊണ്ട് അമ്മിണിഅമ്മയുടെ വഴിവിട്ടു നടന്നു. ഏറ്റവും ബുദ്ധിമുട്ടിലായവർ സ്നേഹബദ്ധരായ യുവമിഥുനങ്ങളും ജാരന്മാരും കള്ളന്മാരുമായിരുന്നു. ഭൂരിപക്ഷവും ഇവരിൽ ആരെങ്കിലുമൊക്കെ ആയതിനാൽ അമ്മിണിഅമ്മയുടെ കാഴ്ചയിൽനിന്നു രക്ഷപ്പെടാൻ ജനം വെമ്പൽകൊണ്ടു. അങ്ങനെ തീരെ പ്രതീക്ഷിക്കാതെയാണ് അമ്മിണിഅമ്മ നാടിന്റെ ശത്രുപക്ഷത്തായത്.

സുകുമാരി അന്തർജ്ജനത്തിന്റെ അവിഹിതഗർഭം അലസിപ്പിച്ച ഡോ. കൃഷ്ണകുമാർ ആശുപത്രിയിൽ മരുന്നു സ്റ്റോക്കില്ലെന്നു പറഞ്ഞ് അമ്മിണിഅമ്മയെ തിരിച്ചയച്ചത് അതുകൊണ്ടാണ്. ആശുപതിക്കോലായിൽ മുക്കണ്ണന്റെ കൈ പിടിച്ചിരുന്ന് വയറുവേദന കൊണ്ടു പുളയുന്ന അമ്മിണിഅമ്മയെ ജനം ഒരു മന്ത്രവാദത്തിന്റെ ലഹരിയോടെ കണ്ടിരുന്നു.

''സുകുമാരിക്കു സുഖായോ കുട്ടീ.'' കൃഷ്ണകുമാർ അടുത്തു വന്നപ്പോൾ അമ്മിണിഅമ്മ ചോദിച്ചത്രേ. ''മനയ്ക്കലെ അടിച്ചുതളിക്ക് പൂവ്വാണ്ടായിട്ട് കുറച്ചു ദിവസമായി. എന്നോട് പാമ്പുമ്മാർ പറയേ്...''

യുക്തിയിലും ശാസ്ത്രത്തിലും മനുഷ്യരിലും മാത്രം വിശ്വസിച്ചിരുന്ന കൃഷ്ണകുമാർ അമ്മിണിഅമ്മയുടെ കണ്ണുകളിലേക്കു നോക്കി.

''അഞ്ചാറുമണിക്കൂറേ ഉള്ളൂ, കുട്ട്യേ. ഇത്രത്തോളം ഞാൻ എത്തിച്ചു. ഇനി വന്ന ജീവൻ വന്നവഴിക്കു പോട്ടെ. ദുർമ്മരണത്തിനു മോക്ഷല്യ. ഉണ്ണിക്കുട്ടനെ അവിടേം കാണാൻ തരാവില്ല്യ അപ്പോ. വല്ല വഴീം ഉണ്ടോ ഈ വേദനയൊന്നു കുറച്ചുതരാൻ. അനുഭവിക്കേണ്ടത് അനുഭവിച്ചു തീരണം എന്നറിയാഞ്ഞിട്ടല്ല. മായ...''

നഴ്സിങ് ഹോമിന്റെ അതിരുകൾക്കു തൊട്ടപ്പുറത്ത് അമ്മിണി അമ്മയെ ആ അർദ്ധരാത്രിയിലും കിടത്താൻ കൃഷ്ണകുമാർ തീരുമാനിച്ചത് ആ വാക്കുകളുടെ ബലത്തിന്മേലായിരുന്നു. പാമ്പുകൾക്കും മയിൽപ്പീലികൾക്കുമൊക്കെ അവകാശമുള്ള ഒരു ജീവിതം ദേശത്തിന്റെ മുഴുവൻ സ്വത്താവാതെ വയ്യ. അതുമല്ല. പൊലീസുകാർക്കും തന്നെപ്പോലെ പാമ്പുകളുടെ ഭാഷ മനസ്സിലായെന്നു വരില്ല. അവർ ഒളിച്ചിരിക്കുന്ന പാമ്പുകളെ പിടിക്കാനുള്ള ശ്രമത്തിൽ നഴ്സിങ് ഹോം മുഴുവൻ താറുമാറാക്കിയെന്നുപോലും വരും. ശാന്തിപൂർണ്ണമായ ഒരു മരണം അമ്മിണിഅമ്മയുടെ അവകാശമാക്കാനുള്ള പ്രയത്നത്തിൽ അങ്ങനെയാണ് കൃഷ്ണകുമാർ അവരെ മുക്കണ്ണനോടൊപ്പം നഴ്സിങ് ഹോമിന്റെ അതിരുകൾക്കു പുറത്തെത്തിച്ചത്.

പിറ്റേന്ന് പൊതുനിരത്തിന്റെ ഓരത്ത് ഒതുങ്ങി, ഒരു സാധനയോടെ, ശുദ്ധിയോടെ അമ്മിണിഅമ്മ കിടന്നു. നേർത്ത കാറ്റ് ഊതിപ്പറത്തിയ പൊടിമണ്ണ് വെളുത്ത മുടിയിഴകൾക്കു മീതെയും മുഖത്തും മഞ്ഞൾപ്പൊടിപോലെ മിന്നി. കോറായ്ക്കൽനിന്നും തുടങ്ങിയ എറുമ്പുകളുടെ വരി മണ്ണിലേക്കിറങ്ങിക്കഴിഞ്ഞിരുന്നു. ആലിനുമുകളിൽ കാക്കകൾ നിശ്ശബ്ദരായി കാത്തിരുന്നു.

''തങ്കമണിയെ വിവരം അറിയിക്കേണ്ടേ?'' ട്രൗസറിന്റെ വള്ളി ചുമലിൽനിന്നു തെറ്റി കോറായ്ക്കലൂടെ തുപ്പലൊലിപ്പിച്ച് കൈയിലെ പൊട്ടിയ ഗോട്ടി പാതി കാണിച്ച് ഉറങ്ങിക്കിടന്നിരുന്ന മുക്കണ്ണനെ അമ്മിണിഅമ്മയുടെ അടുത്തുനിന്ന് എടുത്തുമാറ്റുമ്പോൾ രാമൻ നായർ ചോദിച്ചു.

എല്ലാവരും കാത്തുനിന്നതു പാമ്പുകളെ ആയിരുന്നതിനാൽ ആരും ഒന്നും മിണ്ടിയില്ല.

വെയിൽ മൂക്കെയാണ് പൊലീസും പരിവാരവും എത്തിയത്. അളക്കലും ചൊരിയലും കഴിഞ്ഞ് അവർ പിന്മാറുന്നതുവരെ ജനം വിളിപ്പാടകലെ മാറിനിന്നു.

പാമ്പുകൾക്ക് എന്തിനാ ഇത്രനേരം? ആശാരിരാമന്റെ അമ്മ പതുക്കെ പിറുപിറുത്തു: ''ജീവൻ പോയിട്ട് മൂന്നാല് മണിക്കൂറായില്ലേ?''

''കൈലാസത്തിന്ന് വരേണ്ടേ നാരായണീ.'' മാതുവേടത്തി പറഞ്ഞു.

''മാനത്തുകൂടി വരുമ്പോ എത്ര ദൂരംണ്ട്ന്നാ വിചാരം?''

പൊലീസ് ശവം വണ്ടിയിലേക്കെടുത്തുവെച്ചു. ജനം ഒന്നടങ്കം വീർപ്പടക്കി മാനത്തേക്കുനോക്കി. കൈലാസത്തിലെ നാഗങ്ങൾക്ക് അതു കണ്ടിരിക്കാൻ കഴിയില്ലെന്ന് അവർക്കുറപ്പുണ്ടായിരുന്നു.

പെട്ടെന്ന് സ്വർണ്ണനൂൽകൊണ്ട് നെയ്ത വൈഡൂര്യങ്ങൾ പതിച്ച ഒരു പരവതാനികണക്കെ കൂട്ടമായി നാഗങ്ങൾ ആകാശത്തിൽ പ്രത്യക്ഷപ്പെട്ടു. അവയുടെ വാലുകളുടെ അറ്റങ്ങൾ അലുക്കുകൾ പോലെ വെയിലിൽ വെട്ടിത്തിളങ്ങി. ആ പ്രഭാപൂരത്തിൽ കണ്ണഞ്ചിയ ജനത്തിന് അനാഥപ്രേതങ്ങളെ കൊണ്ടുപോകുന്ന ശവവണ്ടിയിൽ നിന്ന് നാഗങ്ങൾ നെയ്ത പരവതാനിയിലേക്ക് അമ്മിണിഅമ്മ കയറി യിരുന്നത് ഒരു മങ്ങിയ ചിത്രത്തിലെന്ന പോലെയേ കാണാനായുള്ളൂ. മുക്കണ്ണനെ കൈകളിലുയർത്തി അവർ ആവേശത്തോടെ ആർത്തു വിളിച്ചു. പക്ഷേ, മുക്കണ്ണൻ മാത്രം കരച്ചിൽ നിർത്തിയതേയില്ല.

''അമ്മമ്മ എവിടേക്കേ പോയത്?''

ആകാശത്തിന്റെ അതിരിലേക്കു വായുവേഗത്തിൽ പറന്ന പരവ താനിയെ കണ്ണു കൂർപ്പിച്ചു കണ്ടുനിന്ന രാമൻനായരോട് മുക്കണ്ണൻ ചോദിച്ചു: ''അമ്മമ്മ എവിടേക്കേ പോയത്?''

''സ്വർഗ്ഗത്തിലേക്കാവും.'' പാതി സ്വപ്നത്തിലെന്നപോലെ രാമൻ നായർ പറഞ്ഞു: ''അവിടുന്നും പോണോ സ്വർഗ്ഗത്തിലേക്ക്? അല്ലെ ങ്കിൽ കൈലാസത്തിലേക്ക്.''

''അറിയില്ല.'' അകലെ മാഞ്ഞുതുടങ്ങുന്ന സ്വർണ്ണനൂലുകളുടെ അറ്റങ്ങളിൽനിന്ന് കണ്ണെടുക്കാതെ മുക്കണ്ണന്റെ പുറത്തേക്കൊലിച്ച മൂക്കുനീർ സ്വന്തം മുണ്ടിന്റെ കോന്തലയിൽ തുടച്ചെടുത്ത് രാമൻ നായർ അവനെ തന്നോടു ചേർത്തുപിടിച്ചു. ''പോയി നോക്ക്യാൽ ത്തന്നേ ഇതൊക്കെ അറിയൂ. മോൻ വാ. മായ മൂടിയ കണ്ണുകൾ കൊണ്ട് നോക്കീട്ട് ഒരു വസ്തൂം പിടികിട്ടണില്ല.''

■

പൗരധർമ്മവും ഫിസിക്സ് പ്രാക്റ്റിക്കൽസും

ഒരു നഗരത്തിന്റെ, കുറച്ചൊക്കെ സിവിലൈസ്ഡ് എന്നു വിളിക്കാവുന്ന ഒരു ഭാഗത്ത് ജീവിക്കുന്നതുകൊണ്ടാവണം ഞങ്ങളിൽ പലരും ഒരു പുലിക്കുട്ടിയെ കണ്ടിരുന്നില്ല. ഞങ്ങളുടെ കെട്ടിടത്തിലും അതിനു ചുറ്റുമുള്ള പ്രദേശങ്ങളിലും ഒരു പുലിക്കുട്ടി അലയുന്നു എന്നു കേട്ടപ്പോൾ അത്രയേറെ കൗതുകം തോന്നാൻ അതായിരുന്നു കാരണം. പുലിക്കുട്ടിയെ നേരിൽക്കണ്ടവരെ ആരേയും ഞങ്ങൾ കണ്ടിട്ടില്ല. പക്ഷേ, നേരിൽ കണ്ടതുമാത്രം വിശ്വസിക്കാൻ തുടങ്ങിയാൽ ദൈവത്തെവരെ നമുക്ക് തള്ളിപ്പറയേണ്ടി വരും. അതുമാത്രമല്ല, ഗണേശ് ഭട്ടിനാവട്ടെ, ശർമ്മയ്ക്കാവട്ടെ, ഒരു പുലിക്കുട്ടിയുടെ നുണക്കഥ പ്രചരിപ്പിക്കേണ്ട ആവശ്യവും ഉണ്ടായിരുന്നില്ല. രുദ്രാക്ഷംപോലെ ചുവന്ന പാടുകൾ ചിതറിയ പുറംതോലുമായാണ് പുലി പ്രത്യക്ഷപ്പെട്ടതെന്ന് കണ്ടവർ പറഞ്ഞപ്പോൾ ഗണേശ് ഭട്ട് കൈകൂപ്പി. നഗരത്തിൽ കാറ്റും വെളിച്ചവും വേണ്ടത്ര കടക്കാത്ത ഇടുങ്ങിയ മുറികളിൽ ഞെരുങ്ങി, വെയിലത്തിട്ടുണക്കാൻ ഇടയ്ക്കുപോലും സമയം കിട്ടാത്ത കരിംപായൽ പിടിച്ച മനസ്സുകളുമായി ജീവിക്കുന്ന ഞങ്ങൾക്ക് പുലിക്കഥ കുളിർക്കാറ്റുപോലെ ഉന്മേഷം നല്കി.

‘‘കലിയുഗത്തിൽ ഇത്തരമൊരു പുലിയുടെ പുറത്താവും ഭഗവാൻ അവതരിക്കുന്നത്.’’ കഥ കേൾക്കാൻ ഗണേശ് ഭട്ടിനു ചുറ്റും കൂടിയ ഞങ്ങളോട് അദ്ദേഹം പറഞ്ഞു. ‘‘അനീതിയും അസത്യവും അതിരു കടക്കുന്ന ഇക്കാലത്ത് അജ്ഞരായ മനുഷ്യർക്ക് എന്തെങ്കിലും ഒരു നിമിത്തം കാണിച്ചുകൊടുത്താലേ പറ്റൂ എന്ന് ഭഗവാനും തോന്നിയിരിക്കണം. സ്വന്തം സൃഷ്ടികളാണല്ലോ അവർ.’’

നിത്യനൈമിത്തികങ്ങളിൽപ്പെട്ടുഴലുന്ന സാധാരണക്കാരായ ഞങ്ങൾക്ക് അവതാരങ്ങളും അവരുടെ സിദ്ധികളും വലിയ കാര്യമായിരുന്നു. ഞങ്ങളുടെ മനസ്സു കാണുന്ന ഒരാളെ ഞങ്ങൾ കാത്തിരിക്കാൻ തുടങ്ങിയിട്ടും കുറേനാളായി. കാരണം ചൊടിയും ചുണയും

കാര്യങ്ങൾ നടത്താൻ തന്റേടവുമുള്ള ഒരുത്തൻ (ഒരുത്തി) രക്ഷയ്ക്കുണ്ടെങ്കിൽ അതൊരു സമാധാനമാണ്. കാശു കൊടുത്തു വാങ്ങിയ വീടും കുടിയും നിയമാനുസൃതമല്ലെന്ന വിധിയും ബുൾഡോസറും ആയി എത്തുന്ന മുനിസിപ്പാലിറ്റിക്കാർ, കുറ്റവാളിക്കെതിരെ തെളിവു പറയാൻ ധൈര്യമില്ലാത്ത, കോളനിയിലേക്കുള്ള കുടിജലം നിർത്തലാക്കുന്ന പൊലീസുകാർ, വർഷങ്ങളായി വൃത്തിയാക്കാതെ കിടക്കുന്ന സ്വീവേജ് പൈപ്പുകളിൽനിന്ന് നടവഴിയിലേക്ക് എന്നും ഏന്തിത്തുളുമ്പുന്ന അഴുക്കുവെള്ളം, മുറ്റത്ത് ഒരു മുരിങ്ങ വെക്കാൻ ഒന്നു കിളച്ചാൽ മരാമത്ത് ഹഫ്ത പിരിക്കാനെത്തുന്ന ലോക്കൽ ദാദമാർ, ഇവരൊക്കെ നിറഞ്ഞതാണ് ഞങ്ങളുടെ ദൈനംദിന ലോകം.

ന്യായവാദങ്ങളോ തർക്കങ്ങളോ എന്നേ ഞങ്ങൾ ബുദ്ധിപൂർവ്വം നിർത്തിയിരുന്നു. ചോദിച്ചതു കൊടുത്തു മിണ്ടാതിരിക്കും. പൊലീസല്ലേ എന്നാണ് ചോദ്യമെങ്കിൽ, അത്തരം എല്ലാ യൂണിഫോമുകളോടുമുള്ള അവജ്ഞ ഒരു റേഷ്യൽ മെമ്മറിയായി ഞങ്ങൾക്ക് കിട്ടിക്കഴിഞ്ഞിരുന്നു എന്നാണ് എനിക്കുതോന്നുന്ന ഉത്തരം. ഏതായാലും ഏതൊരു കാര്യത്തിനും ഞങ്ങളാരും പൊലീസിനെ സമീപിക്കാറില്ല. അത്രയും പണവും മാനവും നഷ്ടം. നീതിയിലും സത്യത്തിലും പരമവിശ്വാസമുള്ള മേനോൻ സാറുപോലും പറയും ''അതേതായാലും വേണ്ട.''

പുലിക്കുട്ടിയിൽനിന്നും ജടാധാരിയിലേക്ക് സംഗതികൾ വളർന്നത് മെക്കാനിക് ശർമ്മയിലൂടെയായിരുന്നു. രണ്ടാമത്തെ ഷിഫ്റ്റ് കഴിഞ്ഞ് പാതിരയ്ക്ക് ഫാക്ടറിയിൽനിന്നും മടങ്ങുന്ന ശർമ്മ, കള്ളവാറ്റുകാർ തമ്പടിച്ച അഴുക്കുചാലിനടുത്ത ഇരുട്ടുമൂലയിലെത്തുമ്പോൾ വാച്ചൂരി ബനിയനകത്തേക്കിട്ട് രാമനാമം ജപിക്കുകയാണ് പതിവ്.

അന്ന് കള്ളവാറ്റുകാരോ ചാലിൽനിന്ന് വഴിയിലേക്കേന്തിയ അഴുക്ക് വെള്ളമോ അവിടെ ഉണ്ടയിരുന്നില്ല. പകരം വഴിമുട്ടിനിന്ന്, കാറ്റത്ത് പാറിപ്പറക്കുന്ന, ഭീമാകാരമായ ഒരു ജടയാണ് ശർമ്മയെ എതിരേറ്റത്. ചന്ദ്രക്കലയുടെ പ്രകാശത്തിൽ മുക്കണ്ണിനു മുകളിലെ മൂവരക്കുറി വെള്ളിപോലെ തിളങ്ങി. നിന്നനില്പിൽ രാമനാമം മറന്ന് 'ഓം ശിവായ നമഃ' എന്ന നിലവിളിയോടെ കാലിൽ വീണുപോയ ശർമ്മയുടെ കണ്ണിൽ ചുവപ്പുപാടകൾ ചിതറിയ പുലിത്തോൽ പെട്ടതപ്പോഴായിരുന്നു. വൃത്തികേടുകൾ തള്ളിനീക്കി ഓവുചാലിലൂടെ അഴുക്കുവെള്ളം കൂലംകുത്തിയൊഴുകിയിരുന്നത്രെ. അതിനു മുകളിൽ അലച്ചുയരുന്ന സുഗന്ധം നിറഞ്ഞ കാറ്റിലാണ് ശർമ്മ ആ അശരീരി കേട്ടത്. ''മുന്നോടിയും രക്ഷകനും ഞാനാകുന്നു'' ശുദ്ധ സംസ്കൃതത്തിലായിരുന്നു വചനം. ''എന്നെ പിന്തുടരുക.''

കണ്ണു തുറക്കുമ്പോൾ തന്റെ ഒറ്റമുറിവീടിന്റെ വാതില്ക്കൽ പനിച്ചു പൊള്ളിക്കിടക്കുകയായിരുന്നു ശർമ്മ.

''വല്ലാതെ പേടിച്ചിരിക്കുന്നു'' ശർമ്മയുടെ നെറ്റിയിൽ വെള്ളം നനച്ച് തണുപ്പിച്ച് മേനോൻ സാറ് പറഞ്ഞു. ''അർദ്ധരാത്രിക്കല്ലേ, മനസ്സ് പതുക്കെ പതുക്കെ തണുക്കണെ വേണം.''

വിഭൂതി മുഖർജിയുടെ വീട്ടുവാതില്ക്കൽ മൂവരയുള്ള തൊടുകുറികൾ തുടർച്ചയായി പ്രത്യക്ഷപ്പെടാൻ തുടങ്ങിയപ്പോൾ അയൽപക്കക്കാരായ ഞങ്ങളൊക്കെ പരസ്പരം മുഖത്തോടുമുഖം നോക്കി. ഓപ്പറേഷൻ സമയത്ത് ഡോക്ടറുടെ അശ്രദ്ധമൂലം, നാപ്കിൻ വയറ്റിലിട്ട് തുന്നിക്കൂട്ടിയതിനുശേഷം നരകവേദന തിന്നുകയായിരുന്ന വിഭൂതി എല്ലാം മറന്ന് നിവർന്നിരുന്നു. മുന്നിലേക്കുറച്ച കണ്ണുകളോടെ, കഴുത്തറുക്കുന്ന ചികിത്സാഫീസ് വാങ്ങിയിരുന്ന അഹംഭാവിയായിരുന്ന ഡോ. പെട്ണേക്കർ, ധ്യാനത്തിലെന്നപോലെ അനക്കമറ്റിരുന്ന വിഭൂതിയുടെ കാൽക്കൽ വീണു.

''എന്താ ശിക്ഷ എന്നുവച്ചാൽ കല്പിക്കാം.'' വെളുത്ത സഫാരി സൂട്ടിൽ വിഭൂതിയുടെ വീട്ടിലെ മൺനിലത്തെ പൊടിപറ്റുമെന്നതൊക്കെ മറന്ന് മുട്ടുകുത്തി പെട്ണേക്കർ വീണ്ടും വീണ്ടും നിലത്ത് തല മുട്ടിച്ചു. ''എത്ര പണമാണ് എന്നുവെച്ചാൽ പറയാം. അടിയനിവിടെ എത്തിച്ചോളാം.''

ജാതിയും മതവും ഭാഷകളും ഒന്നും വേർതിരിക്കാത്ത നിതാന്തമായ ഒരാവേശത്തിൽ, പെട്ണേക്കറെപ്പോലും മുട്ടുകുത്തിച്ച ശക്തിയെ ഓർത്ത് ഞങ്ങളുടെ കണ്ണുകൾ നിറഞ്ഞു. ഒരു വിജേതാവിന്റെ അനുയായികൾ അയാളെ വായുവിലേക്ക് പൊക്കിപ്പിടിച്ച് ആർപ്പുവിളിക്കുന്നതുപോലെയാണ് ഈ ശക്തിയെ ഞങ്ങൾ എതിരേറ്റത്. സന്മാർഗ്ഗത്തിന്റെയും സദാചാരത്തിന്റെയും സുരക്ഷിതത്വത്തിന്റെയും സുഗന്ധം പോലെ ആ സാന്നിദ്ധ്യം ഞങ്ങളിൽ പടർന്നു. ഭക്തിയുടെയും പ്രതീക്ഷയുടെയും ലഹരി നിറഞ്ഞ ആ അന്തരീക്ഷത്തിൽ സാവന്ത് പെട്ടെന്ന് വിറച്ചുകരയാൻ തുടങ്ങി. താൻ മഹാപാപിയാണെന്ന് വിലപിച്ചുകൊണ്ടും മാപ്പിനിരന്നുകൊണ്ടും സാവന്ത് വെറും മണ്ണിലിരുണ്ടു, തൂപ്പുകാരൻ മനോഹറിന്റെ എട്ടുവയസ്സുകാരി മകളെ പന്നിക്കൂട്ടിനടുത്തിട്ട് ബലാത്സംഗം ചെയ്തത് സാവന്തായിരുന്നു എന്ന ഞങ്ങളുടെ സംശയം അതോടെ ഉറപ്പായി. സാവന്ത് അത് നിഷേധിച്ചതുമില്ല.

ശർമ്മയും ഭട്ടും പിന്നെ ഒട്ടും വൈകിച്ചില്ല. ദിവസങ്ങൾക്കുള്ളിൽ പൊട്ടിപ്പൊളിഞ്ഞു കിടന്ന ആർക്കും വേണ്ടാത്ത അമ്പലമണ്ഡപത്തിനു മുകളിൽ പറക്കുന്ന ജടയും തിളങ്ങുന്ന മുക്കണ്ണും സ്ഥലം

പിടിച്ചു. മൂന്നു തൊടുകുറിയിട്ട പ്രതിപുരുഷന്മാർ മഞ്ഞബാന്റുകൾ കൈയിൽ അണിഞ്ഞ് കലഹത്തിനും വഴക്കിനും മദ്ധ്യസ്ഥം പറഞ്ഞു.

''തുളയ്ക്കുന്ന ആ നോട്ടം മേലിൽ തട്ടിയാൽ ഒരു കുളിരു പോലെ വരും.''

ഭട്ട് പറഞ്ഞു: ''നുണ പറയാൻ പോട്ടെ, നുണ ആലോചിക്കാൻ പോലും ധൈര്യം വരില്ല.''

പ്രതിമ പണിയാനും മണ്ഡപം പുതുക്കി, ദർശനത്തിനുള്ള ഹാളാക്കാനും പണം വെള്ളംപോലെ ഒഴുകി. അലയടിച്ചെത്തുന്ന അനീതിക്കും അക്രമത്തിനുമെതിരെ ഒരണക്കെട്ടുന്നതുപോലെയാണ് ഞങ്ങൾക്ക് പലർക്കും തോന്നിയത്. ഞങ്ങൾ കൈയയച്ചു സഹായിച്ചു. മണ്ഡപത്തിനു ചുറ്റുമുള്ള പൊതുസ്ഥലം അതിരിട്ട് തിരിച്ച് ഭക്തർക്ക് വെയിൽ കൊള്ളാതെ നില്ക്കാനുള്ള പന്തലിടാൻ മുനിസിപ്പാലിറ്റിയിലെ ഉയർന്ന ഉദ്യോഗസ്ഥനായ മി. ജോഷി തയ്യാറെടുത്തപ്പോൾ പക്ഷേ, എനിക്ക് പേടി തോന്നി.

''സ്കൂളിനനുവദിച്ച കളിസ്ഥലമല്ലേ അത്?'' അവിടെ കുറ്റിയടിച്ച് വേലി കെട്ടുന്നവരെ കണ്ട് ഞാൻ അടുത്തവീട്ടിലെ മീനാക്ഷി ടീച്ചറോട് ചോദിച്ചു.

''അതെ, പക്ഷേ, അതിലും നല്ല കാര്യത്തിനല്ലേ അത് ഉപയോഗിക്കാൻ പോന്നത്? ദൈവകാര്യത്തിലും വലിയൊരു കളിയുണ്ടോ?''

''ടീച്ചറുടെ മുറ്റത്താവേണ്ടിയിരുന്നു പന്തല്.'' കഴുത്തുവരെ വളർത്തിയ മുടിയിൽ റബ്ബർബാന്റ് ഇറുക്കി ഇട്ടുകൊണ്ട് സാമുവൽ പെട്ടെന്നു പറഞ്ഞു.

''ദൈവമാണോ കാശുമുടക്കി വാങ്ങിയ സ്വന്തം മുറ്റമാണോ മീനാക്ഷി ടീച്ചർക്ക് വലുത് എന്ന് അപ്പോ കാണാമായിരുന്നു.''

''എന്നാൽ എന്റെ ഭാഗ്യാന്ന് കരുതും. ദൈവം പടിവാതില്ക്കലെത്തണത് ഭാഗ്യമല്ലെങ്കിൽ പിന്നെ എന്താ?'' മീനാക്ഷി പറഞ്ഞു.

ദർശനത്തിന് ഒരിക്കലും കാണാറില്ലല്ലോ എന്ന പരിഭവവുമായി മഞ്ഞബാൻഡുകൾ വിതരണം ചെയ്യാനെത്തിയ അനുയായികളോട് സാമുവൽ പറഞ്ഞത്, ലോകം മുഴുവൻ ഇരുന്നിടത്തിരുന്ന് കാണാൻ കഴിയുന്ന ദൈവത്തിന് ഞാനെവിടെയായാലും എന്റെ മനസ്സ് കണ്ടൂടെ എന്നാണത്രെ. സാമുവൽ മഞ്ഞബാൻഡ് വാങ്ങിയതുമില്ല.

''അത് വേണ്ടായിരുന്നു.'' ഞാൻ പറഞ്ഞു. ''ആ മഞ്ഞബാൻഡ് വീട്ടിൽ വാങ്ങിവച്ചതുകൊണ്ട് ഒന്നും നഷ്ടപ്പെടാനില്ല.''

''അങ്ങനെ എനിക്ക് തോന്നണ്ടേ?'' സാമുവലിന്റെ മുഖം വല്ലാതെ തുടുത്തു.

“ആരും ഒരു മഞ്ഞബാൻഡ് എന്റെ മനസ്സിനു മുകളിൽ ഒട്ടിച്ചു വെക്കണ്ട.”

“ഭാഗ്യം വരുന്നു.” സാമുവൽ കാർക്കിച്ചു തുപ്പി “വീട്ടുവാതില്ക്കലല്ലേ ദൈവം? എന്നിട്ടും ഇങ്ങനെ അലറിവിളിച്ചാലേ ജോഷിയുടെ മകൾ കല്യാണം കഴിക്കാൻ പോവുകയാണെന്ന് ദൈവത്തിന് മനസ്സിലാവൂ? ചെവി കേൾക്കില്ലേ ദൈവത്തിന്?”

രണ്ടു നാലു ദിവസമായി ജോഷിയുടെ വീട്ടിൽനിന്നും നിർത്താതെ ഉയരുന്ന ലൗഡ്സ്പീക്കർ ഭജനയെക്കുറിച്ചായിരുന്നു സാമുവൽ പറഞ്ഞത്. ജോഷിയുടെ മകളുടെ കല്യാണം പ്രമാണിച്ചാണ് അതെന്ന് മിസ്സിസ് മേനോൻ പറഞ്ഞുതന്നിരുന്നു.

“കണ്ണും, ചെവിയും കേൾക്കാനില്ലാതെ നരകിക്കണതല്ലേ ഭാഗ്യം.”

ഇന്നലെ ഓഫീസിൽനിന്നും വന്നെത്തുമ്പോൾ മൂന്നുനാലു കുഷ്യനുകൾ ചെവിക്കുമേൽ അമർത്തിവെച്ച് അസഹ്യതയോടെ ചുരുണ്ടു കൂടുന്ന സൂരജിന്റെ ചിത്രമാണ് എന്റെ മനസ്സിൽ പെട്ടെന്നു വന്നത്.

“രാവും പകലും കിടന്നുറങ്ങിയാൽ മതി.” താൻ സൂരജിനു നേരെ ശുണ്ഠിയെടുത്തു. “പരീക്ഷ തലേൽക്കേറി. വിയർപ്പു വെള്ളമാക്കിയിട്ടാണ് ഞാൻ നിന്നെ പഠിപ്പിക്കാനുള്ള കാശ് തെണ്ടിക്കുന്നത്.”

ഞാൻ പറഞ്ഞത് അക്ഷരംപ്രതി ശരിയായിരുന്നു. ഒരു ഇടത്തരം കുടുംബത്തിൽപ്പെട്ട എനിക്ക് കുട്ടികളുടെ പഠിപ്പ് അങ്ങനെ നിസ്സാരമാക്കി തള്ളിക്കളയാവുന്ന സംഗതിയായിരുന്നില്ല. പ്രൈവറ്റ് ട്യൂഷൻ, കോച്ചിങ് ക്ലാസ്, പോക്കുവരവ്, ശാപ്പാട് എല്ലാറ്റിനും കൂടി മാസം ഒരു നല്ല തുക വേണം. ശ്രദ്ധ വേണ്ടയിടത്ത് നില്ക്കാനും ഓർമ്മ ശക്തി ഉണ്ടാവാനുമുള്ള മരുന്നും ഡോക്ടർമാരും പുറമേ പന്ത്രണ്ടാം ക്ലാസിൽ പഠിക്കുന്ന സൂരജിന് ഒരു മാർക്കു കുറഞ്ഞാൽ ചിലപ്പോൾ ഈ ചെലവാക്കിയ ആയിരങ്ങളാണ് വെള്ളത്തിലാവുക. കുട്ടികളുടെ ടെൻഷനും നിരാശയും ഡൊണേഷൻ വേവലാതിയും ഡിപ്രഷനും വേറെ. കഴിഞ്ഞ പരീക്ഷയിൽ അര മാർക്ക് കുറഞ്ഞ് സീറ്റു നഷ്ടപ്പെട്ട ഡോ. റാവുവിന്റെ മകൾ ഇപ്പോഴും പ്രാന്തിയെപോലെ വീട്ടിനുള്ളിൽ വാതിലടച്ചിരിപ്പാണ്.

എന്റെ വയർ ഒന്നാകെ കാളി.

“അമ്മയ്ക്ക് കേൾക്കാനില്ലേ ഈ ബഹളം?” സൂരജ് കരച്ചിലിന്റെ വക്കത്തെത്തിയിരുന്നു. “എങ്ങനെ പഠിക്കാനാണിവിടെ?”

ജനലുകളും വാതിലുകളും പഴുതില്ലാതെ സൂരജ് കൊട്ടിയടച്ചിട്ടും ലൗഡ്സ്പീക്കറിലൂടെ അലതല്ലിയ ഭജന മുറിയിൽ മുഴുവൻ നിറഞ്ഞുനിന്നിരുന്നു എന്നത് താനപ്പോഴാണ് ശ്രദ്ധിച്ചത്.

''അകലെയുള്ള പാർക്കിൽ പോയിരിക്കുകയാണ് ഒരു വഴി.'' ഒരു വലിയ കഷണം പഞ്ഞി സൂരജിന്റെയും എന്റെയും ചെവിയിൽ തിരുകി സ്വയം പറഞ്ഞു: ''അല്ലെങ്കിൽ അറ്റകൈയിന് സരിതയുടെ വീട്ടിൽ പോകാം.''

സരിത എന്ന സഹപ്രവർത്തക താമസിക്കുന്നത് അകലെയാണ്.

''അമ്മയെ ഇന്നു വൈകുന്നേരം ആശുപത്രിയിൽനിന്ന് ഡിസ്ചാർജ് ചെയ്യും.'' നീണ്ട മുടിയിൽനിന്നു കൈയെടുത്ത് സാമുവൽ മുഖം അമർത്തിത്തുടച്ചു വാതില്ക്കൽ വന്നു. ''ജോഷി വരട്ടെ, ഇതൊന്ന് നിർത്താൻ പറ്റുമോ എന്ന് നോക്കണമല്ലോ.''

നാലുദിവസം കഴിഞ്ഞാൽ സൂരജിന്റെ പരീക്ഷയായി.

''ജോഷിയോട് ഞാൻ പറഞ്ഞുനോക്കാം.'' ഞാൻ അനുനയത്തിൽ സാമുവലിനോട് പറഞ്ഞു: ''സാമുവൽ അമ്മയുടെ അടുത്തിരുന്നാൽ മതി.''

സാമുവലിന്റെ അമ്മ ഹൃദ്രോഗിയായിരുന്നു. ആശുപത്രിയിൽ നിന്നും ഇവിടേക്കാണ് വരുന്നതെങ്കിൽ ഉറക്കം തീരെ ശരിയാവില്ല. സാമുവലിന്റെ ടെൻഷൻ മനസ്സിലാക്കാവുന്നതേയുള്ളൂ. സാമുവൽ വീട്ടിനുമുന്നിൽ അങ്ങോട്ടുമിങ്ങോട്ടും വെറുതെ നടന്നു.

സാമുവലും ജോഷിയും കൂട്ടിമുട്ടിയാൽ കാര്യങ്ങൾ കൂടുതൽ കുഴയുകയേയുള്ളൂ എന്നെനിക്ക് തീർച്ചയായിരുന്നു. സാമുവലിന് മൂക്കത്താണ് ശുണ്ഠി. രണ്ടും കല്പിച്ച് ജോഷിയെ കണ്ടുകളയാമെന്നുവെച്ചത് അതുകൊണ്ടാണ്.

ജോഷിയുടെ കാർ വരുന്നതുവരെ താൻ ജനാലയ്ക്കൽത്തന്നെ നിന്നു. കാർ വന്നത് വളരെ വൈകിയാണ്.

''ഓ...? ചോദ്യം ചെയ്യൽ? അതും ഒരു സ്ത്രീ.''

''മകനുണ്ട്. കൂടെ.'' സൂരജിനെ മുന്നിലേക്കു നീക്കി ഒരു വിശദീകരണം പോലെയാണ് താനതു പറഞ്ഞത്. പറഞ്ഞുകഴിഞ്ഞതും അതിനെ സ്വയം നീതീകരിക്കാനുള്ള ത്വര എന്നെത്തന്നെ അറപ്പിച്ചു.

''സൂരജിന് പരീക്ഷയാണ്,'' ജാള്യത മറച്ചുവെക്കാൻ ഞാൻ എന്റെ ശബ്ദം കടുപ്പിച്ചു. അല്ലെങ്കിൽത്തന്നെയും ഇവിടെ രോഗികളുണ്ട്. ചെയ്യാൻ മറ്റുകാര്യങ്ങളും മറ്റുള്ളവർക്കുമില്ലേ? മൂന്നുനാലു ദിവസമായി ഈ ബഹളം...''

''ഇതൊരു കല്യാണവീടാണ്. പാട്ടും ഭജനയും ബഹളവും ഉണ്ടായെന്നു വരും. കല്യാണം കഴിയുന്നതുവരെയും ഉണ്ടാവും.''

''ശബ്ദം കുറയ്ക്കാൻ മാത്രമാണ് ഞാൻ അപേക്ഷിക്കുന്നത്.

ഓരോരുത്തരും ഇങ്ങനെ ഓരോന്നാഘോഷിക്കാൻ തുടങ്ങിയാൽ മറ്റുള്ളവർ എന്തു ചെയ്യും? പരീക്ഷ...''

മറ്റുള്ളവരോ? നിങ്ങൾക്കു മാത്രമല്ല പരാതി? സൗകര്യവും ധനശേഷിയും ഉള്ളവർ ചെയ്യുന്ന കാര്യങ്ങൾ അതൊന്നും പരിചയമില്ലാത്ത ചിലർക്ക് മനസ്സിലായെന്നു വരില്ല. ജോഷിയുടെ വാചകത്തിലെ കുത്ത് ശരിക്കും എനിക്ക് കൊണ്ടിരിക്കണം. എന്റെ ശബ്ദം ആവശ്യത്തിലധികം ഉയർന്നു.

''മറ്റുള്ളവരെ കഷ്ടപ്പെടുത്തിയാണോ മാന്യന്മാർ മകളുടെ കല്യാണമാഘോഷിക്കുന്നത്?''

''മാഡം, ലൗഡ് സ്പീക്കർ കല്യാണാഘോഷത്തിന്റെ ഭാഗമാണ്.'' ജോഷിയുടെ മുഖത്തെ പേശികൾ വിറയ്ക്കുകയും വലിയുകയും ചെയ്തു. ''മാന്യന്മാർ ഇങ്ങനെയാണ് കല്യാണമാഘോഷിക്കുന്നത്. തടയാമോ എന്നൊന്നു നോക്കി നോക്കൂ.''

വാതില്ക്കൽ കൂടുതൽ മുഖങ്ങളെത്തി, രണ്ടുപേരുടെയും ശബ്ദം ഉയർന്നിരുന്നതുകൊണ്ടാവണം, എതിരെയും മുകളിലുമുള്ള ഫ്ളാറ്റുകളുടെ വാതിലുകൾ തുറന്നു.

''അമ്മ വരൂ.'' സൂരജ് കൈ പിടിച്ചുവലിച്ച് കോണിയിറങ്ങാൻ ആഞ്ഞു.

''ശരി, അങ്കിൾ, വരട്ടെ.''

കോണിയിറങ്ങി വീട്ടിലെത്തുമ്പോഴേക്കും ലൗഡ് സ്പീക്കർ ഒന്നുകൂടി ഉച്ചത്തിലായി. സൂരജ് തന്റെ മുഖത്തുനോക്കി ചിരിക്കുകയാണ്. ജാള്യതയും ചളിപ്പും കാരണം കണ്ണുകൾ നിറയുമോ എന്നായിരുന്നു പേടി.

''ഞാനപ്പോഴേ പറഞ്ഞു.'' വാതിൽ പിൻകാൽകൊണ്ട് ആഞ്ഞടിച്ച് സൂരജ് സോഫയിലേക്ക് മറിഞ്ഞു. ''പക്ഷേ, അമ്മയ്ക്ക്...''

സൂരജിന്റെ മുഖത്തുനോക്കാതെ മേശപ്പുറത്തുനിന്നും ഒരു വാശിയോടെയാണ് ഫോൺ എടുത്തത്.

''അവിടെ ഒരു കല്യാണമാണ് മാഡം.'' പൊലീസ് ഓഫീസറാണ്. ''മാഡത്തിന്റെ അയൽവക്കമെല്ലേ? കല്യാണത്തിന് പാട്ടും ആട്ടവും ഭജനയും പതിവല്ലേ?''

''മനുഷ്യർ ഇങ്ങനെ കല്യാണം കഴിക്കാൻ തുടങ്ങിയാൽ അയൽവക്കക്കാർ തെണ്ടിപ്പോകും ഓഫീസർ, മൂന്നുനാലു ദിവസമായി.''

''ഭക്തിഗാനങ്ങൾ തടയുന്നത് മതവികാരങ്ങളെ മുറിപ്പെടുത്തലാവും.'' ഓഫീസർ ഗൗരവത്തിലാണ്. ''സോറി, ഞങ്ങൾക്കത് ചെയ്തുകൂടാ.''

''നിയമങ്ങൾ ഒരാൾക്കുള്ളതല്ലല്ലോ, മറ്റുള്ളവർക്കും ഇവിടെ ജീവിക്കണം.''

''ഓ... നിരീശ്വരവാദിയാണ്! കുട്ടികൾ പരീക്ഷയെഴുതാനുള്ളപ്പോൾ മുക്കണ്ണനെ ധിക്കരിക്കാതിരിക്കുന്നതല്ലേ മാഡം നല്ലത്? എല്ലാവർക്കും നല്ലത്?''

ഞാൻ പെട്ടെന്നു ഫോൺ താഴെ വെച്ചു. കനൽ കൂട്ടിപ്പിടിച്ച കൈപോലെ മനസ്സ് പൊള്ളിക്കുന്നു.

പിറ്റേദിവസം ജോലി കഴിഞ്ഞെത്തുന്നതുവരെ ആരോടും മിണ്ടിയതുപോലുമില്ല. പക്ഷേ, മുറ്റത്ത് ആൾക്കൂട്ടം കണ്ടപ്പോൾ അന്തിച്ചുപോയി. മഞ്ഞബാന്റുകാരും അന്തേവാസികളും ഒക്കെയുണ്ട്. ഈശ്വരാ, ഇനി ഇന്ന് എന്താണ്. മനസ്സിൽ ക്ഷീണം മാത്രമാണ് ബാക്കി. പെട്ടെന്നാണ് ചുവന്ന മുഖവുമായി കലിതുള്ളുന്ന സാമുവലിനെ കണ്ടത്. തൊട്ടടുത്തു നിന്ന് സാമുവലിനെ ശാന്തനാക്കാൻ ശ്രമിക്കുകയായിരുന്നു മേനോൻ സാർ. ലൗഡ്സ്പീക്കർ കാരണം അമ്മയുടെ രോഗവിവരങ്ങൾ ആശുപത്രിയിൽനിന്ന് ഫോണിൽ പറയുന്നത് കേൾക്കാൻ സാധിക്കാത്തതായിരുന്നു സാമുവലിനെ ശുണ്ഠി പിടിപ്പിച്ചത്.

''ഇവിടം ഭരിക്കാൻ ഞങ്ങൾ മതി.'' ജോഷിയുടെ മകൻ സാമുവലിന്റെ തൊട്ടടുത്തെത്തി. ''ഇവിടത്തെ കാര്യങ്ങൾ ഞങ്ങൾ തീരുമാനിക്കും.''

''ഞങ്ങളോ?'' സാമുവലിന്റെ മുഖം തീനാളം പോലെ ചുവന്നു. സംഗതികളുടെ മാനങ്ങൾ മാറുന്നു എന്ന് എനിക്കു തോന്നി. ആൾക്കൂട്ടത്തിനകത്ത് സൂരജ് ഉണ്ടോ എന്നാണ് ഞാനാദ്യം നോക്കിയത്. സ്നേഹിതന്റെ വീട്ടിലേക്ക് പോവുകയാണെന്ന് സൂരജ് രാവിലെ തന്നെ പറഞ്ഞിരുന്നു.

''അതെ,'' ജോഷിയുടെ മകൻ ഒന്നുകൂടി മുന്നോട്ടാഞ്ഞു. ''ഇതൊന്നും കേൾക്കേണ്ടാത്തവർക്ക് എപ്പോൾ വേണമെങ്കിലും പുറത്തുപോകാം.'' ജോഷിയുടെ മകന്റെ ഉയർത്തിപ്പിടിച്ച് കൈത്തണ്ടയിലെ മഞ്ഞബാന്റ് പോക്കുവെയിലിൽ മിന്നി. ''സൗകര്യം പോലെ തിരിച്ചു വന്നാൽ മതി.''

''പുറത്തുപോകുന്നത് ലൗഡ്സ്പീക്കറായിരിക്കും.'' സാമുവൽ നല്ല ചൂടിലാണ്. ''എന്റെ വീട്ടിൽ എപ്പോൾ തങ്ങണം, പുറത്തുപോകണം എന്ന് ആരും കല്പിക്കണ്ട.''

''ആങ്ഹാ? കല്പിച്ചാൽ എന്തു ചെയ്യും?''

കുളത്തിലേക്ക് കലങ്ങിയൊഴുകുന്ന ഒരു തോടിന്റെ നേരിയ ഇരമ്പംപോലെ ഉൽക്കണ്ഠ നാലുപാടും പരക്കുന്നത് ഞാനറിഞ്ഞു.

ആൾക്കൂട്ടം കല്ലുവീണ വെള്ളത്തിലെ ഓളങ്ങൾപോലെ പരക്കുക യാണ്. സാമുവലാണെങ്കിൽ അടങ്ങുന്ന മട്ടല്ലതാനും.

പുറത്തുനിന്നും വന്നെത്തിയ സൂരജ് തന്നെക്കണ്ടതും കൈ പിടിച്ചു വലിച്ചു.

''അമ്മയ്ക്ക് മതിയായില്ലേ?'' സൂരജിന്റെ ശബ്ദം വല്ലാതെ കല്ലിച്ചു. ''എനിക്കു പേടിയാവുന്നു. വരൂ.''

''ഇവരെയൊക്കെ ഇവിടെ വിട്ടിട്ടോ?'' അസഭ്യം കേട്ടപോലെ ഞാൻ സൂരജിനെ തുറിച്ചുനോക്കി. ''ലൗഡ്സ്പീക്കർ നിർത്തണം എന്നത് ന്യായമാണ്. നമ്മുടെയും ആവശ്യമാണ്.''

''അമ്മ വരൂ.'' സൂരജ് വിടാനുള്ള ഭാവമില്ല. ''എനിക്കു കുറെ എഴുതാനുണ്ട്.''

മേനോന്റെ ശബ്ദവും ജോഷിയുടെ മകന്റെ ഭീഷണിയും സാമു വലിന്റെ അട്ടഹാസവും എല്ലാംകൂടി കലങ്ങിക്കറങ്ങുന്ന ഒരു ചുഴി പോലെ വായുവിൽ വട്ടം ചുറ്റി.

ഇതിനിടയിൽ ആരാണ്, ലൗഡ്സ്പീക്കർ നിർത്തിയതെന്നോ എപ്പോഴാണ് മെയിനിൽ നിന്നുള്ള വയർ വലിച്ചു പൊട്ടിച്ചതെന്നോ ആർക്കും വ്യക്തമായില്ല. ജോഷിയുടെ മകന്റെ കൈ സാമുവലിന്റെ തലയ്ക്കു നേരെ ആകുന്നതു മാത്രം താൻ കണ്ടു. സൂരജിന്റെ കൈ യിൽ ഞാൻ മുറുക്കെ പിടിച്ചു. നിലത്തുവീണുകിടക്കുന്ന സാമു വലിന്റെ മുഖം പിന്നെ കണ്ടത് ആൾക്കാരുടെ കാലിനടിയിൽക്കൂടി മാത്രമാണ്. ഈ ഉന്തിനും തള്ളിനും ഇടയിൽ മേനോൻസാർ മലർന്ന ടിച്ചു വീണ് നിശ്ചലനായി. അവിടെ നില്ക്കുകയാണോ പോവുക യാണോ വേണ്ടതെന്ന് എനിക്ക് ഒരു പിടിയും കിട്ടിയില്ല. മഞ്ഞ ബാന്റുകാർ തലങ്ങും വിലങ്ങും ഓടുന്നതിനിടയിൽ കണ്ടുനിന്നവർ ഓരോരുത്തരായി പിൻവാങ്ങാൻ തുടങ്ങിക്കഴിഞ്ഞിരുന്നു. ഇത്ര യധികം മഞ്ഞബാന്റുകാർ എവിടുന്നെത്തി എന്ന് ഞാൻ അത്ഭുത പ്പെട്ടു. ഫ്ളാറ്റുകളുടെ തുറന്നിട്ട വാതിലുകളും ജനലുകളും തുരു തുരെ അടഞ്ഞു. ഇഴഞ്ഞുകിടന്ന ഇലക്ട്രിക് വയർ കഴുത്തിൽ പിണഞ്ഞിട്ടായിരിക്കണം രക്തം കട്ടപിടിച്ചു നിന്ന സാമുവലിന്റെ മുഖത്ത് കണ്ണുകൾ തുറിച്ചുവന്നു.

''അയാളെ വിടൂ.'' എന്റെ സാരിത്തലപ്പുകൊണ്ട് മുഖം മൂടി ഉറക്കെ നിലവിളിക്കാൻ തുടങ്ങിയിരുന്ന സൂരജിനെ തള്ളിമാറ്റി ഞാൻ അലറി, ''അയാളിപ്പോൾ മരിക്കും.'' എങ്ങനെയെന്നറിയില്ല വീണ്ടും പാടാൻ തുടങ്ങിക്കഴിഞ്ഞിരുന്ന ലൗഡ്സ്പീക്കറിന്റെ ശബ്ദത്തിൽ എന്റെ ശബ്ദം അപ്പാടെ മുങ്ങി.

കെട്ടിടത്തിനുനേരെ അലറിവിളിച്ചോടുന്ന സൂരജിന്റെ മേൽ ആഞ്ഞുവീഴുന്ന അടിയാണ് ഞാൻ പിന്നെ കണ്ടത്.

ഒരൊറ്റ അടിയിൽ സൂരജിന്റെ കൈയിലെ പുസ്തകങ്ങൾ അവിടം മുഴുവൻ ചിതറി. ഒരു പുഴുവിനെപ്പോലെ സൂരജ് അടിച്ച ആ കൈത്തണ്ടയ്ക്കു മീതെ ചുരുണ്ടുരുളുന്നത് ഒരു സ്വപ്നത്തിലെന്നപോലെ ഞാൻ കണ്ടു. കിടന്നിടത്തുനിന്ന് ജോഷിയുടെ മകന്റെ കാലിൽ ഒരു നനഞ്ഞ തുണിപോലെ ഞാൻ ചുറ്റിപ്പിടിച്ചു.

''അവനെ വിടൂ.'' ഞാൻ എല്ലാ നാണവും മറന്ന് കെഞ്ചി, ''പൊലീസിനെ വിളിച്ചത് ഞാനാണ്. അവന് പരീക്ഷയാണ്.''

''വിളിക്കെടീ പൊലീസിനെ.''

''ഇല്ല, ഇനിയൊരിക്കലും ഞാൻ വിളിക്കില്ല.'' ഞാൻ ഉറക്കെ കരഞ്ഞു. ''സൂരജിനെ വിടൂ.''

ആശുപത്രിയിലേക്കുള്ള വഴിയിൽ സൂരജിന്റെ തല മടിയിൽ വെച്ച് കാറിലിരിക്കുമ്പോൾ രണ്ടു മഞ്ഞബാന്റുകാരല്ലാതെ ആരും എനിക്കു തുണയുണ്ടായിരുന്നില്ല.

വേലകഴിഞ്ഞ പറമ്പുപോലെ ഒഴിഞ്ഞുകിടന്ന പറമ്പിൽ ഇലക്ട്രിക് വയറോ ലൗഡ്സ്പീക്കർ സെറ്റോ ആൾക്കാരോ ഒന്നുമുണ്ടായിരുന്നില്ല. സാമുവലും അവിടെ ഉണ്ടായിരുന്നില്ല.

ബോധം വന്നതിനുശേഷം സൂരജും തന്നോട് അധികം സംസാരിക്കാറില്ല. എന്നെയോ സൂരജിനെയോ കാണാൻ ആശുപത്രിയിൽ ആരും വന്നതുമില്ല. ആൾക്കൂട്ടത്തിൽ നിന്നും രക്ഷപ്പെടാനോടിയ സാമുവൽ, സ്വീവേജ് ചാലിലേക്ക് കാൽ തെറ്റി വീണു കാണാതായെന്നു ഞാനറിഞ്ഞതും അതിനാൽ, ഏറെ ദിവസം കഴിഞ്ഞ് എനിക്ക് തുണവന്ന മഞ്ഞബാന്റുകാരിൽനിന്നു തന്നെയാണ്.

''സാമുവൽ ഓടിയതേയില്ലല്ലോ.'' കഥ കേട്ടപ്പോൾ ഞാൻ സൂരജിനെ നോക്കി പൊടുന്നനെ പറഞ്ഞു. ''ഇലക്ട്രിക് വയർ കഴുത്തിൽ മുറുകുമ്പോൾ എങ്ങനെ ഓടാനാണ്?''

''ജിതുവിന്റെ വീട്ടിൽനിന്നു വരുമ്പോഴാണ് ഞാനത് കണ്ടത്. സൂരജ് പറഞ്ഞു. ''സാമുവൽ അങ്കിൾ അഴുക്കുചാലിന്റെ മറുപുറത്തേക്ക് ചാടാനാഞ്ഞപ്പോഴാണ് നടുവിൽ വീണത്.''

വീടിനകം പൊടി മൂടിയിരുന്നു. സൂരജിന്റെ കൈയിൽനിന്നും അന്ന് ചിതറിയ പുസ്തകങ്ങൾ മിസ്സിസ് മേനോനായിരിക്കണം മേശപ്പുറത്ത് അടുക്കിവെച്ചിട്ടുണ്ട്. സൂരജ് ഇമവെട്ടാതെ അത് നോക്കിനിന്നതും ഞാൻ ശ്രദ്ധിച്ചു.

''ഒരാളുപോലും ആശുപത്രിയിൽ വന്നില്ല, സൂരജിന്റെ തല മടിയിലെടുത്തുവെച്ച് സോഫയിലിരിക്കുമ്പോൾ ഞാൻ പറഞ്ഞു: ''മിസ്സിസ് മേനോൻ പോലും.''

''മേനോൻ അങ്കിൾ നാട്ടിൽ പോയി.'' സൂരജ് പറഞ്ഞു: ''ചിലപ്പോഴേ തിരിച്ചുവരൂ.''

''ആരു പറഞ്ഞു?'' ഞാൻ ചാടിയെഴുന്നേറ്റു.

''ജോഷി അങ്കിളിന്റെ മകൻ നീരജ്.''

''തിരിച്ചുവരലുണ്ടാവില്ല എന്നാണത്രെ യാത്ര പറയുമ്പോൾ പറഞ്ഞത്.''

സാമുവൽ അഴുക്കുചാലിലേക്ക് വീണില്ല. സൂരജിന്റെ മുഖത്തേക്കുറ്റു നോക്കി ഞാൻ പറഞ്ഞു. ''സാമുവലിന്റെ കഴുത്തിൽ വയർ മുറുകുന്നത് ഞാൻ കണ്ണാലെ കണ്ടതാണ്.''

''അമ്മേ...'' സൂരജ് കിടന്നിടത്തുനിന്നും ഒരു പിടച്ചിലോടെയാണ് ചാടി എഴുന്നേറ്റത്. ''അമ്മ ഒന്നു മിണ്ടാതിരിക്കുമോ?''

''പൊലീസിനോടിക്കാര്യം പറയേണ്ടത് നമ്മുടെ, നമ്മെപ്പോലുള്ളവരുടെ ചുമതലയാണ് സൂരജ്.'' വാതിലിന്റെ ഓടാമ്പൽ നീക്കി ജനൽ ഒന്നുകൂടി അമർത്തി അടച്ച് ഞാൻ സൂരജിന്റെ തലയിൽ തലോടി.

''സാമുവൽ അങ്കിൾ അഴുക്കുചാലിലേക്കു കാൽ തെറ്റിവീണത് ഞാൻ കണ്ണാലെ കണ്ടതാണ്.'' സൂരജ് പറഞ്ഞു. ''പൊലീസിനു പോലുമതറിയാം. അമ്മ അല്ലെന്നു പറഞ്ഞാലോ?''

തൊണ്ടയിൽ നിന്നു തെന്നിപ്പോയ ഒരു നേർത്ത നിലവിളിയോടെ ഞാൻ സൂരജിനെ തുറിച്ചുനോക്കി.

''അങ്ങനെ പൊലീസ് പറഞ്ഞോ?''

''അഴുക്കുചാലിന്റെ വളവിലുള്ള മൂലയിൽ വച്ചാണ് സാമുവൽ അങ്കിൾ മറുപുറത്തേക്ക് ചാടാനോങ്ങിയത്.'' കുട്ടികൾ കൈയിൽ കെട്ടിക്കൊടുത്തിരുന്ന മഞ്ഞബാന്റിൽ സൂരജ് വീണ്ടും തിരുപ്പിടിച്ചു.

സൂരജിന്റെ തലയിൽനിന്നും കൈയെടുത്ത് തൊട്ടു മുൻപിലിരിക്കുന്ന ഫോണിലേക്ക്, അതിന്റെ അകലത്തെ അറ്റങ്ങളിലേക്ക് ഞാൻ നോക്കി.

''അമ്മയ്ക്ക് ഫോൺ ചെയ്യണോ?'' സൂരജ് സാവധാനമാണ് ചോദിച്ചത്.

അവന്റെ കലിപ്പിനു മുകളിൽ തുറന്ന അഴുക്കുചാലിലൂടെ ശക്തിയായി ഒഴുകുന്ന വെള്ളത്തിന്റെ ഇരമ്പവും പുതുക്കിപ്പണിത

മണ്ഡപത്തിൽ നിന്നുയരുന്ന ഭജനത്തിന്റെ അലകളും ഒഴുകാതെ ഇളകാതെ തളംകെട്ടി.

കനച്ചു കിടക്കുന്ന തീയിൽ നിന്നാളിയ തീനാളംപോലെ സാമുവലിന്റെ മുഖം, ചുവന്ന മുഖം മനസ്സിൽ തികട്ടുന്നു.

''അമ്മയ്ക്കോർമ്മയുണ്ടാവില്ല.'' പുസ്തകങ്ങൾക്കുമീതെ പതുക്കെ മുതിർന്ന ഒരാളെപോലെ തടവി സൂരജ് പറഞ്ഞു: ''ഇന്നായിരുന്നു എന്റെ ഫിസിക്സ് പ്രാക്ടിക്കൽസ്.''

■

ചരൽപ്പാതയുടെ നീളം

നീണ്ട ചരൽപ്പാതയുടെ അങ്ങേ അറ്റത്തേക്കു ശാന്തി വീണ്ടും നോക്കി. ആകാശത്തുനിന്ന് ഒഴുകിയ ചൂടിനു താഴെ മയങ്ങിക്കിടക്കുന്ന പാത.

ഭർത്താവ് എറിഞ്ഞുടയ്ക്കുകയും വലിച്ചെറിയുകയും ചെയ്യുന്ന പാത്രങ്ങളുടെ ചീളുകൾ മുറ്റത്തെത്തുന്നുണ്ട്. മുരിങ്ങയുടെ ചുവട്ടിൽ ഇരുന്ന്, പാത്രം തേക്കുന്നിടത്തുനിന്ന്, ശാന്തി അവയിലേക്കു കുറച്ചുനേരം നോക്കിയിരുന്നു.

പിന്നെ, ചീറിവരുന്ന പാത്രക്കഷണങ്ങൾക്കിടയിലൂടെ പതിവുപോലെ അടുക്കളയിലേക്കു കയറി.

ഭർത്താവു കൈയോങ്ങാൻ വരുമെന്ന് അറിയാമായിരുന്നു. പെട്ടെന്ന് കൈയിലുള്ള കഴുകിയ പാത്രങ്ങൾ കൊണ്ടു തടുത്തു. ഭർത്താവിന്റെ കൈ ഊക്കോടെ പാത്രങ്ങളിൽ തട്ടി. ഒരു നിലവിളിയോടെ. അയാൾ കൈ അമർത്തിപ്പിടിച്ചു തുടകൾക്കിടയിലേക്കു വച്ചു. 'വേല'യ്ക്കു താനും ദാക്ഷായണിയും കൂടി വാങ്ങിയ ചില്ലിന്റെ വട്ടപ്പാത്രം തകർന്നിരിക്കുന്നു. അതിന്റെ ചിതറിയ കഷണങ്ങൾക്കിടയിൽനിന്നു ശാന്തി അയാളെ വീണ്ടും നോക്കി.

വേദനയാർന്ന കൈയിൽ അമർത്തിത്തിരുമ്മുകയാണ് ഭർത്താവ്.

വേണമെങ്കിൽ ഇപ്പോൾ ഒരു പാത്രമെടുത്ത് ഭർത്താവിനെ ലാക്കാക്കി തനിക്കെറിയാം.

താനെന്താണ് അതു ചെയ്യാത്തത്?

പാത്രങ്ങൾ ചിതറിയത് പെറുക്കിയെടുക്കുമ്പോൾ ഭർത്താവ് വീണ്ടും അടുത്തു വന്നു. ദേഷ്യംകൊണ്ടു ചുവന്ന കണ്ണുകൾ. അടുക്കളയിലേക്കു കടക്കുന്ന കട്ടിളപ്പടിയിൽനിന്ന് അയാൾ ശാന്തിയുടെ വിയർപ്പു നിറഞ്ഞ നഗ്നമായ ചുമലിൽ അമർത്തിപ്പിടിച്ചു. ഒരു നേർത്ത നിലവിളിയോടെ പാത്രങ്ങൾ ചുവട്ടിലിട്ടു ശാന്തി ചുവരിൽ അമർത്തിപ്പിടിച്ചു.

കടിക്കാൻ വേണ്ടി തന്നെ പിടിച്ചുനിർത്തിയ കൈകൾ മുലകളിൽ തട്ടി ഒരു നിമിഷം തടഞ്ഞുനിന്നതു ശാന്തി അറിഞ്ഞു. ഇപ്പോൾ ഭർത്താവിന്റെ കണ്ണുകൾ, വിയർപ്പിന്റെ നനവു നിറഞ്ഞ തന്റെ മുലകൾക്കിടയിലെ വിടവിലാണ്. അവിടെനിന്ന് ഒതുങ്ങിയ അരക്കെട്ടിലേക്ക്.

മടിക്കുത്തിൽ കൈ വീഴുന്നതിനു മുമ്പേ ശാന്തി പറഞ്ഞു: ''അകത്തേക്കു നടക്കൂ, ഞാനിതാ വരുന്നു.''

സൗമ്യമായ സമ്മതം മൂളൽ ഭർത്താവിനിഷ്ടപ്പെട്ടില്ല. വാരിക്കെട്ടി വെച്ച മുടിയിലാണ് അയാൾ പിടിച്ചത്. നിന്നിടത്തുനിന്ന് ശാന്തി തെന്നി. പാത്രങ്ങൾ ശബ്ദത്തോടെ ചിതറി ഉമ്മറപ്പടിയിൽ കാൽമുട്ടു തട്ടി. ഭർത്താവു കുത്തിപ്പിടിച്ച തലമുടിയുടെ നീണ്ട അറ്റം ചുമലിലൂടെ മുന്നോട്ടു വീണു.

''ഹോ, ഒരു സമ്മതം?''

ഛിന്നഭിന്നമായിക്കിടക്കുന്ന പാത്രങ്ങൾക്കിടയിലൂടെ തന്നെയും വലിച്ചു നടക്കുന്ന ഭർത്താവിന്റെ മുഖം തല കുനിഞ്ഞിരുന്നതു കാരണം ശാന്തിക്കു കാണാൻ കഴിഞ്ഞില്ല. പകരം അയാളുടെ കുഴിനഖം കുത്തിയ തേഞ്ഞ നഖങ്ങളും ചളിനിറഞ്ഞ മുഷിഞ്ഞ കാലടിയും കണ്ടു. കാൽവണ്ണയിലെ കട്ടിയായ രോമങ്ങൾ കണ്ടു. അതെന്നും തനിക്കിഷ്ടമായിരുന്നു. അതിനു മുകളിൽ മടക്കിക്കുത്തിയ മുണ്ടിന്റെ ഒരു ഭാഗവും കണ്ടു.

വേണമെങ്കിൽ ഒന്നമർത്തിപ്പിടഞ്ഞാൽ നഖക്കുറ്റിയിൽ ഒന്നു പിടച്ചാൽ തന്റെ മുടിയിൽനിന്നു ഭർത്താവിന്റെ പിടിവിടർത്താം. തൊട്ടുമുന്നിൽ ഉള്ള വടക്കേ വാതിലിലൂടെ ഓടി കുഞ്ഞിക്കണ്ണമ്മയുടെ വീട്ടിലെത്താം. കഴുത്തിലെ പല്ലിന്റെ നീറുന്ന പാടുകളിൽ കൈയമർത്തി ശാന്തി ഓർത്തു. എന്നിട്ടെന്തേ താനതു ചെയ്യാത്തത്?

ഭർത്താവ് അകത്തെ മുറിയുടെ വാതിൽക്കലെത്തിയിരുന്നു. അവിടെ നിന്നു ഭർത്താവ് ശാന്തിയെ അകത്തേക്കു തള്ളി. ഒപ്പം വാതിൽ വലിച്ചടച്ചു. അതോടെ അകത്തു നിറച്ചിരുട്ടായി. ശാന്തി കഴുത്തിലെ നീറുന്ന പാടിൽ, വലിച്ചുകൊണ്ടുവന്നപ്പോൾ അയഞ്ഞു പോയ മുണ്ടിൽ കൈ ഒന്നു കൂടി തൊട്ടു.

നേരെ അടയാൻ കൂട്ടാക്കാത്ത വാതിലിന്റെ വിടവിലൂടെ വീഴുന്ന വെളിച്ചത്തിന്റെ കഷണം ഭർത്താവിന്റെ മുഖത്ത് ഒരു കത്തിപ്പാടു പോലെ വീഴുന്നതു ശാന്തി കണ്ടു. മുഖത്തെ നേർത്ത രോമങ്ങൾ, അവയ്ക്കിടയിൽ പൊടിച്ചുനിന്ന ചെറിയ ചെറിയ കുരുക്കൾ, കത്തുന്ന മണമുള്ള വിയർപ്പ് എല്ലാം ആ മങ്ങിയ കീറിൽ തെളിഞ്ഞു.

ഒരാഴ്ച മുമ്പ്, ഭർത്താവ് മരം വെട്ടാൻ കാട്ടിൽപോയ സമയത്ത്, രാത്രി, ജാരനായ വേലായുധന്റെ കൂടെ സിനിമ കണ്ടിരുന്നപ്പോൾ

കടല വിൽക്കാൻ വന്നവന്റെ മുഖത്തെയാണ് ആ കുരുക്കൾ ഓർമ്മിപ്പിച്ചത്. കടല വിൽക്കാൻ വന്നവൻ അശ്ലീലമായ ഒരു നോട്ടത്തോടെ ഒരു കടലപ്പൊതി തന്റെ മടിയിലേക്കെറിഞ്ഞു. തന്റെ തുടയിൽ അമർത്തിവച്ചിരുന്ന വേലായുധന്റെ കൈയിലാണ് ആ പൊതി കൊണ്ടത്. വേലായുധന്റെ കണ്ണുകൾ മുന്നിലെ ചിത്രത്തിൽ കാലുകൾ നഗ്നമാക്കി അതിവേഗം തിരിയുന്ന സ്ത്രീയിൽ തറച്ചു നിന്നു.

''കടല വാങ്ങിച്ചോ.'' ചിത്രത്തിൽനിന്നും മുഖം തിരിക്കാതെ വേലായുധൻ പറഞ്ഞു: ''എട്ടണയേ ഉണ്ടാവൂ.''

''വേണ്ട.'' താൻ പറഞ്ഞു.

ആകെ തന്റെ കൈയിലുണ്ടായിരുന്ന ആറു രൂപയിൽ നിന്നാണ് സിനിമയ്ക്കു രണ്ട് ടിക്കറ്റെടുത്തത്.

''ചിത്രം നന്ന്.'' വേലായുധൻ പറഞ്ഞു. ''ഇനീം വരാം.''

ഇരുട്ടിൽ അർദ്ധരാത്രിക്കു സിനിമ കഴിഞ്ഞു പുറത്തിറങ്ങുമ്പോൾ വേലായുധൻ തന്റെ കൈ തലോടി.

പാത്രം തേച്ചും അടിച്ചും തളിച്ചും ഉണ്ടായ ചെറിയ കറുത്ത വരകൾ കാരണം മൊരച്ചിരുന്ന തന്റെ കൈ താൻ പെട്ടെന്നു ജാള്യതയോടെ വലിച്ചെടുത്തു.

''താളിന്റെ ഇല പോലെ മിനുസം'' വേലായുധൻ പറഞ്ഞു: ''വയറാണെങ്കി വാഴക്കൂമ്പാള പോലെ... ഇനീം വരാം സിനിമയ്ക്ക്...''

''നാളെ രാവിലെ വീട്ടിലേക്കൊന്നു വരോ. ഒരു കാര്യംണ്ടായിരുന്നു.''

''പകലോ...'' വേലായുധൻ ചോദിച്ചു. ''നിന്റെ കെട്ട്യോൻ അറിഞ്ഞാൽ ഇന്നെ ഒറ്റ വെട്ടിന് കൊല്ലും.''

''എന്നെക്കൊന്നിട്ടേ കൊല്ലൂ.'' വേലായുധന്റെ മുഖത്തെ പരിഭ്രമത്തിൽ നോക്കി നിന്നാണ് താൻ പറഞ്ഞത്. ''ആ നേരംകൊണ്ട് ഓടിപ്പോവാം.''

''പേടിക്കേണ്ട.'' ശാന്തി പിന്നെ പതുക്കെ കൂട്ടിച്ചേർത്തു. ''വെറുതെ പറഞ്ഞതാണ്. എന്റെ കാര്യം എനിക്ക് ചെയ്യാലോ.''

അന്നു വേലായുധൻ ഇറയത്തു മനസ്സമാധാനത്തോടെ കിടന്നുറങ്ങി. തുറന്നുവച്ച പിൻവാതിൽ നോക്കി വേലായുധനടുത്തു താൻ ചരിഞ്ഞു കിടന്നു.

പണിമാറ്റി വന്ന് ഒരു സന്ധ്യയ്ക്കു മുരിങ്ങച്ചുവട്ടിൽ നിൽക്കുമ്പോഴാണ് വേലായുധൻ ആദ്യമായി വേലിക്കരികിൽ വന്നു തന്നെ നോക്കിച്ചിരിച്ചത്.

മനസ്സുവിടർന്ന ആ നിമിഷം ഇപ്പോഴും ഓർമ്മയുണ്ട്.

''പുഴവക്കത്ത് പൂവ്വാം.'' താൻ പറയും. ''അവിടെ നല്ല തണുപ്പാണ്.''

''നിന്റെ കെട്ട്യോനോ?'' വേലായുധൻ ചോദിക്കും.

''ദൂരെ പോയിരിക്ക്യാ. കാട്ടില് മരം വെട്ടാൻ.''

''ഇന്ന് വരില്ല്യാലോ.''

''നാളേം വരില്ല.''

അന്തിമയങ്ങി. നിറഞ്ഞ ഇരുട്ടിൽ മുട്ടറ്റം വെള്ളത്തിൽ രാത്രി വേലായുധന്റെ കൂടെ അക്കരയ്ക്കു കടക്കുമ്പോഴൊക്കെ ഓരോ തവണയും പറയും. ''ഇതവസാനത്തെ തവണയാണ്.'' പക്ഷേ, പുഴവെള്ളം മേലിൽ ഊക്കോടെ തെറിക്കുമ്പോൾ വളരെ സുഖം തോന്നും. നനുത്ത മുടിയിഴകളിൽ കാറ്റു തട്ടുമ്പോഴും തോന്നും സുഖം. ആകാശത്തിനു ചുവട്ടിൽ ലോകത്തിന് എന്തൊരു വലിപ്പമാണെന്നു തോന്നും. ചരൽപ്പാതയുടെ അറ്റമെത്തുന്നതുവരെ എപ്പോൾ വേണമെങ്കിലും തനിക്ക് വഴി വേറെയാക്കാമല്ലോ എന്നു വിചാരിക്കും.

അപ്പോഴാണ് വേലായുധൻ പറയുക: ''ഒരൊറ്റ ഓട്ടത്തിന് വീട്ടിലെത്തിക്കോ. ഞാനിവിടെത്തന്നെ നോക്കി നിൽക്കാം.''

ഒറ്റയ്ക്കുള്ള ആ നടത്തത്തിൽ ചരലുകൾ കാലുകൊണ്ടു തട്ടിത്തെറിപ്പിക്കും. പുഴവക്കത്തേക്കു നട്ടപ്പാതിരയ്ക്കു ഭ്രാന്തിയെപ്പോലെ ഓടുന്നതെന്തിനാണെന്ന് ഓർക്കും. ഈയിടെ വേലായുധൻ കരയിൽ ഇരിക്കാറാണ് പതിവ്. ''പോയിട്ടു വാ അക്കരെ. ഞാനിവിടെ മലർന്നു കിടക്കാം'' എന്നാണ് പറയാറ്.

വെള്ളം തെറിച്ചു നനഞ്ഞ ജാക്കറ്റിൽ തലോടി വേലായുധൻ പുഴവക്കത്തെ ചായക്കടയിൽ നിന്നു മേടിച്ചുതന്ന മുറുക്കിന്റെയും കുപ്പിവളയുടെയും പൊതി ഊക്കോടെ വേലിക്കപ്പുറത്തേക്കു വലിച്ചെറിയും. തിരിഞ്ഞു നോക്കുമ്പോൾ വേലായുധൻ അതേപടി അകലെ നിൽക്കുന്നുണ്ടാവും. മുന്നിലെ ഇരുട്ടിൽ പുതയുന്ന വഴി കടന്നാൽ വീടാണ്. വാതിൽ തള്ളിത്തുറക്കുമ്പോൾ ശബ്ദമുയരും. പിന്നെ ജനാലയ്ക്കൽ വന്ന് വഴിയിലേക്കു നോക്കി കുറച്ചുനേരം നിൽക്കും. രാത്രിയെ പുറത്താക്കി വാതിലടയ്ക്കാൻ ശ്രമിച്ചുവരുമ്പോൾ അകത്തും കഞ്ഞിക്കലത്തിലും പായ്ക്കു മുകളിലും രാത്രി, കരിതേച്ചു മെഴുകിയ നിലം പോലെ തിളങ്ങും. പുഴയ്ക്കു മുകളിലെ ഓളങ്ങൾ പോലെ ഇരുട്ടു ചീളായി അടരുന്നതു കണ്ണാലെ കാണും. കാൽക്കീഴിൽ അവ കുമിയുമ്പോഴാണ് പക്ഷേ, പേടി തോന്നുക. പായയിൽ അടിമുടി മൂടി കണ്ണുതുറന്നു കിടക്കുമ്പോൾ വിറക് അട്ടിയിടുന്നതുപോലെ രാത്രി ഇരുട്ടിന്റെ അടരുകൾ അടുക്കുന്നതു താൻ കേട്ടിട്ടുണ്ട്.

ഭർത്താവ് ക്ഷീണിച്ചു കഴിഞ്ഞിരുന്നു. അയാൾ വലിച്ചപ്പോൾ മുടിയുടെ കട, തോലിനും എല്ലിനും അടിയിൽ എന്തോ ഒന്നുവരെ വേദനിച്ചിരുന്നു.

ഉറങ്ങിത്തുടങ്ങിയിരുന്ന ഭർത്താവിന്റെ കൈ എടുത്തു മാറ്റി, പായയിൽ നിന്നെണീറ്റ് ശാന്തി നിവർന്നുനിന്നു. മടിത്തുമ്പുകൊണ്ടു വയറും മുഖവും അമർത്തിത്തുടച്ചു. കാൽ പരത്തി, പാതി തുറന്ന വായയുമായി മലർന്നുകിടന്നുറങ്ങുന്ന ഭർത്താവിനെ ശാന്തി കുറച്ചു നേരം നോക്കി നിന്നു. കാട്ടിലേക്കു മരം വെട്ടാൻ പിറ്റേന്നു പോയാൽ തിരിച്ചെത്തുക ആഴ്ചകൾക്കു ശേഷമാണ്. നാളെ രാത്രി വേലായുധൻ വരും. പതുക്കെ ഈ ജനാലയ്ക്കൽ തട്ടും. പുഴയോരത്തെ തണുപ്പ് ഓർമ്മ വന്നു. ജനൽ തുറക്കുമ്പോൾ വേലായുധൻ പറയും: ''നിന്റെ കെട്ട്യോൻ നാളെ വരില്ലല്ലോ.''

ജനലഴികൾക്കപ്പുറത്തു നിൽക്കുമ്പോൾ കൂടെ പോണോ പോണ്ടയോ എന്ന ചോദ്യം മനസ്സിൽ തിരിച്ചും മറിച്ചും ഇട്ടു തട്ടിനോക്കും.

''നിന്റെ മാറ് പിന്നീം വലുതായടക്കണ്.''

''ആ, മന്ത്രവിദ്യയാണ്.''

''ഇനീം വലുതാക്കിക്കോ.''

''കെട്ട്യോനിഷ്ടമല്ല.''

അതോടെ വേലായുധൻ മിണ്ടാതാവും.

ഭർത്താവു തിരിഞ്ഞുകിടന്നതും പരത്തിവച്ച കാൽ ശാന്തിയുടെ കാൽക്കീഴിലെത്തിയതും ഒപ്പമായിരുന്നു. അതവൾ കുറച്ചുനേരം നോക്കി നിന്നു. കറുത്തു വരവീണ ചളിനിറഞ്ഞ പാദങ്ങൾ.

തലയണയ്ക്കു കീഴിൽ വെച്ചിരുന്ന വലിയ മടവാൾ ശാന്തി വെറുതെ കൈയിലെടുത്തു. തലയണ പതുക്കെ ഇളകി. എന്നാൽ ഭർത്താവ് ഉണരുകയുണ്ടായില്ല. വാതിലിന്റെ വിടവിലൂടെ തെറിച്ചു വീഴുന്ന വെളിച്ചത്തിൽ ശാന്തി ഭർത്താവിനെ നോക്കിനിന്നു. വായ അല്പം തുറന്ന്, വായ്ക്കോണിലൂടെ തുപ്പലൊലിച്ച് കൈകൾ നിലത്തു പരത്തിവച്ചു കാലകത്തി ചരിഞ്ഞുകിടന്നാണ് അയാൾ ഉറങ്ങിയത്.

കുറച്ചുനേരം അതേ നിൽപിൽനിന്ന് ശാന്തി ഭർത്താവിനെ പതുക്കെ വിളിച്ചുണർത്തി.

മടവാൾ അയാൾ കാണാവുന്നപോലെയാണ് ശാന്തി പിടിച്ചത്.

ഉറങ്ങിക്കിടന്നവനെ കൊന്നവൾ എന്ന ചീത്തപ്പേര് എന്തായാലും സമ്പാദിക്കേണ്ട ആവശ്യമില്ല. മാത്രവുമല്ല, വേലായുധൻ പുഴക്കട വിൽ കൊണ്ടുപോയി, പിന്നിൽ നിന്നു ചതിക്കുഴി വയ്ക്കുന്നവളല്ലേ

നിയ്യ് എന്നു ചോദിച്ചാൽ പറയാൻ തന്റെ പക്കൽ ഒരുത്തരം പോലു മുണ്ടായെന്നു വരില്ല.

ശാന്തി വീണ്ടും ഭർത്താവിനെ കാൽകൊണ്ടു തട്ടിവിളിച്ചു. ദേഷ്യത്തോടെ ഊക്കിൽ തട്ടിപ്പിടഞ്ഞെഴുന്നേറ്റ ഭർത്താവ് മുന്നിൽ മടവാളുമായി നിൽക്കുന്ന ശാന്തിയെ ഒട്ടും പ്രതീക്ഷിച്ചിരിക്കാൻ ഇടയില്ലാത്തതിനാൽ സ്വാഭാവികമായും പേടിച്ച് ഒരപശബ്ദം പുറപ്പെടുവിക്കുകയാണ് ചെയ്തത്. അതോടെ അയാളുടെ ഉറക്കം തീരെ പോയി.

‘‘എന്താ തന്റെ പേര്?’’ ശാന്തി ചോദിച്ചു

‘‘ദിനകരൻ.’’

‘‘അല്ല, വേലായുധൻ.’’

‘‘വേലായുധൻ’’ ഭർത്താവു ഏറ്റു പറഞ്ഞു.

‘‘ആരാ വേലായുധൻ?’’ ശാന്തി.

‘‘അറിയില്ല.’’

മടവാൾ കാണത്തക്കവിധം തന്നെ പിടിച്ചിരുന്നതുകൊണ്ട് ഭർത്താവു നിന്നിടത്തുനിന്ന് അനങ്ങാതിരുന്നത് ശാന്തിക്കു തമാശയായി തോന്നി.

മടവാൾ അവൾ ഒന്നുകൂടി മുറുക്കിപ്പിടിച്ചു.

‘‘എനിക്കു പുഴവക്കത്തേക്കു പോണം.’’ ശാന്തി പറഞ്ഞു. ‘‘വേല കാണണം.’’

‘‘ഈ നട്ടുച്ചയ്ക്കോ?’’

‘‘അതെ.’’

‘‘കൊണ്ടുപോകാം.’’

‘‘പുഴേൽ ധാരാളം വെള്ളണ്ട്. എന്നെ ഏറ്റണം.’’

‘‘അറിയാം.’’

‘‘ചന്തേന്ന് കുപ്പിവളേം പാദസരോം വാങ്ങണം.’’

‘‘വാങ്ങാം.’’

പക്ഷേ, ഇതൊന്നും അല്ലല്ലോ തനിക്കു വേണ്ടത് എന്നു ശാന്തി പെട്ടെന്നോർത്തു. വേലായുധൻ വാങ്ങിത്തന്ന കുപ്പിവള അതേപടി ഇരിപ്പാണ്. പാദസരവും തൊട്ടിട്ടില്ല.

അതുകൊണ്ടു ശാന്തി പറഞ്ഞു.

‘‘അതൊക്കെ പിന്നെയാവാം. ഇപ്പോൾ എന്റെ കാൽ നിങ്ങൾ ഉടുത്ത മുണ്ടിന്റെ അറ്റംകൊണ്ട് ഒന്നു തുടച്ചുതരൂ.’’

ഭർത്താവ് കാൽക്കലേക്കു കുനിഞ്ഞു.

തന്റെ കാൽനഖങ്ങളിൽ കുഴിനഖം കുത്തിയിരിക്കുന്നതും കാൽക്കുതികൾ വിണ്ടു പൊട്ടിയിരിക്കുന്നതും ഭർത്താവു കാണുന്നുണ്ടാവും എന്നു ശാന്തി വേവലാതിയോടെ ഓർത്തു. തന്റെ മനസ്സിൽ ഭർത്താവിന്റെ കാലടികൾ കണ്ടപ്പോൾ ഉണ്ടായ വെറുപ്പ് അയാളുടെ മനസ്സിലും പതയുന്നുണ്ടാവും.

വെറുപ്പിന്റെ ചീളുകൾ മനസ്സിൽനിന്നു പൊറ്റപോലെ അടരുന്നത് ശാന്തി അറിഞ്ഞു. കാൽക്കൽ ഭർത്താവ് എഴുന്നേൽക്കാനുള്ള അനുവാദത്തിനു കാത്തിരിപ്പാണ്.

‘‘മൂന്നു തവണ ഈ മുറി മുട്ടിന്മേൽ വലം വയ്ക്കണം.’’

ഭർത്താവിനെ നോക്കാതെ വളരെ പതുക്കെ ശാന്തി പറഞ്ഞു.

പറഞ്ഞുകഴിഞ്ഞതും താൻ എന്തിനാണ് ഇതൊക്കെ ആവശ്യപ്പെടുന്നതെന്നു ശാന്തി അത്ഭുതപ്പെട്ടു.

തലയിണക്കീഴിൽ എന്നും ഈ മടവാളുണ്ടായിരുന്നു. തനിക്കെത്താവുന്ന ദൂരത്തിൽ.

ഇപ്പോൾ, വേണമെങ്കിൽ ഈ വാതിൽ മലർക്കെ തുറന്നുവെക്കാൻ തനിക്കു ഭർത്താവിനോടു പറയാം. നിശ്ശബ്ദനായി മുട്ടിലിഴയുന്ന ഭർത്താവിനെ നോക്കി ശാന്തി ഓർത്തു. മടവാൾ കൈയിൽവച്ചു ചരൽപ്പാതയുടെ അറ്റംവരെയും അപ്പുറം പുഴവക്കത്തേക്കും നടന്നുപോകാം. ഭർത്താവിനെ ഒരു കുറ്റിയിൽ കാവൽനായയെപ്പോലെ കെട്ടിയിടാം.

പക്ഷേ, താനൊരിക്കലും ഇതൊന്നും ചെയ്യലുണ്ടാവില്ല.

അദൃശ്യമായ ഞാണിന്മേൽ സമനില വീണ്ടെടുക്കാനെന്നപോലെ ശാന്തി മടവാൾ മുറുക്കിപ്പിടിച്ചു. എവിടെയാണ് തെറ്റുന്നതെന്നു പല തവണ ആലോചിച്ചിട്ടുണ്ട്. ചരടുകൾ എവിടെയാണ് എന്നു തനിക്കും അറിയില്ല. മടവാളിന്റെ ഇക്കാര്യം പറഞ്ഞാൽ വേലായുധൻ ചെകിട്ടത്ത് അടികൊണ്ടതുപോലെ അന്തംവിട്ടു തന്നെ നോക്കിനിൽക്കുകയേ ഉള്ളൂ.

പിന്നെ സിനിമയ്ക്ക് ഇരിക്കുമ്പോൾ ഇരുട്ടിൽ, തന്റെ കൈയിൽ മടവാൾ ഉണ്ടോയെന്നായിരിക്കും വേലായുധൻ തപ്പിനോക്കുക.

പുഴവക്കത്തു തണുത്ത മണലിൽ ഇരിക്കുമ്പോൾ താൻ ചിരിക്കാൻ മറന്നുപോയെന്നു വരും.

മൂന്നാമത്തെ വലംവെക്കൽ കഴിഞ്ഞു ഭർത്താവ് വീണ്ടും കാൽക്കലെത്തിയിരുന്നു.

ഭർത്താവിന്റെ വിയർപ്പുനനഞ്ഞ നഗ്നമായ തടിച്ച കഴുത്ത് കാൽക്കീഴിൽ അകത്ത്.

അമ്പരപ്പോടെ, ചിരിക്കാൻ മറന്ന് അന്തിച്ചുനിൽക്കുന്ന വേലായുധന്റെ മുഖം പുറത്ത്.

കൈയിൽനിന്നു മടവാളൊന്നു തെന്നിയാൽ എത്ര ഊക്കോടെയാവും ഭർത്താവു തന്നെ തട്ടിവീഴ്ത്തുക എന്നു ശാന്തി ഓർത്തുനോക്കി. അതോടെ, പഴയപോലെ കഴുത്തിലെ വിയർപ്പ് അമർത്തിത്തുടച്ച് വാതിൽ പുറത്തുനിന്നു പൂട്ടിത്തുടങ്ങും. വേലായുധൻ പേടിച്ചു പേടിച്ചു കൊണ്ടുവരുന്ന കള്ളത്താക്കോലിന്റെ കിലുക്കത്തിനും രാത്രിക്കുംവേണ്ടി താൻ കാതോർത്തിരിക്കും.

അറപ്പ്, പഴുത്ത കുരുവിൽനിന്നു ചലംപോലെ മനസ്സിനെ മുഴുവൻ നനച്ചു കിനിയുന്നതു ശാന്തി അറിഞ്ഞു. അതിന്റെ മണം അസഹ്യമായപ്പോഴാണ്, എത്ര അടക്കിയിട്ടും പൊട്ടിപ്പോയ ഒരു കരച്ചിൽപോലെ ശാന്തി മടവാൾ തന്റെ തലയ്ക്കുനേരെ വീശിയത്. എഴുന്നേൽക്കാനുള്ള അനുവാദത്തിനുവേണ്ടി തന്റെ കാൽക്കൽ കുനിഞ്ഞിരുന്ന ഭർത്താവിന്റെ മുഖത്തേക്കു ചീറ്റുന്ന ചുകപ്പ് ശാന്തി ഒരു നിമിഷം കണ്ടു. പിന്നെ എന്തെന്നില്ലാത്ത ആശ്വാസത്തിന്റെ വെള്ളപ്പാച്ചിലിൽ അത് അപ്രത്യക്ഷമായി.

■

ഉത്തരാർദ്ധം

പുലർച്ചെയുടെ നനവ് പുൽത്തകിടിയിൽ ബാക്കി നിന്നിരുന്നു. പാർക്കിന്റെ അകത്ത് വൃദ്ധന്മാർ കൂട്ടമായി ഇരുന്നു. വെള്ളവസ്ത്രങ്ങൾ ധരിച്ച അവരുടെ വൃത്തം ആ പച്ചപ്പിനു മുകളിൽ വടുക്കെട്ടു പോലെ വെളുപ്പാർന്ന ഒരു പാടുണ്ടാക്കി.

അകലെ നിവർത്തിയ ഒരു പുസ്തകവുമായി തണുപ്പുള്ള ഒരു ബഞ്ചിൽ ഒറ്റയ്ക്കിരിക്കുകയായിരുന്നു ഞാൻ. പുറത്ത് ലോകം തിരക്കാർന്നു കഴിഞ്ഞു. അതിനു നടുവിലെ ആ ഇത്തിരി വിജനതയ്ക്കുള്ളിൽ ഇരുന്ന് വൃദ്ധന്മാർ കൂട്ടമായി പാടി. സുന്ദരമായ ഈ ലോകം തങ്ങൾക്ക് സമ്മാനിച്ച ദൈവത്തെ സ്തുതിക്കുകയായിരുന്നു അവർ. വിറച്ചും മങ്ങിയും മുറിഞ്ഞും വീഴുന്ന ആ ശബ്ദം വൃത്തികേടുകളിൽ തട്ടി വേച്ചു വേച്ചൊഴുകുന്ന അഴുക്കുചാലിലെ വെള്ളം പോലെ, അലോസരപ്പെടുത്തുന്ന ഒരനൗചിത്യംപോലെ, അവിടെ തളംകെട്ടി.

വെയിൽ മൂക്കാൻ തുടങ്ങുന്നതേയുണ്ടായിരുന്നുള്ളൂ. ഭജന കഴിഞ്ഞ് വൃദ്ധന്മാർ തണലുകളിലേക്ക് മാറിയിരുന്നു. കാൽക്കീഴിലെ പുല്ലിൽ ബാക്കി നിന്ന നനവിൽ കാൽ അമർത്തിവെച്ച് ഞാൻ വീണ്ടും പുസ്തകം മറിച്ചു.

''ഞാനിവിടെ ഇരിക്കാം.'' ബഞ്ചിലെ ഒഴിഞ്ഞ സ്ഥലം ചൂണ്ടിയാണ് വൃദ്ധൻ പറഞ്ഞത്. ''വിരോധമില്ലല്ലോ?''

വൃദ്ധൻ വരുന്നത് ഞാൻ കണ്ടിരുന്നു. പാർക്കിൽ പലയിടത്തും സ്ഥലം ഒഴിഞ്ഞുകിടന്നിട്ടും എന്റെ അരികിലേക്കയാൾ വന്നത് എനിക്കൊട്ടും ഇഷ്ടമായില്ല. ഇരിക്കരുതെന്ന് പറയുന്നത് പക്ഷേ, മര്യാദകേടാവുമെന്നതിനാൽ അയാളെ അപ്പോൾ കണ്ടതുപോലെ താൻ ചിരിച്ചു.

''തീർച്ചയായും.'' ഞാൻ പറഞ്ഞു: ''ഇരിക്കൂ.''

സീറ്റിൽ തൊട്ടടുത്തിരുന്ന് വൃദ്ധൻ ചിരിച്ചു.

''ആരൊക്കെയുണ്ട് വീട്ടിൽ?''

നഗരത്തിൽ തീരെ അപരിചിതനായ ഒരാളിൽനിന്നും ഒരിക്കലും പ്രതീക്ഷിക്കാത്ത ആ ചോദ്യം എന്നെ തെല്ലൊന്നമ്പരപ്പിച്ചു.

''എല്ലാവരും...''

''എനിക്കുമതെ. കുട്ടികൾ?''

''കുട്ടികളില്ല.'' പുസ്തകത്തിൽനിന്നും കണ്ണെടുക്കാതെയാണ് ഞാൻ പറഞ്ഞത്.

''ഓ... ഭർത്താവ്?''

കണ്ണുയർത്തി ഞാനയാളെ ഒന്നൂന്നിനോക്കി. സംസാരിക്കാനുള്ള എന്റെ താല്പര്യമില്ലായ്മ അയാളെ നിരുത്സാഹപ്പെടുത്തിയിരിക്കണം. മെലിഞ്ഞു ചുങ്ങിയ കൈപ്പടങ്ങൾ കണ്ണിനുമീതെ ഉയർത്തി. ആകെ മൂടിയ വെള്ളത്തുണിപോലെ, തലയ്ക്കുമീതെ നിന്ന ആകാശത്തിലേക്ക് അയാൾ കണ്ണുനട്ടു. വെയിൽ, ബഞ്ചിന്റെ തുമ്പിൽ, വൃദ്ധന്റെ തുടയ്ക്കടുത്ത് വീണു കിടന്നു.

വൃദ്ധന്റെ ചൂളിക്കൂടിയുള്ള ആ ഇരിപ്പും മുഖം നിറയെ ഉള്ള ചുളിവുകളും കാലിലെ പൊങ്ങിയ ഞരമ്പും വെയിലിന്റെ ആ കഷണവും ഒക്കെ എന്നെ അലോസരപ്പെടുത്തിയിരിക്കണം. അയാളുടെ മുഖത്തെ ഭാവം ഇഴപിരിക്കാനാവാത്ത ഒരു അസ്വാസ്ഥ്യമാണ് എന്നിലുളവാക്കിയത്. ഞാനാണെങ്കിൽ അയാളെ വേദനിപ്പിക്കാൻ ഒട്ടും ഉദ്ദേശിച്ചിരുന്നില്ലതാനും.

''ഇങ്ങോട്ട് നീങ്ങിയിരുന്നോളൂ.'' എന്റെ അടുത്തുള്ള തണലിലേക്ക് ചൂണ്ടി ഒരു പ്രായശ്ചിത്തം പോലെ ഞാൻ പറഞ്ഞു: ''വെയിലിന് ചൂടേറുന്നു.''

''നന്ദി'' മുഖം നിറയെ ചിരിച്ച് വൃദ്ധൻ എന്റെ അരികിലേക്ക് നീങ്ങി. അയാളുടെ കണ്ണുകളുടെ കടയ്ക്കൽ പീള പാട കെട്ടിയിരുന്നു. ചിരിക്കുമ്പോൾ കോറായ്ക്കലെ ചുളിവുകളുടെ തുപ്പലിന്റെ നനവ് പുറത്തേക്ക് പറന്നത് തുടയ്ക്കാൻ ശ്രമിച്ചു അയാൾ വീണ്ടും ചിരിച്ചു.

''ഭർത്താവ് പുറത്തുപോയിരിക്കുകയാണ്.''

ആ ചോദ്യത്തിന്റെ ആവർത്തനം ഒഴിവാക്കാനായി തിടുക്കത്തിൽ ഞാൻ പറഞ്ഞു. സത്യത്തിൽ ഞാനും നിസ്സഹായയായിരുന്നു. ഇന്ന് രാവിലെ ഒരു ക്ഷമാപണത്തോടെ ഭർത്താവ് പുറത്തിറങ്ങിയപ്പോൾ അയാളെ പോകാനനുവദിക്കുകയാണോ അതോ തടയുകയാണോ എങ്കിൽ എങ്ങനെ എന്നൊന്നും എനിക്ക് തീർച്ചയുണ്ടായിരുന്നില്ല. തലേന്ന് രാത്രി അന്യസ്ത്രീയുമായുള്ള തന്റെ സ്നേഹബന്ധത്തെപ്പറ്റി ഭർത്താവ് എന്നോട് പറഞ്ഞിരുന്നതാണ്. പക്ഷേ, അപ്പോഴൊന്നും

അതുവരെയുള്ള പന്ത്രണ്ടു കൊല്ലങ്ങളുടെ ആകത്തുകപോലെ ഒന്നു പതുക്കെ തലയാട്ടി. വാതിൽ പകുതി തുറന്ന് ''ഞാൻ പോകട്ടെ'' എന്നു പറയുന്ന ഒരു ഭർത്താവിനെ ഞാൻ സങ്കൽപിച്ചിരുന്നതേയില്ല. അദ്ദേഹം അതീവ ശാന്തനായിരുന്നു. അതിനാൽ വിദ്യാസമ്പന്നയും ഒരുവിധം പ്രായവുമുള്ള ഏതൊരു സ്ത്രീയും ചെയ്യേണ്ടതുപോലെ ഏറെ ശാന്തയായിത്തന്നെ ആ വാർത്ത സ്വീകരിക്കേണ്ടത് എന്റെ കടമയായി. ഇത്തരമൊരു സന്ദർഭത്തിൽ തന്റെ ഭർത്താവ് തന്നോട് തട്ടിക്കയറിയിരുന്നെങ്കിൽ ഒരുപക്ഷേ, തനിക്കദ്ദേഹത്തോട് തോന്നുക പുച്ഛമാവും. കടുത്ത അവജ്ഞയും.

''എനിക്ക് മനസ്സിലാവുന്നു.'' അതിനാൽ ഞാൻ പറഞ്ഞു.

എന്നിട്ട് പതിവുപോലെ ഭർത്താവിനുള്ള കാപ്പിയും ചൂടുവെള്ളവും ഉണ്ടാക്കി. മുൻപൊരു ദിവസം അദ്ദേഹത്തിനുവേണ്ടി വാങ്ങിയ ഷർട്ട് അന്നുതന്നെ അദ്ദേഹത്തിന് കൊടുക്കാൻ തീരുമാനിച്ചത് അപ്പോഴെപ്പോഴോ ആയിരിക്കണം. വളരെ നല്ലതാണെന്ന അഭിപ്രായത്തോടെ, നന്ദി പറഞ്ഞ് എനിക്കദ്ദേഹം അത് മടക്കിത്തന്നു. അത് കൈയിൽ മേടിച്ച് എന്തു ചെയ്യണമെന്നറിയാതെ, കുറച്ചു നേരത്തിനുശേഷം താനത് അടുത്തുള്ള മേശപ്പുറത്തേക്കിട്ടു. അതോടെ ഒരു നൂറായിരം ചോദ്യങ്ങൾ, സംശയങ്ങൾ എല്ലാം, അടിക്കല്ലിളകിയ ഒരു കൂമ്പാരംപോലെ എന്റെ മനസ്സിലേക്കിടിഞ്ഞു ചിതറി.

എന്റെ ഭർത്താവിന്റെ സ്നേഹിത സുന്ദരിയോ? കട്ടിലിൽ ഇരുന്നോ ചാഞ്ഞുകിടന്നോ അദ്ദേഹം എന്നെപ്പറ്റി അവരോട് സംസാരിച്ചിരിക്കുക? കാമുകന്റെ ലാളനകൾക്കുകീഴെ കണ്ണടച്ചു മയങ്ങുമ്പോൾ അവർ എന്തായിരിക്കും ഓർത്തിരിക്കുക... വാതിൽ പകുതി തുറന്ന് എന്നോട് യാത്ര ചോദിക്കുന്ന ഭർത്താവിന്റെ മുഖത്തുതന്നെ നോക്കി നിന്നാണ് ഞാനിത്രയും ആലോചിച്ചത്. ഞാനെന്തെങ്കിലും പറയുമെന്ന് അദ്ദേഹം പ്രതീക്ഷിച്ചിരിക്കണം. അല്പനേരത്തെ കാത്തിരിപ്പിനുശേഷം അദ്ദേഹം വാതിൽ പതുക്കെ ചാരി. വാതിൽ സാക്ഷപോലെ മേശപ്പുറത്തു കിടന്ന ആ ഷർട്ടിനും ചാരിവെച്ച ആ വാതിലിനും പിന്നിൽനിന്ന് ഞാൻ പുറത്തു കടന്നത് പിന്നെയും ഏറെ കഴിഞ്ഞാണ്.

''എല്ലാം തെറ്റിച്ചു.'' വൃദ്ധൻ അരിശത്തോടെ വാക്കിങ്സ്റ്റിക്കിന്റെ അറ്റം മണ്ണിൽ അമർത്തിക്കുത്തി. ''നിങ്ങളുടെ സംശയങ്ങൾ. നമുക്ക് ജീവിക്കണ്ടേ? നിങ്ങൾ ആകെ തെറ്റിക്കളിച്ചു.''

സൂചിയുടെ പഴുതിലൂടെ പുറത്തേക്ക് ചാടുന്ന ചലം പോലെ എന്റെ വാക്കുകൾ ഒഴുകിയതും പരന്നതും ഞാൻ ശ്രദ്ധിച്ചിരുന്നില്ല. വൃദ്ധൻ അപരിചിതനാണ് എന്നതുകൊണ്ടാവണം. ഞാൻ പറയാൻ തുടങ്ങിയത് ജാള്യത്തോടെ പെട്ടെന്നു നിർത്തി.

''താങ്കളാണെങ്കിലോ, എന്തു ചെയ്യുമായിരുന്നു?''

''മറ്റവളെ നാലു ചാർത്തുക; മോശം എന്നല്ലേ? അത് നിങ്ങളുടെ ചെറുപ്പം കൊണ്ടാണ്. മനസ്സിലാകുന്നുവത്രെ! ആർക്കാണ് മനസ്സി ലാകായ്ക?'' വടിയുടെ അറ്റം അമർത്തിപ്പിടിച്ച് അയാൾ ഒന്നുകൂടി എന്റെ അരികിലേക്ക് ചാഞ്ഞു. ''ഞാൻ ജോലിയിൽനിന്നു പിരിഞ്ഞ് വീട്ടിലിരുന്നപ്പോൾ മകൻ, അവന്റെ മകനെ നോക്കാനാണ് എന്നോട് പറഞ്ഞത്. അപ്പോൾ എനിക്ക് തോന്നിയതും മനസ്സിലാകുന്നു എന്നാണ്.''

''പണമല്ലച്ഛാ പ്രധാനം. കുട്ടി അച്ഛന്റെ അടുത്താവുമ്പോൾ ഞങ്ങൾക്കെത്ര സമാധാനമാണ്.'' എനിക്കുള്ള ഭക്ഷണം മേശപ്പുറ ത്തടച്ചുവെച്ച് കട്ടിൽത്തലയ്ക്കൽ ചുക്കുവെള്ളം വെച്ച് കർട്ടൻസ് നേരെ വലിച്ചിട്ട് ജോലിക്ക് പോകുമ്പോൾ എന്റെ മരുമകൾ പറയും: ''അച്ഛന്റെ പേരക്കുട്ടി മഹാവികൃതിയാണ്.''

''ഇവന്റെ അച്ഛനെ മേച്ചവനാണ് സുമതീ ഞാൻ.'' കുഞ്ഞുമകനെ വാരിയെടുത്ത് ഉമ്മവെക്കുമ്പോൾ വൃദ്ധൻ പറഞ്ഞത്രെ. ''എന്റെ മകൻ നിന്റെ മകനേക്കാൾ പ്രാക്രിയായിരുന്നു?''

''മരുമകൾ കുസൃതിയോടെ അന്നെന്നെ നോക്കി'' വൃദ്ധൻ തുടർന്നു. ''കുറേ പിന്നിൽ എന്റെ രോമം നിറഞ്ഞ മാറിനു മുകളി ലേക്ക് എടുത്തിട്ട ഒരു കുഞ്ഞിക്കൈ തൂവൽ പോലെ ഞാൻ കണ്ടു. ഈ കൈയിൽനിന്നും വീണുരുണ്ട ഗോട്ടികളും കുന്നിക്കുരുക്കളും മയിൽപ്പീലികളും എന്റെ വഴിയിൽ നിറയെ ചിതറി.''

''മൂന്നു മണിക്കാണ് ബിസ്കറ്റ്. സ്പൂണിൽ വെള്ളം കൊടുക്കു മ്പോൾ മൂക്കിൽ കേറാതെ നോക്കണേ അച്ഛാ... അവന്റെ വികൃതി ക്കൊരതിരില്ല.''

''അവൾ പറഞ്ഞത് ശരിയായിരുന്നു.'' അകലെ ആ ദിവസങ്ങളി ലേക്ക് നോക്കി വൃദ്ധൻ പറഞ്ഞു. ''രാവും പകലുമുള്ള അവന്റെ കരച്ചിലും ഭക്ഷണത്തിനുള്ള ശാഠ്യവും എനിക്ക് വല്ലാതെ ബുദ്ധി മുട്ടായി. ഒരു പുസ്തകം വായിക്കാനോ തീരെ വയ്യ എന്നു തോന്നു മ്പോൾ ഒരു ഭാഗത്ത് കിടക്കാനോ എനിക്കു സാധിച്ചില്ല. മക്കൾ ജോലി കഴിഞ്ഞ് മടങ്ങിവരുമ്പോഴേക്കും ഇരുട്ടും ഒരു വാശിയോടെ കടന്നുവന്നു. പുറത്തുപോയി സന്തോഷമായി വരുന്നവരോടൊക്കെ എനിക്ക് ശുണ്ഠി തോന്നിയിരുന്നത് അതുകൊണ്ടാവണം. ഞാൻ മരുമകളെ ചീത്ത പറയാൻ തുടങ്ങി. ചെയ്തത് ശരിയാണെന്ന് എനിക്കു അഭിപ്രായമില്ല. പക്ഷേ, ഞാനും തളർന്നിരുന്നു. കുട്ടിയുടെ നിർത്താത്ത കരച്ചിൽ മാറ്റാനേ എനിക്ക് പറ്റിയില്ല. എന്റെ പുറംവേദനയാണെ ങ്കിൽ ദിവസംപ്രതി വർദ്ധിച്ചുകൊണ്ടിരുന്നു. സമയാസമയങ്ങളിൽ പേരമകനെ നിർബ്ബന്ധിച്ച് തീറ്റാനൊന്നും ഞാൻ മെനക്കെടാതെയായി.

കുട്ടി മെലിയാൻ തുടങ്ങി. ''നിന്റെ തന്തയ്ക്കും തള്ളയ്ക്കും നിന്നെ പ്പറ്റി വല്ല വേവലാതിയുമുണ്ടോ?'' ഞാൻ കുട്ടിയോടു പറയും. ''രാവിലെ മുതൽ വൈകുന്നേരംവരെ നിന്നെപ്പോലൊരു പോക്കി രിയെ നോക്കാൻ എന്താനക്കുട്ടിയെയാണ് അവർ എനിക്കു തരുന്നത്. സിഗരറ്റ് ഇന്നലെ കഴിഞ്ഞതാണ്.'' അങ്ങനെയങ്ങനെയാണ് തീരെ പൊറുതി മുട്ടുമ്പോൾ ഉച്ചയ്ക്ക് തുണി കഴുകാനെത്തുന്ന വേല ക്കാരിക്കുട്ടിയുടെ കൂടെ ഞാൻ കുട്ടിയെ പുറത്തേക്കയയ്ക്കാൻ തുട ങ്ങിയത്.'' വൃദ്ധൻ ഒന്നു നിർത്തി.

''കുട്ടിക്ക് പാലിന്റെയും ബിസ്കറ്റിന്റെയും വീതത്തിനു പുറമെ പത്തുറുപ്പിക കാണാതെ കൊടുത്തിട്ടും അവളെന്തേ ഇക്കാര്യം സു മതിയോട് പറയാനാവോ? അന്ന് മക്കൾ വരുമ്പോൾ കുട്ടി വിശന്നു കരയുകയായിരുന്നു. മകൻ എനിക്കുവേണ്ടി വാങ്ങിക്കൊണ്ടുവന്നി രുന്ന സിഗരറ്റ് ഇല്ലാതായത് അന്നുമുതലാണ്. വൃദ്ധൻ അവനവ നോടെന്നപോലെ പതുക്കെ ചിരിച്ചു. എനിക്കന്ന് വല്ലാതെ ദേഷ്യം വന്നു. കുട്ടിയെ നോക്കാനുള്ള ശമ്പളമാണോ സിഗരറ്റ് എന്ന്, ഒരു വിഡ്ഢി കണക്കെ ഞാനവനോട് ചോദിച്ചതുകൊണ്ടാണ്. മകൻ എന്നെ ഒന്നു വല്ലാതെ നോക്കി. ആ നോട്ടം ഞാൻ പ്രതീക്ഷിച്ചിരു ന്നില്ല എന്നത് ശരിതന്നെ. എനിക്ക് ഇരുന്നിടത്ത് ഇരുന്ന് ഛർദ്ദി ക്കണമെന്ന് തോന്നി. വടിയുടെ അറ്റം കൈക്കുള്ളിലില്ല. വൃദ്ധൻ നിർത്താതെ തിരിച്ചു. ''പണ്ടൊരിക്കൽ ഒരു കാറ്റാടി വേണമെന്ന് പറഞ്ഞ് അവൻ കരഞ്ഞതാണ് എനിക്കോർമ്മ വന്നത്. അന്ന് ആ ചുകന്ന കാറ്റാടിയും പിടിച്ച് ഞങ്ങൾ പുഴവക്കത്തുകൂടി ഓടുമ്പോൾ അവൻ എന്റെ തോളിലിരുന്ന് നിർത്താതെ ചിരിച്ചു. ഞാൻ തിരിച്ചു നടന്നത് അമ്പലത്തിനു പിന്നാലെ തിരക്കുകുറഞ്ഞ വഴിയിലൂടെ യാണ്. മകൻ ഉറങ്ങിക്കഴിഞ്ഞിരുന്നു. അവന്റെ കുഞ്ഞിക്കാലുകൾ മാത്രം എന്റെ നടത്തത്തിനൊപ്പം പതുക്കെ ഇളകി. എന്റെ കവി ളത്തെ കുറ്റിരോമം ആ കാലിൽ ഉരഞ്ഞ് അവൻ ഉണരാതിരിക്കാൻ ഞാനന്നു മുഖം ശ്രദ്ധയോടെ തിരിച്ചു പിടിച്ചിരുന്നു.''

''നിങ്ങൾ കേൾക്കുന്നുണ്ടോ?'' വൃദ്ധൻ ചോദിച്ചു.

ഞാൻ കേൾക്കുന്നുണ്ടായിരുന്നു. വൃദ്ധന്റെ കണ്ണുകളിൽ പീള യടിഞ്ഞത് തുടച്ചുകളയാൻ പറയണമെന്ന് എനിക്ക് തോന്നി. ഏറെ നേരം വെയിലത്തേക്ക് നോക്കിയിരുന്നതുകൊണ്ടാവണം? വൃദ്ധന്റെ കണ്ണുകളിൽ നനവും വേണ്ടുവോളം ഉണ്ടായിരുന്നു. തുടച്ചാൽ എളുപ്പം മാഞ്ഞുപോകാത്തതുകൊണ്ടാകാം വൃദ്ധൻ അത് തുടയ്ക്കാതിരു ന്നതും. കണ്ണുകളിൽ പാട പോലെ നനവ് അല്ലെങ്കിൽ ആർക്കാണ് ഇഷ്ടമുണ്ടാവുക? പുൽനാമ്പുകളിലേക്ക് നോക്കി ഏകാഗ്രതയോടെ ഇരിക്കുകയായിരുന്ന വൃദ്ധന്റെ ചുണ്ടിന്റെ കോണിൽ തൊലിയിലെ

ചുളിവുകൾ കീഴോട്ട് കോറിനിന്നതിലൂടെ തുപ്പൽ നിർത്താതെ കിനിഞ്ഞു. അതും വൃദ്ധൻ തുടയ്ക്കുകയുണ്ടായില്ല.

''കുഞ്ഞുമകനെ എവിടെയാക്കിയാണ് പോന്നത്?''

''അവർ, അവനെ ഇപ്പോൾ എന്റെ കൈയിൽ തരാറില്ല. മിസ്സിസ് ഡിസൂസയെ ഏല്പിക്കുകയാണ് പതിവ്.'' വിറയ്ക്കുന്ന ശബ്ദത്തിൽ വൃദ്ധൻ പറഞ്ഞു: ''ഇപ്പോൾ അവന് പരിചയക്കേടുണ്ട്. എന്നെ ക്കണ്ടാൽ ഉറക്കെ കരയും.''

''കുട്ടിയെ കിടത്തി ഉറക്കി രാമൻകുട്ടിയുടെ പിറന്നാൾ ദിവസം ഒരുമിച്ചിത്തിരി 'മിനുങ്ങാൻ' തീർച്ചയാക്കിയപ്പോൾ പക്ഷേ, ഞാനിത്ര യൊന്നും ഓർത്തില്ല.'' വൃദ്ധൻ അവനവനോടെന്നപോലെ പറഞ്ഞു. ''കുട്ടിയുടെ ശാഠ്യവും പകൽ മുഴുവൻ ഒറ്റയ്ക്കിരിക്കുന്നതും കാരണം എനിക്ക് വല്ലാതെ ബോറടിച്ചിരുന്നു. രാമൻകുട്ടി എന്റെ പതിനഞ്ചു കൊല്ലത്തെ സ്നേഹിതനാണ്. മകനാണെങ്കിൽ ഒരിക്കലും ഉച്ചയ്ക്ക് വീട്ടിൽ വരാറില്ലാത്തതാണ്. പക്ഷേ, അന്നെല്ലാം തെറ്റി, വിറയ്ക്കുന്ന പനിയുമായി മകൻ വീട്ടിൽ വന്നുകയറുമ്പോൾ ഞാൻ ലഹരിയുടെ ക്ഷീണത്തിൽ മയക്കമായിരുന്നു. കുട്ടി തൊട്ടിലിൽനിന്നും താഴെ വീണിരുന്നു. ഞാനവന് പാലു കൊടുത്തിരുന്നില്ലെന്നാണ് സുമതി പറഞ്ഞത്...''

ഞാനൊരു നിമിഷം വൃദ്ധനെ നോക്കി...

''ഇങ്ങനെ കുറേനേരം ഇരുന്നാൽ എനിക്ക് മുതുക് വല്ലാതെ വേദനിക്കും.'' എന്റെ മുഖത്തുനിന്നും കണ്ണെടുത്ത് പൊടുന്നനെ ഒരു ക്ഷമാപണത്തോടെ വൃദ്ധൻ പറഞ്ഞു: ''അപ്പോൾ കിടക്കാൻ തോന്നുകയാണ്. വയസ്സാകുമ്പോൾ എപ്പോഴും അവനവനും സ്വന്തം മുതുകും കൂടിയാണ് യുദ്ധം.''

വെയിൽ ഇപ്പോൾ വൃദ്ധന്റെ തുടയ്ക്കും വയറിനും മേൽ വീണു കൊണ്ടിരുന്നു. അയാൾ അതറിയാതെയാണിരുന്നത്. ആൾക്കാർ ഓരോരുത്തരായി പാർക്കിൽനിന്നും പുറത്തുകടന്നു. പുറത്തെ തിരക്ക് ഒരു ലക്ഷ്മണരേഖപോലെ ഞങ്ങൾക്കു ചുറ്റും നിന്നു. ''എഴു ന്നേൽക്കൂ.'' വീട്ടിലെത്തേണ്ട യാതൊരു ധൃതിയും ഇല്ലാത്തതിനാൽ വൃദ്ധന്റെ കൈ പിടിച്ചെഴുന്നേൽപ്പിച്ചു ഞാൻ പറഞ്ഞു. ''വെയിലിനു നല്ല ചൂടായി. നിങ്ങളുടെ കൂടെ ഞാൻ വീടു വരെ വരാം.''

എന്തോ അബദ്ധം കേട്ടപോലെ വൃദ്ധൻ എന്നെ തുറിച്ചു നോക്കി.

''അത് നിങ്ങൾക്ക് ബുദ്ധിമുട്ടാവും.''

എന്റെ രണ്ടു കൈയും കൂട്ടിപ്പിടിച്ച് പിന്നെ അയാൾ ധൃതിയിൽ പറഞ്ഞു. ''അതുമല്ല, ഞാൻ മറ്റേതെങ്കിലും ഒരു വീട്ടിൽ പോയിട്ട്

ഏറെ നാളുകളായി. ഞാൻ വന്നാൽ നിങ്ങൾക്കും വീട്ടിൽ തനിച്ചിരിക്കേണ്ടി വരില്ല.''

മുഖത്ത് ഒരടികൊണ്ടപോലെ ഞാൻ പകച്ചുപോയി. മേശപ്പുറത്ത് ഭർത്താവ് തിരിച്ചേല്പിച്ച ഷർട്ട് അതേപോലെ കിടക്കയാവും. ഞാനോർത്തു. കഴിക്കാതെ തുറന്നുവെച്ച ഭക്ഷണവും അലങ്കോലമായ മുറിയും തന്റെ മനസ്സുപോലെ വൃദ്ധൻ കണ്ടെന്നുവരാം.

''വേണ്ട.'' ഒന്നു ചിരിച്ച് ഞാൻ തിടുക്കത്തിൽ കൂട്ടിച്ചേർത്തു:

''ഞാനിന്ന് നിങ്ങളുടെ അതിഥിയാണ്.''

എന്റെ ശബ്ദത്തിലെ വേഗവും വെമ്പലും ഏറെ പ്രകടമായിരിക്കണം. അടിയേറ്റ പാമ്പിനെപ്പോലെ ഒരു പിടച്ചിലോടെയാണ് വൃദ്ധൻ കൈകൾ വലിച്ചെടുത്തത്.

ഞാനത് കണ്ടില്ലെന്നു നടിച്ചു. വൃദ്ധന്റെ വീട്ടിലേക്കുള്ള വഴിയിലൂടെ നടക്കവെ കാറ്റിൽ എന്റെ സാരിത്തുമ്പ് വൃദ്ധന്റെ മേലുരസി. പാതയുടെ ഇരുപുറത്തും വെട്ടിക്കൂട്ടിയ കരിങ്കൽച്ചീളുകളിൽ തട്ടി വൃദ്ധന്റെ വടിത്തലപ്പ് പലവട്ടം തെന്നുന്നത് ഞാൻ കണ്ടു. ചെറിയ കല്ലുകൾ തട്ടിത്തെറിപ്പിച്ച് ഞാനും ഭർത്താവും പലവട്ടം ഈ വഴിയിലൂടെ നടന്നിരുന്നു.

ഭർത്താവ് ഒരു പക്ഷേ, ഇന്ന് ഓഫീസിൽ പോയിരിക്കുകയില്ല. വൃദ്ധനു പിന്നിൽ നിശ്ശബ്ദം നടക്കുമ്പോൾ ഞാൻ ഓർത്തു. തലേരാത്രിയിലെ വിവരങ്ങൾ കിടന്നുകൊണ്ട് സ്നേഹിതയോട് വിവരിക്കുകയാവും അദ്ദേഹം. കൈയിൽ പുകയുന്ന സിഗററ്റുമുണ്ടാവും. വിഷമമോ സങ്കടമോ അദ്ദേഹത്തിന്റെ മുഖത്തുണ്ടാവുക? കണ്ണാടിക്കു മുൻപിലിരുന്ന് തലമുടിയിലൂടെ ബ്രഷ് ചലിപ്പിച്ചുകൊണ്ട് അദ്ദേഹത്തിന്റെ സ്നേഹിത എല്ലാം കേട്ടു മൂളിയിരിക്കും... അവർ വിവാഹിതയാണോ എന്ന് താൻ സേതുവിനോട് ചോദിക്കുകയുണ്ടായില്ല. ചോദിക്കണമായിരുന്നു. മനസ്സാന്നിദ്ധ്യം പ്രകടിപ്പിക്കാനുള്ള അവസരം താൻ വെറുതെ നഷ്ടപ്പെടുത്തി.

''ഇതുപോലൊരു പൂവാണ് അന്ന് ഞാൻ മുൻപിൽനിന്ന പെൺകുട്ടിയുടെ തലയിൽനിന്ന് വലിച്ചെടുത്തത്.'' വഴിവക്കത്തുനിന്ന് ഒരു പൂപറിച്ച് എനിക്ക് നീട്ടിക്കൊണ്ട് വൃദ്ധൻ പ്രസരിപ്പോടെ പറഞ്ഞു: ''എന്നിട്ടാ പൂ കൊണ്ട് അവളുടെ കഴുത്തിൽ ഞാൻ അന്ന് പതുക്കെ തടവി.''

വൃദ്ധൻ ഗ്രാമത്തിലെ കുട്ടിക്കാലത്തെക്കുറിച്ചാണ് സംസാരിച്ചിരുന്നത്. നരച്ച തലമുടിക്കു കീഴെ നിറം മങ്ങിയ കണ്ണുകൾ ഒരു കുട്ടിയുടേതുപോലെ പ്രസരിപ്പാർന്നു. ചുറ്റുവിളക്കിന്റെ തിരക്കിൽ അറിയാത്ത മട്ടിൽ നിന്ന പെൺകുട്ടി തിരിഞ്ഞുനോക്കിയപ്പോൾ

രക്തം ഉറഞ്ഞുപോയത്രെ. കന്നുകച്ചവടക്കാരൻ ചാത്തുണ്ണി കല്യാണം കഴിച്ചുകൊണ്ടുവന്ന പുതുപ്പെണ്ണായിരുന്നു അത്! വൃദ്ധൻ ഉറക്കെ ചിരിച്ചു. നടത്തത്തിന്റെ ശ്രമത്തിൽ അയാൾ നല്ലപോലെ വിയർക്കാൻ തുടങ്ങിയിരുന്നു. ഞാൻ നടത്തം വീണ്ടും പതുക്കെയാക്കി. കെട്ടിടത്തിനു നടുവിൽ വൃദ്ധൻ ചൂണ്ടിക്കാട്ടിയ വീടിന്റെ ജനാലകളും വാതിലുകളും കൊട്ടിയടച്ചിരുന്നു. ചാരനിറമാർന്ന മ്ലാനത മാറാലപോലെ അവയ്ക്കു മുകളിൽ തങ്ങി. ''ശ്രദ്ധിച്ചോളൂ.'' പഴകിയ കോണിയിലൂടെ മുകളിലേക്ക് കയറുമ്പോൾ വൃദ്ധൻ പറഞ്ഞു; ''അവിടവിടെ ഇളകിയിട്ടുണ്ട്.''

വൃദ്ധന്റെ ശബ്ദം പൊടുന്നനെ, ഒരു കാരണവുമില്ലാതെ ഗൗരവം പൂണ്ടതെന്തിനാണെന്ന് എനിക്കൊട്ടും മനസ്സിലായില്ല. അയാൾ സംസാരം ഇടയ്ക്കുവെച്ചു നിർത്തിയിരുന്നതിനാലാവണം, മുഖത്തെ ചിരി നിശ്ശേഷം മാഞ്ഞുകഴിഞ്ഞിരുന്നു. വാതിൽ തുറക്കാൻ വൃദ്ധൻ ഏറെനേരമെടുത്തു.

തുറന്ന വാതിലിലൂടെ കെട്ടിനിന്ന വിങ്ങുന്ന വായുവും മങ്ങിയ ഇരുട്ടും ഒപ്പം പുറത്തേക്കേന്തി.

ആവശ്യത്തിലധികം ധൃതിയിലാണ് അയാൾ അകത്തു കടന്നതെന്ന് എനിക്കു തോന്നി. പിന്നെ, ഒരു പിടച്ചിലിന്റെ ചുവയോടെ അയാൾ ശബ്ദമില്ലാതെ വാതിൽ അടച്ചു.

''ഇരിക്കൂ.'' ജനാലയ്ക്കലെ ആണിയിൽ താക്കോൽ തൂക്കിയിട്ട് വൃദ്ധൻ പതുക്കെ പറഞ്ഞു: ''കുടിക്കാനുള്ള വെള്ളം ഞാനിപ്പോ കൊണ്ടു വരാം.''

അകത്തേക്ക് പോകാനൊരുങ്ങിയിടത്തുനിന്നും ധൃതിയിൽ മടങ്ങി വന്ന് അയാൾ പിന്നെ ഫാൻ ഓൺ ചെയ്തു.

''ജനൽ തുറക്കണ്ട. തീയ് പോലുള്ള ചൂടാണ് പുറത്ത്.''

വൃദ്ധന്റെ ശബ്ദവും മുഖവും തീരെ അപ്രസന്നമായിരുന്നു എന്നു വേണം പറയാൻ. ചാത്തുണ്ണിയുടെ കഥയോ മറ്റെന്തെങ്കിലുമോ അയാൾ തുടരുകയുണ്ടായില്ല. ഫാനിൽനിന്നും വരണ്ട കാറ്റ് എന്റെ മേലേക്ക് ആഞ്ഞുവീശി. അകത്തേക്ക് പോയ വൃദ്ധന്റെ പിന്നിൽ നിശ്ശബ്ദത വെള്ളത്തിൽ വീണ ഒരു എണ്ണത്തുള്ളിപോലെ ആകെ പരക്കാൻ തുടങ്ങുന്നത് ഞാനറിഞ്ഞു. ഫാനിന്റെ കോറുന്ന ശബ്ദത്തിനു മുകളിലൂടെ, പുറത്ത് പകയോടെ നിന്ന ഉച്ചയ്ക്ക് മുകളിലൂടെ അത് പതുക്കെ ഏന്തി. മങ്ങിയ ഇരുട്ടിൽ അങ്ങനെ ഒറ്റയ്ക്കിരുന്നപ്പോൾ നിശ്ശബ്ദതയ്ക്ക് രണ്ടു കണ്ണുകൾ ഉണ്ടെന്നും അവ എന്റെ നേരെ തുറിച്ചുനോക്കുകയാണെന്നും എനിക്ക് തോന്നാൻ തുടങ്ങി. ജനൽ തുറന്നാലോ എന്ന് ഞാനൊരു നിമിഷം ആലോചിച്ചു.

ഉടനെതന്നെ വേണ്ടെന്നും തൊടിയിലൂടെ നടക്കുമ്പോൾ കാലിൽ ഏൽക്കുന്ന പോറലിന്റെ നീറ്റൽ പോലെ ചൂട്, പക്ഷേ, എനിക്കു ചുറ്റും നീറാൻ തുടങ്ങിയിരുന്നു.

''കുറച്ചുവെള്ളം,'' ഞാൻ അകത്തേക്ക് നോക്കി വിളിച്ചു. ''എന്തൊരു ചൂട്!''

''ചായയുണ്ടാക്കുകയാണ് ഞാൻ'' ശബ്ദം ഉയരാതിരിക്കാൻ ശ്രദ്ധിച്ചിട്ടാണ് വൃദ്ധൻ പറഞ്ഞത്: ''ഇതാ വന്നു.''

അതുവരെയും വൃദ്ധൻ വസ്ത്രങ്ങൾ മാറുകയായിരിക്കുമെന്ന ധാരണയിലായിരുന്നു ഞാൻ. വിളിക്കാതെ അകത്തേക്ക് ചെല്ലുന്നത് മര്യാദകേടാണെന്നറിയാമായിരുന്നിട്ടും ധൃതിയിൽ ഞാൻ അകത്തേക്ക് നടന്നു.

''ചായ ഞാനുണ്ടാക്കാം.'' ഞാൻ പറഞ്ഞു: ''വിശ്രമിച്ചോളൂ.'' അകത്ത്, മേശപ്പുറത്ത് അയാൾക്കായി അടച്ചുവെച്ചിരുന്ന ഭക്ഷണം മുഴുവൻ ഒരു വലിയ കടലാസിലേക്ക് കൊട്ടിയിടുകയായിരുന്നു വൃദ്ധൻ. സ്റ്റൗവിൽ ചായയുടെ വെള്ളം ഒരു നേർത്ത ശബ്ദത്തോടെ തിളച്ചുകൊണ്ടിരുന്നു. വൃദ്ധൻ എന്റെ മുഖത്ത് നോക്കിയതേയില്ല.

ഞാനൊരു നിമിഷം അടുക്കളയുടെ വാതിൽക്കൽത്തന്നെ നിന്നു. ഭക്ഷണം വൃത്തിയായി പൊതിഞ്ഞുകെട്ടി, വൃദ്ധൻ അടുക്കളയുടെ മൂലയ്ക്കുള്ള വേസ്റ്റ് ബക്കറ്റിലിട്ടു. അതിനു മുകളിൽ കുറേ കടലാസിട്ട് അത് മൂടി. എന്നിട്ട് കൈ വീണ്ടും കഴുകി. ചുളിഞ്ഞു കോറിയ മുഖത്ത് എന്തെന്നില്ലാത്ത ക്ഷീണമാണുണ്ടായിരുന്നത്. അയാൾ ഒരക്ഷരം മിണ്ടിയില്ല. നിശ്ശബ്ദത, ഉരുണ്ടു കൂടി വേഗം വെക്കുന്ന ഒരലപോലെ ചുറ്റും മുരണ്ടു. അടുക്കളയുടെ ജനലും അയാൾ തുറന്നില്ല.

കെട്ടിനിൽക്കുന്ന ചൂടും കൂന്ന മുതുകിന്റെ ആകൃതിയും അയാളുടെ മൗനവും എല്ലാറ്റിനുപരി വെള്ളം തിളയ്ക്കുന്ന തുടർച്ചയായ ശബ്ദവും എല്ലാം കൂടി ഒരു തരം പേടിയാണ് എന്നിലുളവാക്കിയത്. ഞാൻ പെട്ടെന്ന് സ്റ്റൗ കെടുത്തി.

''ഭക്ഷണം കഴിച്ചോളൂ.'' എന്തെങ്കിലും ഒരു ശബ്ദമുണ്ടാക്കാനായി ഞാൻ പറഞ്ഞു: ''ഞാൻ കൂട്ടിരിക്കാം.''

വൃദ്ധൻ ഒരക്ഷരം മിണ്ടാതെ എന്നെ തുറിച്ചുനോക്കി, അയാളുടെ മുഖത്ത് പെട്ടെന്നാളിയ ഭയം എന്തിനാണെന്ന് എനിക്കൊരു പിടിയും കിട്ടിയില്ല. കണ്ണുകൾ അനക്കാതെ, വളരെ സാവധാനം, ഒരു നാടകത്തിലെന്ന പോലെയാണ് അയാൾ പിന്നെ എന്റെ അടുത്തു വന്നു നിന്നത്. വീർക്കുന്ന ഒരു ബലൂൺ പോലെ ഭയം എന്റെ ഉള്ളിൽ നിറയാൻ തുടങ്ങി. പാർക്കിൽ കണ്ട വൃദ്ധനാണ് അയാളെന്നേ

എനിക്ക് തോന്നിയില്ല. പതുക്കെ പിന്നോക്കം മാറി ഞാൻ ധൃതി യിൽ മേശപ്പുറത്തുനിന്ന് ഒരു ഗ്ലാസ് വെള്ളമെടുത്തു.

‘‘നിങ്ങൾ എന്റെ മകനെ അറിയുമോ?’’ എന്റെ മുഖത്ത് തൊട്ടു തൊട്ടില്ലെന്ന മട്ടിലാണ് വൃദ്ധൻ നിന്നത്. അയാളുടെ നിശ്വാസം എന്റെ തോളിൽ ഒരു തീനാളം പോലെ തൊട്ടു.

‘‘ഇല്ല.’’

‘‘മരുമകളെ?’’

‘‘ഇല്ല.’’

അയാളുടെ നില്പിന്റെ നാടകീയതയും പന്തികേടും എന്നെ വല്ലാതെ അമ്പരപ്പിച്ചിരിക്കണം. എനിക്കെന്റെതന്നെ വീടാണ് ഓർമ്മ വന്നത്. അവിടെ തലങ്ങും വിലങ്ങും അലങ്കോലപ്പെട്ടു കിടക്കുന്ന സാധനങ്ങൾ ഒറ്റയ്ക്ക് ഇനിയൊന്ന് ഒതുക്കാൻ നോക്കുമ്പോൾ ഒരുപക്ഷേ, ഇതുപോലെയാവും നിശ്ശബ്ദത തൊട്ടടുത്തു കാവൽ നിൽക്കുക. ഒരു കെന്തലോടെ മുഖം വെട്ടിത്തിരിച്ച്, ഞാൻ കഴുത്തും മുഖവും അമർത്തിത്തുടച്ചു. കമ്പിയും കോലും ഇട്ടുപൂട്ടിയ ഒരു വാതിൽ ഞാൻ ശ്രദ്ധിക്കാനിടയായത് അപ്പോഴാണ്. വൃദ്ധൻ എന്നെ ത്തന്നെയാണ് നോക്കിയിരുന്നത്. അയാളുടെ മുഖത്തെ ഏകാഗ്രത യ്ക്ക് ഒരു സൂചിമുനയുടെ മൂർച്ചയുണ്ടായിരുന്നു. മുഖത്തെ ചുളിഞ്ഞ തൊലി വലിഞ്ഞുമുറുകുന്നതും വൃദ്ധന്റെ ചുണ്ടിന്റെ കോണിൽ തുപ്പലിന്റെ പൊള്ളങ്ങൾ നുരയുന്നതും ഞാൻ കണ്ടു. കുടിക്കാനെ ടുത്ത വെള്ളം ഞാൻ മേശപ്പുറത്തുതന്നെ വെച്ചു.

‘‘ഇതെന്റെ മുറിയാണ്.’’ എന്റെ മുഖത്തുനിന്നും കണ്ണെടുക്കാതെ, കണ്ണെടുത്താൽ ഞാൻ ഓടിപ്പോയേക്കുമെന്നപോലെ അയാൾ പറഞ്ഞു. ‘‘വരൂ.’’

പഴക്കത്തിന്റെ ചൂരിൽ കുതിർന്ന ഇരുട്ട്.

പുറത്തുപോകണോ അതോ അകത്തേക്കു കടക്കണോ എന്ന് ഞാൻ ആലോചിക്കുന്നതിനു മുൻപേ അയാൾ അകത്തുനിന്നും വാതിലടച്ചു കുറ്റിയിട്ടു.

കണ്ണു കാണാത്ത ആ ഇരുട്ടിൽ ഞാനമ്പരന്നുപോയി.

‘‘ലൈറ്റെവിടെ?’’ ഞാനുറക്കെ ചോദിച്ചു. വൃദ്ധനെയോ മുറി യിലെ മറ്റെന്തെങ്കിലുമോ ആ ഇരുട്ടിൽ തീരെ കണ്ടിരുന്നില്ല. എന്റെ ശബ്ദം ആവശ്യത്തിലധികം ഉയർന്നിരിക്കണം, വൃദ്ധൻ എന്തെന്ന റിയാത്ത ഭീതിയോടെ എന്റെ വായ് പൊത്തി. ഞാൻ കുതറിയതറി യാതെയാണ്. ‘‘ലൈറ്റിടരുത്.’’ അയാൾ എനിക്കു പോലും കേൾ ക്കാനാവാത്തത്ര പതുക്കെ പറഞ്ഞു. ‘‘അപ്പോഴാണ് അവനറിയുക.’’

അന്തം വിട്ട് എനിക്കു മുമ്പിൽ, അയാളെ നോക്കി ഇരുന്ന കട്ടിലിന്റെ ചുവട്ടിൽനിന്നും ഒരു ചെറിയ ചിമ്മിനി വിളക്കെടുത്തു വൃദ്ധൻ പിന്നെ കൊളുത്തിവെച്ചു. പതറിയ ബലം കുറഞ്ഞ വെളിച്ചത്തിൽ മുറിയിലെ സാധനങ്ങൾ വ്യക്തതയാർന്നു. ആകെ ഉണ്ടായിരുന്ന ജനാല വലിച്ചടച്ച് കമ്പിവലയിട്ട് തലങ്ങും വിലങ്ങും കെട്ടിയിരുന്നു. പഴകിപ്പൊളിഞ്ഞ ചെറിയ മേശയ്ക്കുമേൽ പാതി കഴിച്ച ഭക്ഷണ സാധനങ്ങൾ ചിതറിക്കിടന്നു. നിലത്ത്, ബക്കറ്റിൽ തുറന്നുവെച്ച വെള്ളം.

''അതിലൂടെയാണ് അവൻ വരിക'' ജനാലയ്ക്കൽനിന്നും കണ്ണെടുക്കാതെയാണ് വൃദ്ധൻ പറഞ്ഞത്: ''അതിനാൽ ഞാൻ രാത്രി ഉറങ്ങാറില്ല. ഒറ്റയ്ക്കാണ് ഞാനെന്ന് അവനറിയാം. അവൻ ചെറുപ്പമാണ്. അതാണ് എനിക്കു പേടി.''

തലയണയ്ക്കിടയിൽ നിന്നെടുത്ത പഴയ തുരുമ്പിച്ച കത്തിയിൽ എന്റെ കണ്ണുകൾ ഒരു നിമിഷം ഉടക്കി.

''എന്റെ രക്ഷയ്ക്ക് രാമൻകുട്ടി തന്നതാണിത്.'' നിവർത്തിയ കത്തിയിൽ ജപമാലയിലെന്നപോലെ തലോടി അയാൾ മന്ത്രിച്ചു. ''ഞാൻ അവനൊരു ഭാരമാണ്. പക്ഷേ, കാവിലമ്മയോട് കളിക്കാൻ അവനും ധൈര്യം വരില്ല.''

ഇരുട്ട് കുമിഞ്ഞുനിന്ന ആ മുറിയിലെ മണം, പൊടുന്നനെ, എത്ര അസഹ്യമാണോ അത്രതന്നെ പരിചിതവും ആയി എനിക്ക് തോന്നി. തലേന്ന് രാത്രി ഭർത്താവിന് തൊട്ടടുത്ത് ശബ്ദമില്ലാതെ മലർന്നു കിടക്കെ എന്റെ ഉള്ളിൽ തട്ടിമറിഞ്ഞു വീണ് എന്നെ ആകെ മൂടിയ സംശയങ്ങൾക്ക് ഇതേ മണമായിരുന്നു. ഞാൻ അർദ്ധരാത്രി പുറത്തു വന്നു നിന്നത് ഈ മണത്തിൽനിന്ന് രക്ഷപ്പെടാനാണ്. ആ അറിവിൽ ആ മണത്തിലേറെ എനിക്ക് ശ്വാസം മുട്ടി. പിടഞ്ഞുകൊണ്ട് ഞാൻ വാതിലിൽ പിടിച്ചു. ''പതുക്കെ'' വൃദ്ധന്റെ ശബ്ദം പിറുപിറുക്കലിന്റെ വക്കിലോളം താണു. ''അവൻ വഴി പലതും നോക്കി. എനിക്കടച്ചുവെച്ച ഭക്ഷണം പാർക്കിലെ കാക്കകളെ തീറ്റിയപ്പോൾ അവ ചത്തുമലച്ചു!''

നേർത്ത ചിമ്മിനിവെളിച്ചത്തിൽ അയാളുടെ മുഖത്തെ വിയർപ്പുതുള്ളികൾ മിന്നി. അവിടവിടെ വെളിച്ചം തട്ടുന്ന നരച്ച തലമുടിയും കുപ്പിച്ചില്ലുകൾപോലെ തിളങ്ങുന്ന കൃഷ്ണമണികളും എന്റെ ചുമലിലോളം തട്ടുന്ന കിതപ്പിന്റെ ചൂടും. ഉറക്കെ നിലവിളിക്കാനാണ് എനിക്ക് തോന്നിയത്. പേടി, വഴുവഴുപ്പാർന്ന തണുപ്പുപോലെ എന്റെ മേലിൽ മുറുകി. പക്ഷേ, പരിഭ്രമം തീരെ പുറത്തുകാണിക്കാതെ വളരെ സാധാരണമാണെന്ന മട്ടിൽ ഞാൻ വാതിൽ തുറക്കാനാഞ്ഞു.

കത്തിയുള്ള കൈ എന്റെ ചുമലിൽ വെച്ച് പിടിച്ചുകുലുക്കി അയാളെന്നെ നേരെ നിർത്തി.

''അച്ഛനിനി ഈ വീടെന്തിനാണ് എന്നാണ് അവൻ ചോദിച്ചത്. ''ഇനി എന്നുവെച്ചാൽ...? അയാളുടെ മുഖത്തെ ചുവപ്പ് ചുവട്ടിലേക്കൊറ്റുമെന്ന് തോന്നി എനിക്ക്. ഭീതിയും സങ്കടവും അമ്പരപ്പും എല്ലാം ചളിവെള്ളം പോലെ എന്റെ മേലേക്ക് തെറിപ്പിച്ച് അയാൾ ആവർത്തിച്ചു.

''ഇനി എന്നുവെച്ചാൽ?''

''അയാൾ അത് പറയരുതായിരുന്നു.'' രക്ഷപ്പെടാനുള്ള പഴുതുകൾ പരതുന്നതിനിടയിൽ വെമ്പലോടെ ഞാൻ പറഞ്ഞു. വൃദ്ധന്റെ മുഖത്തെ വല്ലാത്ത തളർച്ചയിൽ അയാളെ പിടിച്ചു കിടത്തുകയാണ് വേണ്ടതെന്ന് എനിക്ക് തോന്നിയതാണ്. പക്ഷേ, ആ ശ്വാസംമുട്ടുന്ന ചൂടിൽ ഞാനിതിനൊന്നും തയ്യാറായിരുന്നില്ല. അതുമല്ല, ആ അന്തരീക്ഷം എന്നെ ഏറെ മടുപ്പിക്കാൻ തുടങ്ങിയിരുന്നുതാനും. കിട്ടിയ പഴുതിൽ വാതിൽ വലിച്ചു തുറന്നു പുറത്തുകടക്കാൻ ഞാനൊരുമ്പെട്ടത് അതുകൊണ്ടായിരുന്നു.

''ഇനി ഇന്ന് നിങ്ങളുടെ ഭർത്താവ് മടങ്ങിവരോ?''

''അറിയില്ല.'' തീപ്പൊള്ളലേറ്റപോലെ ചൂളിക്കൊണ്ട് ഞാൻ പറഞ്ഞു.

''പക്ഷേ, എനിക്കു പോണം.''

വൃദ്ധൻ പുറത്തേക്കോടാനാഞ്ഞ എന്റെ കാലിൽ ഒരു കീറത്തുണിപോലെ ചുറ്റിയതപ്പോഴാണ്. തള്ളിക്കയറിയ വെളിച്ചത്തിൽ വൃദ്ധന്റെ പീളയടിഞ്ഞ കണ്ണുകളിൽനിന്നും വെള്ളമൂറി. ഞാൻ അയാളുടെ വിരലുകൾ മാന്തിയടർത്തി.

''പോകരുത്.'' അയാൾ അലറിയേക്കാമെന്ന് പ്രതീക്ഷിച്ചതുകൊണ്ടാവണം വൃദ്ധന്റെ ശബ്ദം തീരെ താഴ്ന്നുപോയതായി എനിക്ക് തോന്നിയത്. ''ഇനി ഞാനിവിടെ ഒറ്റയ്ക്കാണെന്ന് അവനറിയും. അവൻ ചെറുപ്പമാണ്. ഈ നിലത്ത് കിടന്നാണ് അവന്റെ അമ്മ മരിച്ചത്. അവൻ എല്ലാം മറക്കുകയാണ്. നോക്കൂ, അവനാ ജനൽ എളുപ്പം പൊളിക്കാവുന്നതേയുള്ളൂ.''

വൃദ്ധന്റെ മുഖത്തെ ചുളിവുകളിൽ മുഴുവൻ വെള്ളമായിരുന്നു. കോറയ്ക്കൽ പതിഞ്ഞ തുപ്പലിനുമീതെ ചത്തുമലച്ച എറുമ്പുകളെപ്പോലെ വാക്കുകൾ. പൊടുന്നനെ, ഈ വൃദ്ധനോട് ഇപ്പോൾ തനിക്ക് തോന്നുന്ന വികാരമായിരിക്കാമോ താൻ നൽകിയ ഷർട്ട് തിരിച്ചു തരുമ്പോൾ ഭർത്താവിന് തന്നോടും തോന്നിയിരിക്കുക എന്നെനിക്ക്

സംശയമായി. വസ്ത്രത്തിൽ തീ പിടിച്ചപോലെ ഞാൻ നിന്നിടത്തു നിന്നു തിരിഞ്ഞു.

''കാൽവിടൂ'' വെറുപ്പുകൊണ്ട് കെന്തി ഞാൻ പറഞ്ഞു. ''നിങ്ങൾ എല്ലാം അനാവശ്യമായി വലുതാക്കുകയാണ്. വേണമെങ്കിൽ എത്രയോ മുൻപ് നിങ്ങളുടെ മകൻ നിങ്ങളെ കൊല്ലാമായിരുന്നു. വളരെ എളുപ്പത്തിൽ തന്നെ. കാര്യങ്ങൾ അനാവശ്യമായി വലുതാക്കാതിരിക്കൂ. വെയിലത്ത് അധികനേരം ഇരുന്നതിന്റെ ക്ഷീണമാണ് നിങ്ങൾക്ക്. നിങ്ങൾ ഉറങ്ങുകയാണ് വേണ്ടത്... ജനൽ...''

ഞാൻ പെട്ടെന്ന് നിർത്തി. വൃദ്ധൻ കരയാൻ തുടങ്ങിയിരുന്നു. തുറന്ന്. നാണമില്ലാതെ വായിൽനിന്നും മൂക്കിൽനിന്നും കൊഴുത്ത ദ്രാവകം കണ്ണീരിനോടൊപ്പം പുറത്തേക്കൊഴുകി. താനിന്നലെ ഭർത്താവിന് മുന്നിൽ കരയാൻ കൂട്ടാക്കാതിരുന്നത് എത്ര നന്നായി എന്നാണ് എനിക്കാദ്യം തോന്നിയത്.

''രണ്ടു കൊല്ലമായി എന്റെ കുട്ടി എന്നോടെന്തെങ്കിലും മിണ്ടിയിട്ട്. നിങ്ങൾക്കത് മനസ്സിലാകുന്നേയില്ലല്ലോ.'' വൃദ്ധന്റെ ശബ്ദം ഒരീണം പോലെ നേർത്തു. അയാൾ എന്റെ മുഖത്തുനോക്കിയതേയില്ല. വഴുപ്പാർന്ന കണ്ണീർ അയാൾ മുഖം മുഴുവൻ നനച്ച് പക്ഷേ, വാശിയോടെ എന്റെ മനസ്സിന്റെ തൊട്ടടുത്തെത്തി. അങ്ങനെയാണ് പിൻതുടരലിന്റെ എന്തെന്നില്ലാത്ത പീഡയിൽ അന്ധാളിച്ച് കാൽ വിടുവിക്കാൻ യാതൊരു മാർഗ്ഗവുമില്ലാതെ ഞാൻ അയാളുടെ മുഖത്ത് ആഞ്ഞുതള്ളിയത്.

സ്വാഭാവികമായും എന്റെ കൈയിൽ ആദ്യം തട്ടിയത് അയാളുടെ മുഖത്തെ നനവാണ്. അതിൽ ആവശ്യത്തിലേറെ ഒട്ടലുള്ളതിനാൽ അത് കഴുകിക്കളയാൻ ഞാൻ ധൃതിയിൽ പുറത്തുകടന്നു. വൃദ്ധന്റെ മുറിയുടെ വാതിൽ ഞാൻ അടയ്ക്കുകയുണ്ടായില്ല. കസേരച്ചാരിൽ ഊരിയിട്ട വസ്ത്രം പോലെ കിടന്ന അയാളെ എഴുന്നേല്പിച്ചിരുത്തുകയോ ഉച്ചനേരമായിട്ടും ആ ചിമ്മിനി ഒന്നൂതിക്കെടുത്തുകയോ ചെയ്തതുമില്ല. വിചാരിക്കുന്നതൊക്കെ ചെയ്തുതീർക്കുന്നവർ വളരെ കുറവാണെന്നു പക്ഷേ, ഞാൻ സ്വയം പറഞ്ഞു. പുറത്ത് എന്റെ വഴിക്കു മുകളിൽ കല്ലിച്ച തീപോലെ ആകാശം വെളുത്ത് മഞ്ഞച്ച് നിന്നിട്ടും മുൻപറഞ്ഞ കാരണത്തിന്റെ നീതിയും സാധുതയിൽ സത്യത്തിലും എനിക്ക് സന്തോഷം തോന്നിയത് അതുകൊണ്ടാണ്.

■

നിർവ്വചനങ്ങളുടെ നിറഭേദങ്ങൾ

ശാലിനി വാതിൽക്കൽത്തന്നെ നിന്നു. കട്ടിലിൽ ഒരു കാൽ മടക്കി വച്ച് മുഴുവൻ സ്ഥലവും പരന്ന് വായ അല്പം തുറന്ന് ഉറങ്ങുകയാണ് വാസ്വേട്ടൻ. കാലങ്ങളായി കാണുന്ന കിടപ്പ്.

സാധാരണ അതു കണ്ടാൽ കാൽ ഒതുക്കി തലയണ നേരെ വച്ച് പുതപ്പു നിവർത്തി പുതപ്പിക്കുകയാണ് പതിവ്. ആ വാതിൽക്കലേക്ക് ശാലിനി കുറച്ചുനേരം നോക്കി. പിന്നെ മനസ്സിൽനിന്നെന്തോ തട്ടിക്കളയുന്നതുപോലെ വാസ്വേട്ടനെ ഉണർത്താതെ പതുക്കെ മറ്റേ തലയണ വലിച്ചെടുത്തു.

എന്തോ, ആ കട്ടിലിൽ കിടക്കാൻ തോന്നുന്നില്ല

ഇന്നല്ല കുറച്ചേറെ ദിവസമായിരിക്കുന്നു.

നോക്കിനോക്കിയിരിക്കെ മേശപ്പുറത്തു അടിഞ്ഞുകൂടുന്ന പൊടിപോലെയായിട്ടുണ്ട് ഈ തോന്നൽ. കനം വച്ചതെപ്പോഴാണെന്നോർമ്മയില്ല. ഇപ്പോൾ കൈവിരൽകൊണ്ട് വരച്ചാൽ പാടു വീഴും. അത്രയ്ക്കുണ്ട് കനം.

ഒന്നമർത്തി ഊതി നോക്കിയാലോ എന്ന് ചിലപ്പോഴൊക്കെ തോന്നിയിട്ടുണ്ട്. പിന്നെ ആ പൂഴി മുഴുവൻ തന്റെ മുഖത്തേക്കു തന്നെ പറന്നുയർന്നാൽ എന്നും പൊടിയിൽ മൂടിയ മുഖം കണ്ടാൽ ചിലപ്പോൾ താൻ തന്നെ, തിരിച്ചറിഞ്ഞെന്നുവരില്ല.

വാസ്വേട്ടനും ഒരുപക്ഷേ, തിരിച്ചറിയുകയില്ല. മാത്രമല്ല, പൂഴിക്കടിയിൽനിന്ന് പഴയകാലത്തെ മിനുപ്പും തിളക്കവും തന്റെ മുഖത്തേക്ക് തറച്ചു നോക്കിയാൽ പേടി തോന്നിയേക്കാനും മതി.

വാസ്വേട്ടന്റെ മുഖത്തു നോക്കുമ്പോഴും തോന്നുന്നു ആ പേടി. നാലുകെട്ടിന്റെ തെക്കേ മുറ്റത്ത്, തന്നെ സമാശ്വസിപ്പിച്ചിരുന്ന വാസ്വേട്ടന്റെ അടുത്തിരുന്നപ്പോൾ പക്ഷേ, മനസ്സിങ്ങനെയായിരുന്നില്ല.

മാറിയത് വാസ്വേട്ടനല്ല, താനാണ്. ഡോ. ശാലിനി.

''ശാലൂന് ഇനിയും പഠിക്കണോ?''

അകലേക്കയച്ച് പഠിപ്പിക്കാനുള്ള പ്രായമോ ത്രാണിയോ ഇല്ലെന്നുള്ള മുത്തശ്ശിയുടെ ശാസനയ്ക്കുമേൽ കയറിനിന്ന് വാസ്വേട്ടൻ ചോദിച്ചിട്ടുണ്ട്.

''എന്താ വാസ്വേട്ടൻ പഠിപ്പിക്കോ?'' വെടിപൊട്ടും പോലെയാണ് അന്ന് ചോദിച്ചത്.

വാസ്വേട്ടൻ ഒന്നും മിണ്ടിയില്ല. ഒരു ചിരിയോടെ തലയിൽ അമർത്തിത്തടവി.

മേലോട്ട് പഠിക്കാൻ കഴിയാത്തതിന് മുഖം വീർപ്പിച്ചിരുന്ന ശാലുവിനെ ഡോ. ശാലിനിയാക്കിയ വഴിയിലേക്ക് വാസ്വേട്ടന്റെ കൂടെ കൈപിടിച്ച് നടന്നപ്പോൾ ഇത്തരമൊരു പോടിയെക്കുറിച്ച് ധാരണപോലുമുണ്ടായിരുന്നില്ല എന്നതാണ് സത്യം.

അന്നു മുതൽ കൈക്കുമ്പിൾകൊണ്ട് മറച്ച് കെടാതെ നോക്കുന്ന ഒരു നാളത്തെ പോലെ എന്നെ കൊണ്ടുനടന്നു വാസ്വേട്ടൻ. വില പിടിപ്പുള്ള ഒരു സമ്മാനംപോലെയായിരുന്നു വാസ്വേട്ടന് താൻ എന്ന് പിന്നീട്, തിരിഞ്ഞു. നോക്കുമ്പോഴൊക്കെയും തോന്നിയിട്ടുണ്ട്. താൻ മോഹിച്ച് ലഭിക്കാത്തതൊക്കെ വാസ്വേട്ടൻ ശാലുവിനുവേണ്ടി ഒരുക്കി. സ്വന്തം ജീവിതത്തിന്റെ തുടർരേഖയെന്നപോലെ തന്നെ സ്വന്തമെന്നു കരുതി.

ലാബും സെമിനാറും ലക്ചർനോട്ടുകളും ചിന്തകളും സംശയങ്ങളും സാദ്ധ്യതകളും നിറഞ്ഞു ചിതറിയ ഗവേഷണമെന്ന തന്റെ ലോകത്തിന്റെ പടിവാതിൽക്കൽ, കുട്ടിയെ ആദ്യമായി സ്കൂളിലയയ്ക്കുന്ന അക്ഷരാഭ്യാസമില്ലാത്ത അച്ഛനെപ്പോലെ ആരാധനയോടെ, ആഹ്ലാദത്തോടെ വാസ്വേട്ടൻ നോക്കിനിന്നപ്പോൾ, ആ ലോകത്തിനകത്തെ നിർബ്ബന്ധങ്ങളെക്കുറിച്ചോ കെണികളെക്കുറിച്ചോ ലഹരിയെക്കുറിച്ചോ വാസ്വേട്ടൻ ആലോചിച്ചിരുന്നിരിക്കില്ല. ആലോചിച്ചില്ല എന്നതാണോ ശരിയായ വാക്ക്? അതോ, ആലോചിക്കാൻ കഴിയുമായിരുന്നില്ല എന്നതോ?

തന്റെ തിരക്കു പിടിച്ച പകലുകളിൽനിന്ന് ചിതറിയ സംശയങ്ങളും ഊഹങ്ങളും നിഗമനങ്ങളും ഒരുവിധം മനസ്സിൽ അടുക്കിവെച്ച് വൈകി വീട്ടിൽ എത്തുമ്പോൾ വാസ്വേട്ടൻ കിടക്കയിൽ കാത്തുകിടക്കുകയാവും. ആ മുഖത്തേക്ക് നോക്കാൻ പോലും മടി തോന്നും. മടി എന്നല്ല കുറ്റബോധം എന്നു തന്നെയാണ് പറയേണ്ടത്. ഉള്ള് വല്ലാതെ അസ്വസ്ഥമായിരിക്കുമ്പോഴും ചിരിക്കാൻ ശ്രമിച്ചിരുന്നത് അതുകൊണ്ടാണ്. അതുകൊണ്ടുകൂടിയാണ് ശരികളും തെറ്റുകളും താൻ ആ ചിരികൊണ്ട് രൂപപ്പെടുത്താൻ ശ്രമിച്ചത്.

''ഇത് ശരിയല്ല.'' ക്ഷീണത്തോടെ കിടക്കയിലേക്ക് മറിയുന്ന തന്നെ കൂട്ടിപ്പിടിച്ച് വാസ്വേട്ടൻ പറയും.

''നമുക്കൊരു കുഞ്ഞു വേണ്ടേ?''

''എപ്പോൾ വേണമെങ്കിലും ആവാമല്ലോ'' എന്നാണ് താനതിന് ഉത്തരം പറയാറ്. യഥാർത്ഥത്തിൽ ഒരു കുഞ്ഞിന്റെ കാര്യം വരുമ്പോഴൊക്കെ താൻ പേടിയോടെ പിൻവാങ്ങി. തന്ത്രപൂർവ്വം അത് ഒരു ചർച്ചയുടെ തലത്തിൽ ഒതുക്കിനിർത്തുകയും ചെയ്തു. വാസ്വേട്ടൻ തന്റെ നിർബ്ബന്ധത്തിന് ഒരിക്കൽ വഴങ്ങിയതു തന്നെ സന്തോഷിപ്പിക്കാൻ മാത്രമായിരുന്നു എന്ന് ഇപ്പോഴുമറിയാം. പതുക്കെപ്പതുക്കെ തൊണ്ടയിൽ സദാ കുത്തിയിരിക്കുന്ന ഒരു മുള്ളുപോലെയായി അത്. ഗർഭമാണെന്ന് ആദ്യമായി അറിഞ്ഞ ദിവസം കുളിമുറിയുടെ ചുമരിൽ ചാരി അന്തംവിട്ടു നിന്നു പോയത് അതുകൊണ്ടാണ്.

പ്രോജക്ടിന്റെ നിർണ്ണായകഘട്ടത്തിലെത്തുകയായിരുന്ന താൻ അപ്പോൾ പിന്നോക്കം വയ്ക്കുക എന്നു പറഞ്ഞാൽ അത്രയും കാലത്തെ പ്രയത്നം താൽക്കാലികമായെങ്കിലും വെള്ളത്തിലൊഴുക്കുക എന്നാവും അർത്ഥം. ഡെഡ്ലൈൻ മുന്നോട്ടുള്ള വഴിയിൽ വളരെ പ്രധാനമാണുതാനും. വാസ്വേട്ടന്റെ തിളങ്ങുന്ന മുഖത്തു നോക്കി അബോർഷൻ എന്നു പറയുന്നതുപോലും പക്ഷേ, ക്രൂരതയാവും. ഇല കീറാതെയും മുള്ളൊടിയാതെയും എങ്ങനെയൂരാം എന്നൊരു പിടിയും എനിക്ക് കിട്ടിയില്ല.

''അബോർഷനോ?'' വാസ്വേട്ടൻ അലറി: ''ശാലൂന് ഭ്രാന്തുണ്ടോ?''

''പ്ലാൻ ചെയ്തിരുന്നില്ല എന്നതു ശരിതന്നെ. പക്ഷേ, കുട്ടി വേണ്ടെന്നുവച്ചിട്ടൊന്നുമില്ലല്ലോ നമ്മൾ.''

തികച്ചും പ്രതീക്ഷിച്ചിരുന്ന പ്രതികരണം. കൈകുത്തി ഇരിക്കുന്നതുപോലും അങ്ങനെതന്നെ.

''ഇതിനൊന്നും ഒരുത്തരവും എനിക്കില്ല.'' മുൻകൂട്ടി തയ്യാറാക്കിയ വാചകം വാസ്വേട്ടന്റെ മുഖത്തു നോക്കാതെയാണ് പറഞ്ഞത്: ''പ്ലാൻ ചെയ്യാഞ്ഞതിന്റെ കാരണം എന്തായിരുന്നു വാസ്വേട്ടാ? അതിപ്പോൾ പെട്ടെന്നില്ലാതായോ?''

''അവകാശവും അധികാരവും സ്ഥാപിക്കാനല്ല.'' വാസ്വേട്ടൻ പെട്ടെന്നെഴുന്നേറ്റു. ''ഡോ. ശാലിനിയുടെ മാത്രം ഇഷ്ടത്തിനു ജീവിക്കാനുള്ളതാണോ നമ്മുടെ ജീവിതം എന്നു കൂടി പറയണം.''

ആ ചോദ്യം ഒരേറുപടക്കം പോലെയാണ് എവിടെയൊക്കെയോ ചെന്നു കൊണ്ടത്.

ഇത്രയധികം സ്വാർത്ഥത ഒരാൾക്കാകാമോ എന്നു വാസ്വേട്ടൻ ചിന്തിച്ചിരിക്കണം. അമ്മയാവൽ തനിക്ക് പ്രധാനമല്ലേ എന്നും

ഓർത്തിരിക്കണം. അല്ല എന്നുതന്നെയാണ് തന്റെ ഉത്തരം.* പുരാണങ്ങളും വേദങ്ങളും എന്തുദ്ഘോഷിച്ചാലും ശരി, അമ്മയാവുന്നതിനേക്കാളൊക്കെ എത്രയോ സന്തോഷം എനിക്കാ പ്രോജക്ട് മുഴുമിപ്പിക്കുന്നതിലായിരുന്നു. ഇത് പറഞ്ഞതിനാണ് സരസ്വതിയമ്മയും പൊതുവാളും വായിലേക്കുയർത്തിയ ചോറ് അതേപടി നിർത്തി പ്രേതത്തെ കണ്ടപോലെതന്നെ തുറിച്ചു നോക്കിയത്.

സ്വാർത്ഥതയില്ലെന്ന് സ്വയം വിശ്വസിപ്പിക്കാനാണോ അതോ ഇതൊരു കാരണമാക്കി തന്നെ തോല്പിക്കാനാവില്ലെന്ന് മറ്റുള്ളവരെ ബോദ്ധ്യപ്പെടുത്താനാണോ എന്നിപ്പോഴുമറിയില്ല. താൻ ബാലുവിനെ അബോർട്ട് ചെയ്യുകയുണ്ടായില്ല. പകരം എഴുതിയും വെട്ടിയും എഴുതിയും വെട്ടിയും മടുത്ത ഒരു കവിത തലചുറ്റി വലിച്ചെറിയുന്നതുപോലെ സുധീറിനോട് തട്ടിക്കേറി. ''ഒന്നു നിർത്തൂ സുധീർ'' താൻ ചീറി. ''സുധീറിനു മനസ്സിലാവുന്നതല്ല ഈ വിഷയം. ബന്ധങ്ങൾക്കുമുണ്ട് ആവശ്യങ്ങൾ.''

''അതെ അതാണ് പറഞ്ഞത്.'' ഗ്ലാസ് ബൾബിലേക്ക് പമ്പ് ഓൺ ചെയ്തു കൊണ്ട് സുധീർ പറഞ്ഞു. ''ജന്മം സഫലം. ഇനി എന്തിനാണ് പ്രോജക്ട്?'' സുധീറിന്റെ നോട്ടം കണ്ടാൽ ഒരു പൾവറൈസറിലെന്ന പോലെ ഗ്ലാസ് ബൾബിൽക്കിടന്ന് അതിവേഗം തിരിയുന്നത് നന്ദി, തോൽവി, സ്നേഹം, സ്വാർത്ഥം എന്നീ വാക്കുകളാണെന്നാണ് തോന്നുക. ഫണലിന്റെ തലപ്പത്ത് നുരയുന്ന ആസിഡ് സുധീറിന്റെ ചുണ്ടത്തൂറുന്ന മഞ്ഞച്ച ചിരിയാണെന്നും.

''ചുമതല തന്റേതാണെങ്കിൽ തീരുമാനവും തന്റേതാകണം.''

സുധീർ പറഞ്ഞു: ''അത്രയെങ്കിലും സ്വയം ബോദ്ധ്യം വേണം.''

''ന്യായമല്ല ഞാൻ ചോദിച്ചത്. പോംവഴിയാണ്.''

''കുറുക്കുവഴിയാണ് ശാലിനി ചോദിക്കുന്നത്.'' സുധീറിന്റെ ശബ്ദം കനത്തു.

''മനസ്സുകൊണ്ട് കള്ളു കുടിക്കുന്നവർക്ക് എന്നും പുറത്താണ് പായ. അത് കണ്ടില്ലെന്നു നടിച്ചിട്ടു കാര്യമില്ല.''

മനസ്സ് മുഴുവൻ പുളിപ്പും കലിപ്പും നിറഞ്ഞിരിക്കുമ്പോൾ ഒന്നുറക്കെ നടക്കാൻ പോലും പേടി തോന്നും എന്ന് എന്താണാർക്കും മനസ്സിലാവാത്തത്? തുളുമ്പിയാൽ നടക്കുന്ന വഴിയിലും ചുറ്റുമുള്ളവരുടെ മേലിലും ആണ് തെറിക്കുക. ബാലുവിന് പാലു കൊടുക്കുമ്പോഴും ഡയപ്പറുകൾ മാറ്റുമ്പോഴും കുളിപ്പിക്കുമ്പോഴും പക്ഷേ, ഗ്ലാസ് ബൾബിലെ ദ്രാവകം ഒരു വാശിയോടെ മനസ്സിലേക്ക് പതഞ്ഞുകേറി.

* ഭാര്യാത്വം, മാതൃത്വം എന്നീ വാക്കുകൾ എന്റെ കഴുത്തിൽ കെട്ടിത്തൂക്കിയിട്ടൊന്നും യാതൊരു കാര്യവുമില്ല. അവ എന്നെ സ്പർശിക്കുന്നതേയില്ല എന്നതാണ് സത്യം.

പ്രസവിച്ചതിന്റെ പതിനഞ്ചാം പക്കം ഓഫീസിലേക്ക് പോകാൻ തീരുമാനിച്ചത് അതുകൊണ്ടാണ്. ഇരട്ടി ഫീസുകൊടുത്ത് മിസ്സിസ് ഡിസൂസയെ ബാലുവിനെ നോക്കാൻ ഏർപ്പാടാക്കിയതിന് ഒരു പ്രായശ്ചിത്തത്തിന്റെ ചുവയുണ്ടായിരുന്നു.

ഒരുപക്ഷേ, പകവീട്ടലിന്റെയും.

''പതിനഞ്ചു ദിവസമാണവന്.''

തിളച്ച വെള്ളത്തിലിരുന്നതുപോലെ വാസ്വേട്ടൻ കെഞ്ചി. ''ആരു നോക്കും അവനെ?'' തന്നോട് തന്നെ ചോദിച്ചു തളർന്ന ചോദ്യം.

''ചോദ്യങ്ങളല്ല വാസ്വേട്ടാ, ഉത്തരങ്ങളാണ് എനിക്കാവശ്യം.''

''ബാലു കുറച്ചുകൂടി വലുതാവട്ടെ, എന്നിട്ടു മതി പ്രോജക്ട്.''

മനസ്സിലാവായ്കയാണോ ഞാൻ നിന്നപടി നിന്ന് വാസ്വേട്ടനെ നോക്കി.

അതോ മനസ്സിലാവുകയില്ലെന്ന് ശഠിക്കുകയോ?

പെറ്റു എന്നതാണ് ബലഹീനതയെങ്കിൽ അതു വെറുതെയാണ്.

തോൽക്കാൻ താൻ തയ്യാറല്ല.

ഒരക്ഷരം മിണ്ടാതെ പാൽക്കുപ്പിയുടെ കവറിലെ സിപ്പ് ഊക്കോടെ വലിച്ചിട്ട് ബാലുവിനെ മിസ്സിസ് ഡിസൂസയുടെ കൈയിലേൽപ്പിക്കുമ്പോൾ പരിചയമില്ലാത്ത ആരെയോ കണ്ടപോലെ വാസ്വേട്ടൻ തന്നെത്തന്നെ നോക്കി നിൽക്കുകയായിരുന്നു.

ഇല്ല, ഒട്ടും ദുഃഖമില്ല.

ശരിയോ തെറ്റോ എന്നല്ല ആവശ്യമായിരുന്നു എന്നതാണ് സത്യം. മുൻപായിരുന്നെങ്കിൽ ഈ തലമുടി ഒന്നു ചീകിയൊതുക്കി പോകൂ എന്നാവും വാസ്വേട്ടൻ പറയുക. പകരം തന്റെ നരയ്ക്കാൻ തുടങ്ങിയ മുടിയിഴകളിലും കറുപ്പു പടർന്ന കൺതടങ്ങളിലും വലിയ കണ്ണടയിലും വാസ്വേട്ടന്റെ കണ്ണുകൾ പരതി. മേൽ കഴുകി മുടിചീകി തന്നെ ചിരിയോടെ എതിരേറ്റിരുന്ന ശാലുവും കുട്ടിയെ ആയയെ ഏൽപ്പിച്ച് ധൃതിയിൽ വാതിൽക്കലേക്കോടുന്ന ഈ സ്ത്രീയും തമ്മിലുള്ള അകലം വാസ്വേട്ടനെയും അമ്പരപ്പിച്ചിരിക്കണം. വാസ്വേട്ടന്റെ മുഖത്തെ മായ്ച്ചാൽ പോകാത്ത വേദനയും നിസ്സഹായതയും തനിക്കും മടുക്കാൻ തുടങ്ങിയിരിക്കുന്നു.

വിദേശയാത്രയുടെയും ഫെലോഷിപ്പിന്റെയും കാര്യം മൂന്നാഴ്ചയായിട്ടും വാസ്വേട്ടനോട് പറയാതെ കൊണ്ടുനടക്കുന്നത് അതുകൊണ്ടു കൂടിയാണ്.

എന്തായാലും താൻ പോകും. ഈ വഴിയത്രയും നടന്നത് ഈ യാത്രകൾക്കുവേണ്ടിയായിരുന്നു.

ഈ ദാർഢ്യത്തിനെതിരെ, കനലുകൾ മാത്രം ചിതറിയ ഒരടുപ്പു

പോലെ നിന്ന് വാസ്വേട്ടൻ തന്നെ നോക്കുമ്പോൾ ആ ചൂടിൽ കരിയുന്ന പലതും തനിക്ക് കണ്ടില്ലെന്നു നടിക്കേണ്ടിവരും.

കാലിൽ പുരളുന്ന ധൂളിപോലെ, കടച്ചിൽപോലെ യാത്രയിൽ കൊണ്ടു നടക്കേണ്ട അനിവാര്യതകളാണ് ഇവ എന്നു തോന്നുന്നു.

"നന്ദികെട്ടത്." വിദേശയാത്രയുടെ കടലാസുകൾ പ്രോസസ് ചെയ്കെ പൊതുവാൾ കാർക്കിച്ചു തുപ്പിയത്രെ. "ഒരുത്തന്റെ ചെലവിൽ വളർന്ന് വലുതായി. ഇനി ഇപ്പൊ അവനെ ചന്തം പിടിക്കിണില്ല. നന്ദികെട്ട വക."

ഒരു ജീവിതം മുഴുവൻ നന്ദി പ്രകടമാക്കാൻ പറ്റുമോ എന്ന് പൊതുവാളിനോട് ചോദിക്കണമെന്നുണ്ടായിരുന്നു.

തല മറന്ന് എണ്ണ തേക്കരുതെന്നാണ് പറഞ്ഞത്. (മുത്തശ്ശി മാത്രമല്ല രജനിയും സരസ്വതിയമ്മയും പണിക്കരും നേർരേഖ പോലത്തെ, വക്കിൽ അറിയാതൊന്നു ചവിട്ടിയാൽ ആഴത്തിലേക്ക് തെന്നുന്ന വലിച്ചുകെട്ടിയ കയർപോലെയുള്ള വാക്കുകൾ.)

ശാലിനി നിന്നിടത്തുനിന്നു മാറിലേക്കൂതി, എന്താണ് മനസ്സിൽ നിന്നു മായ്ച്ചുകളയാൻ ശ്രമിക്കുന്നതറിയാമെന്നതാണ് കൂടുതൽ പേടിപ്പിക്കുന്നത്.

വാസ്വേട്ടൻ ഉറങ്ങുകയാണ്.

ഒന്നു പറഞ്ഞിട്ടു പോകാമായിരുന്നില്ലേ ശാലു എന്ന് താൻ അകലെയായിരിക്കുമ്പോൾ ഈ കട്ടിലിലേക്ക് ഇതാ, ഇതുപോലെ നോക്കിനിന്ന് ഒരുപക്ഷേ, വാസ്വേട്ടൻ ആലോചിച്ചേക്കും.

ഒരു നന്ദി വാക്കെങ്കിലും പറയാമായിരുന്നില്ലേ എന്നും.

"ഏതു വാക്കുകളിലാണ് വാസ്വേട്ടാ ഞാനിതൊക്കെ പറയുക?"

"ഇതാ, ഈ തലയണ എടുക്കുമ്പോൾ, കിടക്കുമ്പോൾ, കുളിക്കുമ്പോൾ എല്ലാം ഞാനത് തിരയുകയാണ്."

ബാലുവിനെ മിസ്സിസ് ഡിസൂസയുടെ കൈയിലേല്പിച്ച് പോകുമ്പോൾ കുട്ടിയുടെ പനിച്ചു പൊള്ളുന്ന മുഖം ഒരു സ്പാർക്കെന്നപോലെ കണക്കുകളുടെയും അക്ഷരങ്ങളുടെയും മുകളിൽ തെളിയുമ്പോൾ മനസ്സിൽനിന്ന് ഉറകുത്തി പൊടിഞ്ഞുവീഴുന്ന പുതലിപ്പിന്റെ ചാരനിറമാണ് വാക്കുകൾക്ക്.

പിന്നിട്ട വഴിയിലെ നിലാവിന്റെ നിറമോ കാലിൽ പുരണ്ട കുളിർമ്മയോ മനസ്സ് കത്തുന്ന തിളക്കമോ ഇതിനു മതിയാവില്ലെന്ന്, അവയ്ക്കെല്ലാം ഒരു കരിഞ്ഞ മണമുണ്ടെന്നു വാസ്വേട്ടനും തോന്നും.

പരീക്ഷണനാളുകളിലെ ലോജിക്കുകളും നിഗമനങ്ങളും വിലപോകാത്ത ഒരു സ്ഥലമാണ് ജീവിതം എന്നാണ് സുധീർ പറയാറ്.

തൽക്കാലം ആ വാക്കുകൾ ഞാനും കടമെടുക്കട്ടെ. ■

തണൽ

തന്റെ മനസ്സുപോലെ പതയുന്ന വെള്ളം തോണിക്കിരുവശത്തും. തൊട്ടടുത്ത് രഘു. മുകളിൽ പ്രഭാതത്തിന്റെ വെളിച്ചം കൈക്കുമ്പിളിലാക്കി നിൽക്കുന്ന ആകാശം. സുമിത്ര സന്തോഷത്തോടെ തോണിയുടെ നനഞ്ഞ നിലത്ത് നോക്കിയിരുന്നു. ഇന്നലെ സന്ധ്യയ്ക്ക് നേർത്ത ഇരുട്ടിൽ തൂണും ചാരി മിണ്ടാതിരുന്നപ്പോൾ കാലുകളിൽ നിറച്ച് മൈലാഞ്ചി ഇടാമായിരുന്നു. വെളുത്ത കാൽനഖങ്ങൾ കണ്ടപ്പോൾ സുമിത്ര ഓർത്തു. മൈലാഞ്ചിയിട്ട് തുടുപ്പിച്ച കൈകാലുകളും അതിനേക്കാൾ ഏറെത്തുടുത്ത മനസ്സുമായി ഓണത്തിന് പൂക്കളറുക്കാൻ ഓടിനടക്കുമ്പോൾ മുത്തശ്ശി കോലായിലിരുന്ന് ചിരിക്കും. ''കുട്ട്യോളുടെ ഒരു സന്തോഷം!'' തന്റെ കാലടിക്ക് തൊട്ടടുത്ത് വച്ചിരുന്ന രഘുവിന്റെ കാലിന്റെ തള്ളവിരലുകളുടെ നഖത്തിനു മുകളിൽ രോമങ്ങളുള്ളത് സുമിത്ര ശ്രദ്ധിച്ചു. പിന്നെ കാൽവണ്ണകളിൽ മുഴുവനും. രഘുവിന്റെ കാല്പടത്തിൽ മൈലാഞ്ചിയിട്ടാൽ എങ്ങനെയിരിക്കുമെന്ന് ആലോചിച്ചിരിക്കെ പൊന്തിവന്ന ചിരി കടിച്ചമർത്തി സുമിത്ര പിന്നെ തനിക്കു ചുറ്റും പതയുന്ന വെള്ളത്തിലേക്ക് നോക്കി.

''ഉം..?'' രഘു ചോദിച്ചു.

ഒന്നുമില്ലെന്ന് സുമിത്ര തലയാട്ടി. ഇപ്പോൾ, ഈ രഘുവിന്റെ മുഖത്തുനോക്കി ഒരു കാരണവുമില്ലാതെ ഈ ലോകത്തിന്റെ അറ്റം വരെ കേൾക്കാവുന്ന തരത്തിൽ തനിക്ക് ചിരിക്കാം. സുമിത്ര അപ്പോൾത്തന്നെ ഓർത്തു. വീട്ടിൽ മുത്തശ്ശിയുടെ ശാസന പേടിച്ച് അട്ടം പോലുംകേൾക്കാത്ത വിധത്തിൽ ചിരിച്ചു ശീലിച്ച എന്റെ ചിരി നദിക്കക്കരെ, തുടക്കവും അവസാനവുമില്ലാതെ കാറ്റത്ത് ഓളങ്ങളായി ഉലയുന്ന നെൽപ്പാടത്തെപ്പോലെ പച്ചപ്പും ഓജസ്സും ഇയലുന്നതു കണ്ട് രഘു അമ്പരന്നേക്കും.

സുമിത്രയുടെ മുഖത്ത് പടരുന്ന ചിരി കണ്ടിരിക്കുകയായിരുന്നു രഘു. തോണിയുടെ അകത്തു ചുവട്ടിൽക്കിടന്ന ഒരു ചെറിയ കല്ലെടുത്ത് അയാൾ തോണിയുടെ വക്കത്തുവച്ചിരുന്ന സുമിത്രയുടെ

കൈയുടെ പുറത്ത് എഴുതിത്തുടങ്ങി. സുമിത്ര കൈപ്പടം അനക്കാതെ വച്ചു.

''കല്ല്.'' രഘു എഴുതി.

''പിന്നെ?'' സുമിത്ര ചോദിച്ചു.

കല്ല് താഴത്തിട്ട് സുമിത്രയുടെ കൈപ്പടം കൈയിലെടുത്ത് രഘു മിണ്ടാതിരുന്നു. ചുറ്റുമുള്ള കുന്നുകൾ. സൂര്യന്റെ വെളിച്ചം പതുക്കെ പ്പതുക്കെ മേലിൽ വീഴുമ്പോൾ പെൺകിടാങ്ങളെപ്പോലെ നാണി ക്കുകയും പൊട്ടിത്തരിക്കുകയും ചെയ്യുന്നു എന്ന് സുമിത്രയ്ക്കു തോന്നി. സുമിത്ര പക്ഷേ, മിണ്ടാതിരുന്നതേയുള്ളൂ. ചില നിമിഷ ങ്ങൾ സുഗന്ധംപോലെയാണ്. ഉച്ചത്തിലൊന്ന് ഉച്ഛ്വസിക്കാൻപോലും പേടി തോന്നും.

''എവിടേക്കാ യാത്ര?'' രഘു പെട്ടെന്ന് ചോദിച്ചു.

''എത്തണോടത്തേക്ക്.'' സുമിത്ര പറഞ്ഞു. ''മുത്തശ്ശി ഇപ്പോൾ പെരയ്ക്കു ചുറ്റും പായ്ണ്ണ്ടാവും സുമിത്രേ, സുമിത്രേ എന്നും വിളിച്ച്. ഞാൻ എഴുന്നേറ്റുപോരുമ്പോൾ എല്ലാവരും നല്ല ഉറക്കമാ യിരുന്നു.''

''പേട്യാവ്ണ്ണ്ടോ സുമിത്രയ്ക്ക്?''

''നല്ലോണം.'' സുമിത്ര പറഞ്ഞു.

''എന്നാൽ വരണ്ടാന്ന് വെക്കായിരുന്നില്ലേ?''

''വെക്കാമായിരുന്നു.'' സുമിത്ര ചിരിച്ചു. ''പക്ഷേ, വന്നുകഴി ഞ്ഞില്ലേ.''

ഒരു ത്രിസന്ധ്യയ്ക്ക് തന്റെ ഉമ്മറപ്പടിയിൽ വന്നു നിന്ന്. ''സു മിത്രേ, ഞാനാണ്, രഘു'' എന്നു പറയുമെന്ന് ഇത്ര കാലങ്ങൾക്കു ശേഷം ഓർത്തിരുന്നതല്ല. ഞെട്ടിയും ഇതളുകളും വാടിക്കരിഞ്ഞിട്ടും സുഗന്ധം മാത്രം ബാക്കിനിർത്തുന്ന, പെട്ടിക്കടിയിൽ വളരെക്കാല മായി സൂക്ഷിച്ചിരുന്ന ഒരു പൂവിനെപ്പോലെ, രഘു തന്റെ മനസ്സിൽ കൃത്യമായ അതിർവരമ്പുകളില്ലാത്ത ഒരാശയമായിക്കഴിഞ്ഞിരുന്നു. അതുകൊണ്ട് ഇന്ന്, തണുത്ത ഇരുട്ടത്ത് ഒറ്റയ്ക്ക് തുറക്കുമ്പോൾ കിറുകിറ ശബ്ദമുണ്ടാക്കുന്ന വാതിൽ പതുക്കെ വളരെ ശ്രദ്ധയോടെ അടച്ച് ഈ നദിക്കരയിലേക്ക് നടക്കുമ്പോൾ മനസ്സു നിറയെ എന്താണ് ഉണ്ടായിരുന്നതെന്ന് ഒരു പിടിയുമില്ല. നടക്കുമ്പോൾ കാലടിക്കടി യിൽ പൊടിയുന്ന ചപ്പിലയുടെയും ചുള്ളിക്കമ്പുകളുടെയും ശബ്ദം താളനിബദ്ധമായ സംഗീതം പോലെ കാതിലുണ്ടായിരുന്നു. ഇരുണ്ട സന്ധ്യയ്ക്ക്, കോരിച്ചൊരിയുന്ന മഴയത്ത്, ഒരു കിളിവാതിലിലൂടെ നോക്കി ഒറ്റയ്ക്കിരിക്കുമ്പോൾ ഓരോരുത്തരുടെയും മനസ്സിൽ എന്തൊ ക്കെയാണോ ഉണ്ടാവുക, അതൊക്കെ തന്റെ മനസ്സിലും ഉണ്ടായിരുന്നു.

ചുഴിയും പതയുമായി, കലങ്ങിയും മറിഞ്ഞും. നദിക്കരയിൽ തന്നെ കണ്ടതും ഒരു ഇടിമിന്നലിന്റെ വേഗത്തോടും തെളിമയോടും കൂടി രഘു ചിരിച്ചു. പതഞ്ഞും കലങ്ങിയും ഒഴുകിയ തന്റെ മനസ്സ് കടൽ കണ്ടതുപോലെ പെട്ടെന്ന് ശാന്തമായത് അതുകൊണ്ടാണ്. രഘുവിന്റെ മുഖത്തെ അവിശ്വാസത്തിനു മുകളിൽ നിറഞ്ഞുനിന്ന പ്രകാശം തന്റെ മനസ്സിലേക്കൊന്നോടെ ഏന്തി.

രഘു ഒരക്ഷരംപോലും പറയാതെ കാത്തുനിന്ന തോണിക്കരികിലേക്ക് നടന്നു. വെറുതെ ഇരിക്കുമ്പോൾ ചിലർ കൈവയ്ക്കുന്ന രീതി നമുക്ക് ഇഷ്ടമാവാറുള്ളതുപോലെ, കാരണങ്ങളൊന്നുമില്ലാതെ പെട്ടെന്ന് തനിക്കിഷ്ടമായി. ഇതാണോ സ്നേഹം? താൻ ആലോചിച്ചിട്ടുണ്ട്. കല്ലു നിറഞ്ഞ പാതയിലൂടെ നടക്കുമ്പോൾ രഘുവിന് വേദനിക്കുമെന്നും ഓരോ കാലടിച്ചുവട്ടിലും തന്റെ കൈകൾ വച്ചുകൊടുക്കാൻ പറ്റിയാൽ എത്ര നന്നായേനേ എന്നും തനിക്കു തോന്നിയിട്ടുണ്ട്. സ്നേഹത്തെക്കുറിച്ചെത്ര കുറവാണ് ആൾക്കാർ പറഞ്ഞിരിക്കുന്നത്. ഒരുപക്ഷേ, അവനവന്റെ സ്നേഹത്തിനുതകുന്ന വാക്കുകൾ കിട്ടാത്തതുകൊണ്ടാവാം. അല്ലെങ്കിൽ ഇതാ, തങ്ങളെപ്പോലെ അവയൊക്കെ അപ്രസക്തങ്ങളാണെന്ന തോന്നലുകൊണ്ടാവാം.

തോണി ആടിയാടി നിന്നിട്ടും രഘു മിണ്ടാതിരിക്കുകയായിരുന്നു. മണലിലെ മിനുത്ത കല്ലുകൾ പെറുക്കി സുമിത്ര ഉള്ളംകൈയിലിട്ട് കിലുക്കി. വെള്ളമണലിന്റെയും വെളിച്ചത്തിന്റെയും ചുറ്റുമുള്ള എല്ലാത്തിന്റെയും ഭംഗിയും കുളിർമ്മയും മനസ്സിലേക്കിരച്ചുകയറുന്നത് സുമിത്ര പെട്ടെന്നറിഞ്ഞു. വയസ്സനായ തോണിക്കാരൻ തോണി തിരിച്ചുകുത്താൻ തുടങ്ങുകയായിരുന്നു. കൊടുക്കേണ്ടിയിരുന്നതിലധികം കൂലി അയാൾക്ക് കൊടുക്കാമായിരുന്നു എന്ന് സുമിത്ര വിചാരിച്ചു. ഇത്തരം മുഹൂർത്തങ്ങളിലല്ലെങ്കിൽ എപ്പോഴാണ് നമുക്ക് ഉദാരരാകാൻ പറ്റുക? നദിയിലും തീരത്തും പ്രഭാതത്തിന്റെ വെളിച്ചം കൂലംകുത്തി പുളച്ചൊഴുകുന്നു. വെളിച്ചത്തിന്റെ നേർത്ത പാത തങ്ങളെയും തങ്ങളെ ഉൾക്കൊള്ളുന്ന ലോകത്തെയും ആകെ വന്നു മൂടുന്നത് സുമിത്ര കണ്ടുനിന്നു.

''രഘൂ'' - സുമിത്ര പിന്നെ ഒരുപാടുനേരം കഴിഞ്ഞ് വിളിച്ചു. പൂഴിമണലിൽ കൈകുത്തി ഇരുന്ന രഘു അപ്രതീക്ഷിതമായി എന്തോ കേട്ടപോലെ തിരിഞ്ഞുനോക്കി. ഈ മണലിൽ തൊട്ടടുത്തിരുന്ന രഘു താനറിയാത്ത മറ്റെവിടെയോ ആയിരുന്നു എന്ന് സുമിത്ര പെട്ടെന്നറിഞ്ഞു. ''ഇതൊന്നും ഒരിക്കലും ഒരു പാപമാകാൻ വയ്യ.'' വ്യക്തമല്ലാത്ത ഒരു മുഴക്കംപോലെ, മനസ്സിലേക്ക് മറിഞ്ഞുവീണ എന്തിന്റെയൊക്കെയോ തുടർച്ചപോലെ, മണ്ഡപത്തിൽക്കയറി വീറോടെ പ്രസംഗിക്കുന്ന ചെറുപ്പക്കാരന്റെ മുഖഭാവത്തോടെ അയാൾ പറയാൻ

തുടങ്ങി: ''നമ്മുടെ പാപപുണ്യങ്ങളുടെ താക്കോലുകൾ ആരൊക്കെയോ തിരിച്ചിട്ടുണ്ട്. ഇരുട്ടത്ത്, ഒറ്റയ്ക്കിന്ന് സുമിത്ര നടന്നുവരുന്നതു കാൺകെ എന്റെ ബോധങ്ങളിലെന്തൊക്കെയോ ഒരുമിച്ചു മറിഞ്ഞുവീണു. എന്തെന്നില്ലാത്ത പുഞ്ചിരിയോടെ, എന്നിലർപ്പിച്ച വിശ്വാസത്തിന്റെ പൊള്ളിക്കുന്ന ചൂടോടെ, നിറഞ്ഞ കരുണയോടെ എന്റെ മുന്നിൽ സുമിത്ര വന്നു നില്ക്കെ, എനിക്കെല്ലാം അസംഭവ്യമായിത്തോന്നി. ഒരു വലിയ മരത്തിനു ചുവട്ടിൽ അതിന്റെ കുളിരും തണലും ഏറ്റ് പുറത്ത് വെയിലിൽനിന്ന് ചൂളി നിൽക്കുന്ന കുട്ടിയായി ഞാൻ. പിന്നെ ആ ഇരുട്ടിനു നടുവിൽ സുമിത്രയുടെ മുഖത്ത് തെളിഞ്ഞ ഒരുപാടു കാര്യങ്ങളുടെ ആകത്തുകയായ ആ ചിരിയും അതിന്റെ നുരയും പതയും എന്റെ മനസ്സിലാകെ നിറയവെ, ഉള്ളു കനത്ത കടലാണ് ഞാനെന്നും എനിക്കാരെയും കീഴടക്കാമെന്നും തോന്നി.''

''രഘൂ.'' സുമിത്ര ചിരിച്ചു: ''രഘുവിന് ഒറ്റയിരിപ്പിന് ഇത്രയധികം സംസാരിക്കാനാവുമെന്ന് ഇന്നാണ് ഞാൻ അറിഞ്ഞത്.''

പുഴവക്കത്തുനിന്നു കയറി, മരങ്ങൾക്കിടയിലൂടെ നടക്കവേ മണലിൽനിന്നും പെറുക്കിയെടുത്ത കല്ലുകൾ ഓരോന്നായി ശബ്ദത്തോടെ, സന്തോഷത്തോടെ സുമിത്ര മുകളിലേക്കിട്ടു. എന്നുമെന്നും നാം ഭീതിയോടെ കാണുകയും അപരിചിതരെപ്പോലെ ഓടിയൊളിക്കാൻ വെമ്പുകയും ചെയ്യുന്ന ഈ ലോകവും ആകാശവും അതുൾക്കൊള്ളുന്ന എല്ലാം ഇന്ന് തന്റെ സ്വന്തമാണ്. സുമിത്ര ഓർത്തു. ആ അറിവിന്റെ എന്തെന്നില്ലാത്ത ശാന്തതയിൽ ചുട്ടുപൊള്ളുന്ന ഉച്ചയിൽ പൊടുന്നനെ പെയ്യാൻ തുടങ്ങിയ മഴപോലെ ഇരമ്പിവന്ന സാന്ത്വനത്തിൽ സുമിത്ര അറിയാതെ ചുറ്റുമുള്ള എല്ലാം മറന്ന് ആമഗ്നയായി. പിന്നെ ഒരു നിമിഷം ആരെയും മോഹിപ്പിക്കുന്ന ആ ശാന്തതയിൽ സുമിത്ര തന്നോടുതന്നെ അസൂയാലുവായി.

മുറിച്ചുകടന്നുകൊണ്ടിരുന്ന ചോലയിലെ വെള്ളം ഒരു മഴപോലെ തന്റെ മേൽ വന്നു വീണത് സുമിത്ര പെട്ടെന്നാണറിഞ്ഞത്. എതിർതിരിഞ്ഞുനിന്നു പുതുമഴയത്ത് മാനത്തേക്ക് മുഖം തിരിച്ചു പൊട്ടിച്ചിരിയോടെ കുളിരും സന്തോഷവും ഏറ്റു വാങ്ങുന്ന കുട്ടികളെപ്പോലെ അവളതുൾക്കൊണ്ടു. വെളിച്ചമേറ്റുവാങ്ങി പൊട്ടിവിടരുന്ന വെള്ളത്തുള്ളികൾക്കിടയ്ക്കുള്ള ഒരു വലിയ വെള്ളത്തുള്ളിപോലെ നിന്ന സുമിത്രയുടെ മുഖത്തേക്കും മേലിലേക്കും രഘു നിർത്താതെ സ്വപ്നത്തിലെന്നപോലെ വെള്ളം തേവി. മുട്ടിനുതാഴെ വെള്ളത്തിൽ നിന്ന്, രഘുവിന്റെ കൈയിൽ നിന്നുതിരുന്ന വെള്ളത്തുള്ളികൾ കൊണ്ട് ആകെ നനഞ്ഞ് നേർത്ത പുഞ്ചിരിയുമായി അനങ്ങാതെ നിൽക്കെ, രഘു വളരെ പണ്ടത്തെ ഒരു ഇരുണ്ട സന്ധ്യയിൽ തന്റെ

കൈപിടിച്ചു നിന്നുകൊണ്ട് പറഞ്ഞത് സുമിത്ര ഓർത്തു: ''നമുക്കി ങ്ങനെ നിന്നുകൊണ്ട് ഏതിരുണ്ട സന്ധ്യയെയും പ്രഭാതത്തെയും ആകെ തുടുപ്പിക്കാം.''

വീണ്ടും വെള്ളം കൈയിലേന്തി തന്റെ നേരെ ഓങ്ങുകയായിരുന്ന രഘുവിന്റെ കൈ കൂട്ടിപ്പിടിച്ചു സുമിത്ര.

''രഘൂ.'' അവൾ വിളിച്ചു. ''രഘു, എനിക്ക് ശ്വാസംമുട്ടില്ലേ?''

''ഉവ്വോ!'' രഘു ചോദിച്ചു: ''ഉവ്വോ സുമിത്രേ?''

കനക്കാൻ തുടങ്ങുന്ന കാട്ടിലെ നേർത്ത ഒറ്റയടിപ്പാതയിലൂടെ നടക്കവെ സുമിത്രയുടെ നനഞ്ഞ മുടിത്തുമ്പിൽനിന്നും ഒറ്റിവീണ വെള്ളത്തുള്ളികൾ ക്രമമായ അടയാളങ്ങളുണ്ടാക്കിക്കൊണ്ടിരുന്നു. പണ്ട് നനച്ചു പിഴിഞ്ഞുടുത്ത വസ്ത്രങ്ങളുമായി കുളക്കടവിൽ നിന്നും നടന്നുപോകുന്ന അമ്മയുടെ പിന്നിൽ ചെറിയ ചരൽക്കല്ലുകൾ തട്ടിത്തെറിപ്പിച്ചു വികൃതിയായി നടന്നത് പെട്ടെന്ന് രഘു ഓർത്തു. വീട്ടിലേക്കുള്ള ഇല്ലിപ്പടി കടക്കുമ്പോൾ അമ്മയുടെ മുടി മുള്ളുകളിൽ കുരുങ്ങും. അതു വിടുവിക്കാൻ, കൈയിലെ സോപ്പുപെട്ടി തന്റെ കൈയിൽ തന്ന് പാതിതിരിഞ്ഞുനിൽക്കവേ, താൻ കൂവിവിളിച്ചാർത്ത് വീട്ടിലേക്കോടും. പിന്നെ അമ്മ മരയഴികളുള്ള ചെറിയ ജനൽ തുറന്ന് ഇടുങ്ങിയ വെളിച്ചത്തിൽ ഈറനുടുപ്പുകൾ മാറ്റിയിടുവിച്ച് തന്റെ എണ്ണമെഴുക്കാർന്ന മുഖം വേഷ്ടിയുടെ തലപ്പുകൊണ്ട് അമർത്തിത്തുടച്ച് ജലദോഷം വരാതിരിക്കാൻ നെറുകയിൽ രാസ്നാദിപ്പൊടി തിരുമ്പും. അവസാനം മെലിഞ്ഞ രണ്ടു സ്വർണ്ണവളകൾ തിളങ്ങുന്ന കൈകൊണ്ട് തന്റെ മുടി പതുക്കെപ്പതുക്കെ മാടിയൊതുക്കി അമ്മ നെറുകയിൽത്തന്നെ ഉമ്മവയ്ക്കും.

''മിടുക്കനാവണം.'' അമ്മ പറയും. ''കുട്ടനാണ് അമ്മയുടെ തുണ.'' രഘുവിന് എല്ലാം ഓർമ്മ വന്നു. ജനാലയുടെ കുഴിയിൽ ഒരുച്ചയ്ക്ക് ചുകന്ന പെൻസിൽകൊണ്ടു താൻ ''അമ്മ'' എന്നെഴുതിയിരുന്നത്, സന്ധ്യയ്ക്ക് വിളക്കുകളുടെ കുപ്പികൾ വെണ്ണീറിട്ടു തുടച്ച് വൃത്തിയാക്കി വയ്ക്കവെ താൻ പിന്നിൽനിന്ന് മണ്ണുനിറഞ്ഞ കൈകൊണ്ട് അമ്മയുടെ കണ്ണു പൊത്തിപ്പിടിച്ചപ്പോൾ അടി കിട്ടിയത്, പിന്നെ കട്ടിലിൽ മലർന്നു കിടന്നിരുന്ന അച്ഛന്റെ കാൽക്കൽനിന്ന് കട്ടിലിന്റെ അഴികൾ പിടിച്ച് അമ്മ ശബ്ദമില്ലാതെ കരഞ്ഞത്...

തൊട്ടടുത്ത് വെറും മണ്ണിൽ തനിക്കൊപ്പം കിടന്ന സുമിത്രയുടെ മുഖം രഘു നോക്കിയിരുന്നു. സുമിത്രയുടെ പുരികങ്ങൾക്കിടയ്ക്ക് കുങ്കുമത്തിന്റെ നിറം പടർന്നിരുന്നു. കഴുത്തിലെ ചുളിവുകളിൽ വെള്ളത്തിന്റെ മിനുപ്പ്.

സ്വന്തം മനസ്സിനെ കൈക്കുമ്പിളിലെടുത്ത് അറിയാതെ അയാൾ വിളിച്ചു: ''ഈശ്വരാ...''

സുമിത്ര കണ്ണടച്ചാണ് കിടന്നിരുന്നത്. ഈറൻ മണ്ണിൽ പടർന്നു ചിന്നിക്കിടന്ന സുമിത്രയുടെ നീളമുള്ള മുടിയിൽ മരത്തിൽനിന്നു പാറിവീണ ഇലകൾ, ഒരു കൈമുട്ടിൽ കുത്തിച്ചരിഞ്ഞ് ഓരോന്നായി എടുത്തുകളയവെ പൊടുന്നനെ ഇതൊക്കെ തികച്ചും അവിശ്വസനീയമായി രഘുവിനു തോന്നി. കുട്ടിക്കാലത്തെ ചിതറിയ ഓർമ്മകൾതൊട്ട്, ഇപ്പോൾ എഴുന്നേറ്റ് ഈ മരത്തിൽ ചാരിയിരുന്ന്, താൻ പണ്ട് ഇരുണ്ട തെക്കിനിയിൽ ഒറ്റയ്ക്കിരുന്നു കേട്ട ആ പ്രത്യേക ഗാനം കേൾക്കണമെന്ന മോഹം വരെ എല്ലാം. മനസ്സിന്റെ ബഹളങ്ങളും മോഹങ്ങളും സാന്ത്വനങ്ങളും എല്ലാം ഒരു മൂന്നാമനെപ്പോലെ രഘു നോക്കിക്കണ്ടു. പിന്നെ. സുമിത്രയുടെ തലമുടിയിലും കണ്ണിലും കഴുത്തിലും ഒക്കെ കൈയോടിച്ച് അയാൾ മാനത്തു നോക്കി വെറുതെ മലർന്നുകിടന്നു.

വിവിധ ചായങ്ങൾ തട്ടിമറിഞ്ഞ് വർണ്ണശബളമായ ഒരു ക്യാൻവാസു പോലെ കിടന്ന സ്വന്തം മനസ്സിലേക്കു നോക്കിക്കിടക്കുകയായിരുന്നു സുമിത്ര. അമ്പലത്തിലെ ശംഖൊലി, റെയിൽപ്പാളത്തിലൂടെ കുതിച്ചു പാഞ്ഞ തീവണ്ടിയുടെ ശബ്ദം, രഘുവിന്റെ താളത്തിലുള്ള ശ്വാസോച്ഛ്വാസം, എല്ലാം സുമിത്ര കേട്ടു, ഒറ്റയ്ക്കല്ല താനെന്നും മറ്റെന്തിന്റേയെങ്കിലും പൂരകമാകാം എന്നും അറിയുകയെന്നത് സുഖമാണ്. സുമിത്ര സ്വയം പറഞ്ഞു: ''മനസ്സുകൾ ലളിതമാണ്. ഒരുപക്ഷേ, അപൂർവ്വമുഹൂർത്തങ്ങളിൽ ഇങ്ങനെ പരസ്പരം ഏറ്റുവാങ്ങുന്ന ഈ ലാളിത്യമാവാം എല്ലാറ്റിന്റെയും ന്യായീകരണവും സത്തയും.''

''സുമിത്രേ...'' എന്തിന്റെയോ തുടർച്ചയെന്നപോലെ രഘു പറയുകയായിരുന്നു. ''ഇതാ, ഈ മരച്ചുവട്ടിൽ ഇങ്ങനെ കിടക്കെ ഒരു ത്രിസന്ധ്യയ്ക്കു നിലവിളക്കിന്റെ വെളിച്ചത്തിലിരുന്ന് എനിക്കു കഥ പറഞ്ഞുതരികയായിരുന്ന അമ്മയെ പിന്നിൽനിന്നും ഊക്കോടെ ചവിട്ടി വീഴ്ത്തിയ അച്ഛനോടുവരെ എനിക്കിപ്പോൾ ക്ഷമിക്കാം. എന്റെ മനസ്സിന്റെ ഈ വൃത്തി എന്നെത്തന്നെ അമ്പരപ്പിക്കുന്നു.''

രഘുവിന്റെ മുഖത്തുനോക്കി പതുക്കെ ചിരിച്ചുകൊണ്ട്, തന്റെ വിയർപ്പു പൊടിഞ്ഞ മാറിൽ അയാളുടെ തല ഒരു കുട്ടിയുടേതെന്നപോലെ ചേർത്തുവച്ചു. തന്റെ കൈകൾ കാറ്റിനെപ്പോലെയാണെന്നും അവയ്ക്കിപ്പോൾ ആരേയും തഴുകി ഉറക്കാമെന്നും സുമിത്രയ്ക്ക് തോന്നി. സ്പർശത്തിന്റെ സാന്ത്വനം രഘു വരണ്ട മണ്ണ് മഴയെ എന്നപോലെ ഏറ്റുവാങ്ങി. അമ്മാവന്റെയും അച്ഛന്റെയും തലമുതിർന്ന നാട്ടുകാരുടെയും നടുവിൽ ഒറ്റയ്ക്കുനിന്ന്, താൻ കൊളുത്തിയ അമ്മയുടെ ചിതയ്ക്കു മുകളിൽ ആളിപ്പടർന്ന നാളങ്ങൾക്കുമീതെ ഒരിരമ്പത്തോടെ പെയ്ത മഴയെയാണ് അയാൾക്കോർമ്മ വന്നത്. ഉൽ

ക്കണ്ഠയോടെ, ആഗ്രഹത്തോടെ, ആ തീ കെടുവാനും ആ വിറകുകൊള്ളികൾക്കിടയിൽ ചികഞ്ഞു കേറി അമ്മയുടെ മുഖം ഒരിക്കൽക്കൂടിക്കാണാനും താനന്ന് കാത്തുനിന്നു. അവസാനം കുളിച്ചുവന്ന്, തനിയെ ഈറൻ മാറി ഇരുണ്ട മുറിയിലെ മരക്കഴികളിൽ പിടിച്ച് അനങ്ങാതെ നിന്ന് ആ മഴ മുഴുവൻ താൻ കണ്ടു. രഘു ഓർത്തു. താഴേക്ക് വീഴുന്ന വെള്ളത്തിന്റെ ഇടയിലൂടെ അമ്മയുടെ ശരീരം കത്തിയ പുക മേലോട്ടുയർന്നിരുന്നു. പിന്നെ അമ്മാവൻ വന്ന് തോളിൽ കൈവയ്ക്കവെ താൻ ഞെട്ടി. തന്റെ തലമുടി പതുക്കെ തടവി ഒതുക്കി ഒന്നും പറയാതെ അമ്മാവൻ ആ ഇരുട്ടിൽ അന്ന് തന്റെ കൂടെ നിന്നു.

സുമിത്രയുടെ സ്പർശനത്തിനു കീഴിൽ ഒരു കുട്ടിയെപ്പോലെ കിടന്ന് രഘു കണ്ണടച്ചു. പുരുഷന്റെ കണ്ണിൽ നിന്നൂറിയ നനവ് തന്റെ തൊലിപ്പുറമേ നിന്ന് മനസ്സിന്റെ വേരുകൾവരെ നനയ്ക്കുന്നത് സുമിത്ര പാരവശ്യത്തോടെ അറിഞ്ഞു. രഘുവിന്റെ നഗ്നമായ പുറത്ത് പറ്റിയിരുന്ന മൺതരികൾ സുമിത്ര പതുക്കെപ്പതുക്കെ തടവിക്കളഞ്ഞു.

വെളിച്ചം ചുരന്ന് നിൽക്കുന്ന ആകാശത്തിനുകീഴിൽ തന്റെ മാറിൽ തല ചായ്ച്ചു കിടന്ന പുരുഷനെ സുമിത്ര ഒരുപാടൊരുപാടുനേരം നോക്കി. അപ്പുറത്ത് അനന്തമായിക്കിടന്ന മണ്ണും പുഴയും കാറ്റും തന്റെതന്നെ ഭാഗങ്ങളായി സുമിത്ര അറിഞ്ഞു. രഘുവിന്റെ ശ്വാസത്തിന്റെ ചൂട് വെയിലെന്നപോലെ പിന്നെ ഈർപ്പം കിനിഞ്ഞിറങ്ങികുതിരുന്ന ഭൂമിക്കുമേൽ പടർന്നു. ■

അക്ഷരത്തെറ്റുകൾ

പാറകൾ തലങ്ങും വിലങ്ങും ചിതറിക്കിടന്ന പുഴ അർദ്ധവൃത്താകൃതിയിൽ വളവ് തിരിയുന്നിടത്താണ് ഞങ്ങൾ ഇരുന്നത്. ഞാനും ഗോവിന്ദനും. പുഴയ്ക്കും ഞങ്ങൾക്കും പിന്നിൽ പാടങ്ങൾ തഴച്ചു നിന്നു. സ്വച്ഛമായ ഒരാവരണംപോലെ. തന്റെ കൈകളിൽ മലർന്നു കിടന്ന സന്ധ്യയുടെ വിക്ഷോഭങ്ങളില്ലാത്ത, തണുപ്പു പടർത്തുന്ന മുഖത്തിനു മുകളിൽ ആകാശം നിശ്ചലമായി.

''ആദ്യമായി വരികയാണ് ഞാൻ,'' ഗോവിന്ദൻ പറഞ്ഞു. ''സുമയ്ക്ക് പരിചയമുണ്ടാവും ഇവിടെ അല്ലേ?''

''ധാരാളം.''

''ദിനേശിന്റെകൂടെ?''

ഞാൻ ഒരുനിമിഷം ഗോവിന്ദനെ നോക്കി.

''അതെ,'' പുൽനാമ്പ് കൈയിൽ ചുറ്റി സുമ ചിരിച്ചു. ''അതെ.''

''കാണാറില്ലേ ഇപ്പോൾ?'' കല്ലുകൾക്കു മീതെ ഏന്തിയ വെള്ളം തട്ടി നനയുന്ന സാരി നീക്കി പതുക്കെയാണ് ഗോവിന്ദൻ ചോദിച്ചത്. ''സാരി നനയുന്നു.''

''ഉം.'' ഞാൻ പറഞ്ഞു. ''ധാരാളം എന്ന് പറഞ്ഞുകൂടാ. പക്ഷേ, ഉവ്വ് കാണാറുണ്ട്.'' അവസാനം കാണുമ്പോൾ ദിനേശ് വല്ലാതെ മാറിക്കഴിഞ്ഞിരുന്നു. ചെന്നിയിലെ നരച്ച രോമങ്ങളിലും ചായം തേച്ച് കറുപ്പിക്കാത്ത മീശയിലും ഒരായുഷ്കാലത്തിന്റെ ക്ഷീണം ബാക്കി നിന്നു. ബസ്സ്റ്റോപ്പിൽ നിന്നിരുന്ന തന്റെ കൈയിൽനിന്നും കടലാസുകെട്ട് മേടിച്ചുപിടിച്ച് ദിനേശ് അന്നുതന്നെ പുഴവക്കത്തേക്ക് ക്ഷണിച്ചു.

''വേണ്ട.'' ഞാൻ പറഞ്ഞു: ''ഒരു മൂഡില്ല.''

ദിനേശ് ഒന്നും മിണ്ടിയില്ല. ബസ്സ്റ്റോപ്പിൽ നിന്നിരുന്ന ആൾക്കാരെയോ ചുറ്റുമുള്ള പരിചയക്കാരെയോ ഒന്നും ദിനേശ് കണ്ടിരുന്നില്ല എന്നു തോന്നി.

''അപർണ്ണ മരിച്ചു.'' പിടയുന്നപോലെയാണ് ദിനേശ് പറഞ്ഞത്.

''ഇന്നലെ.''

ദിനേശിന്റെ മൂത്ത മകളായിരുന്നു അപർണ്ണ. ദിനേശിന് വലിയ കാര്യമായിരുന്നു ആ മകളെ.

ബസിന്റെ ക്യൂവിൽനിന്നും താൻ പെട്ടെന്ന് പുറത്തു കടന്നു. ദിനേശിന്റെ മറ്റു കുട്ടികളുടെ പേരുകൾ മറന്നിരിക്കുന്നു എന്ന് ഒരു പരിഭ്രമത്തോടെയാണോർത്തത്. എത്ര കുട്ടികൾ ഉണ്ടെന്നുപോലും അറിഞ്ഞുകൂടാ.

''വരൂ.'' ബസ്സ്റ്റോപ്പിൽനിന്നും മൈതാനത്തിന്റെ ഒഴിഞ്ഞ മൂലയിലെത്തിയപ്പോൾ താൻ പറഞ്ഞു: ''നമുക്കിവിടെയിരിക്കാം.''

ഞങ്ങൾ വഴിയിൽ ഒന്നും മിണ്ടിയിരുന്നില്ല. അതിനാൽ തല താഴ്ത്തി മിണ്ടാതിരുന്ന ദിനേശിന്റെ കൈ ഞാൻ സ്വന്തം കൈയിലെടുത്തു. ദിനേശ് കുതറുകയോ സാധാരണപോലെ ചുറ്റുപാടും പകച്ചുനോക്കുകയേ ചെയ്തില്ല. പകരം സ്വന്തം കൈ എന്റെ കൈക്കുള്ളിൽവെച്ച് വെറുതെ ഇരുന്നു ഏറെനേരം. ഒന്നും പറയാതെയുള്ള ആ ഇരിപ്പ് പഴയ വൈകുന്നേരങ്ങളെയാണ് ഓർമ്മിപ്പിച്ചത്. ഞങ്ങൾ ഔപചാരികമായിപ്പോലും ഒരക്ഷരം അപർണ്ണയെക്കുറിച്ച് സംസാരിക്കുകയുണ്ടായില്ല. ദിനേശിന്റെ കണ്ണുകൾ നനയുന്നത് താൻ കണ്ടിരുന്നു. അപർണ്ണ എനിക്ക് തീരെ അപരിചിതയായിരുന്നതുകൊണ്ടാവണം, ദിനേശിന്റെ കണ്ണുകളിലെ നനവ് എന്നെ സ്പർശിച്ചതേയില്ല. ഒരു കാഴ്ചക്കാരിയെപ്പോലെ നിന്ന മനസ്സിനോട് ഒരുതരം ഭീതിയാണ് തോന്നിയത്. ഗോവിന്ദനോട് ഇതൊക്കെപ്പറയണോ എന്ന് ഒരു നിമിഷം ആലോചിച്ചു.

''നന്നായി.'' ഗോവിന്ദൻ പറഞ്ഞു: ''അങ്ങനെ കേൾക്കാനാണ് സുഖം.''

ഗോവിന്ദന്റെ തൊട്ടടുത്ത് താഴെ മണ്ണിലാണ് ഞാൻ ഇരുന്നിരുന്നത്. കാറ്റിൽ പാറിയ തന്റെ മുടിയിഴകളെ കൈനീട്ടി ചെവിക്കിടയിലേക്ക് തിരുകി ഗോവിന്ദൻ.

''ബലഹീനതകൾ ക്ഷമിക്കപ്പെടേണ്ടവയാണ് സുമേ.'' ഗോവിന്ദൻ എന്തൊക്കെയോ പൂരിപ്പിക്കുന്നതുപോലെ പറഞ്ഞു. ''ഏതു ബന്ധത്തിന്റെയും ഭംഗിയും അതാണ്.''

ദിനേശ് ഒരിക്കലും ആ പാറമേൽ ഇരിക്കാറില്ലായിരുന്നു. വെള്ളത്തിനുമുകളിലെ കുറ്റിച്ചെടികൾക്കു നടുവിൽ പാറയിൽ തല ചായ്ച്ചു മലർന്നു കിടക്കുകയാണ് പതിവ്.

അങ്ങനെ കിടക്കുമ്പോൾ ദിനേശിനെ പിരിയുമെന്ന് ഒരിക്കലും വിചാരിച്ചിരുന്നതല്ല. തന്റെതന്നെ പ്രായമുള്ള കാമുകൻ. കാമുകൻ

എന്നുപറഞ്ഞാൽ ദിനേശിന് ദേഷ്യം വരും. അതൊരുതരം തരം താഴ്ത്തലാണെന്നാണ് ദിനേശ് പറയുക. തമാശയാണ് തോന്നാറ്. വീണ്ടും അതുതന്നെ പറയും. ആഴത്തിലേക്ക് മുതലക്കൂപ്പു കുത്തു ന്നതുപോലെയാണ് ഞങ്ങൾ പ്രണയബദ്ധരായത്. കണ്ണിലും മൂക്കിലും നെറുകയിലും ഒക്കെ വെള്ളം കയറിയതുപോലെ. പക്ഷേ, എന്നും കുളിച്ചു കേറുമ്പോൾ ബാക്കി നിൽക്കുന്ന ഓജസ്സുപോലെ, തുടുത്തു മിന്നുന്ന മുഖംപോലെ, കുളിർമ്മ പോലെ അത് ഞങ്ങളെ ചുറ്റി നിന്നു.

"എന്താ ഇതിനു പേര്?" ദിനേശ് ചോദിക്കും.

"ഇതിനു പേരില്ല." പുഴവക്കത്ത് മലർന്നുകിടന്ന് ഞാനൊരിക്കൽ പറഞ്ഞിട്ടുണ്ട്. "പേരിടുകയും വേണ്ട."

എന്റെ മകൻ അന്ന് കുറച്ചകലെ മണൽപ്പുറത്ത് കളിക്കുകയാ യിരുന്നു.

ദിനേശ് കുട്ടിയെ നോക്കിക്കൊണ്ടേയിരിക്കുകയായിരുന്നു എന്ന് ഞാൻ പെട്ടെന്നാണ് ശ്രദ്ധിച്ചത്.

"അപ്പോൾ അത് താൻ പറയില്ല." ദിനേശ് പറഞ്ഞു. "ഈ രഹസ്യം സൂക്ഷിക്കലാണ് എനിക്ക് പിടിക്കാത്തത്."

ദിനേശ് തന്നെ പരിചയപ്പെടുത്തുമ്പോൾ രണ്ടു വയസ്സുള്ള ഒരു കുട്ടിയുടെ അവിവാഹിതനായ അമ്മയായിരുന്നു താൻ. വിനോദിന്റെ അച്ഛനാരാണെന്ന് ഒരിക്കലും താൻ ദിനേശിനോട് പറയുകയുണ്ടാ യില്ല."

"ഒരു പ്രസക്തിയുമില്ലാത്ത ഒരു കഷണം വിവരം." എന്നാണ് താൻ ദിനേശിനോട് പറഞ്ഞത്. "അറിയേണ്ട പ്രത്യേകതയുമില്ല." ആ പേര് സത്യത്തിൽ കുട്ടിയുടെ അച്ഛന്റെ പേര് എന്നതിലപ്പുറം തനിക്ക് പ്രധാനമായിരുന്നില്ല. പക്ഷേ, ദിനേശ് ശഠിക്കാൻ തുടങ്ങി യപ്പോൾ തനിക്കും വാശിയായി.

പിന്നെപ്പിന്നെ വൈകുന്നേരങ്ങളിലെ സംഭാഷണം വിനോദിലേക്ക് മാത്രമായിച്ചുരുങ്ങാൻ തുടങ്ങിയപ്പോൾ വല്ലാതെ മടുപ്പുതോന്നി. ആറ്റിയും കുറുക്കിയും അളന്നും മുറിച്ചും പറയേണ്ടിവരുന്ന വാചക ങ്ങൾ, കുറ്റിയടിച്ചതിരിട്ട വൈകുന്നേരങ്ങൾ. ശ്വാസംമുട്ടലാണ് തോന്നി യത്. മുഷിഞ്ഞ വസ്ത്രം മുഖത്തിട്ടാലെന്നപോലെ തനിക്ക് ശ്വാസം മുട്ടി.

"വിനോദ് എന്റെ മകനാണ്." ഞാൻ പറഞ്ഞു: "മറ്റാരുടേയും കുട്ടിയാണ് എന്നത് ദിനേശിന് പ്രധാനമാകേണ്ടതില്ല."

"വിനോദ് എന്റെകൂടി മകനാവേണമെങ്കിൽ അവന്റെ തന്ത ആരെന്ന് എനിക്കറിയണം." ദിനേശ് കിതച്ചു.

ദിനേശിന്റെ അതിരുവിട്ട ചുവന്ന മുഖമോ ശബ്ദത്തിലെ ഭീഷണിയോളമെത്തുന്ന അധികാരമോ കുറ്റിയടിച്ച വൈകുന്നേരങ്ങളോ എന്താണെന്നറിയില്ല എന്നെ അത്രയധികം അരിശം പിടിപ്പിച്ചത്.

''വെറുതെയാണ്.'' അതീവ ശാന്തതയോടെ ഞാൻ പറഞ്ഞു: ''ദിനേശ് അതറിയുകയില്ല. ദിനേശ് അവന്റെ അച്ഛനാവുകയുമില്ല.''

എന്റെ ശബ്ദത്തിലെ എന്തെന്നില്ലാത്ത ശാന്തതയിലേക്ക് ദിനേശ് കുറച്ചു നേരം നോക്കിനിന്നു. ദിനേശിനെ പരിചയപ്പെട്ടിട്ട് അന്നേക്ക് വർഷങ്ങൾ ഏഴു കഴിഞ്ഞിരുന്നു. ദിനേശിന്റെ മുടി ചെന്നിയിൽ നരയ്ക്കാൻ തുടങ്ങിയിരുന്നു. ദിനേശിന് ഒരു കുടുംബം സ്ഥാപിക്കാൻ മോഹം തോന്നിയിരിക്കണം. ദിനേശിന്റെ ദേഷ്യം സ്ഥാനത്തായിരുന്നിരിക്കണം. പക്ഷേ, എന്തോ തനിക്ക് ഒരു താല്പര്യവും തോന്നിയില്ല!

''ഒരു ലേബലൊട്ടിക്കാതെ വയ്യ അല്ലേ?'' ദിനേശിന്റെ മടിയിൽക്കിടന്ന് താൻ പിന്നെ ഒരു ദിവസം ചോദിച്ചിട്ടുണ്ട്. ''ഷെൽഫിൽ സ്ഥാനം തെറ്റാതെ എടുത്തു വെക്കുകയൊന്നും വേണ്ടല്ലോ?''

ദിനേശിന് ദേഷ്യംവന്നു. എന്റെ തല മടിയിൽനിന്നിറക്കിവെച്ച് നിറഞ്ഞ മഴയത്ത് ഇറങ്ങിപ്പോകുമ്പോൾ ജനാലയുടെ കമ്പികളിൽപ്പിടിച്ച് വെറുതെ നോക്കിനിന്നു. നിറഞ്ഞ ഇരുട്ട്, തൊടാവുന്ന അകലത്തിൽ അപ്പുറത്ത് വിനോദ്, ദിനേശിന്റെ ദേഷ്യം കണ്ടിട്ടാവാം തന്റെ സാരിയിൽ ഇറുക്കിപ്പിടിച്ചു. ഞാൻ വിനോദിന്റെ മുടിയിഴകളിൽ വെറുതെ വെറുതെ തലോടി. ഒരു നേർത്ത ചിരിയോടെയെന്ന് ഇന്ന് പിന്തിരിഞ്ഞു നോക്കുമ്പോൾ തോന്നുന്നു. വരകൾ വരച്ച് ചതുരങ്ങൾ ഉണ്ടാക്കുകയില്ലെന്ന് ഞാനും വരകൾ വരയ്ക്കുന്നതുകൊണ്ട് യാതൊരു തെറ്റുമില്ലെന്ന് ദിനേശും ശഠിച്ചു.

''ലേബലുകൾ സൗകര്യപ്രദമാണ്.'' ദിനേശ് പറയും. ''മുളക് മുളകാണെന്നറിഞ്ഞാൽ യാതൊരു തരക്കേടുമില്ല.''

''ആരറിഞ്ഞാൽ? എനിക്കറിയാൻ അതെഴുതിവെക്കേണ്ട.''

വിനോദ് ഞങ്ങളുടെ ഇടയിലെ ബഹളത്തിൽ, കലങ്ങലിൽ നോക്കി അന്തംവിട്ടു.

''ഈ തന്തയില്ലാത്തവനാണ് സുമയ്ക്ക് നമ്മുടെ ജീവിതത്തേക്കാൾ വലുത്.'' ദിനേശ് അലറി.

''ഉം.'' താനന്ന് മൂളി, ഏറെ ഏറെപ്പതുക്കെ എന്ന് പിന്നീടതിനെപ്പറ്റി ആലോചിക്കുമ്പോഴൊക്കെ തോന്നിയിട്ടുണ്ട്. മുതുകിലൂടെ വരിഞ്ഞ ഒരു മുറിപ്പാടിനെ കൈപ്പത്തികൊണ്ടെന്നപോലെയാണ് ആ മൂളൽകൊണ്ട് അന്ന് താൻ മനസ്സിനെ പൊതിഞ്ഞത്.

“നമ്മുടെ?” പിന്നെ ഏറെനേരം കഴിഞ്ഞ്, കിതയ്ക്കുന്ന നിശ്ശബ്ദ തയിൽ ഞാൻ ചോദിച്ചു. “അതിൽ ആരൊക്കെപ്പെടും?”

ദിനേശ് മുറിയിൽ അങ്ങോട്ടുമിങ്ങോട്ടും നടന്നു. വിനോദിനെ കിടപ്പുമുറിയിൽ കൊണ്ടുപോയി കിടത്തിയുറക്കി. കസേലക്കൈയിൽ തൊട്ടടുത്ത് വന്നിരുന്ന് ക്ഷമാപണത്തോടെ എന്നെ കെട്ടിപ്പിടിച്ചു. എന്തുകൊണ്ടോ, ആദ്യമായി ദിനേശിന്റെ കൈപ്പിടിയിൽ ഒതുങ്ങി ക്കിടക്കെ പേടിയാണ് തോന്നിയത്. പേടി മാത്രമാണോ? അറിയില്ല. ജനാലയ്ക്കപ്പുറത്ത് എന്റെ കണ്ണുകൾക്കു നേരെ ഇരുട്ടായിരുന്നു. വിനോദിന്റെ കിടപ്പറയിൽ നിന്നും മങ്ങിയ വെളിച്ചത്തിന്റെ ഒരു വര കാൽക്കൽവരെ എത്തിയിരുന്നു. ദിനേശ് അന്ന് എന്റെ മടിയിൽ തലവെച്ച് ഉറങ്ങി. അതിനിടയിൽ എപ്പോഴോ ആവണം ഞാൻ ആ അവസാന തീരുമാനം എടുത്തത്. ദിനേശ് പിന്നീട് മറ്റൊരു കല്യാണം കഴിക്കാൻ തീരുമാനിച്ചത് എന്റെ തന്നെ മുൻപിൽവെച്ചാണ്.

“എന്തുകൊണ്ടായിക്കൂടാ.” കറി ഇളക്കിയിരുന്ന സ്പൂൺ ഒന്നു നിർത്തുകപോലും ചെയ്യാതെയാണ് ഞാൻ ചോദിച്ചത്. “ഏറക്കുറെ ഞാനത് പ്രതീക്ഷിച്ചിരുന്നു എന്നതാവാം ഒരു കാരണം. അല്ലെങ്കിൽ ദിനേശിന്റെ തീരുമാനം ന്യായമായതാണ് എന്ന തോന്നലുമാവാം.”

“ദിനേശ് കല്യാണം കഴിക്കാമെന്നുവെച്ചത് പ്രതികാരം കൊണ്ടാ വണം.” ഗോവിന്ദൻ പറഞ്ഞു: “സുമയ്ക്ക് മനസ്സിലാക്കാവുന്നതേ യുള്ളൂ അത്.”

“ദിനേശിനെ കുറ്റപ്പെടുത്തുകയായിരുന്നില്ല ഞാൻ, ഗോവിന്ദാ.”

പെട്ടെന്ന് താൻ പറഞ്ഞു: “ഓരോരുത്തരും തിരയുന്നതെന്താ ണെന്ന് അവനവനല്ലേ കൂടുതൽ അറിയുക എന്ന് പറയുക മാത്ര മായിരുന്നു.”

“നിന്റെ ശബ്ദം കയ്ക്കുന്നു.”

“സ്വാഭാവികം.” ഇരുന്നിടത്തുനിന്ന് ഗോവിന്ദന്റെ തുടയിലേക്ക് ചാരി സുമ ചിരിച്ചു. “ഞാൻ എന്റെ കാമുകനെപ്പറ്റിയാണ് സംസാ രിക്കുന്നത്.

“അങ്ങനെ ദിനേശ് കല്യാണം കഴിച്ചു.” എന്റെ മുടിയിലൂടെ കൈയോടിച്ച് ഗോവിന്ദൻ ചിരിച്ചു. “പ്രണയത്തിലേക്ക് മുതലക്കൂപ്പ് കുത്തിയ ദിനേശ്.”

“അതിൽ അസ്വാഭാവികമായി ഒന്നുമുണ്ടായിരുന്നില്ല ഗോവിന്ദൻ. അതായിരുന്നു സ്വാഭാവികം എന്നുവേണം പറയാൻ. അതുകൊണ്ടു തന്നെ ഒരുതരം ആശ്വാസമാണ് തോന്നിയത്. സ്വന്തം മഞ്ഞക്കണ്ണട കൾ നിർമ്മിച്ചുതന്ന കാഴ്ചപ്പാടുകളുമായി ഞാൻ ആരുടെയും വഴി യിൽക്കയറി നിന്നില്ലല്ലോ എന്ന ആശ്വാസം.”

‘‘ദിനേശ് സുമയെ പിന്നെയും കണ്ടിരുന്നു?’’

‘‘ധാരാളം. ഗോവിന്ദനറിയില്ലേ, ഭർത്താവിന് ഭാര്യയോടും മക്കളോടും ചുമതലകളുണ്ട്. പ്രത്യേകിച്ചും സദാ വരകൾ വരയ്ക്കാനുള്ള ചോക്കുമായി നടക്കുന്ന ദിനേശിനെപ്പോലുള്ള ഭർത്താക്കന്മാർക്ക്. പ്രാരബ്ധങ്ങളുടെയും ചുമതലകളുടെയും ചവറുകളില്ലാത്ത പുറംപോക്കുകളിൽ പക്ഷേ, ഞങ്ങളുടെ വൈകുന്നേരങ്ങൾ ചുവയ്ക്കുകയും പൂക്കുകയും ചെയ്തു.’’

‘‘ലേബലുകളുടെ അനിവാര്യതകൾ സുമയ്ക്ക് മനസ്സിലായില്ലെന്ന് പറയരുത്.’’ ഗോവിന്ദൻ ഒരു ശാസനപോലെയാണ് പറഞ്ഞത്: ‘‘അതിനുള്ള പ്രായം സുമയ്ക്കായി.’’

‘‘അത് മനസ്സിലാക്കാനുള്ള പ്രായം ദിനേശിനും ആയിരുന്നു.’’ പൊടുന്നനെ, ശബ്ദം ചീന്തുന്നതുപോലെ സുമ പറഞ്ഞു: ‘‘ഏറെ ദൂരം പിടിച്ചു കയറിയ കയറിൽനിന്ന് താഴത്തേക്ക് വഴുതുന്നതുപോലെയാണ് എനിക്കു തോന്നിയത്.’’

‘‘എന്തവശേഷിപ്പിക്കുന്നു എന്നതാവണം ഒരു ബന്ധത്തിന്റെ അളവുകോൽ.’’ ശാന്തമായ, പക്വമായ തന്റെ മുഖത്തിനെതിരെ എന്നെ തിരിച്ചിരുത്തി ഗോവിന്ദൻ.

‘‘അല്ലാതെ അതിന്റെ പോരായ്മകളല്ല.’’ നിറഞ്ഞ കണ്ണുകൾ താൻ തുടയ്ക്കുകയുണ്ടായില്ല. ‘‘തനിക്ക് ഈ നിമിഷം മറ്റൊരു പുഴയായി ഒഴുകാം.’’ സൗമനസ്യത്തിന്റെ നിറവിൽ അനങ്ങാതിരിക്കെ ഞാൻ ഓർത്തു. ഇതാ, ഈ പുഴ പോലെ, നിറഞ്ഞ്, കവിഞ്ഞ്.

‘‘പാവം.’’ ഒരു തുടർച്ചപോലെയാണ് താൻ പറഞ്ഞത്. ‘‘ഒരു പക്ഷേ, ദിനേശിന് തരാൻ കഴിയാത്തതാവണം ഞാൻ ദിനേശിനോടാവശ്യപ്പെട്ടത്. ചിലർക്ക് അതിരുകൾ കാഴ്ചവട്ടത്തില്ലെങ്കിൽ നടക്കാൻ പേടി തോന്നുമായിരിക്കാം.’’

വാസ്തവത്തിൽ വരകൾ വരയ്ക്കാനുള്ള ദിനേശിന്റെ അതിരുകവിഞ്ഞ ത്വരയാണ് തന്നെ പേടിപ്പിക്കാൻ തുടങ്ങിയത് എന്ന് തോന്നുന്നു. നടക്കുമ്പോഴും കിടക്കുമ്പോഴും കൈയും കാലും ദിനേശ് വരച്ച വരകളിൽ തട്ടി. വരകൾ മായ്ക്കുന്നത് എനിക്കൊരു രസവും ദിനേശിന് തലവേദനയും ആയിത്തുടങ്ങിയത് എന്നാണെന്ന് കൃത്യമായി ഓർമ്മയില്ല.

‘‘സാധാരണക്കാർ ചെയ്യുന്നത് വൃത്തികേടായിക്കൊള്ളണമെന്നില്ല.’’

സോഫയുടെ ചാരിൽച്ചാരി കാൽ നീട്ടിയിരുന്ന് ദിനേശ് പലതവണ തന്നോട് പറഞ്ഞിട്ടുണ്ട് അത്തരം വാചകങ്ങൾ, ദിനേശിന്റെ നാവിൻതുമ്പത്തുതന്നെ അത്രയും കാലം ഉണ്ടായിരുന്നു എന്നും

അറിയാമായിരുന്നു. അതുകൊണ്ട് ഒട്ടും അപ്രീതി തോന്നിയില്ല. മറിച്ച് സ്വന്തം കണക്കുകൂട്ടലുകൾ കൃത്യമായിരുന്നു എന്നറിയുമ്പോഴുള്ള കടുത്ത കയ്ക്കുന്ന പതം വരൽ.

കുട്ടിയെ സ്കൂളിൽനിന്നും മടക്കിക്കൊണ്ടു വരണ്ട ചുമതല ദിനേശിന്റെ ചുമലിൽ വീഴുന്നതുവരെ ദിനേശ് ഓഫീസിൽനിന്നും വന്ന് ബസ്സ്റ്റോപ്പിൽ തനിക്കായി കാത്തുനിന്നു. ഞങ്ങൾ മൈതാനത്തിന്റെ നടുവിലൂടെ നടന്ന് അകലെയുള്ള ബസ്സ്റ്റോപ്പിൽനിന്നും ഒരുമിച്ച് ബസ് പിടിച്ചു. ആ കാത്തുനില്പും നടത്തത്തിനുമൊക്കെ അമ്പലക്കുളത്തിൽനിന്നും കുളിച്ചു കയറുന്നവർ ബിംബത്തെ ഒന്നു നോക്കുകപോലും ചെയ്യാതെ നടയ്ക്കടുത്ത് കുമ്പിടുന്നതുപോലെയുള്ള ഒരു ഭാവം കൈവരുന്നത് പക്ഷേ, ഞാൻ അറിഞ്ഞിരുന്നു. അതിനെതിരെ എന്തുചെയ്യണമെന്ന് എനിക്കൊരു പിടിയും കിട്ടിയില്ല.

നടക്കുമ്പോഴൊക്കെ ഞങ്ങൾ നിർത്താതെ സംസാരിച്ചു. നിർത്തിയാൽ നിശ്ശബ്ദത ഒരു വാശിയോടെ തള്ളിക്കയറുമെന്നും ഞങ്ങൾക്കിടയിൽ അത് സ്ഥിരമായി നിൽപ്പുറപ്പിക്കുമെന്നും ഞങ്ങൾ പേടിച്ചിരിക്കണം. ദിനേശ് എന്നെ സന്തോഷിപ്പിക്കാൻ, സംഭാഷണങ്ങളിൽനിന്നും കുടുംബത്തെ തന്ത്രപൂർവ്വം മാറ്റിനിർത്തി. അഥവാ പറയേണ്ടിവരുമ്പോൾ യാദൃച്ഛികമെന്ന മട്ടിൽ അത് സ്നേഹത്തോടെയല്ലാതാക്കാനും ശ്രമിച്ചു. പരസ്പരം കൂട്ടിമുട്ടാതിരിക്കാൻ നോക്കുന്ന അത്തരം വരകൾക്കും അതിന് ദിനേശിനോടു തോന്നിയ നന്ദിക്കും ഇടയിലൂടെ പൂപ്പൽപോലെ വളർന്ന മടുപ്പ് എങ്ങനെ നീക്കണമെന്ന് എനിക്കൊരു പിടിയും കിട്ടിയില്ല. ആ നിസ്സഹായതയും വരകളിൽ തൊടാതെ നടക്കാനുള്ള ശ്രമത്തിൽ ഉലയുന്ന ദിനേശിന്റെ ശരീരവും കുമിളകൾ പൊട്ടി ഉടയുന്ന എന്റെ മനസ്സും ഒക്കെയാവണം കാരണങ്ങൾ, ഇത്തരം നടപ്പു പ്രഹസനങ്ങൾ ഇനി വേണ്ടെന്ന് പറയാനോങ്ങിയതായിരുന്നു ഞാൻ. പക്ഷേ, കെന്തി വന്ന ഓക്കാനംപോലെ ഞാനാ വാചകം വായിൽത്തന്നെ നിർത്തി. പിന്നെ വളരെ സൗമ്യമായി ദിനേശിന്റെ കൈ പിടിച്ചു.

പകൽ, പട്ടാപ്പകൽ പൊതുനിരത്തിൽ വെച്ചാണ് ഞാനത് ചെയ്തത്. വഴുപ്പിൽ തൊട്ടപോലെ ദിനേശ് അന്ന് കുതറി. കണ്ണറ്റം കൊണ്ട് നാലുപാടും ധൃതിയിൽ നോക്കി. എത്ര പ്രതീക്ഷിച്ചിരുന്നതായിട്ടും ആ നോട്ടം, ആ കുതറൽ ഒന്നും എനിക്ക് പിടിച്ചില്ല. പിടിച്ചില്ല എന്നുതന്നെയാണോ അതിനുള്ള വാക്ക്? അതിന്റെ സ്വാദ് പെരന്നിയ പാൽപോലെ വായിൽത്തികട്ടി. ഒരു തിരപോലെ മനസ്സിൽ ആഞ്ഞുപൊന്തിയ വെറുപ്പിന്റെയും അവജ്ഞയുടെയും നുരകളിൽ തിരുപ്പിടിക്കുന്നതുപോലെയാണ്, പിന്നെ ദിനേശിനോട്

ഭാര്യയെ വിവാഹമോചനം നടത്താമോ എന്നു ഞാൻ ചോദിച്ചത്, സ്വപ്നത്തിൽ പോലും കൊണ്ടുനടക്കാത്ത ആ ചോദ്യം എന്തിനാണ് ചോദിച്ചതെന്ന് ഇന്നും അറിയില്ല. താൻ തന്നെ വലിച്ചെറിഞ്ഞ കളിപ്പാട്ടത്തിനുവേണ്ടി മറ്റെന്തോ കാരണങ്ങളാൽ വാശി പിടിക്കുന്ന കുട്ടിയെപ്പോലെയായിരുന്നു അപ്പോൾ മനസ്സ് എന്നു മാത്രം ഓർമ്മയുണ്ട്.

''നടത്താം'' ഒന്നിമയാട്ടുകപോലും ചെയ്യാതെ ദിനേശ് പറഞ്ഞു: ''പക്ഷേ, ഒരു കാരണം വേണ്ടേ?''

ഉടുപ്പിലേക്ക് ചളി തെറിച്ചതുപോലെ താൻ അന്ന് പെട്ടെന്ന് നിന്നു. ഒരു കാരണം നമ്മുടെ ജീവിതത്തേക്കാൾ ദിനേശിന് പ്രധാനമാണോ എന്നു ചോദിക്കുകയുണ്ടായില്ല. അങ്ങനെ ചോദിക്കുന്നത് മര്യാദകേടാണ്. തീരെ അപ്രസക്തമായ ആ ചോദ്യം ഒരു ജീവിതത്തിന്റെ മുഴുവനും മുകളിലൂടെ അനാദരവോടെ കോറിയ ദിനേശിന്റെ ആ ഭംഗിവചനത്തിനു മുന്നിലിട്ട് ഒരു പകിടപോലെ മനസ്സിലിട്ടുരുട്ടി.

മൈതാനത്തിലൂടെയുള്ള നിരവധി നടത്തങ്ങളിൽ, വെയിൽ തട്ടി മായുന്ന നിറംപോലെ പതുക്കെപ്പതുക്കെ ഇല്ലാതായത് 'നമ്മൾ' എന്ന വാക്കായിരുന്നു. ചോര കിനിയുന്ന വരകൾക്കിടയിൽ നിവർന്നു നിൽക്കാൻ ശ്രമിക്കുന്ന ദിനേശിനെ സ്റ്റേജിലെന്ന പോലെ നോക്കി നിൽക്കെ അതിനെപ്പറ്റി പറയണോ എന്നോർത്തതാണ്. പക്ഷേ, പറയാതെതന്നെ അത് ദിനേശിനും അറിയാം. എന്റെ മുഖത്തെ അമ്പരപ്പ് ദിനേശും കണ്ടിരിക്കണം. ദിനേശ് ചിരിച്ചു. പെട്ടെന്ന് തിരിഞ്ഞു നോക്കുമ്പോൾ മൈലുകളോളം കൂടെ നടന്ന ആൾ, മറ്റൊരു മുഖവുമായി നിന്നാൽ തോന്നുന്ന പേടിയാണ് അപ്പോൾ എനിക്കു തോന്നിയത്. പിന്നെ, വിണ്ടുനിന്ന മനസ്സിന്റെ വിടവിലേക്ക് ഓട്ടയടയ്ക്കുന്നതു പോലെ താനാ അറിവും പേടിയും ഒരുമിച്ചു തിരുകി.

''കുട്ടികളാണ് പ്രശ്നം.'' പിറ്റേ ദിവസം ചായക്കടയിൽ തൊട്ടു തൊട്ടിരിക്കെ എന്റെ വയറ്റിൽത്തലോടി ആത്മാർത്ഥതയോടെയാണ് ദിനേശ് പറഞ്ഞത്.

''പിന്നെ കാരണങ്ങളും.'' ദിനേശിന്റെ കൈ വയറിൽനിന്നു പതുക്കെ മാറ്റി ഞാൻ പൊട്ടിച്ചിരിച്ചു. പലപ്പോഴും നാം തീരെ ആലോചിക്കാതെ പറഞ്ഞുപോകുന്ന വാക്കുകൾ നമ്മുടെ ചിന്തകളെ എത്ര ലളിതമായി ആവിഷ്കരിക്കുന്നു എന്ന് ഞാൻ അത്ഭുതപ്പെട്ടിട്ടുണ്ട്. ദിനേശ് പറഞ്ഞത് അക്ഷരംപ്രതി സത്യമാവണം. വരകൾ വരയ്ക്കുന്നതുപോലെ എളുപ്പമല്ല വരകൾ മായ്ക്കാൻ. വരകൾക്ക് പുറത്തു നിൽക്കുമ്പോൾ ഒരനാഥത്വമുണ്ട്. ഒരു തന്തയില്ലായ്മത്തരം.

“ചിലർക്കതൊരു ലഹരിയാണ്.” ഗോവിന്ദൻ പറഞ്ഞു. “ചിലർക്കതൊരു മാനഹാനിയും. പക്ഷേ, അതൊരു കുറ്റമല്ല.”

“ശരിയാണ്.” മണലിൽ മലർന്നുകിടന്ന് ഞാൻ കൈകൾ തലയ്ക്കു കീഴെവെച്ചു. “അതോടെ പക്ഷേ, വ്യക്തിത്വങ്ങൾ വേർപിരിയുന്നു. കൊഴിയുന്ന തലനാരിന്റെ വേർപാടുപോലെ നമുക്കോരോരുത്തർക്കും അതേറ്റുവാങ്ങാതെ വയ്യ. തീവ്രമായ സ്വന്തം ബോദ്ധ്യങ്ങൾക്കും എല്ലിൽ തൊടുന്ന ആവശ്യങ്ങൾക്കും പകരം നിൽക്കാൻ, ഒത്തുമാറാൻ ഒന്നുമില്ല ഗോവിന്ദാ. അപർണ്ണ മരിച്ച വിവരം പറയാനെത്തിയ ദിനേശ് പട്ടാപ്പകലായിട്ടും പൊതുനിരത്തിലായിട്ടും എന്റെ കൈയിൽനിന്നും അയാളുടെ കൈ വലിക്കുകയുണ്ടായില്ല. പണ്ട് വലിച്ചപോലെ.”

“നാണയത്തിന്റെ ഒരു വശം.” ഗോവിന്ദന്റെ ശബ്ദം അസുഖകരമാംവിധം കനത്തു: “സ്വന്തം മോഹങ്ങൾക്കും സുമയുടെ കടുംപിടുത്തങ്ങൾക്കും നടുവിൽ നിലതെറ്റുന്ന ദിനേശിനെ സുമ കണ്ടതേയില്ല. പകരം വരകൾ മാത്രം കണ്ടു. ആവശ്യത്തിന്റെ തീവ്രതയിൽത്തന്നെയാണ് ദിനേശിനു വരകൾ പ്രസക്തമായത് സുമേ.” ഗോവിന്ദൻ ഒരു നിമിഷം നിർത്തി.

“ദിനേശ് നിന്നെ ഒരുപാട് സ്നേഹിച്ചിരുന്നു.”

ദിനേശും ഞാനും ഇതേ മണൽപ്പുറത്തിണചേർന്നിട്ടുണ്ട്. കാറ്റിന്റെയും മഴയുടെയും ആർഭാടത്തിൽ, നട്ടുച്ചയുടെ തിളങ്ങുന്ന നിറവിൽ, അതിരില്ലാത്ത പൊലിമയിൽ. സന്ധ്യയുടെ ആർദ്രതയിലും ഉണങ്ങിനിന്ന എന്റെ ചുണ്ടുകൾ ഞാൻ വീണ്ടും വീണ്ടും നനച്ചു. “എനിക്ക് വല്ലാതെ ദേഷ്യം വന്നിരുന്നു എന്നത് ശരിയാണ്. ഞാനിതൊന്നും കണ്ടില്ലെന്ന്, അറിഞ്ഞില്ലെന്ന് ദിനേശ് വിശ്വസിച്ചു എന്നോ? ഏറെക്കാലം കഴിഞ്ഞിട്ടും ബാക്കിയാവുന്ന ഇത്തരം സംശയങ്ങൾ, ഞാത്തിയുടുത്ത മുണ്ടിന്റെ വക്കിൽ പുരളുന്ന ചളിപോലെ, ഒരു

ബന്ധത്തിന്റെ വക്കുകൾ കറുപ്പിക്കുന്നു ഗോവിന്ദാ.”

ചിതറുന്ന കുന്നിക്കുരുക്കൾ ഒതുക്കിക്കൂട്ടുന്നതുപോലെയാണ് പിന്നെ ഗോവിന്ദൻ എന്നെ അയാളിലേക്കടുപ്പിച്ചത്.

“ചായങ്ങൾ ഒന്നു മാറ്റിത്തേച്ചു നോക്കൂ.” ഗോവിന്ദൻ കുസൃതിയോടെ പറഞ്ഞു. “കാടുകാണാതെ മരം മാത്രം കണ്ടാണ് സുമ ചിത്രം വരയ്ക്കുന്നതെന്ന് ദിനേശിന് തോന്നിയിരിക്കാം. രണ്ടും കാണലാണ് വളർച്ച. മറ്റൊരാൾ തീർത്ത ചിത്രത്തിന്റെ മുഖച്ഛായയിൽ ജീവിക്കാൻ ആർക്കായാലും പ്രയാസം തോന്നും.”

ഗോവിന്ദന്റെ തരളമായ, കലമ്പലുകളില്ലാത്ത മുഖം ഒരു പാടയ്ക്കപ്പുറത്ത് തെളിയുന്ന മങ്ങുന്ന പ്രതിച്ഛായപോലെ ഞാൻ കണ്ടു.

വരണ്ട മണ്ണിലേക്കേന്തുന്ന മഴച്ചാറ്റലിന്റെ വീശലുകൾപോലെ, പിന്നെ, ഗോവിന്ദന്റെ ശ്വാസത്തിന്റെ അടരുകൾ മനസ്സിന് തൊട്ടുമുകളിൽ. അതിനും അപ്പുറത്ത് ഗോവിന്ദന്റെ ചുമലിന് മുകളിൽ തന്നെ നോക്കി നിന്ന, പലതവണ താൻ കണ്ട ആകാശം. ഉയരത്തിലേക്ക് പറക്കാനാഞ്ഞ സമ്പാതിയുടെ കരിഞ്ഞ ചിറകുകൾപോലെ, കാറ്റിന്റെ കൈകളിൽ അനക്കമറ്റു കിടന്ന പുഴയോരത്തുനിന്നും ഒരു വടി കുത്തി എഴുന്നേൽക്കുന്നതുപോലെയാണ് എഴുന്നേറ്റത്.

ക്ഷീണത്തിന്റെ പാളികൾ, തട്ടിപ്പൊതിഞ്ഞുവെച്ച വേരുകളുടെ കടയ്ക്കൽനിന്നും ചുവട്ടിലേക്ക് ചിന്നുന്ന മൺകട്ടകൾ പോലെ ചിതറി. ഇനിയും ഒരു യാത്ര. വഴികളേല്പിക്കുന്ന തുടർച്ചകളിൽ ഇതും അവസാനമാവുക വയ്യ. ■

www.ingramcontent.com/pod-product-compliance
Lightning Source LLC
LaVergne TN
LVHW100246051026
849517LV00006B/2018
* 9 7 8 9 3 9 5 8 7 8 6 4 7 *